NGÔ THẾ VINH

tuyển tập II

CHÂN DUNG VĂN HỌC NGHỆ THUẬT & VĂN HÓA

VIỆT ECOLOGY PRESS
2024

Tuyển tập II
CHÂN DUNG VĂN HỌC
NGHỆ THUẬT VÀ VĂN HÓA

Tác giả: Ngô Thế Vinh

Mẫu bìa: Hoàng Ngọc Biên 2017 – Lập bìa: Lê Giang Trần 2022
Đọc bản thảo: Trần Thị Nguyệt Mai
Chỉnh hình và dàn trang: Lê Giang Trần
Kỹ thuật: Lê Hân, Nguyễn Thành
Nhà xuất bản: Việt Ecology Press

ISBN # 979-8-3302-9789-4

Văn chương vô mệnh lụy phần dư
Nguyễn Du

Thi thư dù lửa bạo Tần có thiêu
Vũ Hoàng Chương

TÁC GIẢ - TÁC PHẨM

Tác giả Ngô Thế Vinh tại văn phòng bệnh viện

Ngô Thế Vinh, sinh năm 1941 tại Thanh Hóa, nguyên quán Hà Nội. Tốt nghiệp Đại học Y khoa Sài Gòn 1968. Trong ban biên tập, nguyên tổng thư ký rồi chủ bút báo sinh viên Tình Thương trường Y khoa Sài Gòn từ 1963 tới 1967. Nguyên Y sĩ trưởng Liên Đoàn 81 Biệt Cách Dù. Tu nghiệp ngành Y khoa Phục hồi tại Letterman General Hospital San Francisco. Sau 1975, tù hơn ba năm qua các trại tù cải tạo. Tới Mỹ cuối 1983, bác sĩ nội trú và thường trú các bệnh viện Đại học SUNY Downstate tại Brooklyn, New York. Tốt nghiệp ngành Nội khoa, bác sĩ điều trị và giảng huấn tại một bệnh viện miền nam California.

TÁC PHẨM ĐÃ XUẤT BẢN:

Tiếng Việt:

- *Mây Bão* [Sông Mã, Sài Gòn 1963, Văn Nghệ, California 1993]
- *Bóng Đêm* [Khai Trí, Sài Gòn 1964]
- *Gió Mùa* [Sông Mã, Sài Gòn 1965]

- *Vòng Đai Xanh* [Thái Độ; Sài Gòn 1970; Văn Nghệ, California 1987; Văn Học Press, California 2018]
- *Mặt Trận Ở Sài Gòn* [Văn Nghệ, California 1996]
- *Cửu Long Cạn Dòng Biển Đông Dậy Sóng* [Văn Nghệ, California 2000, tái bản 2001; Nxb Giấy Vụn Việt Nam 2014]
- *Mekong - Dòng Sông Nghẽn Mạch* [Văn Nghệ, California 3/2007, Văn Nghệ Mới 12/2007, Nxb Giấy Vụn, Việt Nam 2012]
- *Audiobook Mekong – Dòng Sông Nghẽn Mạch* [Văn Nghệ Mới, California 2007; Việt Ecology Press & Nxb Nhân Ảnh 2017]
- *Chân Dung Văn Học Nghệ Thuật và Văn Hóa, tập I* [Việt Ecology Press 2017]
- *Y Sĩ Tiền Tuyến Nghiêm Sỹ Tuấn, Người Đi Tìm Mùa Xuân,* [Tập San Y Sĩ Việt Nam Canada, Việt Ecology Press 2019]
- *Chân Dung Văn Học Nghệ Thuật và Văn Hóa, tập II* [Việt Ecology Press 2022]

Tiếng Anh:

- *The Green Belt* [Ivy House 2004]
- *The Battle of Saigon* [Xlibris 2005]
- *Mekong – The Occluding River* [iUniverse 2010]
- *The Nine Dragons Drained Dry, The East Sea in Turmoil* [Việt Ecology Press & Nxb Giấy Vụn, Vietnam 2016]

Song ngữ Việt-Anh:

- *Mặt Trận Ở Sài Gòn / The Battle of Saigon* [Văn Học Press & Việt Ecology Press 2020]
- *Vòng Đai Xanh / The Green Belt* [Văn Học Press & Việt Ecology Press 2020]
- *Mekong Dòng Sông Nghẽn Mạch / Mekong The Occluding River* [Văn Học Press & Việt Ecology Press 2021]

Y Khoa:

- *An Epidemic of Tri-Ortho-Cresyl Phosphate Poisoning in Vietnam 1967, M.D.E.*
- *Khái Luận Y Học Phục Hồi,* Nxb Y Học 1981
- *Từ Điển Y Học Phục Hồi Anh-Pháp-Việt,* Nxb Y Học 1984

MỤC LỤC

THAY LỜI TỰA

Trịnh Y Thư

1.

Văn học Việt Nam truyền thống không có bộ môn tiểu sử. Hay nói cho rõ hơn, không có những công trình dài hơi, thấu đáo, viết về chẳng những sự nghiệp mà cả thân thế đời sống riêng tư của các văn nghệ sĩ làm nên văn học sử nước nhà. Bên trời Tây, họ có truyền thống này ngay từ thời Trung đại. Nhờ thế, qua Thayer, chúng ta biết những "*Người tình bất tử*" của Beethoven chẳng qua chỉ là sản phẩm tưởng tượng nằm bên trong khối óc âm nhạc kỳ vĩ nhất của nhân loại; và nhờ nữ sĩ Elizabeth Gaskell viết cuốn tiểu sử Charlotte Brontë chúng ta biết nhân vật Rochester trong cuốn tiểu thuyết kiệt tác *Jane Eyre* được xây dựng từ một hình tượng có thật, đó chính là ông thầy dạy học Charlotte thời bà còn là cô gái trẻ du học bên xứ Bỉ và cô nữ sinh trong trắng đem lòng yêu thầy mình, một người đàn ông đã có vợ. Hiểu biết tường tận hơn về con người cá thể của tác giả, các nhà nghiên cứu hai ba trăm năm sau có thêm trong tay cơ sở quy chiếu để đọc văn bản từ một góc độ độc lập nào đó, tâm lý học chẳng hạn, và rất có thể có cái nhìn phân tích thú vị và trung thực hơn về tác phẩm.

Trong khi đó bên ta, lúc hiệu khảo bộ *Truyện Kiều*, học giả Trần Trọng Kim chỉ có thể đưa ra một tiểu sử rất sơ lược về cụ Nguyễn Du, thậm chí cụ Nguyễn sinh tháng nào, cụ Trần cũng lúng túng, không biết tra cứu nơi đâu! Rồi đến thân thế nữ sĩ Cổ Nguyệt Đường

Xuân Hương, cách đây khá lâu, chính xác là năm 1958, trên tạp chí *Sáng Tạo*, ông Lữ Hồ còn tỏ ý nghi hoặc về một bà Hồ Xuân Hương có thật!

Bước sang thời hiện đại, tình trạng thiếu sót ấy phần nào được bổ khuyết bởi những tác phẩm được viết dưới dạng "chân dung", một tập hợp những phác thảo đại cương, thay vì một nghiên cứu chuyên sâu, về nhiều văn nghệ sĩ, mà cuốn mới nhất trình làng năm 2017 này chính là tuyển tập nhan đề *Chân Dung Văn Học Nghệ Thuật & Văn Hóa* (CDVHNT&VH) [Viet Ecology Press xuất bản] do nhà văn Ngô Thế Vinh biên soạn.

Nhà văn Ngô Thế Vinh sinh năm 1941 tại Thanh Hóa, theo học ngành y tại Sài Gòn. Thời gian học ông từng giữ chức chủ bút tờ *Tình Thương*, cơ quan tranh đấu văn hóa xã hội của sinh viên y khoa thời ấy. Tốt nghiệp năm 1968, ông gia nhập quân y, phục vụ tại Lực lượng Đặc biệt và giữ chức vụ y sĩ trưởng Liên đoàn 81 Biệt Cách Dù. Nhưng Ngô Thế Vinh trước đó đã được biết đến như một nhà văn. Những tác phẩm của ông trong giai đoạn này gồm có các tiểu thuyết: *Mây Bão* (1963); *Bóng Đêm* (1964); *Gió Mùa* (1965); và *Vòng Đai Xanh* (1970). (Cuốn *Vòng Đai Xanh* được trao giải thưởng Văn Học Nghệ Thuật Toàn Quốc năm 1971 bộ môn Văn.) Tuy vậy, trong vòng hơn 20 năm qua – với hai tác phẩm quan trọng gây tiếng vang không ít, *Cửu Long Cạn Dòng, Biển Đông Dậy Sóng* và *Mekong Dòng Sông Nghẽn Mạch*, cộng thêm hàng chục tiểu luận biên khảo, nghiên cứu giá trị về những biến đổi nguy hại của hệ sinh thái sông Mekong – ông mặc nhiên được xem như một chuyên gia hàng đầu trong lĩnh vực này, và một cách ưu ái hơn, con chim "báo bão" về mối đe dọa thường xuyên và ghê rợn từ phương Bắc đối với sự sinh tồn của đất nước và dân tộc. Để thực hiện các bộ sách về sông Mekong ông đã lặn lội từ tỉnh Vân Nam, Trung Quốc xuống các quốc gia Lào, Thái Lan, Cam Bốt và đồng bằng sông Cửu Long Việt Nam. Qua các chuyến đi quan sát thực địa, ông đã tận mắt chứng kiến sự suy thoái bất khả đảo nghịch của con sông Mekong, "*hậu quả dây chuyền của những bước khai thác tự hủy, tàn phá sinh cảnh, làm cạn kiệt nguồn tài nguyên, gây ô nhiễm môi trường*", do chính sách phát triển kinh tế bất chấp hậu quả tai hại ra sao của nhà cầm quyền Trung Quốc, mà Việt Nam là quốc gia lãnh chịu hậu quả nặng nề và thiệt thòi nhất.

Tuy nhiên, tác phẩm nhà văn Ngô Thế Vinh xuất bản năm 2017 lại là một bất ngờ thú vị, một cuốn sách vẽ "chân dung" bằng chữ nghĩa các văn nghệ sĩ và các nhà văn hóa trong mắt nhìn của ông. Điều này cho thấy sự đa dạng, đa năng và tầm cỡ trong vóc dáng nhà văn của ông. Động lực nào như một duyên khởi đã thúc đẩy ông thu nhặt không biết bao nhiêu nguồn tư liệu để đặt bút thực hiện tác phẩm dày gần 500 trang ấy? Người ta có thể thắc mắc như vậy. Muốn biết, chúng ta hãy nghe ông tâm sự với nhà văn Phùng Nguyễn:

"*Loạt bài chân dung văn nghệ sĩ đến với tôi như một sự* 'tình cờ'. *Khởi đi từ một bài viết* 'Nhớ về người bạn Tấm Cám Nghiêu Đề'; *họa sĩ Nghiêu Đề là một cố tri từ tuổi rất thanh xuân, sau bài viết đó, tôi nhận được feedback từ mấy người bạn cũ của Nghiêu Đề; trong số đó có Đinh Cường, tỏ ra rất tâm đắc với bài viết và đã đưa ra nhận định: không thể viết về Nghiêu Đề hay hơn Ngô Thế Vinh nên Đinh Cường có đề nghị sẽ đưa vào cuốn sách* Đi Vào Cõi Tạo Hình II *sắp xuất bản viết về những họa sĩ cùng thời từ 1957 đến 1966, năm thành lập Hội Họa Sĩ Trẻ Việt Nam. Với tôi, thì đề nghị của Đinh Cường là một niềm vui. Rồi phải kể tới những khích lệ của các bạn văn như anh Phạm Phú Minh Diễn Đàn Thế Kỷ, anh Phùng Nguyễn chủ biên Da Màu, nhà thơ Thành Tôn…*"

Dự định khởi đầu là một bài viết về cố tri, nhưng rồi không tránh được, chữ của Ngô Thế Vinh, "*như một flashback, có thêm những khúc phim trắng đen ngắn của hồi tưởng rất chung và cả rất riêng tư, khá rời rạc đổ tràn theo những trang viết.*"

Cứ thế đổ tràn, cứ thế tuôn ra ào ạt để ngày hôm nay độc giả chúng ta có cuốn sách cầm trên tay với 18 chân dung gồm 13 nhà văn, nhà thơ, nhà báo (Mặc Đỗ, Võ Phiến, Mai Thảo, Linh Bảo, Nhật Tiến, Nguyễn Đình Toàn, Dương Nghiễm Mậu, Như Phong Lê Văn Tiến, Thanh Tâm Tuyền, Hoàng Ngọc Biên, Nguyễn Xuân Hoàng, Cao Xuân Huy, Phùng Nguyễn); 3 họa sĩ (Nghiêu Đề, Đinh Cường, Nguyên Khai); và 2 nhà văn hóa, hai trí thức khoa bảng đáng kính bậc nhất của Việt Nam: Bác sĩ y khoa Phạm Biểu Tâm và Giáo sư, nhà sinh học thực vật Phạm Hoàng Hộ.

Sự chọn lựa các chân dung đưa vào sách hiển nhiên là chủ quan bởi danh sách văn nghệ sĩ và nhà văn hóa hàng đầu của dân tộc trong vòng hơn nửa thế kỷ qua dài hơn thế nhiều. Chủ quan bởi yếu tố quan trọng nhất vẫn là mối quan hệ thân thiết giữa tác giả và những nhân vật được chọn. Ngô Thế Vinh bộc bạch điều này cũng với nhà văn Phùng Nguyễn: "*… nhưng yếu tố quan trọng nhất là do tôi đã có mối liên hệ quen biết và thân thiết trước đó; và cũng từ đó tôi đã có thể dễ dàng tiếp cận với nguồn tư liệu cá nhân và cả những điều khá riêng tư.*"

(Tuy vậy do quảng giao và đam mê văn chương ngay từ thuở còn là sinh viên y khoa, bàng bạc trong tác phẩm, tác giả cũng nhắc đến rất nhiều văn nghệ sĩ khác, có thể nói là không thiếu một ai, trong sinh hoạt văn nghệ miền Nam thời trước 1975 và sau đó ở hải ngoại. Ngoài những nhân vật "chính diện", tác giả cũng không ngần ngại nhắc đến các thành phần "phản diện" như Vũ Hạnh, Phạm Xuân Ẩn, v.v...)

2.

Mười sáu chân dung văn học nghệ thuật và hai chân dung văn hóa, qua giọng văn đầy thân ái và nhân hậu của nhà văn Ngô Thế Vinh, là một công trình biên soạn phong phú tư liệu, một tập hợp quý hiếm quy tụ những khuôn mặt văn nghệ và văn hóa tiêu biểu của một thời đại vốn được xem là nhiễu nhương nhất của dân tộc, suốt nửa sau thế kỷ XX cho đến nay. Ngô Thế Vinh không khoác áo nhà phê bình, ông không làm kẻ đứng trên bục giảng nghiêm khắc phê phán tác phẩm hay sự nghiệp mỗi văn nghệ sĩ được nhắc đến. Ông không làm thế, bởi họ chẳng phải ai xa lạ mà chính là những bằng hữu văn nghệ, những vóc dáng tài năng, gần như trọn đời người, đã cùng ông dấn thân trên những chặng đường trắc trở nhất, trong những điều kiện ngặt nghèo nhất, để xây dựng một nền văn nghệ nhân bản đích thực và có giá trị nghệ thuật cao cho dân tộc. Ông mượn tác phẩm của họ như cái cớ để ngồi xuống nhẩn nha lần giở từng trang ký ức bộn bề, len lỏi vào từng ngõ ngách tâm hồn dưới lớp bụi dày thời gian, cố tìm lại những cung bậc hoài niệm mù tăm để làm nên những trang viết thật đẹp, thật ấm áp tình bằng hữu, thật chan chứa tình người. Tất cả những gì ông viết trong cuốn sách gần như chỉ là những nét phác họa đại cương về con người, khung cảnh sống, hoàn cảnh sáng tạo của những văn nghệ sĩ, mà chính ông cũng là một thành viên. Đan xen vào đấy là những không gian và thời gian kỷ niệm, đầy ắp kỷ niệm, kỷ niệm nào cũng được nâng niu, trân quý như món bảo vật khó tìm. Tuy thế, đọc kỹ hơn, chúng ta có thể cảm nhận ra một điều, là bên dưới lớp sắc màu tương đối hiền hòa, dịu êm ấy là niềm xác tín chắc nịch, một cái nhìn quả quyết cộng thêm chút tự hào, về một nền văn nghệ, văn hóa miền Nam Việt Nam tự do thời kỳ 54-75 và, trong chừng mực nào đó, vẫn tiếp nối ở hải ngoại, mà sự đột phá về các mặt tư tưởng, nghệ thuật, nhân sinh, tưởng như chưa thời nào qua mặt nổi.

3.

Trong số 18 chân dung, chỉ hai người thuộc thế hệ người viết sau 1975 được đề cập, nhà văn Cao Xuân Huy và nhà văn Phùng Nguyễn. Tuy vậy, dù trước hay sau, tất cả đều kinh qua thời đoạn lịch sử khốc liệt của dân tộc vào nửa sau thế kỷ XX. Bởi thế, dù muốn hay không, lịch sử hiện hữu khắp nơi và bám chặt lên đời sống mọi người. Sự hiện hữu của con người và thế giới xung quanh liên kết, thắt buộc vào nhau như con ốc sên đeo dính cái vỏ của nó. Thế giới là một chiều kích bất khả cách ly của con người, thế giới biến đổi, cái hiện tiền oan khiên cũng biến đổi theo. Thế giới chúng ta đang hiện hữu có bản chất lịch sử, đời sống của tất cả chúng ta mở ra theo chiều thời gian đánh dấu bằng những cột mốc biến cố và ngày tháng (30/4/1975 chẳng hạn). Cuốn CDVHNT&VH của nhà văn Ngô Thế Vinh không đi chệch ra ngoài định đề ấy, nhưng nó hoàn toàn bác bỏ mọi giá trị sử học định kiến mà chỉ chú tâm đến những hồi đoạn trọng đại ở mặt nhân chủng nhưng bị quên lãng, không chút trọng lượng đối với sử gia hay nhà chính trị học.

Lịch sử ở đây hiện lên với bản di chúc viết tay của Nhất Linh kèm theo câu nói ngắn gọn "*Nhờ Vinh giữ, khi cần Vinh đưa lại*" giữa hai người sinh viên trước cửa cư xá đại học. Lịch sử hiện lên trong cuộc chia tay cảm động giữa cơn đại hồng thủy của nhà báo Như Phong Lê Văn Tiến với gia đình Đỗ Thúc Vịnh trên đường Tự Đức. Lịch sử hiện lên "*sau khi lệnh đầu hàng được phát đi, có thể thấy từ mấy tầng lầu cao là một cơn mưa confetti, chỉ một màu trắng của những mảnh vụn giấy tờ tùy thân của quân cán chính cần được xé hủy trước khi cộng quân hoàn toàn kiểm soát Sài Gòn.*" Lịch sử hiện lên "*những giày nón quân phục được cởi bỏ vội vàng vứt tả tơi trên đường phố.*" Lịch sử hiện lên khi nhà văn Lê Tất Điều trông thấy nhà văn Võ Phiến ứa nước mắt khóc trên con tàu Challenger đậu ngoài khơi trong chuyến di tản rời bỏ quê hương không ngày trở lại. Lịch sử hiện lên khi nhà văn Phạm Việt Châu tuẫn tiết tại tư gia sau khi Cộng sản hoàn toàn chiếm Miền Nam. Lịch sử hiện lên với nỗi đau không ai biết của nhà thơ Thanh Tâm Tuyền vì mất tích đứa con trai trên đường vượt biển, và suốt thời gian sau đó ông "*đã không ngừng khắc khoải trong vô vọng lần tìm tin tức và dấu vết đứa con mất tích ấy.*" Lịch sử hiện lên "*những bao gạo in nhãn 'Đại Mễ' đầy mối mọt viện trợ của Trung Quốc được đưa vào nuôi tù cải tạo.*" Lịch sử hiện lên lúc căn nhà của bác sĩ y khoa Phạm Biểu Tâm – một trí thức khoa bảng suốt đời tận tụy với bệnh nhân và nền y học nước nhà – trên đường Ngô Thời Nhiệm ít nhất hai lần bị công an thành phố xông vào lục xét. Lịch sử hiện lên hôm "*tình cờ thấy thầy Phạm Biểu Tâm đang đi bộ rảo bước trên khúc đường Trương Minh Giảng gần Tòa Tổng Giám Mục nơi góc đường Phan Đình Phùng. Dừng chiếc xe đạp cũ kỹ bên lề đường, tôi chạy tới chào thầy. Thầy trò gặp nhau không nói gì nhiều nhưng tôi thì đọc được những xúc cảm trong ánh mắt của Thầy. Rất ngắn ngủi khi chia tay thầy chỉ nhắc tôi hai điều: Vinh nên đi chụp một hình phổi và ra ngoài rồi cũng ráng ăn thêm một chút thịt.*" Lịch sử hiện lên lúc nhà văn Nhật Tiến cùng hai nhà báo Dương Phục và Vũ Thanh Thủy "*viết từ trại tị nạn và gửi ngay ra ngoài những bản cáo trạng về thảm cảnh trên Biển Đông, đã làm rúng động lương tâm của thế giới và cũng là bước đầu hình thành Ủy Ban Cứu Người Vượt Biển hoạt động nhiều năm về sau này.*"

Lịch sử ấy được nhà thơ Thanh Tâm Tuyền gói ghém một cách tuyệt hảo trong 6 câu thơ viết năm 1988:

Như chim chao liệng chưa hừng đông
trên hoang phế cuối đêm thảm họa
buột tiếng kêu vô vọng thinh không.

Như con nước cuồng lưu mùa lũ
Trắng xóa bão dông mù mịt nguồn
Trôi giạt bến bờ đất khốn đọa.

Lịch sử ấy trong men say chiến thắng lên cơn đồng thiếp giở trò cưỡng bức vô-văn-hóa cực kỳ man rợ. Đó là chiến dịch đốt sách.

Đốt sách với mục đích triệt tiêu mọi di sản văn hóa của một dân tộc hay một sắc dân – phần nhiều chỉ xảy ra vào thời Cổ/Trung đại – là hành vi man rợ chưa từng thấy trong lịch sử loài người, như: vụ đốt sách Nho dưới triều Tần Thủy Hoàng Đế bên Trung Quốc; vụ đốt thư viện Alexandria xứ Ai Cập thời đế quốc La Mã; vụ đốt thư viện thành Baghdad năm 1258; vụ đốt dược thư của các sắc dân bản xứ Mỹ châu Aztec, Maya sau khi thực dân Tây Ban Nha chinh phục Tân Thế giới. Những vụ đốt sách như thế trong suốt chiều dài lịch sử nhân loại xảy ra không nhiều, bởi ngay cả ở thời Cổ đại người ta cũng đã mơ hồ cảm thấy đốt sách là hành vi tồi tệ đáng khinh bỉ nhất, nó chỉ để lại vết nhơ khôn tẩy xóa cho hậu thế và bị xem là bề trái đen tối ngạo mạn của cái-gọi-là văn minh.

Thế kỷ XX chứng kiến hai vụ đốt sách: một, Quốc xã Đức thập niên 30; hai, Cộng sản Việt Nam thập niên 70. Vụ thứ nhất, cả thế giới rùm beng phản đối, kết án, để rồi sau đó xúm lại đập tan tành Hitler và bè lũ. Vụ thứ hai, chẳng ai thèm mở miệng, một phản ứng tiêu cực chiếu lệ cũng không, và những kẻ đốt sách cho đến ngày nay vẫn nhởn nhơ, trâng tráo.

Là nhà văn lại phải chứng kiến cái trò phản-văn-hóa man rợ đó, Ngô Thế Vinh đau xót là phải. Ông nhắc đến nhiều lần trong cuốn CDVHNT&VH. Hãy nghe ông miêu tả cảnh đốt sách và biểu lộ nỗi bất bình của mình:

"*Những ngày sau 30/4/1975, hai đứa con Vũ Hạnh trong bộ bà ba đen, tay cuốn băng đỏ, tới tòa báo* Bách Khoa *cũng là nơi cư ngụ của anh chị Lê Ngộ Châu. Trước khách lạ, đứa con gái nói giọng hãnh tiến: 'Tụi con mới từ Hóc Môn về, cả đêm qua đi kích tới sáng.' Người dân lành nào vô phước đi lạc trên đường ruộng đêm đó có thể bị tụi nó coi là ngụy. Những tên nằm vùng cùng với đám 'cách mạng 30' này chỉ như phó bản đám Hồng Vệ binh của Mao nhưng lại sau cả thập niên. Cũng chính những đám này là thành phần khích động chủ lực trong chiến dịch lùng và diệt tàn dư văn hóa Mỹ-Ngụy, chúng giẫm đạp những cuốn sách, nổi lửa đốt từng chồng sách rồi tới cả những kho sách. Những cuốn sách mà đa phần chúng chưa hề đọc, trong đó có cả một tủ sách* Học Làm Người. *Sách của những 'tên biệt kích văn nghệ' còn được trưng bày trong tòa nhà triển lãm Tội ác Mỹ Ngụy cùng với vũ khí chiến tranh và chuồng cọp, dĩ nhiên có sách của Dương Nghiễm Mậu, có cả cuốn* Vòng Đai Xanh *của người viết.*"

Hoặc ở một đoạn khác, ít phẫn nộ hơn nhưng đau xót không kém, trong bài viết về nhà văn Nguyễn Đình Toàn:

"*Sách Nguyễn Đình Toàn được xếp vào loại văn hóa đồi trụy sau 1975; nên tất cả bị tịch thu và trở thành* Tro Than, *như tên một tác phẩm định mệnh Nguyễn Đình Toàn trong chiến dịch đốt sách lan rộng khắp Miền Nam thời bấy giờ.*"

"*Chúng ta cần có một lịch sử ở dạng toàn nguyên, để không rơi ngã trở lại vào nó mà để vượt thoát nó.*" Triết gia Tây Ban Nha José Ortega Y Gasset có lần nói thế. Cái lịch sử nhân chủng suốt trăm năm qua của chúng ta có quá nhiều lỗ hổng, lỗ hổng nào cũng to đùng như động Phong Nha như nhà văn Ngô Thế Vinh trình bày. Làm sao có được một lịch sử toàn nguyên trong khi thay vì khâu vá những lỗ hổng cho lành lặn chúng ta lại phá ruỗng cho nó rách toác thêm? Ông José Ortega Y Gasset nếu còn sống chắc phải lắc đầu ngán ngẩm với lũ chúng ta thôi. Và nhà văn Ngô Thế Vinh trước cuộc bể dâu ấy chỉ biết ngậm ngùi chua xót, và từ chua xót biến thành phẫn nộ:

"*Không phải chỉ có oan nghiệt giam cầm hủy hoại những thân xác, họ còn giết chết sức sáng tạo của văn nghệ sĩ trong khoảng thời gian sung mãn nhất. Một nỗ lực hủy diệt cả một nền văn hóa đến tận gốc: trước lịch sử, ai phải nhận lãnh trách nhiệm cho những tội ác thiên thu ấy?*"

4.

Ngô Thế Vinh không tuân thủ một công thức nhất định nào ở các bài viết trong bộ sách của ông. Ông viết tùy hứng và có lẽ cũng tùy cảm quan và quan hệ riêng tư giữa ông và các chân dung. Nhờ thế, chúng ta không phải đọc một bản báo cáo dài lê thê các lý lịch cá nhân đơn điệu chán ngắt. Ngược lại, ở mỗi chân dung ông đều có một cách xử lý riêng, hợp tình và thú vị. Mỗi chân dung là một câu chuyện kể với nhiều cung bậc cảm xúc khác nhau, lúc sôi nổi, lúc u tình, lúc chua xót, lúc phẫn nộ, lúc cười mỉm nhưng cũng có lúc ứa nước mắt. Qua ngòi bút linh động nhưng chân thực của Ngô Thế Vinh, những chân dung ấy bỗng nhiên "sáng" hơn, gần gũi người đọc chúng ta hơn, và ở chừng mực nào đó, chúng ta "hiểu" tác phẩm của họ hơn.

Ông nói khá nhiều về thân thế cũng như sự nghiệp văn học của nhà văn Mặc Đỗ, ông không giấu giếm lòng tâm đắc và tâm phục của mình đối với nhà văn đàn anh trong nhóm Quan Điểm lừng lẫy của thời kỳ 20 năm văn học miền Nam này. Mỗi truyện ngắn của Mặc Đỗ được ông xem như một "*viên ngọc của chuỗi ngọc*" và "*ngôn ngữ thì giàu hình ảnh nhưng cô đọng và trau chuốt.*"

Ông cũng yêu thích những truyện dài, truyện ngắn của nhà văn Linh Bảo như các cuốn *Gió Bấc*, *Những Đêm Mưa*, *Tàu Ngựa Cũ*. Theo ông thì "*ngòi bút của Linh Bảo thông minh sắc sảo, giễu cợt lật ra những mặt trái của cuộc sống, một cách tàn nhẫn với giọng nghịch ngợm tinh quái bất cần đời nhưng cũng thật là chua chát. Người phụ nữ trong tác phẩm Linh Bảo tuy cứng cỏi, chịu đựng nhưng vẫn luôn luôn là nạn nhân đáng thương của những hoàn cảnh.*" Ông còn đi xa hơn khi đưa ra nhận định nữ sĩ Linh Bảo qua tác phẩm đã sớm là ngòi bút đấu tranh cho nữ quyền, một nhận định đáng lưu ý cho những ai có tham vọng nghiên cứu về khuynh hướng

Nữ quyền trong sáng tác văn học của các nhà văn nữ Nam Việt Nam thời kỳ 54-75.

Giấc Ngủ Chập Chờn, một truyện dài của nhà văn Nhật Tiến viết về ấp Vĩnh Hựu, một ngôi làng xa xôi tan nát do hoàn cảnh một vùng xôi đậu ban ngày Quốc Gia ban đêm Việt Cộng, cũng được ông nhắc đến với nỗi niềm cảm hoài u uất:

"*... dân chúng trong làng sống dở chết dở giữa hai lằn đạn với oán thù chồng chất vây bủa giăng mắc họ ngày đêm. Đám thanh niên và cả con nít ở cái làng đó vốn thân thiết với nhau nhưng đến lúc cuộc chiến tràn về thì hàng xóm giết nhau, anh em cũng giết nhau, gây ra bao thảm cảnh khổ đau.*"

Ngô Thế Vinh cũng nói thêm cuốn sách này của nhà văn Nhật Tiến đã "*nói lên một sự thực là không có phong trào quần chúng bất mãn chế độ mà nổi dậy trong cái-gọi-là Mặt Trận Giải Phóng Miền Nam,*" và chính vì thế cuốn sách cũng như tác giả của nó đã bị tập đoàn Hà Nội kết án là cực kỳ phản động, một tội danh *one-size-fit-all* cho tất cả những kẻ nào không đồng ý với đường lối chính trị của họ.

Ngô Thế Vinh tự bản chất có lẽ là một nhà văn xã hội ưu thời mẫn thế, những tác phẩm của ông trong suốt quá trình viết chứng tỏ như thế, và chẳng có gì ngạc nhiên khi ông tỏ ra đồng cảm với những sáng tác như cuốn *Giấc Ngủ Chập Chờn* hay các cuốn *Áo Mơ Phai, Đồng Cỏ* của nhà văn Nguyễn Đình Toàn:

"Áo Mơ Phai *là dự cảm về một thành phố Hà Nội sắp mất,* Đồng Cỏ *là một tác phẩm khác dự báo một Sài Gòn sắp mất. Nguyễn Đình Toàn mẫn cảm với thay đổi thời tiết cũng như với những biến chuyển của lịch sử. Dự cảm hay trực giác của nhà văn đi trước tấn thảm kịch, đi trước những đổ vỡ chia ly đã mang tính tiên tri.*"

Ông đặc biệt tâm phục công trình biên soạn bộ sách *20 Năm Văn Học Miền Nam* của nhà văn Võ Phiến. Đây là một công trình đồ sộ mà nhà văn Võ Phiến đã dốc không biết bao nhiêu công sức thực hiện. Khi bộ sách ra mắt quần chúng hải ngoại, nó bị một thiểu số rất ít phê phán là thiên kiến (gạt bỏ một số chân dung quan trọng), chật hẹp trong quan điểm về thơ (thiếu sót những nhà thơ cách tân), và thiếu tính phê bình nghiêm chỉnh (văn phong đôi lúc giễu cợt, châm biếm), v.v... Tuy vậy, đại đa số, giới cầm bút cũng như độc giả, đều nhiệt tình đón nhận bộ sách như một công trình giá trị to tát và xứng đáng, không phải ai cũng làm được. Ngô Thế Vinh thuộc đa số. Ông nêu ý kiến mình về cuộc tranh cãi ấy:

"Công trình nghiên cứu của Võ Phiến cần được đánh giá đúng vào giai đoạn thập niên đầu ngay sau 1975 với hoàn cảnh ra đời của nó: khi mà trong nước có cả một sách lược hủy diệt toàn diện, xóa sổ nền văn học miền Nam 20 năm ấy, công trình của Võ Phiến như một nỗ lực sưu tập và cứu vãn / rescue mission, nên xem như một khởi đầu đáng được trân trọng. Ai cũng hiểu bộ sách Văn Học Miền Nam "không chuyên nghiệp" của Võ Phiến sẽ không bao giờ là bộ sách phê bình văn học duy nhất hay cuối cùng, nhưng đó là một bước tạo thuận / facilitation khởi đầu, một roadmap dẫn tới cả một khối tài liệu đồ sộ để tham khảo, nó như một giàn phóng cho những công trình hoàn chỉnh kế tiếp. Đây chính là phần trách nhiệm và nghiệp vụ của giới phê bình chuyên nghiệp, họ cần có hùng tâm để "bắt đầu nghiêm chỉnh" việc đánh giá nền văn học 1954-75 bằng những tác phẩm xứng đáng thay vì cứ mãi xoáy nhìn vào "nửa phần vơi" của bộ sách Võ Phiến. Một câu hỏi được đặt ra: Ai trong chúng ta có thể "bắt đầu nghiêm chỉnh" một công trình nghiên cứu như vậy? Một câu hỏi tiếp theo: Ai sẽ thừa kế kho tư liệu phong phú mà anh Võ Phiến có được trước khi rơi vào quên lãng?"

Câu trả lời cho cả hai câu hỏi của nhà văn Ngô Thế Vinh chỉ có thể là một tiếng "Chưa". Chưa ai làm được dù 20 năm đã trôi qua từ ngày Võ Phiến hoàn tất tập sách cuối cùng trong bộ sách.

(Tưởng cũng nên nói thêm, mặc dù chế độ Cộng sản tìm đủ mọi cách xóa sổ nền văn học 20 năm miền Nam, nhưng sự thật là ngày nay nó vẫn tồn tại và được lưu giữ, yêu quý bởi thế hệ đi sau, cả hải ngoại lẫn trong nước. Quan trọng hơn, những luồng tư tưởng xuất phát từ nó, mà quan trọng nhất là tư tưởng tự do, đã mãi mãi ở lại với chúng ta. Tôi xin mượn câu phát biểu thật khảng khái của nữ sĩ Helen Keller, một nhà văn Mỹ, về vụ Quốc xã Đức đốt sách, "*Các người có thể đốt sách tôi và sách của những bộ óc trí tuệ bậc nhất châu Âu, thế nhưng, các tư tưởng trong những bộ sách ấy đã tuôn chảy qua cả muôn triệu sông ngòi và sẽ tiếp tục chảy mãi không ngừng*" để thêm một lần nữa củng cố lòng xác tín của riêng mình là, không một thế lực bạo tàn nào có thể vùi lấp những phẩm giá cơ bản cao đẹp nhất của con người.)

5.

Với những nhân vật khả kính suốt đời tận tụy đấu tranh hay cống hiến tài năng, sở học của mình cho dân tộc, đất nước như nhà báo Như Phong Lê Văn Tiến, bác sĩ Phạm Biểu Tâm, nhà khoa học Phạm Hoàng Hộ, nhà văn Ngô Thế Vinh luôn luôn đặt sự trân trọng của mình lên hàng đầu. Nhưng với những bằng hữu văn nghệ – như họa sĩ Nghiêu Đề, mà ông gọi là người bạn *tấm cám* – thì khác. Ở đây chúng ta bắt gặp một Ngô Thế Vinh nhân hậu, thương quý bằng hữu, lo lắng cho bằng hữu, và thậm chí xem những tật xấu nho nhỏ nào đó của bạn mình như cái gì dễ thương, chẳng có gì đáng phiền hà.

Đặc biệt thú vị hơn các tác phẩm "chân dung" khác, ở cuốn này, nhà văn Ngô Thế Vinh còn cho chúng ta biết "tình trạng sức khỏe" của các văn nghệ sĩ ra sao. Ông bỏ ra khá nhiều chữ nghĩa với không ít thuật ngữ y học viết về một số ca bệnh hiểm nghèo đã cướp đi sinh mệnh người bạn văn. Cao Xuân Huy lì lợm cắn răng chịu đựng chứng ung thư "*melanoma-mắt với di căn gan*"; Nguyễn Xuân Hoàng lao đao trên con dốc tử sinh với chứng "*sarcoma cột sống*." Ngô Thế Vinh đôi lúc nhìn bạn mình trong vai trò một y sĩ. Dễ hiểu thôi, ngoài đời ông là bác sĩ y khoa, và đối với "bệnh-nhân-bạn-văn," ông chính là hình ảnh của một "lương y như từ mẫu".

Tôi không rõ lắm sự nhân hậu nơi con người nhà văn/bác sĩ Ngô Thế Vinh đến từ bản chất con người ông; hay một nền giáo dục gia đình và xã hội nhân bản; hay những năm tháng bên cạnh giường người bệnh, đau với nỗi đau của nhân sinh; hay những tấm gương sáng như bác sĩ Phạm Biểu Tâm? Có thể là tất cả những điều trên. Sự nhân hậu ấy phản ánh trong mắt nhìn chiếc bàn viết lữ thứ của Mai Thảo lưu vong, phảng phất đôi nét u buồn, chua xót:

"*Căn phòng nhỏ hẹp ngày nóng đêm lạnh ấy là không gian sống và cũng là tòa soạn báo* Văn *của Mai Thảo. Mỗi lần tới thăm anh, tôi vẫn để ý tới chiếc bàn viết lữ thứ của Mai Thảo kê sát khung cửa sổ thấp nhìn thoáng ra bên ngoài. Rồi tới kệ sách, không có nhiều sách Mai Thảo, chỉ có ít cuốn sách tiếng Pháp, mấy số báo* Văn*, đôi ba cuốn sách mới bạn văn gửi tặng anh.*"

Hoặc, tại nhà Dương Nghiễm Mậu, trong bữa cơm gia đình sau những tang thương dâu bể mà thân phận mình, bằng hữu mình cũng như đất nước như đang hấp hối:

"*Nếu không là ngày phải ra trễ, tôi ghé qua chợ mua một món ăn gì đó, đem tới bày thêm vào mâm cơm gia đình. Có thêm món thịt, thêm chút chất đạm thì hôm đó với hai đứa nhỏ như là bữa tiệc. Những lần gặp nhau, tôi và Nghiễm đều ít nói. Hình như Nghiễm có viết ở đâu đó là những điều không cần nói ra nhưng cũng đã hiểu nhau rồi.*"

Vâng, cuốn sách có những trang viết chân tình, đẹp đến nao lòng. Tình bằng hữu, nhất là bằng hữu văn nghệ, không phải một sớm một chiều có ngay. Từ điểm hội tụ, nó cần được chưng cất, tinh luyện nhiều tháng năm với tấm lòng chân thành, tha thiết. Điểm hội tụ đó chính là lòng đam mê văn chương, nghệ thuật mà Ngô Thế Vinh cùng các bằng hữu của ông có thừa. (Không có đam mê, bạn đừng đặt chân vào khu vườn nghệ thuật làm gì. Triết gia Hegel bảo, "*Không điều gì vĩ đại trên thế gian này thành tựu mà không có sự đam mê.*" Nhưng ngay cả những điều nhỏ nhặt cũng chẳng ra hồn nếu bạn là hòn đá lửa nằm lăn lóc trong đám sỏi đá vô hồn khô khốc, không có lòng đam mê đập vào cho tóe lên tia lửa sáng tạo.)

Hình như cái chất đam mê đã chảy rất sớm trong huyết quản nhà văn Ngô Thế Vinh và các bằng hữu của ông. Thử nghe ông nhắc lại chuyện cũ hơn nửa thế kỷ:

"... *Xóm Bùi Viện gần Ngã Tư Quốc Tế là khu giang hồ nơi chúng tôi thường lui tới lúc đó, họ tiềm ẩn tài năng nhưng còn như những* 'viên ngọc ẩn thạch', *giới hội họa như Nguyễn Trung, Cù Nguyễn, Lâm Triết, Nguyên Khai; nhóm thơ văn Trần Dạ Từ, Nguyễn Đức Sơn/Sao Trên Rừng, Trần Tuấn Kiệt, Trần Đức Uyển/ Tú Kếu, Nguyễn Nghiệp Nhượng, Nguyễn Thụy Long, mỗi người một vẻ với khao khát nghệ thuật là mẫu số chung mà họ hướng tới. Sức sáng tác của họ mạnh mẽ, sớm có tác phẩm và họ đều trở thành những tên tuổi...*"

Sinh hoạt văn học nghệ thuật của miền Nam lúc đó như bừng lên tràn trề sức sống. Trước hết phải kể đến thành phần văn nghệ sĩ di cư từ Bắc vào Nam. Họ đã đóng góp một phần không nhỏ vào sự khởi sắc đột khởi này. Chỉ một năm sau Hiệp định Genève chia đôi đất nước, nhật báo *Tự Do* ra đời tại Sài Gòn với một ban biên tập hùng hậu và những người cộng tác gồm toàn những cây bút Bắc kỳ di cư nhiều kinh nghiệm với Cộng sản, như: Tam Lang Vũ Đình Chí, Mặc Đỗ, Đinh Hùng, Như Phong Lê Văn Tiến, Mặc Thu, Vũ Khắc Khoan, và ít lâu sau có thêm Hiếu Chân, Hi Di Bùi Xuân Uyên và họa sĩ Phạm Tăng. Thế nhưng, đáng chú ý nhất ở thời đoạn này là các nhóm văn chương. Nhờ hít thở bầu khí quyển tự do, tiếp cận trực tiếp với các trào lưu văn nghệ, tư tưởng lớn của Tây phương, mà điển hình là Pháp, các nhóm văn chương đã có cơ hội nở rộ, tạo môi trường thuận tiện, là chất xúc tác cho những sáng tạo đột phá, gây kinh ngạc lớn và có khả năng trường tồn. Theo Ngô Thế Vinh thì có các nhóm chính sau: 1) *Tự Lực Văn Đoàn* được tiếp nối với *Văn Hóa Ngày Nay* của Nhất Linh; 2) *Sáng Tạo* của Mai Thảo, Thanh Tâm Tuyền phủ nhận nền văn học tiền chiến với nỗ lực cách tân văn chương; 3) *Quan Điểm* của Nghiêm Xuân Hồng, Vũ Khắc Khoan, Mặc Đỗ; 4) *Đêm Trắng* (còn được gọi là nhóm *La Pagode* nơi họ tụ tập sinh hoạt) được xem như nhóm *Tiểu Thuyết Mới* của Sài Gòn.

Không nghe Ngô Thế Vinh nói ông thuộc nhóm nào, có thể ông đứng ngoài, nhưng xuyên qua vài cảm nghĩ rời người ta có thể phỏng đoán ông có cảm tình đặc biệt với nhóm *Đêm Trắng* gồm các nhà văn nhà thơ đa số xuất thân nhà giáo, như: Huỳnh Phan Anh, Đặng Phùng

Quân, Nguyễn Nhật Duật, Nguyễn Xuân Hoàng, Nguyễn Đình Toàn và Nguyễn Quốc Trụ. Người ông đề cao nhất trong nhóm là nhà văn Nguyễn Đình Toàn:

"*Nổi bật trong nhóm này là Nguyễn Đình Toàn với kỹ thuật viết mới, viết truyện mà không có truyện, những trang chữ là một chuỗi những hình ảnh tạo cảm xúc và là một trải dài độc thoại nội tâm. Nguyễn Đình Toàn thành công trong nỗ lực tự làm mới văn chương nhưng không vì thế mà bảo ông chịu ảnh hưởng và chạy theo phong trào tiểu thuyết mới của Pháp.*"

Tiện thể, ông nói luôn về những thành tựu làm mới văn chương của thời kỳ này:

"*Thanh Tâm Tuyền và Dương Nghiễm Mậu là hai tên tuổi khác cũng được nhắc tới khi nói về khuynh hướng tiểu thuyết mới ở Sài Gòn lúc bấy giờ. Tưởng cũng nên nhắc tới ở đây, Hoàng Ngọc Biên không ở trong nhóm* Đêm Trắng *nhưng chính anh là người đầu tiên thực sự nghiên cứu về phong trào* Nouveau Roman *của Pháp, vào giữa thập niên 1950's với các tên tuổi như Alain Robbe-Grillet, Nathalie Sarraute, Michel Butor, Claude Simon. Hoàng Ngọc Biên đã dịch một số tác phẩm của Alain Robbe-Grillet và cũng thể hiện quan niệm tiểu thuyết mới ấy qua tập truyện* Đêm Ngủ Ở Tỉnh *do Cảo Thơm xuất bản Sài Gòn, 1970. Cũng theo Hoàng Ngọc Biên, thì ngoài danh xưng, trong 20 năm Văn Học Miền Nam thực sự đã không có một phong trào* Tiểu Thuyết Mới *tại Sài Gòn* 'theo cái nghĩa thời thượng' *của phong trào* Tiểu Thuyết Mới *xuất phát từ Tây Phương*."

Hiện hữu chỉ vỏn vẹn 20 năm nhưng trước và sau nó chưa có thời kỳ nào trong văn học Việt Nam khởi sắc như thế, chưa có thời kỳ nào có nhiều tài năng hơn thế. Vậy mà nó bị gọi là đồi trụy và phản động để rồi bị vùi dập không thương tiếc, cả một nền văn hóa nhân bản tươi đẹp của dân tộc bị truy lùng, diệt trừ đến tận gốc. "… *Trước lịch sử, ai phải nhận lãnh trách nhiệm cho những tội ác thiên thu ấy*?" Nhà văn Ngô Thế Vinh vừa đau xót vừa phẫn nộ đặt câu hỏi.

6.

Chỉ thấy ba nhà họa tài ba của hội họa Việt Nam – Đinh Cường, Nguyên Khai, Nghiêu Đề – được nhắc đến trong bộ sách CDVHNT&VH. Là những họa sĩ Ngô Thế Vinh có mối quan hệ bằng hữu chân tình, nhưng qua đó ông cũng nhắc đến những tên tuổi lừng lẫy khác như Mai Trung Thứ, Tạ Tỵ, v.v… và nhất là quá trình xây dựng và phát triển trên bình diện nghệ thuật của hội họa miền Nam Việt Nam thập niên 60.

Đây là một điểm nhấn khác của Ngô Thế Vinh:

"*Họ ở lứa tuổi 20-30, cho dù là hội viên của Hội Họa Sĩ Trẻ Việt Nam hay không, một số tốt nghiệp trường Mỹ Thuật như Đinh Cường, Lâm Triết, Nguyễn Trung, Trịnh Cung, Nguyễn Phước, Nguyên Khai, hay bỏ học ngang như Nghiêu Đề, hoặc không xuất thân từ trường Mỹ Thuật như Cù Nguyễn nhưng họ đều là những 'viên ngọc ẩn thạch', những khuôn mặt tài năng có cơ hội là phát triển với sức sáng tạo thăng hoa tới mức cao nhất để hình thành những tác phẩm hội họa có giá trị nghệ thuật trong không khí tự do của miền Nam.*"

Một lần nữa chúng ta lại thấy yếu tố "không khí tự do" được nhà văn Ngô Thế Vinh nhắc đến như điều kiện cần và đủ cho bất cứ thể loại sáng tạo nghệ thuật nào. Họa sĩ Trịnh Cung nói nhiều về *Hội Họa Sĩ Trẻ* trong hai tác phẩm xuất bản ở hải ngoại – *Mỹ Thuật Việt Nam, Những Vấn Đề Xoay Quanh* và *Nhận Định & Những Câu Hỏi về Mỹ Thuật* – với ít nhiều tự hào. Nhưng, vẫn theo lời họa sĩ Trịnh Cung, hội họa miền Nam Việt Nam không phải đợi đến khi có mặt *Hội Họa Sĩ Trẻ* năm 1966 mới bắt đầu khởi sắc. Từ thời Đệ Nhất Cộng Hòa, hội họa Sài Gòn đã có những thành tựu đáng kể mà cột mốc khó quên là cuộc triển lãm quốc tế lần thứ nhất tổ chức năm 1962 tại công viên Tao Đàn với sự tham dự của các nền hội họa hàng đầu thế giới như Ý, Hà Lan, Pháp, Tây Ban Nha… Tranh của các họa sĩ Việt Nam ngay từ thời điểm này đã được các nhà sưu tập nước ngoài tìm mua không ít. Kỳ thực, Việt Nam có một truyền thống hội họa phong phú mà bệ phóng chính là trường Mỹ Thuật Đông Dương do người Pháp thành lập năm 1924 ở Hà Nội. Trước Cách Mạng Tháng Tám đã có một đội ngũ họa sĩ nhiều tài năng như Bùi Xuân Phái, Nguyễn Tư Nghiêm,

Dương Bích Liên… Thế nhưng con đường hội họa nhiều triển vọng tốt đẹp ấy đã bị con chó ngao biện chứng Hiện thực Xã hội chủ nghĩa từ lịch sử xông ra chặn đường.

Biện chứng Hiện thực Xã hội chủ nghĩa là gì? Bạn có thể hỏi ngược lại tôi như thế. Muốn tìm hiểu, tưởng không đâu bằng chính lời nói của cha đẻ cái chủ nghĩa ấy: nhà văn Maxim Gorky. Trong diễn văn đọc tại đại hội lần thứ nhất hội nhà văn Liên Xô năm 1934, ông phát biểu như sau:

‘*Chủ nghĩa Hiện thực Xã hội chủ nghĩa khẳng định tồn tại như là sự hoạt động, sự sáng tạo mà mục đích là liên tục phát triển những năng lực quý giá của cá nhân con người, vì thắng lợi của nó đối với các lực lượng tự nhiên, vì sức khỏe và tuổi thọ, vì cái hạnh phúc lớn nhất là được sống trên trái đất.*’

Tôi vớ được câu nói trên từ một tài liệu văn học tiếng Việt. Không biết một chữ tiếng Nga lại thiếu nguồn đối chiếu, tôi không chắc người dịch có bao nhiêu phần đúng bao nhiêu phần sai. Cái mệnh đề “*vì sức khỏe và tuổi thọ*” khiến tôi thắc mắc. Sáng tác theo Chủ nghĩa Hiện thực Xã hội chủ nghĩa sẽ khỏe như voi và sống lâu trăm tuổi ư? Còn nếu bạo gan đi ngược lại thì nhà nước sẽ cho đi cải tạo mút mùa, ắt hẳn sức khỏe sẽ yếu kém và chết sớm? Thú thật, tôi không đủ kiến thức và ngôn từ để phản biện cái triết học rối mù ấy. Vì vậy, tôi xin mượn lời nhà thơ Czeslaw Milosz. Ông này hay lắm, người ta gọi ông là nhà thơ của lương tâm nhân loại. Ông nói giản dị như thế này về Chủ nghĩa Hiện thực Xã hội chủ nghĩa, dễ hiểu hơn cái ông Gorky kia nhiều, và chính xác trăm phần trăm:

“*Biện chứng: Tôi tiên đoán căn nhà sẽ cháy; đoạn tôi đổ xăng lên bếp lửa, căn nhà cháy rụi; tiên đoán của tôi đúng. Biện chứng: Tôi tiên đoán một tác phẩm nghệ thuật mà không tương hợp với Hiện thực Xã hội chủ nghĩa thì chỉ đáng vứt đi; đoạn tôi bắt nhà nghệ sĩ sáng tác trong những điều kiện chỉ có thể tạo ra những tác phẩm đáng vứt đi; tiên đoán của tôi đúng.*”

Stalin đã áp đặt cái chủ nghĩa ấy làm phương pháp sáng tác chủ đạo cho *tất cả* các bộ môn văn nghệ trong xã hội Xô Viết, và dần dà nó được truyền tụng sang các quốc gia khác trong cộng đồng xã hội chủ nghĩa, trong đó có Bắc Việt Nam. Kết quả như thế nào thì chúng ta đã quá rõ, chẳng cần nhắc lại nơi đây.

Trong khi đó, sau Hiệp định Genève 1954, một số họa sĩ miền Bắc di cư vào Nam như Thái Tuấn, Duy Thanh, Ngọc Dũng, Tạ Tỵ... cùng một số du học từ châu Âu trở về Sài Gòn đem theo những quan niệm sáng tác của Chủ nghĩa Hiện đại, tất cả đã góp phần tạo một luồng gió mới cho sự phát triển văn hóa miền Nam nói chung, mỹ thuật hiện đại Việt Nam nói riêng, mà trung tâm là thủ đô Sài Gòn lúc đó. Được tiếp cận với sách vở và tạp chí nghệ thuật Tây phương, được tham gia các cuộc triển lãm quốc tế (tại Việt Nam hoặc nước ngoài), không bị con chó ngao biện chứng Hiện thực Xã hội chủ nghĩa canh chừng ngày đêm, các họa sĩ miền Nam tha hồ tiếp cận và tiếp thu nhanh chóng các trường phái của Chủ nghĩa Hiện đại như Tượng trưng, Siêu thực, Trừu tượng, Biểu hiện, Biểu Trừu tượng, Dã thú, Lập thể, v.v... Nhờ thế, nền nghệ thuật tạo hình Sài Gòn từ chỗ còn non yếu đã mau chóng phát triển bằng những bước dài chững chạc, có khả năng diễn ngôn cùng một ngôn ngữ hội họa chung thế giới.

Sau cột mốc cuộc triển lãm quốc tế lần thứ nhất năm 1962 là cột mốc thứ hai, sự thành lập *Hội Họa Sĩ Trẻ* năm 1966 với sự tham gia của hầu hết các họa sĩ tài danh lúc đó như Nguyễn Trung, Trịnh Cung, Nguyễn Lâm, Nguyên Khai, Đinh Cường, Ngy Cao Nguyên, Hồ Hữu Thủ, Rừng, La Hon, Đỗ Quang Em, Hồ Thành Đức, Nguyễn Phước, Hoàng Ngọc Biên... Âm vang của *Hội Họa Sĩ Trẻ* cho đến tận ngày nay vẫn còn, chứng tỏ tầm ảnh hưởng của nó là không nhỏ. Điểm khác đáng lưu ý là, song hành với những nỗ lực cách tân với ảnh hưởng Tây phương rõ rệt, hội họa mang tính mỹ cảm truyền thống vẫn không ngừng chảy với các họa phẩm giá trị của các họa sĩ như Tú Duyên, Nguyễn Siên, Trần Văn Thọ... Và đặc biệt Nguyễn Gia Trí, người được xem là tiên phong trong lĩnh vực làm mới sơn mài, chinh phục giới thưởng ngoạn bằng một cảm xúc sâu lắng, hòa phối từ hai trường phái Phục hưng và Hiện đại; hay tranh lụa Lê Văn Đệ với đường lối đặc trưng tỏa sáng hương sắc bình dị, nhẹ nhàng, sâu lắng.

Xem thế, sự lớn mạnh của nền hội họa miền Nam trong giai đoạn 54-75, như nhà văn Ngô Thế Vinh trình bày trong cuốn sách của mình và như họa sĩ Trịnh Cung xác nhận, là sự phát triển theo quy luật tự nhiên nhờ vào những điều kiện tạo thuận từ bình diện học thuật, tư tưởng cho đến chính trị. Song hành với văn học, có thể xem đó là thời đại hoàng kim của hội họa Việt Nam mà trước đó hay sau này đều không thấy.

7.

Tuyển tập *Chân Dung Văn Học Nghệ Thuật & Văn Hóa* của nhà văn Ngô Thế Vinh không phải là một cuốn sách *Who's Who* về các nhà làm văn nghệ, văn hóa Việt Nam. Nó không có tham vọng vẽ lại toàn cảnh hay nghiên cứu chuyên sâu một tác giả nào. Nó mang tính cách tâm tình nhiều hơn. Nó cũng không tán rộng các điểm phụ bên ngoài đời sống văn học nghệ thuật. Đọc xong cuốn sách, chúng ta không rõ trong hoàn cảnh nào nhà văn Nhật Tiến viết cuốn *Thềm Hoang*, hoặc nhân vật nữ trong tiểu thuyết *Một Chủ Nhật Khác* của Thanh Tâm Tuyền là ai ngoài đời, v.v… Những điều đó hình như không quan hệ lắm đối với giới nghiên cứu văn học Việt Nam. Nhưng nhà văn Ngô Thế Vinh đã cho chúng ta cái nhìn bao quát đa chiều kích về một thời kỳ văn học – theo lời nhà văn Võ Phiến – kém may mắn (vì thiếu phê bình) và bất hạnh (vì bị hủy diệt). Cuốn sách còn là một kho tư liệu rất quý, vô cùng hữu ích cho những ai muốn tìm hiểu sâu thêm. Đối với bằng hữu văn nghệ, đối với những nhân vật nhà văn Ngô Thế Vinh hằng ngưỡng mộ và kính trọng, đối với người đọc chúng ta, ông quả đã làm tròn điều ông muốn làm, đó là, "*Của tin gọi một chút này làm ghi*".

TRỊNH Y THƯ

VIỆT NAM MỘT THẾ KỶ QUA
NGUYỄN TƯỜNG BÁCH VÀ TÔI

BS Nguyễn Tường Bách; cô giáo Hứa Bảo Liên trong cuộc phỏng vấn của LS Lâm Lễ Trinh, ngày 24.09.2005. *[nguồn: Little Saigon TV, hình ảnh Đinh Xuân Thái]* [6]

Dẫn nhập: Việt Nam Một Thế Kỷ Qua, Nguyễn Tường Bách và Tôi là tên hai tác phẩm hồi ký của bác sĩ Nguyễn Tường Bách và cô giáo Hứa Bảo Liên, người bạn trăm năm của Nguyễn Tường Bách. Đây là hai bộ hồi ký đặc sắc về cuộc tình lãng mạn của một chàng trai Việt và một cô gái người Hoa ở Hà Nội cùng nổi trôi theo vận nước cho tới khi họ gặp lại nhau trên đất Côn Minh, Vân Nam và trở thành đôi vợ chồng sắt son thủy chung với bao nhiêu tận tụy và hy sinh. Nhưng quan trọng hơn thế nữa, đây chính là một phần của lịch sử sinh động và đầy biến động trong ngót một thế kỷ qua trong những cơn bão táp của Cách Mạng Việt Nam và cả lục địa Trung Hoa.

TIỂU SỬ

Nguyễn Tường Bách sinh ngày 26 tháng 3 năm 1916, tại Cẩm Giàng một huyện lỵ nhỏ thuộc tỉnh Hải Dương, nhưng gốc từ một gia đình làng Cẩm Phô, phủ Điện Bàn, tỉnh Quảng Nam, đã ra miền Bắc từ hai đời trước. Gia đình Nguyễn Tường có bảy anh em: Nguyễn Tường Thụy, Nguyễn Tường Cẩm, Nguyễn Tường Tam – Nhất Linh, Nguyễn Tường Long – Hoàng Đạo, Nguyễn Thị Thế, Nguyễn Tường Lân – Thạch Lam, và Nguyễn Tường Bách – Viễn Sơn.

THỜI NIÊN THIẾU TỪ CẨM GIÀNG LÊN HÀ NỘI

Nguyễn Tường Bách bắt đầu học tiểu học ở Hải Dương, rồi Thái Bình, sau đó lên Hà Nội học trường Hàng Vôi. Vào học trung học trường Bưởi một thời gian, rồi bỏ trường vì không thích không khí bảo hộ thực dân Pháp. Ở nhà mua sách tự học rồi đi thi. Đậu tú tài I, nhưng sau đó trượt tú tài II do học không đủ môn. Năm cuối trung học, Nguyễn Tường Bách trở lại trường, lần này vào học Albert Sarraut, sau đó thi đậu tú tài II ban Triết với ưu hạng. Sẵn có máu nghệ sĩ không thích y khoa mà Nguyễn Tường Bách cho là khô khan nhưng rồi vẫn theo học trường Y Hà Nội theo lời khuyên của gia đình. [6] Sau bảy năm học, Nguyễn Tường Bách tốt nghiệp bác sĩ hạng xuất sắc năm 1944, cùng năm với các BS Vũ Văn Cẩn (Bộ trưởng Y tế Hà Nội), Đặng Văn Chung (Giáo sư Y khoa), Nguyễn Trinh Cơ ở lại ngoài Bắc và các BS Trần Đình Đệ (Bộ trưởng Y tế Sài Gòn), Nguyễn Đình Cát (Giáo sư Y khoa), Nguyễn Đình Hào sau 1954 di cư vào Nam.

Thế hệ sau có lẽ chỉ biết tới Nguyễn Tường Bách qua hình ảnh một nhà cách mạng lão thành nhưng vẫn có đó một Nguyễn Tường Bách tuổi niên thiếu rất vui nhộn. Cho dù lúc ấy đã là sinh viên trường Thuốc, nhưng mỗi khi về thăm quê ở trại Cẩm Giàng vào những ngày giỗ Tết, thì vẫn cứ là một Chú Bảy – con thứ bảy trong một gia đình bảy anh em, rất vui tính nghịch ngợm, và đã được cô cháu Nguyễn Tường Nhung, con gái của nhà văn Thạch Lam mô tả sinh động qua những dòng hồi tưởng mới đây:

"Thời gian chúng tôi sống ở trại Cẩm Giàng với Bà Nội, những ngày lễ Tết hay cúng giỗ đều có chú về tham dự. Chú vui tính, hay

đùa với các cháu. Mỗi khi Bà sai chú đem lễ vật ra mộ cụ Huyện bà, dưới gốc một cây đa cổ thụ, có hình dáng xòe tròn như cái mâm (dân làng thường gọi là cây đa Mâm Xôi), không cách xa trại mấy. Lễ vật thường có: xôi, gà, hoa, quả, hương, và những hình người cao to như người thật, giấy tiền, áo quần, mũ mãng, để cúng ông Thần Đất. Tất cả đều làm bằng giấy màu ngũ sắc, óng ánh rất đẹp. Vừa ra khỏi trại, chú tôi nghịch lấy mũ giấy đội lên đầu, rồi chia mỗi đứa cầm một thứ, cả lũ cháu đi theo chú ca hát vang vang. Phận sự là đem lễ vật để cúng cụ bà, nhưng chúng tôi không có một ý niệm gì về cụ, chỉ biết cụ là cụ Huyện bà. Cũng không biết cụ mất năm nào, chỉ nhớ ngày giỗ cụ là ngày mùng 5 tháng Giêng âm lịch. Bà Nội tôi người miền Trung. Việc cúng giỗ bà rất kỹ. Những thức ăn để cúng, lúc nấu không được nếm, vì vậy phải liệu mà nêm cho vừa, mặn, nhạt đó là những đầu bếp được đánh giá khéo hay vụng, do con dâu, con gái, thực hiện. Trước giỗ mấy ngày chỉ có cô Năm (bà Nguyễn Thị Thế, là mẹ của Duy Lam và Thế Uyên – ghi chú của người viết) về phụ với mẹ tôi để lo sắp đặt. Còn các người dâu ở Hà Nội chỉ gửi thực phẩm khô như nấm hương, bóng cá v.v... Các bác dâu chỉ về trước giỗ một ngày. Trong lúc đó Mẹ tôi phải lo thức dậy từ bốn, năm giờ sáng cả tuần lễ trước để lo liệu, ngâm, rửa, những vật liệu khô để nấu cỗ, sắp đặt, sai bảo người làm chùi đánh lư đèn, dọn dẹp nhà cửa, vườn tược. Sinh hoạt của trại thật vui nhộn. Mấy ngày đó có các anh chị theo bố mẹ về. Tôi lại được nghỉ học. Mấy chị em gái chơi đùa với nhau. Còn các anh trai thì thường chơi ở trong vườn hoặc chạy ra ngoài đồng ruộng. Đồ vật cúng lễ trên bàn thờ, phải đợi tàn ba tuần hương, khoảng hơn hai giờ đồng hồ mới được hạ xuống. Mặc dù tất cả đã đói, nhưng cũng phải đợi khi hạ cỗ mới được ăn. Tuy là ngoài thức ăn đã đơm lên cúng, còn lại nhiều ở trong bếp, nhưng Bà Nội cũng cấm không được ăn trước khi hạ cỗ. Có một lần chú kéo tụi tôi vào buồng thờ, chú ra hiệu đi trong yên lặng. Rồi chú lấy đĩa xôi đang cúng trên bàn thờ, lật ngửa lên lấy tay móc xôi từ mé dưới. Nhìn đĩa xôi chỉ vơi đi nhưng bề mặt thì vẫn như còn nguyên. Chú chia cho chúng tôi mỗi người cũng được một nắm bằng quả trứng gà. Tuy chưa thấm tháp gì lúc bụng đói, nhưng chúng tôi rất thích thú về cách ăn vụng xôi mà Bà Nội không biết. [trích hồi ức *Tháng ngày qua*, Nguyễn Tường Nhung]

Nguyễn Tường Bách tốt nghiệp y khoa, nhưng đã chọn bước sang con đường khác – cầm bút để chiến đấu! Ngay từ thời trai trẻ, rất sớm Nguyễn Tường Bách đã cùng các anh như Nguyễn Tường Tam – Nhất Linh, Nguyễn Tường Long – Hoàng Đạo, Nguyễn Tường Lân – Thạch Lam hoạt động viết báo, viết văn, làm thơ chủ yếu đăng trên hai tờ báo Phong Hóa và Ngày Nay, cơ quan ngôn luận của Tự Lực Văn Đoàn. Khi Thạch Lam qua đời (1942), Nguyễn Tường Bách thay anh trông coi nhà xuất bản và tờ báo Ngày Nay. Các thành viên Tự Lực Văn Đoàn lúc đó gồm bảy người: Nhất Linh, Khái Hưng, Hoàng Đạo, Thạch Lam, Tú Mỡ, Thế Lữ, Xuân Diệu, nhưng không có Nguyễn Tường Bách. Có thể nói Nguyễn Tường Bách là một trong số bác sĩ thế hệ tiên phong của thập niên 1940 đã đi vào lãnh vực báo chí và văn nghệ sớm như vậy.

Tác phẩm sơn mài *Trước Cơn Giông*, của nhà cách mạng / họa sĩ Nguyễn Gia Trí, có hình một cây đa cổ thụ, dáng xòe tròn như cái mâm nên dân làng thường gọi là Cây Đa Mâm Xôi. *[sưu tập của Nguyễn Tường Giang]*

Nguyễn Tường Bách hoạt động chính trị rất sớm (1939) tham gia đảng Đại Việt Dân Chính cùng với Nguyễn Tường Tam, Nguyễn Gia Trí, Trần Khánh Giư / Khái Hưng, Nguyễn Tường Long / Hoàng Đạo… qua các giai đoạn: Đại Việt Dân Chính kết hợp với Việt Nam Quốc Dân Đảng (1943), Việt Nam Quốc Dân Đảng kết hợp với Đại Việt Quốc Dân Đảng và sau đó với chung một danh xưng Quốc Dân Đảng (1945).

Tháng 3 năm 1945, sau khi Nhật đảo chánh Pháp, Nguyễn Tường Bách vẫn làm giám đốc báo Ngày Nay bộ mới, với sự cộng tác của Hoàng Đạo, Khái Hưng…[2]

Tháng 8 năm 1945, Nhật đầu hàng, Việt Minh cướp chính quyền, Việt Nam Quốc Dân Đảng và Cách Mệnh Đồng Minh Hội cùng ra hoạt động công khai. Nguyễn Tường Bách là ủy viên trung ương, phụ trách công tác tổ chức đảng và tuyên truyền, ra mắt tờ *Việt Nam Thời Báo* sau đổi thành tờ *Việt Nam*, cơ quan ngôn luận của Việt Nam Quốc Dân Đảng với quan điểm công khai chống đối chính sách của đảng Cộng Sản, đồng thời sáng lập Quốc Gia Thanh Niên Đoàn.

Tình trạng rất khẩn trương với đầy rẫy những khó khăn, các phe phái Việt Minh và quốc gia xô xát nhau, mỗi khi ra ngoài Nguyễn Tường Bách phải có người bảo vệ, và phải ở luôn trong tòa báo làm việc ngày đêm. Tháng 5 năm 1946, tình hình biến chuyển bất lợi cho phe quốc gia, trước nguy cơ khủng bố của Việt Minh, Nguyễn Tường Bách cùng với các đồng chí bỏ Hà Nội rời lên chiến khu – Đệ Tam Khu của VNQDĐ, để tiếp tục cuộc chiến đấu.

Đệ Tam Khu là một vùng khá rộng lớn bao gồm từ Vĩnh Yên lên tới Lào Cai. Tại đây, Nguyễn Tường Bách cùng với Vũ Hồng Khanh là đảng trưởng phụ trách bộ chỉ huy quân sự (theo Nguyễn Tường Thiết, Vũ Hồng Khanh từng tốt nghiệp Trường Quân Sự Hoàng Phố). Do VNQDĐ chỉ trấn giữ được các vùng thành thị, trong khi Việt Minh thì kiểm soát được nông thôn, họ tiếp tục bao vây, gia tăng tấn công vũ trang vào Đệ Tam Khu. Để bảo toàn lực lượng, VNQDĐ phải rút lên Việt Trì, rồi Yên Báy, Lào Cai. Cuối cùng, theo quyết định của Trung ương Đảng bộ VNQDĐ, Vũ Hồng Khanh ở lại Đệ Tam Khu, còn Nguyễn Tường Bách đi Côn Minh để cùng với Nguyễn Tường Tam phụ trách hải ngoại vận.

CUỘC HÀNH TRÌNH GIAN TRUÂN

Tháng 8 năm 1946, đoàn Nguyễn Tường Bách gồm 8 người, từ Lào Cai đi qua cây cầu sắt trên sông Nam Khê sang Hà Khẩu / Hekou – một vùng tự trị của sắc tộc Dao, là cửa ngõ để đi vào phía nam tỉnh Vân Nam. Vân Nam có diện tích lớn hơn Việt Nam. Hành trang mỗi người chỉ đeo theo một túi dết – loại túi vải lớn và cũng từ đây bắt đầu những bước chân lưu vong trên đất khách quê người. Và chẳng thể nào ngờ được rằng đây là khởi điểm cho một cuộc hành trình lưu lạc kéo dài hơn 40 năm của chàng trai nước Việt Nguyễn Tường Bách trên một đất nước Trung Hoa loạn lạc trầm luân [1946-1988].

Chặng đường dài hơn 1.500 cây số từ Hà Khẩu / Hekou tới Côn Minh là một cuộc hành trình đầy gian truân. Do từ cuộc chiến tranh

[Định vị các địa danh được đánh số trên bản đồ] Hành trình đường bộ của Nguyễn Tường Bách cùng 7 "chinh nhân" đi từ (1) Lào Cai qua (2) Hà Khẩu / Hekou, (3) Bình Biên / Pingbian, (4) Mông Tự / Mengzi, (5) Khai Viễn / Kaiyuan, (6) Côn Minh / Kunming. *[source: The Contemporary Atlas of China (Boston: Houghton Mifflin Co., 1988), p. 31.]*

Trung Nhật, đa phần đường sắt đã bị bóc, di chuyển chủ yếu bằng đôi chân. Các chàng trai ấy đã phải trèo đèo, lội suối, băng sông, leo núi cao, xuống lũng sâu, qua những thảo nguyên, qua bao nhiêu thôn bản, các vùng dân cư với những sắc dân: người Hán, người Mán, người Hui – là người Hoa theo đạo Hồi, rồi thỉnh thoảng đoàn còn được gặp đôi ba gia đình người Việt tha phương lưu lạc sang đây không biết tự bao giờ.

Họ đi ngày, nghỉ đêm, tá túc dưới những mái nhà xa lạ, không biết an ninh ra sao nên đêm ngủ anh em phải cắt phiên thay nhau canh gác. Để rồi hôm sau lại lên đường, có chặng họ ráp theo các đoàn ngựa thồ, nhưng hiểm nguy vẫn thường trực nếu gặp phải các nhóm thổ phỉ hay bọn quân phiệt có võ trang cướp bóc và cả giết chóc.

Một phần bản đồ Việt Nam - Trung Hoa và trục hoạt động chính của Nguyễn Tường Bách và Hải ngoại vụ VNQDĐ: Côn Minh / Kunming – tỉnh Vân Nam / Yunnan, Quảng Châu / Guangzhou – tỉnh Quảng Đông / Guangdong, Hồng Kông, Thượng Hải / Shanghai.

"Cảnh tượng rùng mình khi thấy bên cạnh đường, trong hốc đá một xác chết co ro, chỉ còn là một bộ xương vẫn còn mặc bộ quần áo rách tả tơi, cái nón lá còn quẳng bên cạnh…" [3]

Đi mãi rồi họ cũng tới được đoạn đường còn đường sắt, nhưng lại được biết vùng phía trước đang bị ngập lụt và không biết đến bao lâu tàu mới lại lưu thông trở lại. Không thể chờ, chỉ còn cách đi bộ tiếp theo con đường tắt cho dù biết trước là vô cùng khó khăn. Dân làng cho biết nếu may mắn đi thông suốt cũng phải đi thêm 4-5 ngày đường mới tới được Bình Biên / Pingbian trước khi có con đường cái để đi Mông Tự / Mengzi.

Tuổi trẻ tự tin, họ đã chọn con đường gai góc để đi, nhưng không thể tưởng tượng được là khó khăn gian nan đến thế nào. Phải vượt qua những đoạn đường nhỏ hẹp, với những dốc cao cheo leo, phải bám lấy từng gốc rễ cây để trèo lên từng bậc, có chỗ phải phạt cỏ, chặt cây để mở đường. Gần như kiệt sức, phải tới mấy ngày hôm sau đoàn mới tới được một vùng đồi núi thấp dần, để từ đây, từ cao nguyên xuống được vùng đồng bằng.

Rồi đoàn cũng tới được Bình Biên / Pingbian, trạm lớn đầu tiên của cuộc hành trình. Sáng hôm sau, 8 *"chinh nhân"* lại dậy sớm để kịp gia nhập đoàn ngựa thồ đi Mông Tự / Mengzi – địa danh nổi tiếng với những trái đào Mông Tự. Từ đây sẽ có đường xe lửa đi Khai Viễn / Kaiyuan, nơi có Chi bộ Việt Quốc, nhưng cả đoàn ai cũng nôn nóng mong sớm tới được Côn Minh / Kunming.

*

Chàng thanh niên Nguyễn Tường Bách, gốc dân thành thị, vừa tốt nghiệp trường thuốc, chưa đầy tuổi 30, mà đã phải trải qua những bước phong trần của cuộc hành trình hơn 1.500 cây số gian nan. Nhìn nhau, cả đoàn ai trông cũng gầy và nước da thì đen sạm. Trên thềm ga Côn Minh, ra đón đoàn có Nguyễn Tường Tam, Nguyễn Tường Long, Trần Đức Thi, Xuân Tùng và nhiều anh em khác thuộc đảng bộ Côn Minh, đặc biệt có cả cô bạn gái nhỏ người Hoa Hứa Bảo Liên nay đang là sinh viên khoa Văn của Đại học Vân Nam.

Như một cuộc "kỳ ngộ", một ngẫu nhiên của lịch sử, Hứa Bảo Liên gọi đó là *"duyên tiền định"* khi đôi bạn được gặp lại nhau và đến cuối năm 1946, Nguyễn Tường Bách chính thức lập gia đình với Hứa Bảo Liên tại Côn Minh – thành phố của Bốn Mùa Xuân.

"Chúng tôi gặp nhau trên đất xa lạ này, thực là không ngờ. Sự trùng phùng nhanh chóng này làm tôi không khỏi nghĩ đến nhiều khi người ta chỉ khác nhau ở một bước đi, mà cuộc đời đã thay đổi hẳn… Cuối năm đó chúng tôi đã thành hôn với hình thức đơn giản, không thủ tục và cũng không có nhẫn cưới. Chỉ có lòng tin ở nhau, can đảm cùng bước vào tương lai còn mờ mịt." [5]

Trong Thế chiến Thứ Hai, Côn Minh từng được biết như *"một thị trấn Đông phương hẻo lánh im ngủ"* như ghi nhận của viên tướng không quân huyền thoại Claire Chennault của phi đoàn Flying Tigers từng trú đóng ở đây.

Nhưng trên thực tế, Côn Minh chẳng phải là an toàn khu cho những nhà hoạt động cách mạng Việt Nam, do người Pháp vẫn còn ảnh hưởng ở Vân Nam. Vẫn còn đó một tòa lãnh sự Pháp, với cả mật thám Pháp thường xuyên theo dõi hoạt động của các nhà cách mạng Việt Nam chống Pháp để tìm cách phá hoại lung lạc hay cả mua chuộc. Ngoài ra, còn hiện diện nơi đây một bệnh viện Paul Doumer của người Pháp. Nguyễn Tường Bách viết:

"Một điều kỳ cục, là có người định giới thiệu tôi vào làm bác sĩ cho nhà thương đó, và cũng có vài bạn học ở trường Y Khoa Hà Nội đương hành nghề ở đây. Nghĩ cũng lạ, nếu là người khác vào làm ở đó cũng tốt, đủ sống phong lưu trong cảnh êm ả ở đây." [3]

Nhưng bả vinh hoa trước mắt và trong tầm tay ấy đã không lay chuyển được chàng trai trẻ Nguyễn Tường Bách khi ông đã chọn bước đường cách mạng gian nan như hai câu thơ của Thế Lữ:

Ta là một khách chinh phu
Dấn bước truân chuyên khắp hải hồ

Hơn ai hết, Nguyễn Tường Bách hiểu rằng, đặt chân tới Côn Minh, tuy được gọi là căn cứ địa của Cách Mạng Việt Nam, nhưng cũng chỉ là bước tạm thời để bắt đầu một cuộc hành trình khác. Mục đích trước mắt của Hải ngoại bộ VNQDĐ Côn Minh là tranh thủ sự hỗ trợ của Quốc Dân Đảng Trung Hoa cho công cuộc giải phóng Việt Nam. Chặng đường "ngoại vận" ấy sẽ kéo dài bao lâu, có thành công hay không, không sao lường trước được.

CÔ GÁI TRUNG HOA TRƯỜNG HÀNG BUỒM

Hứa Bảo Liên, sinh ngày 8 tháng 4 năm 1925, cha mẹ người Hoa, sinh ra và lớn lên ở Hà Nội. Bố là một bang trưởng người Hoa giàu có nhưng ông có thêm một gia đình khác với cơ ngơi làm ăn ở Nam Định. Suốt tuổi thơ Bảo Liên sống trong một gia đình vắng vẻ chỉ với mẹ và bà ngoại. Tới tuổi đi học, được mẹ gửi vào trường tiểu học Hoa Kiều Hàng Buồm. Liên rất thích đi học. Tuy là con gái nhưng lại rất ưa chuộng các môn thể thao nhất là bóng bàn, Liên đã từng đoạt nhiều giải thưởng với những chiếc cúp bày la liệt trong nhà.

Có được một bà mẹ hết lòng lo cho con, quý cả những bạn học của con nên được tụi nó gọi là mẹ. Lên đến bậc trung học, nhà trường mời được các thầy cô giáo có danh tiếng từ Hồng Kông hay Quảng Đông qua dạy. Và khi quân Nhật xâm lăng Trung Quốc, thêm nhiều trí thức có bằng cấp đại học đã lánh nạn sang Việt Nam, chủ yếu là Hà Nội và cũng tới dạy học ở trường này. Sau này Hứa Bảo Liên mới được biết trong số các thầy cô, có người là đảng viên Quốc Dân Đảng, có người là đảng viên đảng Cộng Sản.

Học sinh được huấn luyện theo chương trình Hướng Đạo với kỷ luật nghiêm ngặt. Các thầy cô còn du nhập vào trường phong trào *"đời sống mới"* từ Trung Hoa, vận động cuộc sống lành mạnh, bỏ phong kiến cổ hủ, nam nữ bình quyền, cả quyền tự do luyến ái. Phòng đọc sách của nhà trường luôn luôn có thêm nhiều sách tư tưởng mới, có cả tác phẩm của các nhà văn có tiếng như Lỗ Tấn, Ba Kim… Tất cả những cuộc vận động chính trị lúc đó ở nhà trường đã ảnh hưởng đến tư tưởng, hình thành nhân cách phóng khoáng tự lập và cứng cỏi của Hứa Bảo Liên về sau này. Nhất là từ khi cả hai người thân yêu nhất của Liên là bà ngoại và mẹ đã qua đời. Thời gian mỗi ngày tới bên giường bệnh chăm sóc mẹ trong nhà thương, cô gái nhỏ Hứa Bảo Liên đã trở thành khuôn mặt quen thuộc với bệnh viện Phủ Doãn và cả được nhiều người yêu mến.

Liên sống một mình sau khi mất mẹ và bà ngoại, nhưng sẵn tinh thần hướng đạo, nên cứ mỗi chiều thứ Bảy hay các ngày nghỉ lễ, thay vì ở nhà hay đi rong chơi, cô học sinh Hứa Bảo Liên thường vào nhà thương Phủ Doãn, như một thiện nguyện viên, cả được theo chân các bác sĩ vào những phòng bệnh. Có khi còn được ở lại ăn cơm và đánh bóng bàn, mãi đến tối mới về. Hứa Bảo Liên có dịp gặp anh sinh viên trường thuốc Nguyễn Tường Bách trong thời gian này.

Chiến tranh Trung Nhật lan rộng, Hứa Bảo Liên tuy còn ở tuổi vị thành niên nhưng đã nhiệt tình tham gia các đoàn thể tuyên truyền chống Nhật, nhưng khi quân Nhật tiến vào Đông Dương, mọi tổ chức hầu như tan rã, chỉ còn một số ít tiếp tục hoạt động bí mật chống Nhật. Chương trình học ở trường nay có thêm giờ học tiếng Nhật. Hè 1945, trong một hoàn cảnh rất đặc biệt như thế, Hứa Bảo Liên tốt nghiệp ra trường cùng với 13 học sinh khác.

Thêm một sự kiện đang ghi nhớ: tháng 8 năm 1945, Hứa Bảo Liên đã thắng giải *"Vô Địch Bắc Bộ Việt Nam" về Bóng Bàn* mà đối thủ của cô là một nữ danh thủ Việt Nam, sau này là đại diện đội bóng bàn Việt Nam sang thăm Trung Quốc.

VỚI NHÀ THƯƠNG PHỦ DOÃN

Hứa Bảo Liên viết: *"Nhà thương này vì định mệnh đã có quan hệ bất bình thường với cuộc sống và ảnh hưởng sâu xa tới tương lai của tôi. Nhiều sự buồn vui, tang tóc đã bắt nguồn từ chỗ này. Dù may rủi hay hạnh phúc, lúc nào tôi cũng nhớ đến giai đoạn này vì đó vẫn là một thời kỳ quyết định đối với tôi. Kỳ ngộ nhất là khi tôi thường lui tới nhà thương để săn sóc cho người thân cũng như trăm nghìn người khác, nhưng các bác sĩ và y tá trong bệnh viện đều có cảm tình với tôi – một cô học trò nhỏ, mới mười mấy tuổi, ngây thơ, chất phác, chân thành biết ơn những người đã hết lòng cứu chữa cho mẹ mình. Với tôi, họ là những người bạn tốt, những người cha, người chú, và là anh chị thân quý của tôi, đã giúp tôi trong những lúc khó khăn, cô đơn và lạc lõng nhất.*

Một cô bé người Hoa, bỗng dưng trở thành một thành viên ở đó, như trong một đại gia đình. Từ năm 1942, 1943, ngoài những ngày đi học ra, trong các ngày khác cuối tuần hay những ngày nghỉ lễ, rỗi rãi tôi thường chạy vào nhà thương chơi. Nhà thương này, vừa là bệnh viện, vừa là nơi các sinh viên trường thuốc thực tập. Tôi được ưu đãi đặc biệt và rất vui vẻ khi được đi cùng với các bác sĩ vào trong phòng bệnh mà không biết là để làm gì.

Các bác sĩ cũng cho tôi một chiếc áo khoác trắng, cho nó ra vẻ sinh viên, nhưng có ai tin trong đám sinh viên trường thuốc lại có một cô bé con như vậy. Có người trố mắt ra khi thấy tôi đi đằng trước cùng với các bác sĩ tiến vào phòng bệnh. Có khi bác sĩ Huard đi đầu, theo sau là một toán sinh viên, đa số là nam sinh, và có một vài cô sinh viên nữ mà thôi. Các anh sinh viên cũng không hiểu tôi là người thế nào, con cháu của bác sĩ nào và thường nói chuyện đùa với tôi: – "Cô là sinh viên năm thứ mấy? Bao giờ tốt nghiệp?" Tôi cũng nghiêm trang trả lời: – "Tôi là sinh viên năm thứ 9, sắp tốt nghiệp rồi, còn tốt nghiệp trước cả các anh nữa đấy." Tôi không nói bậy, vì thực ra tôi đang học lớp 9 ở trường Trung Học Trung Hoa. Nhiều khi sau giờ làm việc, tôi cùng các bác sĩ về ký túc xá. Sau bữa cơm tối, tôi thường đánh bóng bàn theo lối đánh đôi. Tôi và bác sĩ Tùng (Tôn Thất Tùng) vào một bên, bên kia là bác sĩ Tâm (Phạm Biểu Tâm) và Cơ (Nguyễn Trinh Cơ)… Thường là bên chúng tôi thắng cuộc.

Lúc đó tôi xem bác sĩ Tùng (Tôn Thất Tùng) như cha đỡ đầu. Ông rất quan tâm tới sự học hành của tôi. Lúc đó ông dự tính, sau khi tốt nghiệp ban trung học chữ Hoa, tôi sẽ đổi sang chuyên học chữ Pháp trong ba năm, rồi sau sẽ tìm cơ hội lên học y khoa. Không ngờ thời cục biến chuyển nhanh, quân Nhật chiếm đóng Việt Nam, dự tính theo học y khoa theo chương trình Pháp khó mà thực hiện được."

Tên các danh y của bệnh viện Phủ Doãn lúc đó và của Việt Nam sau này, được Hứa Bảo Liên kể trong các trang sách của mình: ngoài bác sĩ Tôn Thất Tùng, Phạm Biểu Tâm, còn có các bác sĩ Hồ Đắc Di, Nguyễn Xuân Chữ. Bác sĩ Huard là một tên tuổi lừng danh mà y giới ở cả hai miền Bắc và Nam đều biết.

"Một bác sĩ người Pháp, Huard là giáo sư trường Y Khoa, vừa là trưởng khoa ngoại tại nhà thương này. Tuy là bác sĩ quyền uy nhất ở đây, nhưng lần nào gặp tôi, ông cũng bắt tay và chào hỏi vui vẻ… Tôi còn nhớ hồi cuối năm 1945, một hôm ông Huard đi xe đạp tới nhà*

thương làm việc, nửa đường bị dân chúng đánh thâm tím cả mặt mũi, quần áo lếch thếch... vì lúc đó quần chúng tự nổi dậy đánh dân Pháp cho hả dạ." [5]

* Pierre Huard (1901-1983), vị Giáo sư Khoa trưởng người Pháp cuối cùng của Đại Học Y khoa Hà Nội, đã có công đào tạo nhiều thế hệ bác sĩ ưu tú của nền y học Việt Nam như Tôn Thất Tùng, Phạm Biểu Tâm... Nhưng rồi như một trớ trêu của lịch sử, sau trận chiến Điện Biên Phủ (1954), GS Huard là đại diện Chính phủ Pháp và hội Hồng Thập Tự, BS Tôn Thất Tùng – môn sinh của GS Huard, là đại diện của Việt Minh, nay thầy trò đứng hai bên chiến tuyến đối nghịch, phụ trách việc trao trả thương binh của hai phía.

Cuối năm 1942, Hứa Bảo Liên gặp Nguyễn Tường Bách đang tập sự ngoại khoa ở đây. Nguyễn Tường Bách ra trường năm 1944, như vậy năm đó NTB đã là SVYK 4, với tuổi 25. Mối liên hệ *hình như là tình yêu* giữa hai người nẩy nở từ đây. Lúc đó Nguyễn Tường Bách đã thích viết văn, viết báo, làm thơ, đã nổi tiếng ngay với truyện ngắn *"Tha Hương"* đăng trên Giai Phẩm Xuân Đời Nay 1943, được nhiều bạn gái thầm yêu mến.

Rồi mùa hè 1943, Hứa Bảo Liên và nhóm bạn học cô bị Hiến Binh Nhật bắt, bị giam trong hầm của nhà in Ideo ở phố Tràng Tiền. Việc một số học sinh đang học tại trường bị mất tích – trong khi đa số là những học sinh còn tuổi vị thành niên, đã làm chấn động dư luận trong giới Hoa Kiều. Qua bao vận động, và cả để lấy lòng các bang hội Hoa Kiều lúc đó, Hiến binh Nhật đồng ý trả tự do cho đám học sinh còn đang học tại trường. Và một năm sau, tình thế ở Hà Nội hoàn toàn đổi khác khi quân Trung Hoa của Tưởng Giới Thạch vào đất Việt.

Nguyễn Tường Bách đã hết sức sửng sốt khi hay tin Hứa Bảo Liên bị bắt. Rồi Bách được gặp lại người em gái nhỏ sau mấy tháng bị giam cầm, cả hai đều vui mừng, họ như đôi bạn cùng cảnh ngộ cùng chí hướng. Nguyễn Tường Bách tuy rất bận rộn ở trường thuốc, ở tòa báo và cả việc "Hội Kín" – *chữ của Hứa Bảo Liên*, Bách vẫn cố gắng dạy Liên học để bắt kịp khoảng thời gian bị giam nhất là với hai môn Toán và Pháp văn.

Và rồi, hình như có linh tính báo cho cô gái biết, giữa hai người đã có một cái gì khác với tình bạn, hay tình anh em thuần túy. Hai người đã thực sự đi tới quyết định gắn bó vận mệnh với nhau, nhưng còn nhiều thử thách ở phía trước mà họ phải vượt qua, khó khăn do định kiến từ gia đình Nguyễn Tường, với thêm hàng rào chủng tộc, vào thời kỳ đó đã có rất ít con gái người Hoa thành hôn với một chàng trai Việt. Đó là vào mùa Hè năm 1945.

MỘT HÀ NỘI TANG TÓC 1945

Sau Nhật đảo chánh Pháp, tình hình vô cùng căng thẳng. Máy bay Mỹ bỏ bom Hà Nội và các thành phố miền Bắc. Còi báo động inh ỏi. Bom ném trúng chợ Hàng Da, dân chết và bị thương vô số. Hứa Bảo Liên viết:

"Những chiếc băng ca mang những người bị thương vào nhà thương Phủ Doãn, phải xếp hàng từ cổng nhà thương tới phòng mổ, dài 5, 6 mươi mét. Chính mắt tôi trông thấy nhiều người chưa đợi đến phiên mình mà đã tắt thở! Trên nhà mổ, bên cạnh hành lang cũng nằm la liệt những người bị thương, gồm cả xác chết. Tất cả nhân viên nhà thương đều mệt lử và không biết bao giờ làm mới xong."

Rồi đến chứng kiến nạn đói năm Ất Dậu:

"Chẳng bao lâu lại nghe tin nhiều nông dân bị chết đói. Thành phố Hà Nội bắt đầu thấy những người dân gầy còm thất thểu trên các đường phố. Họ đói quá phải cướp những bánh trái của những người bán hàng rong. Có người đi ăn xin, số người này càng ngày càng nhiều. Sáng nào tôi cũng thấy có những người kéo chiếc xe bò đi nhặt xác. Vì đói lâu, nên những chiếc xác nhẹ và bé đi. Họ chồng chất trên chiếc xe bò nhỏ, trên xác chết có phủ chiếu, nghe nói là đem tới ngoại ô để vùi."

Thời gian ấy, Hứa Bảo Liên đang sống ở Hà Nội, và tốt nghiệp ra trường, Liên bắt đầu đi dạy tại hai trường Hoa Kiều: một ở Ngõ Gạch và một ở Hàng Than. Buổi tối thì ngồi dịch các bản tin từ chữ Hoa ra chữ Việt, viết những bài bình luận về các vấn đề phụ nữ đăng trên tờ *Ngày Nay* của anh Bách. Công việc bận rộn nhưng vui vì đúng chí hướng với anh Bách. Bảo Liên sống tự lập, vẫn ăn mặc giản dị như thuở học trò: thân thể khỏe mạnh, vận áo sơ mi trắng, váy màu lam không trang điểm phấn son, và vững tin vào tương lai. Với tinh thần cầu tiến, Liên nuôi ý định tiếp tục lên học tại một đại học Trung Quốc. Về Nam Định xin phép ông bố và được đồng ý. Trước khi đi xa, Bảo Liên đi thăm mộ mẹ và bà. Thăm anh chị Long Hoàng Đạo. Đi xe hơi, đi thuyền đến Việt Trì, tìm lên chiến khu thăm anh Bách, để báo tin cho anh biết dự tính đi du học Trung Quốc và cả hai cũng không biết bao giờ mới có thể gặp lại nhau. Tháng 7 năm 1946, Hứa Bảo Liên giã từ Hà Nội. Và cũng chẳng thể ngờ rằng chuyến đi này là vĩnh biệt Hà Nội, không bao giờ còn cơ hội quay trở lại nữa.

NHỮNG NHÂN VẬT CỦA THỜI ĐẠI

Năm 1943, khi ấy Liên vừa 18 tuổi, Nguyễn Tường Bách rủ Liên tới tòa soạn 80 Quan Thánh thăm anh Long tức nhà văn Hoàng Đạo. Tòa báo Ngày Nay qua ký ức của Hứa Bảo Liên hơn nửa thế kỷ sau:

"Tòa báo Ngày Nay ở bên phải đầu phố Quan Thánh, chung quanh có hàng rào sắt, trên sân nhiều cây hoa, có cả mấy khóm trúc màu vàng nữa. Tầng dưới là nhà in và ban trị sự, và nhiều nhân viên đang làm việc bận rộn chung quanh những máy in lớn, tiếng máy nhịp đều đều, mùi dầu xông lên khắp phòng. Trên gác là tòa soạn. Vừa lên gác đã thấy ngay phòng khách rộng, vừa là chỗ hội họp. Ở giữa là chỗ làm việc với một số bàn, bên phải là phòng riêng của anh Khái Hưng.

Bách trỏ vào một người bên bàn, xem ra gần bốn mươi tuổi, cũng mũi cao, mắt sâu, lông mày rậm. Anh nói: "Đây là cô Liên, đây là anh Long." Anh Long tươi cười mời tôi ngồi. Anh khổ người trung bình, mắt ngang rất sáng, mới trông cũng không biết anh là người cởi mở, không có thành kiến. Không biết lúc đó anh có nghĩ là em mình tại sao lại có bạn nhỏ như vậy không? Anh Long vui vẻ hỏi tôi: "Cô có thích đọc tiểu thuyết không?" "Có, em có thích đọc tiểu thuyết chữ Hoa và chữ Việt. Mẹ em thường mua tờ Phong Hóa, lúc đó em thích nhất là mục vui cười, những tranh hài hước như những lời đối thoại của Lý Toét và Xã Xệ." Anh nghe nói mỉm cười và còn hỏi tôi về việc học hành sinh hoạt. Trước khi tôi ra về, anh có ký tặng tôi một quyển sách và còn nói đùa một câu: "Chữ ký này, sau này rất có giá trị đấy!"

Hoàng Đạo (sinh năm 1907) lúc đó mới 36 tuổi. Chẳng thể ngờ rằng chỉ 5 năm sau, 1948, chính Hứa Bảo Liên lúc đó đã là em dâu, đang cùng Nguyễn Tường Bách sống thiếu thốn ở Bạch Hạc Động một khu ngoại ô thành Quảng Châu, và cũng chính Bảo Liên đã phải chạy tất bật đi vay từ một người bạn 500 đồng HK để anh Tam, anh Bách cùng các đồng chí sáng ngày hôm sau có thể đi tới ga Thạch Long lo chôn cất anh Hoàng Đạo mất đột ngột ở tuổi 42.

"Anh Nguyễn Gia Trí có bộ râu quai nón. Lúc đó anh ở cùng nhà với anh Bách, anh thường tiếp xúc với những hộp sơn, những vỏ trứng gà. Có lẽ vì thế nên tuy là họa sĩ, anh không thích diện, anh thường vận quần áo xuềnh xoàng với đôi dép cao su cũ kỹ. Tính anh ít nói và thẳng thắn. Hình như anh không để ý gì đến những sự vật chung quanh mình và cũng không thích giao thiệp với nhiều người."

Nguyễn Gia Trí (sinh năm 1908), lúc đó 35 tuổi, hơn Nguyễn Tường Bách 8 tuổi và Hứa Bảo Liên đã phác họa được một chân dung và cả phong cách rất trung thực của họa sĩ Nguyễn Gia Trí, cũng là chiến sĩ cách mạng bôn ba với các đồng chí VNQDĐ cả bị tù đày ở những năm về sau này. Những tác phẩm hội họa cuối đời của Nguyễn Gia Trí ngày nay đã được xem là "quốc bảo", thuộc tài sản quốc gia.

"Anh Khái Hưng đã hơn bốn mươi tuổi, người gầy gò nhỏ nhắn, nhưng lanh lẹ và rất vui tính, anh thường hay nói đùa với tôi. Trong những ngày làm việc bận rộn thỉnh thoảng tôi có mang cơm đến nhà báo để anh Bách dùng. Nhưng có khi vì bận nên chưa kịp ăn, anh Khái Hưng cùng mấy người cháu của anh Bách như Tường Ánh, Tường Triệu "nếm thử" những món ăn, rồi còn khen là ngon nữa làm tôi không khỏi bật cười."

Khái Hưng (sinh năm 1896), cao tuổi nhất, lớn hơn Nguyễn Tường Bách 20 tuổi, nhận Tường Triệu con trai Nhất Linh làm con nuôi với tên Trần Khánh Triệu. Khái Hưng nổi tiếng với các tác phẩm *Hồn Bướm Mơ Tiên, Nửa Chừng Xuân, Tiêu Sơn Tráng Sĩ…* là một trong mấy cây bút chủ lực của Tự Lực Văn Đoàn. Hoạt động cách mạng, tham gia Đại Việt Dân Chính đảng, bị Pháp bỏ tù một thời gian, rồi bị Việt Minh bắt và bí mật thủ tiêu năm 1947.

"Anh Vũ Hồng Khanh, lần đầu tiên tôi gặp, thấy anh người đẫy đà, da ngăm đen, thân thể khỏe mạnh, tiếng nói hùng hồn, có vẻ là một nhà binh hơn là nhà chính trị. Lúc đó, anh rất bình dị, không khách sáo, và vì ở Vân Nam lâu năm, nên anh nói tiếng Vân Nam rất thạo."

"Anh Xuân Tùng, thì bình dị hơn cả. Lúc nào cũng thấy anh quần áo xuềnh xoàng, kè kè điếu thuốc lào. Nghe nói trước kia anh chuyên làm công tác bí mật trong thời Pháp thuộc. Lúc nào cũng thấy anh vội vội vàng vàng, như có nhiều việc đang đợi anh làm, nên không bao giờ thấy anh ngồi lâu được."

…

Bất cứ *nhân vật nào của thời đại* mà Bảo Liên gặp qua các thời kỳ, trong những hoàn cảnh khác nhau, đều được ghi lại chỉ với ít dòng đơn sơ nhưng đó là nét phác thảo của những bức chân dung rất có thần. Nguyễn Tường Thiết có lần đã nhận định, bao nhiêu năm sau gặp lại bác Xuân Tùng, ai cũng nhận thấy ngay cái dáng "*vội vội vàng vàng*" đúng y như thím Bách đã mô tả. Nhà phê bình Nguyễn Mạnh Trinh, khi đọc cuốn hồi ký *Nguyễn Tường Bách và Tôi*, đã viết: "trong tác phẩm, tôi đã gặp một nhà văn Hứa Bảo Liên, với văn phong đơn giản, thành thật nhưng truyền cảm."

HỘI NGHỊ HỒNG KÔNG

Năm 1947, khi Nguyễn Tường Bách đang ở Côn Minh, được lệnh "anh Tam" đi dự Hội nghị Hồng Kông. Ngay từ đầu, Nguyễn Tường Bách đã không muốn trực tiếp tham dự hội nghị đó do không tán thành "giải pháp Bảo Đại với những điều kiện do Pháp đưa ra", vì như vậy là hợp pháp hóa cho sự tái xâm lăng của người Pháp. Nhưng phải theo quyết định chung, Nguyễn Tường Bách vẫn ra đó để quan sát tình hình và góp ý kiến với các anh về thái độ của những đảng bộ các nơi.

Và đúng như dự đoán, Hội nghị Hồng Kông đã không đi tới đâu do những rạn nứt rõ rệt của các phe phái quốc gia, trong khi đó Việt Minh không ngừng rêu rao tuyên truyền và *"lên án Hội nghị Hồng*

Cựu hoàng Bảo Đại và Hoàng hậu Nam Phương chụp chung với các chính khách Việt Nam sang dự Hội nghị Hồng Kông 1947 (Nguyễn Tường Tam đứng hàng thứ ba, và là người thứ ba từ phải). *[tài liệu ORDI / Oriental Research Development Institute – Viện Nghiên Cứu Phát Triển Phương Đông]*

Kông là bán nước và những thành phần tham dự đều bị kết án tử hình vắng mặt."[3]

RỜI CÔN MINH DỌN VỀ QUẢNG CHÂU

Đầu năm 1948, do tình trạng tài chính thiếu thốn, Nguyễn Tường Bách cùng anh Tam, anh Long và các anh em khác quyết định dọn về Bạch Hạc Động là một vùng ngoại ô thành Quảng Châu / Guangzhou – là một thị trấn lớn nhất của tỉnh Quảng Đông / Guangdong lúc bấy giờ. Từ Bạch Hạc Động muốn sang Quảng Châu phải đáp tàu qua sông Châu Giang, và còn phải đi thêm một quãng đường xa mới tới.

Nơi dọn tới chỉ là hai căn nhà bỏ trống từ lâu nên tiền thuê rẻ chỉ có 5 đồng HK. *"Các anh sống rất thanh đạm, ngày hai bữa cơm do một bà láng giềng thổi thuê. Mỗi bữa có một nồi canh rau, một món xào với tí thịt hay cá. Lúc đó anh Tam vì mắc bệnh đau dạ dày nên thường ăn mì. Anh Long cùng anh Bách ăn rất ít, dù có đồ ăn hay không."*

Các chính khách Việt Nam tham dự Hội nghị Hồng Kông 1947 [hình chụp tại Văn phòng cựu hoàng Bảo Đại], hàng trước từ trái, Phan Văn Giáo, Trần Văn Lý, Trần Thành Đạt, Hà Xuân Hải, Nguyễn Hải Thần, Lưu Đức Trung, Trần Quang Vinh, Trương Vĩnh Tống, Nguyễn Văn Tâm, Nguyễn Tường Tam – Nhất Linh và Vũ Kim Thành; hàng đứng từ trái, Nguyễn Bảo Toàn, Trần Văn Tuyên, Lâm Ngọc Đường, Cung Giũ Nguyên, Cao Văn Chiểu, Trần Ngọc Liễng, Nguyễn Văn Sâm, Nguyễn Văn Hải, Ngô Xuân Tích, Nghiêm Xuân Việt, Vũ Quốc Hưng, Nguyễn Phước Đáng, Nguyễn Tường Long – Hoàng Đạo. *[tài liệu ORDI / Oriental Research Development Institute]*

"Tôi còn nhớ, sau Hội nghị Hồng Kông, có các anh Vũ Hồng Khanh, Đỗ Đình Đạo từ các nơi khác tới, và anh Phạm Khải Hoàn từ trong nước ra. Các anh họp suốt tuần, tranh luận rất dữ dội. Lúc thường các anh là đồng chí vào sinh ra tử, nhưng trong những công việc chung, mọi người đều được tự do phát biểu ý kiến mình, tranh luận để đi tới kết luận chung.

Hè năm 1948, trước sau có chị Long, chị Tam sang thăm các anh. Các chị đem lại nhộn nhịp và vui vẻ. Chị Long đi với cháu Ánh, lúc đó độ 12 tuổi. Chị có mang quần áo rét cho anh Long. Chẳng bao lâu thì chị Tam sang thăm, chị đi với cháu Thạch, cũng độ 12 tuổi…" [5]

TANG TÓC KHÔNG NGỜ: CÁI CHẾT CỦA HOÀNG ĐẠO

Năm 1948, tháng 7 như một tin sét đánh, có một người Việt Nam đột ngột chết trên chuyến xe lửa từ Hồng Kông về Quảng Châu. Ông hành khách ấy đột ngột gục xuống ngay chỗ ngồi trên toa xe lửa khi đang xem báo. Không có cách gì cứu chữa; xác đã được đưa xuống ga Thạch Long.

Người đầu tiên nhận được tin dữ này là Hứa Bảo Liên, nay đã là bà Nguyễn Tường Bách. Người báo tin là một bà chủ tiệm tạp hóa ở Bạch Hạc Động và cũng là trạm phát thư. Hứa Bảo Liên viết:

"Tôi về kể lại, mọi người đều chột dạ, nhưng lại tự an ủi là người Việt họ Nguyễn thì nhiều, không chắc có phải là anh Long. Nhưng hôm đó mọi người đều thắc mắc lo âu. Sáng hôm sau, tôi lại ra chợ, lần này thấy bà chủ tiệm hình như đang đợi tôi, Thấy tôi bà nói luôn: có người sang nói, người mất trên tàu tên là Nguyễn Phúc Vân (đấy là tên hiệu của anh Long ít người biết). Tôi không để bà ta nói hết, quẳng ngay chiếc rọ, chân dép chân đất, tất tả chạy về. Sau khi nghe tôi kể lại, mọi người đều im lặng, nhưng nước mắt đã tràn xuống… Sau một thời gian ngắn, anh Bách chạy về nói với tôi: 'Sáng sớm mai, mọi người phải đi, song trong nhà không ai có đủ tiền, mà cũng không biết phải dùng hết bao nhiêu. Nay em sang Quảng Châu vay cô Bình 500 đồng HK (khoảng 60 USD, theo thời giá lúc ấy 1 USD tương đương với 8 đồng HK), nếu cô ta không có thì nhờ vay hộ, xong việc sẽ trả ngay.' Tôi biết số tiền này rất cần, nhưng số tiền lớn như vậy, tương đương với hai lạng vàng, không biết có thể vay được không?" [5]

Hứa Bảo Liên đã tất bật chạy ra tới bến, phải lấy tàu qua sông Châu Giang, vừa đi vừa chạy tới nhà cô Bình là bạn học cũ của Liên đang làm ăn buôn bán ở đây, vay được số tiền đó để lo chôn cất cho anh Hoàng Đạo. Cũng để thấy rằng, cả Hải ngoại vụ Việt Nam Quốc Dân Đảng nghèo và đời sống khắc khổ thiếu thốn như thế nào, trong khi đó thì Việt Minh vẫn rêu rao tung tin bôi nhọ Nguyễn Tường Tam đã biển thủ công quỹ, mang theo hai triệu đồng của Bộ Ngoại Giao khi chạy sang Trung Hoa.

Hứa Bảo Liên viết tiếp:

"Sáng hôm sau, các anh dậy sớm lên đường. Tôi vì có con mọn nên các anh khuyên tôi ở lại coi nhà… Hai hôm sau, các anh trở về, người nào người nấy bơ phờ như kẻ mất hồn, hai mắt đỏ hoe. Thật không có gì đau thương bằng trong lúc lưu vong, lại xảy ra sự sinh ly tử biệt này! Anh Bách có cho tôi biết, khi mở quan tài, mọi người đều khóc không ra tiếng, cảnh tượng này không bao giờ quên được. Còn

hành lý và giấy tờ trong người anh Long đã được nhà ga trao trả thân nhân chu đáo." [5]

Và đây là cận cảnh do Nguyễn Tường Bách, người em của Hoàng Đạo ghi lại: khi tới nơi, mở nắp quan tài thì mặt người chết đã sưng phù biến dạng nhưng mọi người nhận ngay ra đó là anh Long vì còn nguyên bộ đồ áo tây mà anh vẫn thường mặc. Mọi người đau buồn nhưng người đau đớn nhất là anh Tam. Mấy anh em chỉ còn biết chung tay đào một mộ huyệt sơ sài cho anh Hoàng Đạo, cắm mấy nén hương cuối cùng và một bia đá được đặt trang nghiêm trên đầu mộ, với mấy dòng chữ:

Hoàng Đạo (1907-1948)

NGUYỄN TƯỜNG LONG
Người Việt Nam
Sinh năm 1906*, mất năm 1948
Yên nghỉ nơi đây
[*Năm sinh đúng của Hoàng Đạo là 1907
tức năm Đinh Mùi nhưng khai sinh ghi 1906]

Một tháng sau thì chị Nguyễn Tường Long cùng con gái Minh Thu sang thăm mộ, chị đã khóc rất thảm thiết. Sau đó chị Long ra thẳng Hồng Kông, Hứa Bảo Liên thì về lại Quảng Châu. Và đó cũng là lần chia tay vĩnh biệt giữa hai chị em.

Nguyễn Tường Bách khi nhớ lại, đã cảm khái viết về người anh của mình: *"Trên con đường xa xôi mà chúng tôi đã đi qua, đã bao nhiêu anh em, bao nhiêu người thân ngã xuống rồi, nhưng chúng tôi vẫn không thể tin được là người anh thân mến đã chỉ dẫn tôi từ lúc còn thơ ấu, một nhân tài xuất sắc của đất nước, đã đi tiên phong trong phong trào văn học, đã từng bị giam trong trại tập trung của thực dân Pháp, một người có phẩm chất bình dân, khiêm tốn nhưng cương quyết không thỏa hiệp với đế quốc, với độc tài, không bao giờ mưu toan danh lợi cá nhân, lại đã chết và nằm xuống thầm lặng ở một góc nhà ga xa lạ trên đất khách quê người."* [3]

ĐƯỜNG ĐI NAM KINH / NANJING

Năm 1948, các đảng phái quốc gia ở hải ngoại như đứng trước ngã ba đường. Về khu Pháp chiếm thì phải khuất phục trước thực dân, mà về khu kháng chiến, không có chỗ đứng chân và có nguy cơ bị Việt Minh tiêu diệt. Trong khi đó, ngay trên đất nước Trung Hoa, đại quân Quốc Dân Đảng của Tưởng Giới Thạch đang phải lui bước trên khắp các mặt trận trước Hồng quân của Mao Trạch Đông. Tưởng Giới Thạch cầu cứu Mỹ nhưng không được đáp ứng.

Bức hình quý hiếm duy nhất và cuối cùng chụp tại Thượng Hải 1947 có đủ mặt ba anh em Nguyễn Tường: hàng trước từ trái, Trần Quang Vinh, Lưu Đức Trung, Nguyễn Hải Thần, Nguyễn Tường Tam Nhất Linh, Trần Văn Tuyên; hàng sau từ trái, Nguyễn Bảo Toàn, Đỗ Đình Đạo, Nguyễn Tường Long Hoàng Đạo, Nguyễn Văn Sâm, Nguyễn Tường Bách Viễn Sơn, Lâm Ngọc Đường. *[tư liệu và ghi chú của Nguyễn Tường Thiết]*

Trước tình hình đó, lãnh đạo VNQDĐ quyết định phái Vũ Hồng Khanh và Nguyễn Tường Bách đi Nam Kinh – là thành trì còn vững vàng của Quốc Dân Đảng Trung Hoa, để đánh giá tình hình và hoạch định tương lai. Tại Nam Kinh, đoàn Việt Nam được tiếp xúc với các yếu nhân trong ban bí thư QDĐTH, được gặp Phó Tổng thống Lý Tôn Nhân là nhân vật số hai sau Tưởng Giới Thạch. Ông nổi tiếng là viên tướng tài khi cầm đầu Lộ quân thứ 19 đánh thắng quân Nhật tại Đài Nhi Trang. Với ngôn ngữ ngoại giao, Lý Tôn Nhân bày tỏ sự đồng tình với nhân dân Việt Nam trong cuộc chiến đấu chống thực dân Pháp và hứa hẹn sẽ đưa sang trung ương nghiên cứu về sự giúp đỡ cụ thể.

Đoàn thì đã quá quen với những lời hứa hẹn từ mọi cấp QDĐTH. Trong khi tình hình quân sự của đại quân Tưởng Giới Thạch ngày càng suy sụp phải tính chuyện dời đô Nam Kinh xuống Quảng Châu. Đoàn Việt Nam nhận thức rõ rằng không còn có thể trông mong gì sự giúp đỡ của QDĐTH, khi mà một lực lượng đại quân của Tưởng Giới Thạch – đông hơn Hồng quân của Mao nhưng lại đang trên bờ vực tan rã.

ANH TAM SUY NHƯỢC THẦN KINH

Hoàn cảnh bế tắc, lại thêm cái chết bất ngờ của người em Hoàng Đạo, và sau này thêm sự thay đổi lý tưởng của người em út Nguyễn Tường Bách, Nguyễn Tường Tam quá đau buồn nên sức khỏe càng ngày càng suy sụp, anh Tam đã bị đau dạ dày, nay lại mắc bệnh suy nhược thần kinh, không còn khả năng đối phó với những tình huống nghiêm trọng, và mọi người cùng đồng ý để anh Tam rời Quảng Châu ra Hồng Kông dưỡng bệnh. Thời gian đó, ở Hồng Kông anh Tam sống chung với gia đình người đồng chí Trương Bảo Sơn có vợ là Nguyễn Thị Vinh. Được sự hướng dẫn của Nhất Linh Nguyễn Tường Tam, Nguyễn Thị Vinh và thêm cả cô sinh viên Linh Bảo đều trở thành hai nhà văn nữ danh tiếng của Miền Nam sau này.

Sau này, khi nói về cái chết của Nhất Linh, Nguyễn Tường Bách vẫn còn nhớ tới chứng sầu muộn của anh Tam đã có từ cuối năm 1948, với những đêm mất ngủ, ngồi vắng lặng một mình và tự nhiên bật khóc mà không có lý do, mà người em bác sĩ Nguyễn Tường Bách gọi đó là bệnh trầm cảm / *depression.*

TÌM CON ĐƯỜNG MỚI: LY KHAI QUỐC DÂN ĐẢNG 1949

Tình hình trong nước biến chuyển quá mau chóng. Quốc Dân Đảng Trung Hoa – vốn là chỗ dựa của VNQDĐ thì nay đã quá nguy ngập. Hồng Quân mở rộng tấn công bắc ngạn Trường Giang, uy hiếp Nam Kinh, Thượng Hải, bao vây Hán Khẩu. Các tướng lãnh QDĐTH đã chuẩn bị di tản sang Đài Loan, lánh sang Hồng Kông hoặc Hoa Kỳ.

Trước nguy cơ Hồng Quân tiến vào Vân Nam, nhiều anh em VNQDĐ phải trở về nước, hay chạy sang Quảng Đông. *"Anh Xuân Tùng, người đã vật lộn bao nhiêu năm với cách mạng từ Côn Minh sang và tỏ ý muốn trở về nước, vì theo anh trong nước mới có cơ sở hoạt động. Không đi với cộng sản nhưng anh cũng cam đoan không hợp tác với Pháp. Chia tay nhau trong thương mến, anh chúc cho chúng tôi cũng sớm trở về."* [3]

Ai cũng cảm thấy hoàn cảnh bế tắc. *"Do đó, tôi – Nguyễn Tường Bách, và một số anh em quyết tâm cùng nhau thảo luận để tìm ra một con đường mới, không những có thể đưa tới độc lập dân tộc, mà còn đưa tới một xã hội công bằng, không có áp bức và bóc lột, không thể là một chế độ chuyên chính, vô sản."*

Nguyễn Tường Bách đã phải đau xót với nhận định: *"Việt Nam Quốc Dân Đảng nay trong thất bại, lại đã chia rẽ thành nhiều nhóm hành động trái ngược nhau. Điển hình nhất là một số công khai ra hoạt động dưới dù bảo hộ của kẻ địch: quân Pháp. Điều này khiến cho đảng mất chính nghĩa và mất tín nhiệm quần chúng."*

Nguyễn Tường Bách mang *"ý tưởng mới"* này ra Hồng Kông để bàn với anh Tam và các anh khác. *"Đối với ý kiến của chúng tôi là rời bỏ chủ nghĩa Tam Dân, đi tìm một con đường mới để thoát khỏi bế tắc, anh Tam không biểu lộ ý nghĩ cụ thể, không tán thành hay phản đối việc chúng tôi làm. Xưa nay anh không ép buộc ai phải làm theo ý muốn của mình cả, có thể vì thế mà anh không tổ chức được hàng ngũ đấu tranh có kỷ luật chặt chẽ."* Chúng tôi – Nguyễn Tường Bách và Nguyễn Tường Tam chia tay.

Nguyễn Tường Bách trở về Quảng Châu, vẫn trên con đường xe hỏa định mệnh của Hoàng Đạo ngày nào. *"Tôi suy nghĩ rất nhiều. Đây là thời khắc quyết định tương lai của tôi, một xoay chuyển với quá khứ, có thể đưa tới những khó khăn, bất trắc không lường. Nhưng một nam nhi, một chiến sĩ không thể theo vết xe cũ, miễn là có một mục đích cao thượng về độc lập, hạnh phúc của dân tộc."*[3]

Về đến Quảng Châu, *"cùng mấy anh em khác, thêm anh Văn Đạo, một cán bộ cũng từ Quảng Châu, qua thảo luận ráo riết, chúng tôi đã đồng ý trên mấy điểm cơ bản như sau:*

• *Đồng ý về cương lĩnh chính trị: thực hiện dân tộc độc lập, dân chủ tự do, và công bằng xã hội; tiết chế tư bản, bảo đảm quyền lợi công nông. Phản đối chuyên chính vô sản cũng như sự bóc lột tàn bạo của tư bản. Thực hiện một chế độ "xã hội chủ nghĩa" nhưng không độc tài theo lối của Bắc Âu.*

• *Về chương trình hành động: giải trừ chế độ thực dân và giải trừ chế độ chuyên chính của Việt Minh cộng sản. Phương pháp hoạt động chính là truyền bá dần tư tưởng trong dân chúng, tạo nên phong trào quần chúng dần dần đi tới toàn dân nổi dậy cướp chính quyền, trên nguyên tắc, trong giai đoạn này, phải ủng hộ cuộc kháng chiến của toàn dân.*

Chúng tôi thành lập một nhóm đấu tranh mới gọi là nhóm "Cách Mệnh Xã Hội". *Để tránh mâu thuẫn, tháng 3 năm 1949, chúng tôi quyết định thoát ly Quốc Dân Đảng, nhưng vẫn giữ quan hệ hữu hảo với Quốc Dân Đảng và các đảng phái quốc gia chống Pháp khác.*

QUYẾT ĐỊNH Ở LẠI QUẢNG CHÂU

Chọn con đường mới: từ bỏ Chủ Nghĩa Tam Dân, ly khai Quốc Dân Đảng, nhóm Cách Mệnh Xã Hội Nguyễn Tường Bách hầu như bị đứt liên lạc với trong nước. Trong tình thế cực đoan ấy, báo *"Cách Mệnh Xã Hội"* vẫn cố gắng ra được mấy số. Mới đầu báo in thạch bản / litho rất khó đọc, sau đó đổi sang lối khắc chữ rõ nét dễ đọc lại in ra được nhiều số hơn để gửi đi các nơi như Vân Nam, Quảng Tây / Guangxi, Hồng Kông và anh em mang về trong nước. Nội dung tờ báo có chỗ mâu thuẫn – *do chính Nguyễn Tường Bách nhận định sau này*. Chống cộng sản chuyên chế, không thể hợp tác nhưng thừa nhận chính nghĩa kháng Pháp của họ. Không có chỗ đứng giữa hai khu Pháp và Cộng sản, lại chưa có thực lực, hướng đi của nhóm Cách Mệnh Xã Hội còn bất định về tương lai của con đường thứ ba.

Trong khi đó, Hồng Quân của Mao đã vượt qua sông Dương Tử / Yangtze, uy hiếp Hồ Nam / Hunan, Lưỡng Quảng / Liangguang. Du kích quân CS cũng hoạt động mạnh ở ngay tỉnh Quảng Đông. Tình hình nguy ngập, các lãnh đạo QDĐTH đã chạy ra khỏi nước, sang Đài Loan hoặc Hồng Kông. Người Việt khắp nơi đổ về Quảng Châu, tìm lối thoát sang Hồng Kông, một số tìm đường về Việt Nam.

Nguyễn Tường Bách viết:

"Mấy tháng giữa năm 1949 thực là bước ngoặt của cuộc đời chúng tôi và của cả lịch sử Trung Quốc. Những ngày nắng hè là ngày tàn của chế độ Tưởng Giới Thạch."

"Qua bao nhiêu đêm không chợp mắt, suy nghĩ riết ráo, tâm tình bối rối ngổn ngang. Một buổi chiều chúng tôi ngồi đợi thuyền trên khúc bờ sông ở Sa Diện, nơi mà chiến sĩ Phạm Hồng Thái đã gieo mình xuống 25 năm trước đây (1924). Không rõ tại sao, ngày nay chúng tôi lại ngồi ngay đúng chỗ này?"

"Ngồi rất lâu trên bến tàu, lúc đứng lên chúng tôi – Nguyễn Tường Bách, đã quyết định: ở lại đất này để tìm hiểu những cái mới lạ và một mặt sẽ thăm dò khả năng tham gia vào công cuộc kháng chiến chống Pháp."

"Không ngờ, sự quyết định này đã thay đổi hẳn cuộc đời và đưa chúng tôi vào một cuộc sống lưu vong dài dằng dặc trong những cảnh ngộ kỳ lạ, hơn cả trong tiểu thuyết phiêu lưu và cuối cùng tới những bờ bến không bao giờ tưởng tượng nổi." [3]

GIẤC NGỦ MÙA ĐÔNG HƠN 40 NĂM

Đã có quyết tâm ở lại nhưng vẫn mang tâm trạng nặng trĩu như sắp đi vào một tương lai bất định. Hứa Bảo Liên lúc đó thì đang lo lắng sao chồng sang Quảng Châu đi qua đêm không về. Khi Nguyễn Tường Bách đem chuyện quyết định ở lại bàn với Liên, và nàng đồng ý không về nước trong lúc này, cho dù khó khăn nguy nan bao nhiêu

Liên cũng sẵn sàng chịu đựng, và muốn luôn luôn ở lại bên chồng trong mọi hoàn cảnh đặc biệt như lúc này.

Tưởng cũng nên ghi lại đây một sự kiện rất đặc biệt là Hứa Bảo Liên có quốc tịch Pháp. Khi về thăm bố ở Nam Định trước khi lên đường đi du học Đại học Vân Nam, Bảo Liên đã được bố trao cho một tờ khai sinh với quốc tịch Pháp. Tờ khai sinh đó sau này đã bị Bảo Liên xé đi khi biết Nguyễn Tường Bách đã có quyết định ở lại đất Trung Hoa.

Tháng 9 năm 1949, Hồng Quân đã tiến tới sát biên giới Quảng Đông. Các tướng Quốc Dân Đảng đã phải chạy dài. Dân chúng Quảng Châu bàng hoàng xôn xao. Ở lại Bạch Hạc Động – ngay ngoại thành Quảng Châu sẽ không yên. Giữa lúc đó, Hứa Bảo Liên may gặp lại một người bạn Hoa kiều quen từ Việt Nam, ông ta hiện làm giáo viên tại Phật Sơn là một thành phố nhỏ cách Quảng Châu 20 cây số và sẵn sàng giới thiệu Liên làm giáo viên cho một trường tiểu học nơi đó.

Hình chụp một buổi ca nhạc trong gia đình Nguyễn Tường Bách - Hứa Bảo Liên ở Phật Sơn. Lúc ấy 1967, Nguyễn Tường Bách đã có nặng gánh một gia đình 6 con: 5 gái và 1 trai. Nguyễn Tường Bách là một y sĩ đồng quê và Hứa Bảo Liên là một cô giáo tiểu học. *[tư liệu Hứa Bảo Liên]*

Giữa tháng 9 năm 1949, gia đình ba người Nguyễn Tường Bách, Hứa Bảo Liên và bé Hứa Lan đứa con gái đầu lòng, rời căn nhà Bạch Hạc Động trong bùi ngùi, nơi trú ngụ gần hai năm cùng với các đồng chí anh em, nay tất cả cũng đã tứ tán ra đi.

Nguyễn Tường Bách viết:

"Tuy trong lòng có bùi ngùi nhưng chúng tôi thấy trầm tĩnh, không lo lắng. Vả lại có khó khăn thì muốn ra Hương Cảng hay cùng lắm trở về Việt Nam cũng có thể được. Nhưng thôi, đã quyết định đi con đường mạo hiểm thì cứ đi đã. Chỉ có cái không ngờ được là chuyến đi này đưa tới chỗ tạm cư Phật Sơn – rồi cứ tạm cư tới bốn mươi năm! Phật Sơn, núi Phật – một đất chắc là lành… nhưng chính là nơi mà chúng tôi chứng kiến sự bẩm sinh của một nước Trung Hoa hoàn toàn mới, và kinh lịch những cảnh ngộ ít có trên thế giới này."[3]

Với người viết, thì 40 năm ở Phật Sơn có thể coi như một *"giấc đông miên / hibernation"* của Nguyễn Tường Bách. Từ vị thế của một chiến sĩ cách mạng hành động hăng say nhiệt tình của thập niên 1940-1950, thì nay là một Nguyễn Tường Bách y sĩ đồng quê – như một bản *Giao Hưởng Thôn Dã,* đẹp nhưng buồn. Trong suốt 40 năm ấy, có lẽ Nguyễn Tường Bách là người Việt Nam duy nhất chứng nhân của những giai đoạn, những thời kỳ bão táp khủng khiếp với máu và nước mắt của cuộc Đại Cách mạng Văn Hóa Trung Hoa. Nguyễn Tường Bách cũng đã ghi lại được những trải nghiệm quý giá có một không hai ấy trong cuốn Hồi Ký Hai 54 năm lưu vong của ông.[3]

Năm 2005, khi được LS Lâm Lễ Trinh hỏi: *"Anh Bách có nghĩ là sai lầm và là một phí phạm không khi quyết định ở lại và sống ở Trung Quốc đến hơn 40 năm?"* Và Nguyễn Tường Bách đã khẳng định: *"Đó không phải là một quyết định sai lầm, nhưng cũng đáng tiếc. Và từ đây, tôi muốn hướng về tương lai."*[6]

CÁI CHẾT CỦA NHẤT LINH 1963

"Năm 1948, tháng 7, tin đột ngột về anh Hoàng Đạo mất trên đường xe lửa từ Hồng Kông về Quảng Châu đã làm xúc động tới mỗi thớ tim của những người xa nước. Thì cũng một ngày tháng 7 nhưng là năm 1963, tôi bỗng nhận được một bức điện tín từ Thượng Hải đến,

Chân dung Nhất Linh
Nguyễn Tường Tam
(1905*-1963)
của họa sĩ Nguyễn Gia Trí.
[*Năm sinh đúng của Nhất Linh là 1906, tức năm Bính Ngọ, nhưng khai sinh ghi 1905.]

do anh Văn gửi – anh Vũ Đức Văn hiện dạy tại trường Ngoại Ngữ Học Viện. Ai ngờ, trong thư câu đầu là: 'được tin buồn là anh Nhất Linh Nguyễn Tường Tam đã qua đời.' Tin này anh Văn cắt từ tờ báo L'Humanité của đảng cộng sản Pháp xuất bản ở Paris, đại ý nói 'Nhà văn, nhà chính trị Nguyễn Tường Tam do vướng vào một vụ án chính trị đã tự sát. Ông đã từng là Bộ trưởng Bộ Ngoại Giao trong chính phủ Liên Hiệp Việt Nam năm 1946…'

"Tin bất ngờ đã khiến tôi lặng người, không nén được nỗi đau thương trong lòng. Sao lại có thể như thế được? Một người anh thân yêu, một chiến hữu thân mật trong sự nghiệp văn chương và cách mạng, đã từng sống với nhau bao phút vui buồn, trong an bình cũng như trong gian truân, lưu lạc, có quan hệ không những là ruột thịt mà còn là sinh tử, đương còn hy vọng gặp lại nhau một ngày nào trong tổ quốc – nay đã mất người anh thân yêu, lỗi lạc, một anh tài đất nước, mà không thể về nhìn lại mặt anh lần cuối."[3]

Cũng trong cuộc phỏng vấn với LS Lâm Lễ Trinh (2005), Nguyễn Tường Bách – sau 17 năm sống ở Mỹ, cho rằng: *"Anh Nhất Linh đã tự mình từ giã cõi đời. Cách giải quyết này, trong thâm tâm tôi không tán thành lắm."* Nguyễn Tường Bách nói rõ hơn, và cho rằng cách chọn lựa của Nhất Linh là đáng tiếc và tiêu cực. Nhất Linh có thể đi ra một nước ngoài dễ dàng, như sang Cam Bốt, khi thời thế thay đổi Nhất Linh có thể trở về, anh Tam đang còn tiềm năng để cống hiến, nhất là về lãnh vực văn chương văn hóa. *"Nghe nói trong đám tang anh rất lớn, dân chúng đổ ra đường để tiễn đưa một tinh anh của dân tộc. Nhưng đám tang dù lớn, dù đông tới đâu, cũng chẳng có ý nghĩa gì nữa, khi con người đã qua đời."*[6]

VỀ THĂM VIỆT NAM 1977

Tháng 9 năm 1977, đúng 30 năm sau ngày xa rời tổ quốc (1947 – 1977), 14 năm sau cái chết của anh Tam, 2 năm sau ngày Cộng sản Bắc Việt cưỡng chiếm Miền Nam, Nguyễn Tường Bách và đứa con trai út Tường Kiên đang tuổi vị thành niên có một chuyến về thăm Việt Nam. [Hứa Bảo Liên cùng nộp đơn xin đi nhưng bị từ chối, vì họ sợ cho toàn gia đình đi là sẽ không trở về]. Hai bố con Nguyễn Tường Bách từ Phật Sơn đi Hồ Nam để đáp chuyến xe lửa tốc hành tuyến Mạc Tư Khoa – Bắc Kinh – Hà Nội, về thăm Việt Nam.

Tới gần biên giới, đang từ trên một toa tàu rộng rãi có phòng ngủ êm ái, trên một hệ thống đường sắt rộng gần 1,5 mét (1.435 mm) tiêu chuẩn quốc tế, nay phải chuyển tàu sang phía Việt Nam, vẫn là một hệ thống đường rầy cũ kỹ hẹp nhất thế giới chỉ rộng 1.000 mm, đã có từ thời Pháp (1904-1910), các toa tàu nhỏ chật cũ kỹ, đám nhân viên Việt Nam thì cũng nhỏ bé ăn mặc luộm thuộm. Hình ảnh đầu tiên một nước Việt Nam Cộng Sản nghèo nàn, cảm giác là nao nao buồn.

Rồi con tàu Việt Nam cũ kỹ đi qua cửa ải Nam Quan – nay có tên là Hữu Nghị Quan, nơi này từng là bãi chiến trường lịch sử với kẻ xâm lăng từ phương Bắc, để tràn vào vùng đất tổ quốc. Phía trước mắt sắp tới là ga Đồng Đăng, nơi mà Nguyễn Tường Bách còn nhớ câu ca dao:

Đồng Đăng có phố Kỳ Lừa
Có nàng Tô Thị, có chùa Tam Thanh

Tàu chỉ dừng ở đây giây lát, *"tôi bước xuống sân ga, để đạp chân lên đất nước nhà sau ba mươi năm"*. Con tàu lại lăn bánh trên khúc đường sắt, không được chăm sóc cỏ mọc xanh rì. Tàu chạy chậm ì ạch qua từng địa danh quen thuộc, Lạng Sơn rồi Bắc Giang, qua đâu cũng thấy cảnh nghèo, quá nghèo. Rồi tiếng con tàu rần rần chạy qua một cây cầu sắt – cầu Long Biên, nhìn xuống dưới dòng sông Hồng, như bao năm, vẫn chảy cuồn cuộn. Cuối cùng rồi con tàu cũng vào tới ga Hàng Cỏ. Phố Ga vẫn không có gì thay đổi, vẫn thấp nhỏ và buồn tẻ.

Hà Nội vẫn là hình ảnh cũ kỹ – cũ kỹ hơn thời kỳ Pháp thuộc từ hơn nửa thế kỷ trước. Nghèo nàn là ấn tượng đầu tiên những ngày ở Hà Nội. Khi tìm gặp được một số bạn cũ, đã lâu không gặp và hoàn cảnh cũng đã rất khác song vẫn cởi mở và chân tình. Gia đình những người bạn ấy có một mẫu số chung là nghèo, rất nghèo – cho dù họ đang là công chức, có người là bác sĩ.

Rồi cũng gặp lại được một đồng nghiệp cũ, tuy nay là một viện trưởng, sau bao năm gặp lại, đã ngậm ngùi nói: *"Cái gì cũng ù lì cả… người ta có làm gì ra hồn đâu?"* và rồi trong chỗ riêng tư, rất thành thực, anh ấy đã khuyên bạn là không nên về.

"Tôi cũng ngậm ngùi. Sao mà nghèo thế, trì trệ đến thế. Vì chiến tranh ư? Nhưng sao lại cứ đánh nhau trong khi tình hình đã kiệt quệ đến cực điểm?"

Nhưng có lẽ chặng đường xúc động nhất là khi Nguyễn Tường Bách trở lại thăm con đê Yên Phụ, vẫn đình làng xưa nhưng những viên gạch lót đường đã mòn cũ vỡ đi nhiều. Vẫn là con đường quen thuộc, thân thiết của bao nhiêu năm tháng đã sống bên những người thân.

"Tự nhiên bóng dáng anh Thạch Lam, cao, gầy, đầu đội mũ dạ, mỗi khi về nhà chậm rãi bước trên con đường lát gạch này, lại hiện ra trước mắt tôi. Và còn bao nhiêu hình ảnh khác. Bây giờ những người đó ở đâu?"[3]

Con đường Yên Phụ đã gắn bó với mấy anh chị em gia đình Nguyễn Tường, và những bạn hữu: Khái Hưng, Thế Lữ, Đoàn Phú Tứ, Huyền Kiêu, Đinh Hùng, Nguyễn Gia Trí, Vũ Hoàng Chương, Xuân Diệu… tất cả đã từng có mặt trong căn nhà tranh ấy. Những người trăm năm cũ ấy, họ ở đâu bây giờ?

Rồi phải tới thăm tòa nhà 80 Quan Thánh, nơi từng là tòa soạn báo Phong Hóa, Ngày Nay, Việt Nam. Trước đây thì rất dễ nhận ra, ở góc đường và có bao lơn bằng rào sắt xung quanh. Nay đã khác hẳn, phải khó khăn lắm mới tìm ra cổng trước và tấm bảng cũ đề số 80.

"Tang thương biến đổi. Tôi tần ngần đứng lại nhìn một lúc. Những người ở bên cạnh chắc là cho chúng tôi đương tìm nhà nào. Họ có ngờ đâu bọn này chính là chủ nhân ngôi nhà này, ba mươi năm trước, và bao nhiêu sự việc kỳ lạ đã từng xảy ra."[3]

Thật cảm xúc, người viết không thể không nhớ tới mấy câu thơ của Hạ Tri Chương qua bản dịch của Trần Từ Mai:

Đi trẻ về nay tuổi đã già
Giọng quê không đổi, tóc sương pha
Ngẩn nhìn, em nhỏ tươi cười hỏi:
Khách ở phương nào mới tới a?
Thiếu tiểu ly gia, lão đại hồi
Hương âm vô cải, mấn mao tồi
Nhi đồng tương kiến bất tương thức
Tiếu vấn, khách tòng hà xứ lai?

Hà Nội 30 năm sau, không chỉ đời sống vật chất quá nghèo nàn, mà đời sống văn hóa cũng chẳng khá hơn gì. Chỉ có báo chí của nhà nước: tờ Nhân Dân, tờ Quân đội Nhân dân, tờ Hà Nội Mới, với nội dung chỉ là những khẩu hiệu và rất sơ sài.

Nguyễn Tường Bách biết rất rõ rằng, suốt chuyến đi về thăm quê hương, anh vẫn bị công an theo dõi. Thời gian này, Bách còn nhận được mấy bức thư từ miền Nam, giục vào thăm, nơi vẫn còn còn mộ anh Tam, còn chị Tam và những người thân trong gia đình Nguyễn Tường. Nhưng đơn xin dấu thông hành vào Nam vẫn chưa được chấp thuận. Sau cùng, câu trả lời là: *"vì tình hình Miền Nam còn chưa ổn định, trị an không được tốt, nên cấp trên có ý kiến là…"* Câu trả lời đó có nghĩa là yêu cầu vào thăm Miền Nam của Nguyễn Tường Bách dứt khoát đã bị khước từ.

Chỉ được thăm Hà Nội và vài tỉnh miền Bắc như Nam Định, Bắc Giang… Sắp hết hạn hai tháng lưu trú, Nguyễn Tường Bách cũng phải từ biệt Việt Nam. Vẫn bằng chuyến xe lửa từ sân ga Hàng Cỏ, nhưng lần này là ngược chiều cây cầu sắt Long Biên đi về hướng bắc. Hà Nội lui về phía sau xa mờ dần, chỉ còn lại là một nỗi buồn khó tả.

LE REPOS DU GUERRIER – DỪNG CƠN GIÓ LOẠN

Chuyến về thăm Việt Nam 1977, sau 30 năm, chỉ để lại một dư vị buồn bã. Trở lại Phật Sơn, làm việc thêm ba năm nữa mặc dù đã quá tuổi hưu. Năm 1980, người y sĩ đồng quê Nguyễn Tường Bách chính thức về hưu ở tuổi 64. Tình hình rối ren do cuộc chiến tranh biên giới Việt Trung. Dẫn tới một làn sóng nạn kiều – người gốc Hoa ở Việt Nam đổ tràn về Trung Quốc. Trong số nạn kiều ấy, có một thanh niên gốc Hoa tên Lý Trung Nhân tốt nghiệp Bách Khoa Hà Nội – Nhân là con trai BS Lý Hồng Chương, một đồng nghiệp quen biết cùng học Y khoa Hà Nội với Nguyễn Tường Bách, nên Nhân được cưu mang và sau này trở thành rể của gia đình Nguyễn Tường Bách. Rồi Lý Trung Nhân được mẹ bảo lãnh đi Mỹ, đem theo được vợ là Hứa Anh con gái thứ tư của BS Bách. Rồi người con gái thứ năm Hứa Chân cũng được

Trước năm Nguyễn Tường Vũ từ Canada về thăm Chú Bảy, năm 1986 Nguyễn Tường Lưu, anh của Vũ từ Úc châu sang thăm Chú Bảy tại Phật Sơn / Foshan, tỉnh Quảng Đông. (Lưu và Vũ là con ông Nguyễn Tường Thụy, người anh Cả trong gia đình Nguyễn Tường). Hình chụp hai chú cháu đứng trước cửa căn nhà nhỏ với bên vách là chiếc xe đạp cũ kỹ, và quần áo phơi giăng mắc đầy trên dây. Cảnh không khác với khu Bàn Cờ nghèo nàn của Sài Gòn ngày nào; tuy vui mừng được gặp lại nhưng khi chứng kiến cảnh sống quá đạm bạc và cả ẩn nhẫn của Chú Bảy, đã khiến Lưu phải mủi lòng. *[photo by Nguyễn Tường Lưu, Phật Sơn 1986]*

đi Mỹ để hiến tủy cứu sống chị gái Hứa Anh đang bị ung thư máu. Như một phép lạ, cuộc hiến tủy thành công. Hai người con gái của Nguyễn Tường Bách - Hứa Bảo Liên sau này đều trở thành công dân Mỹ và đã có thể bảo lãnh cho bố mẹ sang Mỹ theo diện đoàn tụ gia đình.

TỪ BIỆT TRUNG QUỐC, WELCOME TO AMERICA

Năm 1988, Nguyễn Tường Bách và Hứa Bảo Liên giã từ Trung Hoa sau 42 năm. Với người chiến sĩ Nguyễn Tường Bách là bước ra khỏi *"giấc đông miên"*. Nguyễn Tường Bách đặt chân tới Mỹ khi đã quá tuổi cổ lai hy nhưng vẫn với tâm thức của tuổi 30 khi chàng thanh niên Nguyễn Tường Bách từ Lào Cai đi qua cửa Hà Khẩu để bắt đầu cuộc phiêu lưu vào đất Trung Hoa. Nay cũng chàng thanh niên ấy đã ở tuổi 72, đặt chân tới một lục địa mới, như cá gặp nước, Nguyễn Tường Bách hăng say đi tiếp ngay một cuộc hành trình không ngưng nghỉ thêm hơn 20 năm nữa với bao nhiêu là dự án: Thành lập "Ủy Ban Điều Hợp Các Tổ Chức Tranh Đấu cho Việt Nam Tự Do", rồi "Mặt Trận Dân Tộc Dân Chủ Việt Nam", và bền bỉ nhất là "Hoạt Động Nhân Quyền và Dân Chủ cho Việt Nam" kết hợp với "Mạng Lưới Nhân Quyền."

TRỞ LẠI VỚI VĂN NGHIỆP

Hứa Bảo Liên viết: *"Anh Bách thường nói, bác sĩ là chức nghiệp, cách mạng là sự nghiệp, nhưng văn nghệ mới là ước nguyện chính." Sau khi về hưu, còn ở Phật Sơn, anh cầm bút tranh thủ thời gian viết. Anh viết rất hăng say, chẳng khác gì khi còn trẻ. Mấy chục năm qua như mới xảy ra ngày nào. Cầm bút viết, anh trầm ngâm nhớ lại thời kỳ niên thiếu với cảnh đẹp quê nhà, đời sống sinh viên lãng mạn, những ngày say mê làm báo viết văn, rồi đến những ngày gian truân, nguy hiểm vào sinh ra tử nơi chiến trường và những cảnh lưu vong chật vật nơi xứ người…*

Cuốn hồi ký đầu tiên Việt Nam Những Ngày Lịch Sử xuất bản ở Canada, anh chỉ viết trong sáu tháng. Cũng trong năm 1980, anh viết bài bình luận chính trị, "Một vài ý kiến về vấn đề Việt Nam" gửi ra ngoài với bút hiệu Viễn Sơn, không ngờ được nhiều độc giả tán thành và đã giúp vào việc kết hợp các tổ chức sau này. Tiếp đến anh viết

Bìa các tác phẩm của BS Nguyễn Tường Bách xuất bản ở hải ngoại; trái: *Việt Nam Những Ngày Lịch Sử*, Nhóm Nghiên cứu Sử Địa xuất bản, Canada 1980; dưới-trái: *Việt Nam Một Thế Kỷ Qua Hồi Ký, Cuốn Một (1916-1946)*, Thạch Ngữ xuất bản 1998; phải: *Việt Nam Một Thế Kỷ Qua Hồi Ký, Cuốn Hai (Trung Quốc 1946-1988, Hoa Kỳ 1988-2000)* Thạch Ngữ xuất bản 2000. *[tư liệu Trần Huy Bích]*

Bác sĩ Nguyễn Tường Bách và nhà văn Võ Phiến – Võ Phiến kém Nguyễn Tường Bách 9 tuổi, gặp nhau tháng 5/1995 tại nhà Võ Phiến trên Los Angeles; Võ Phiến cũng là người viết tựa "Cảm xúc khi đọc cuốn Trên Sông Hồng Cuồn Cuộn", và cả hai nay đã là "người trăm năm cũ". *[tư liệu Viễn Phố]*

một cuốn tiểu thuyết dài, anh viết say mê. Hứa Bảo Liên giúp anh đánh máy từng chương. Đọc lại thấy chương nào không vừa ý anh cho luôn vào thùng rác. Bản thảo cuốn tiểu thuyết viết xong, hai vợ chồng tranh luận về đầu đề cuốn sách, cuối cùng Trên Sông Hồng Cuồn Cuộn được chọn làm tiêu đề cho cuốn tiểu thuyết này."

Không phải nhà phê bình nhưng Hứa Bảo Liên đã có mấy dòng nhận định sắc sảo: *"Quyển sách này – Trên Sông Hồng Cuồn Cuộn là một thiên hùng ca hay một bi kịch của thời đại? Đúng là một thiên hùng ca cho những người dấn thân vào công việc chống thực dân và chống độc tài – nhưng cũng là một bi kịch lớn trong lịch sử dân tộc Việt Nam với nỗi đau thương trùm lên cả đất nước sau khi họ thất bại."*[5]

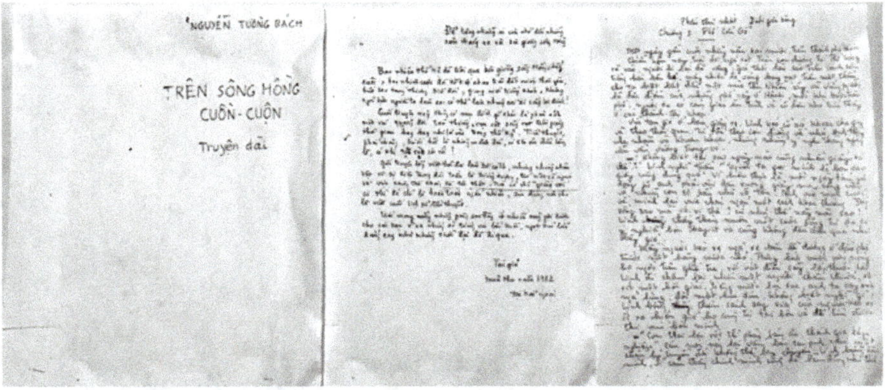

Mấy trang đầu bản thảo viết tay của cuốn tiểu thuyết *Trên Sông Hồng Cuồn Cuộn* của BS Nguyễn Tường Bách, viết xong Mùa Thu 1982 tại Phật Sơn, Quảng Đông. *[tư liệu Nguyễn Tường Giang]*

Bìa cuốn trường thiên tiểu thuyết *Trên Sông Hồng Cuồn Cuộn* của Nguyễn Tường Bách, dày 655 trang. Bản thảo đã được viết sau khi về hưu, do Hứa Bảo Liên đánh máy và hoàn tất tại Phật Sơn, tỉnh Quảng Đông. Sách do Tân Văn – Đỗ Thông Minh xuất bản 1995. *[tư liệu Phạm Lệ Hương]*

Đến thăm gia đình bác sĩ Nguyễn Tường Bách – Hứa Bảo Liên, từ trái hàng ngồi: BS Nguyễn Tường Bách, bà Nguyễn Tường Bách Hứa Bảo Liên, Vân Loan vợ Nguyễn Nhã; hàng đứng: Ngô Thế Vinh, Nguyễn Nhã, Trần Huy Bích. *[hình chụp 24/8/2004, tư liệu Ngô Thế Vinh]*

Bác sĩ Nguyễn Tường Bách - Hứa Bảo Liên, từ trái, Nguyễn Tường Giang, Nguyễn Tường Thiết và vợ Nguyễn Thái Vân. *[tư liệu Nguyễn Tường Giang]*

TÁC PHẨM HỨA BẢO LIÊN

Nguyễn Tường Bách và Tôi, đó là tên cuốn hồi ký gia đình rất đặc sắc của Hứa Bảo Liên, viết xong 1996, sách chỉ dày 245 trang, tác giả tự xuất bản 2005.

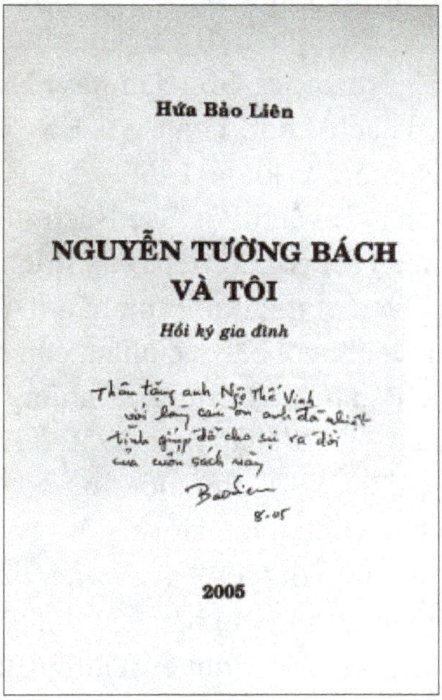

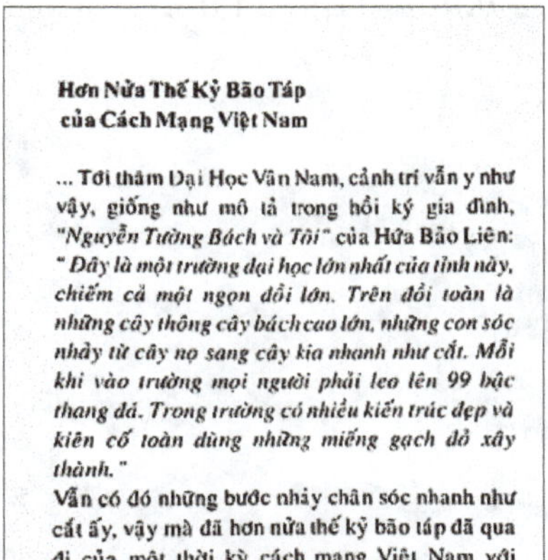

Hơn Nửa Thế Kỷ Bão Táp
của Cách Mạng Việt Nam

... Tới thăm Đại Học Vân Nam, cảnh trí vẫn y như vậy, giống như mô tả trong hồi ký gia đình, "*Nguyễn Tường Bách và Tôi*" của Hứa Bảo Liên: "*Đây là một trường đại học lớn nhất của tỉnh này, chiếm cả một ngọn đồi lớn. Trên đồi toàn là những cây thông cây bách cao lớn, những con sóc nhảy từ cây nọ sang cây kia nhanh như cắt. Mỗi khi vào trường mọi người phải leo lên 99 bậc thang đá. Trong trường có nhiều kiến trúc đẹp và kiên cố toàn dùng những miếng gạch đỏ xây thành.*"
Vẫn có đó những bước nhảy chân sóc nhanh như cắt ấy, vậy mà đã hơn nửa thế kỷ bão táp đã qua đi của một thời kỳ cách mạng Việt Nam với những tháng ngày bôn ba của những tên tuổi như Nhất Linh, Hoàng Đạo, Nguyễn Tường Bách...

Ngô Thế Vinh
Tường Trình từ Vân Nam, 09 / 2002

Hình trên: trái, bìa trước tác phẩm *Nguyễn Tường Bách và Tôi*, hồi ký gia đình của Hứa Bảo Liên xuất bản tại Hoa Kỳ 2005; phải, trang đề tặng của tác giả cho người viết; dưới, bìa sau tác phẩm với trích dẫn trang bút ký *Mekong Dòng Sông Nghẽn Mạch* của Ngô Thế Vinh khi tới thăm Đại học Vân Nam. *[tư liệu Ngô Thế Vinh]*

MỘT CHÚT RIÊNG TƯ

Bác sĩ Nguyễn Tường Bách hơn tôi 25 tuổi, khoảng cách một phần tư thế kỷ về tuổi đời, cộng thêm với khoảng cách xa hơn thế nữa về từng trải, kinh nghiệm sống và sự nghiệp cống hiến. Chỉ riêng trong lãnh vực y khoa, thế hệ tốt nghiệp 1944 của BS Nguyễn Tường Bách, nếu đi về giảng huấn đều là bậc thầy của tôi trong Đại học Y khoa Sài Gòn sau này. Nguyễn Tường Giang – con trai nhà văn Thạch Lam, cháu gọi BS Nguyễn Tường Bách là chú, là bạn đồng môn Y khoa 1968 với tôi – khoảng cách tôi và bác xa như vậy mà tôi vẫn được bác Bách đối xử với sự khiêm cung và rất rộng lượng. Trong giao tiếp, bác Bách vẫn gọi tôi là bác sĩ. Hơn thế nữa, bác Bách còn là một nhà báo lão thành, một nhà văn thế hệ Tự Lực Văn Đoàn, với các tác phẩm của Nhất Linh, Khái Hưng, Hoàng Đạo, Thạch Lam… đã từng là những cuốn sách thân thiết với tôi thuở thiếu thời – từ thập niên 1950 ở Hà Nội và sau này ở Sài Gòn. Rồi tới thập niên 1990, như một tình cờ lịch sử, tôi được gặp và cả đọc sách của bác với hai tập Hồi Ký *Việt Nam Một Thế Kỷ Qua I & II*, và nhất là cuốn tiểu thuyết *Trên Sông Hồng Cuồn Cuộn*, tất cả đều được viết và hoàn tất sau khi bác về hưu, tôi cảm phục và thấy gần gũi với bác nhiều hơn. Bác Nguyễn Tường Bách viết về con Sông Hồng, tôi viết về Sông Mekong, và đã được bác đọc với mối quan tâm. Trong một

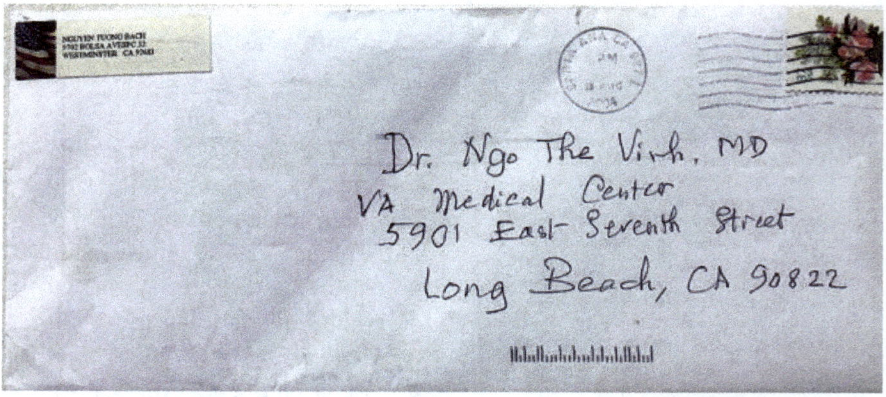

Lá thư tay BS Nguyễn Tường Bách gửi Ngô Thế Vinh ngày 18.8.2004. *[tư liệu Ngô Thế Vinh]*

bức thư bác viết cho tôi ngày 18.8.2004, như tâm tình gửi cho một đồng nghiệp, một bạn đồng hành vong niên, bức thư có phần chung và riêng – người viết muốn được chia sẻ phần chung ấy với bạn đọc – nhất là với các bạn trẻ.

Thân gửi Bác sĩ Ngô Thế Vinh,

… Với mục tiêu cao thượng và ngòi bút xuất chúng, (cuốn) sách… tất sẽ được mọi người ưa chuộng và sẽ có ảnh hưởng rộng rãi trong dân chúng trong và ngoài nước. Rất mong được gặp bác sĩ để trao đổi tâm sự. Làm thế nào để nâng cao trình độ của nền văn nghệ Việt Nam và cũng là phần góp sức vào công cuộc truyền bá những tín niệm mới về ý thức tự do, dân chủ và nhân quyền của người dân Việt Nam và trong phần nào đó vào trào lưu tiến hóa của cả nhân loại. Tôi nghĩ, những công việc của chúng ta làm không chỉ giúp cho dân tộc mà trong thời đại này, sẽ góp một phần bé nhỏ của chúng ta cho trào lưu đó. Nếu chúng ta cố gắng thêm, thì cũng sẽ lượm được kết quả tốt cùng với đông đảo những anh em người Việt đương sống trong lưu vong ở hải ngoại…

Thân,
Nguyễn Tường Bách, 8/2004

Bia mộ của BS Nguyễn Tường Bách và Hứa Bảo Liên tại nghĩa trang Đồi Hồng / Rose Hills, Whittier, California. *[hình từ album gia đình Lý Trung Nhân, con trai BS Lý Hồng Chương, con rể BS Nguyễn Tường Bách]*

TRÊN NGỌN ĐỒI HỒNG

Bác sĩ Nguyễn Tường Bách mất ngày 11 tháng 5 năm 2013, thọ 98 tuổi, bác Bách gái Hứa Bảo Liên đã mất trước đó 5 năm, ngày 10 tháng 1 năm 2008 – tất cả như đã khép lại một trang sử đầy huyền thoại của một thế kỷ Cách Mạng Việt Nam, của một thời kỳ văn học rực rỡ của Tự Lực Văn Đoàn. Nguyễn Tường Bách: một bác sĩ, một chiến sĩ, một nhà báo, một nhà văn. Ông là một tượng đài tuyệt đẹp của tuổi trẻ Việt Nam, của dấn thân và hy sinh. Ông vẫn cứ sáng mãi như ngọn đuốc thiêng dẫn đường và là nguồn cảm hứng bất tận cho các thế hệ Việt Nam tương lai.

Little Saigon 1988 – California 2021

Tham Khảo:

1/ Nguyễn Tường Bách. *Việt Nam Những Ngày Lịch Sử*. Tủ sách tài liệu lịch sử. Nhóm Nghiên Cứu Sử Địa xuất bản, Montréal 1981.

2/ Nguyễn Tường Bách. *Việt Nam Một Thế Kỷ Qua*. Hồi Ký cuốn Một, 1916-1946. Nxb Thạch Ngữ 1998.

3/ Nguyễn Tường Bách. *Việt Nam Một Thế Kỷ Qua*. Hồi Ký cuốn Hai, Trung Quốc 1946-1988, Hoa Kỳ 1988-2000. Nxb Thạch Ngữ 2000.

4/ Nguyễn Tường Bách. *Trên Sông Hồng Cuồn Cuộn*. Tiểu thuyết, Nxb Tân Văn 1995.

5/ Hứa Bảo Liên. *Nguyễn Tường Bách và Tôi*. Hồi ký gia đình. Tác giả tự xuất bản 2005.

6/ *Mạn đàm lịch sử với BS Nguyễn Tường Bách, Người em út trong gia đình Tự Lực Văn Đoàn*. LS Lâm Lễ Trinh thực hiện 24.09.2005.

TƯỞNG NIỆM 101 NĂM NGÀY SINH GIÁO SƯ Y KHOA HOÀNG TIẾN BẢO CHÂN DUNG MỘT NHÂN CÁCH LỚN

Chân dung GS Hoàng Tiến Bảo 1920-2008. Hình chụp tại nhà Thầy ở Alhambra ngày Chủ Nhật 30/01/2005, còn 9 ngày nữa là Tết Ất Dậu, nhân dịp các học trò đến chúc Tết Thầy Cô, đa số là lớp YKSG 74-75. *[photo by Phạm Xuân Cầu. tư liệu Phạm Anh Dũng, YKSG 74]*

Dẫn nhập: Cuộc đời 88 năm của GS Hoàng Tiến Bảo quá phong phú và đa dạng, phải cần tới một cuốn sách mới có thể phác họa được một chân dung đầy đủ về Thầy. Đây chỉ là một bài viết ngắn xen lẫn với cả những điều riêng tư, nhân dịp Tưởng niệm 101 năm ngày sinh của Thầy. Với tất cả sự thận trọng, người viết mong rằng bài tưởng niệm này, có thể chưa đầy đủ nhưng sẽ không có các chi tiết sai lạc.

Cám ơn GS Trần Ngọc Ninh, GS Đào Hữu Anh, cùng các Bạn đồng môn từ các khóa Y khoa Đại học Sài Gòn đã cung cấp cho tư liệu, hình ảnh và cả những thông tin còn nhớ được qua các cuộc nói chuyện trao đổi để có thể hoàn thành bài viết.

*

TIỂU SỬ

GS Hoàng Tiến Bảo sinh ngày 14/04/1920 tại Hà Nội. Quê nội làng Kim Lũ, tỉnh Hà Đông; quê ngoại làng Vẽ gần Hà Nội. Đi học từ năm 4 tuổi ở trường Trí Tri phố Hàng Đàn, lên trung học học trường Bờ Sông [École du Quai Clemenceau]. Có năng khiếu về môn vẽ, và mơ ước trở thành giáo viên đi dạy học. Thuở thiếu thời, ông có một nếp sống lành mạnh, chơi thể thao chạy bộ, tập ném tạ, ném đĩa, ra hồ Tây bơi lội một mình. Ông đi hướng đạo vào tuổi tráng niên, tập quen chịu phong sương. Mẹ ông buôn bán, sau này mới theo đạo Thiên Chúa, tất cả anh chị em ông cùng được chịu phép rửa tội theo mẹ ở nhà thờ Các Thánh Tử Đạo ở Cửa Bắc. Trong tám anh chị em, ông là con trai cả, tuy là gia đình tân tòng nhưng sau này có được hai linh mục*, một dì phước dòng Thánh Phaolô, và một sư huynh dòng La Salle.

[* Linh mục Hoàng Quốc Trương, em ông, là một trong những người Việt đầu tiên du học ở Mỹ có Ph.D. về động vật học (Zoology) và dạy môn này tại Đại Học Khoa Học Sài Gòn trong nhiều năm.]

Năm 1937, ở tuổi 17 ông thiếu một tuổi để thi vào trường Sư phạm / École de Pédagogie, ngành học mà ông mơ ước. Lúc đó Cha giám đốc trường Kẻ Giảng đang tìm người có bằng Diplôme dạy học, ông nhận lời và dự định chỉ dạy ở Kẻ Giảng một năm, khi đủ 18 tuổi sẽ về Hà Nội thi vào trường Sư phạm. Ông dạy môn Pháp văn. Chủ Nhật cuối tuần thì về Hà Nội.

Nhưng ông đã ở Kẻ Sở 3 năm, thời gian 3 năm đó đã khiến ông trở thành một người Công Giáo thuần thành. Tuy không chịu chức Thánh, nhưng với 3 năm nơi trường Kẻ Giảng, ông được thấm nhuần các đức tính của một tu sĩ: *nghèo khó, phục vụ, vâng lời*. Và hầu như đã trở thành thói quen suốt đời, sáu giờ sáng mỗi ngày ông đi lễ nhà thờ, kể cả những năm ông du học ở Philadelphia, Hoa Kỳ.[1]

Ông lập gia đình năm 1946 tại Hà Nội. Có khoảng thời gian ngắn làm nghề may và buôn bán nhưng không thành công; sau khi thi tú tài xong, ông quyết định theo học Y Khoa. Khi GS Phạm Biểu Tâm, GS Trần Ngọc Ninh đã là nội trú ở bệnh viện Phủ Doãn thì ông mới là một ngoại trú. Ông vào học Y khoa sau hai chị Vũ Thị Thoa và Nguyễn Thị Nhị một năm. [BS Vũ Thị Thoa sau này là giáo sư Nhi khoa BV Nhi Đồng, BS Nguyễn Thị Nhị giảng sư Sản phụ khoa BV Hùng Vương].

Ông tốt nghiệp Y khoa năm 1952 với Thèse Doctorat de Médecine: L'Hémodiagnostic / Hemodiagnosis [Hoàng Tiến Bảo, M.D.E., Hanoi 1952]. Ông là bác sĩ giải phẫu tại bệnh viện Phủ Doãn cho tới 1954, Ông cùng gia đình di cư vào Nam ngay sau Hiệp định Genève chia đôi đất nước.

Vào Sài Gòn, ông mở phòng mạch một thời gian ngắn ở khu bình dân Khánh Hội. Sau đó ông được GS Trần Ngọc Ninh lúc đó mới đậu Agrégé từ Pháp về, mời làm phụ tá cho GS Ninh ở bệnh viện Bình Dân trên đường Phan Thanh Giản, Sài Gòn. Từ một bác sĩ giải phẫu tổng quát, sau này ông trở thành một bác sĩ chuyên khoa Chỉnh trực, làm việc cùng với các bạn đồng sự từ bệnh viện Phủ Doãn di cư vào Nam. Ngoài ra, ông còn phụ trách một số giờ dạy môn Cơ thể học / Anatomy cho sinh viên Y khoa năm thứ nhất cùng với Giáo sư Nguyễn Hữu, trên đường Trần Hoàng Quân, Chợ Lớn.

Năm 1960, ông được trường Y khoa Sài Gòn cử đi du học Hoa Kỳ tại University of Pennsylvania, theo ngành Chỉnh hình / Orthopaedics một năm, xong chuyển qua ngành Bệnh lý về xương / Bone Pathology tại Temple University. Trong thời gian này, ông đã thi đậu bằng tương đương ECFMG (1962), hoàn tất học vị Master of Science về Orthopaedic Pathology, American Board of Pathology. Ông trở về Việt Nam năm 1966.

Từ năm 1966, ông là Giáo sư Đại học Y Khoa Sài Gòn, làm trưởng khu Chỉnh Trực bệnh viện Bình Dân, [sau khi GS Trần Ngọc Ninh chuyển sang bệnh viện Nhi Đồng xây dựng Khoa Giải phẫu Tiểu nhi / Chirurgie Infantile / Pediatric Surgery với các công trình nghiên cứu nổi tiếng Đông Nam Á]. Thầy Hoàng Tiến Bảo cũng đồng thời phát triển ngành học mới Bướu Xương / Bone Tumor tại Việt Nam, chữa trị cho nhiều bệnh nhân bị chứng bệnh hiểm nghèo này.

Nguyễn Gia Khánh, YKSG 68 cũng là học trò của Thầy, sau 75, Khánh là Giáo sư Đại học Y Khoa Alberta, Canada một tên tuổi lớn trong ngành Cơ thể Bệnh lý / AnaPath, là tác giả nhiều công trình nghiên cứu world class và cũng là tác giả của bộ sách giáo khoa chuyên ngành này. Nguyễn Gia Khánh viết:

"Ngày xưa, trong những năm 1967-1969, trong thời gian học Giải phẫu tổng quát ở BV Bình Dân, tôi có dịp tiếp xúc với GS Bảo khá nhiều, tuy không theo học Giải phẫu Chỉnh trực. GS Bảo chỉ nhỏ hơn GS Nguyễn Hữu có một tuổi nhưng tính Ông rất trẻ. Ông muốn chúng tôi gọi Ông là anh và xưng em. Tôi có dịp dự nhiều buổi học Bệnh lý về xương vào buổi tối do Ông làm cho các nhóm nhỏ gồm nội trú và sinh viên trong khu Chỉnh trực Bệnh viện Bình Dân. Những buổi học của Ông rất hay và thực dụng, luôn luôn có microscopic slides và X-Ray của xương. Ông thường nhấn mạnh là khi đọc sinh thiết / biopsy bướu xương phải có X-Ray và ý kiến của radiologists để tránh những sai lầm nguy hại, đáng tiếc. Đó là nguyên tắc căn bản, đúng cho đến ngày hôm nay. GS Bảo đã có một cơ duyên đặc biệt, hãn hữu là đã được thụ huấn bốn năm với GS Ernest Aegerter, một đại danh sư về Bệnh lý học của xương tại Temple University, Philadelphia, PA, USA. Trên đời này ít có ai được may mắn như Ông!"

Năm 1974, ông sang University of Hong Kong học thêm về chuyên khoa Phẫu thuật Cột sống / Spine Surgery với Giáo sư A.R. Hodgson, người Anh. Sau đó ông trở về Việt Nam, cũng tại Bệnh viện Bình Dân phát triển khoa này, làm việc cùng với Bác sĩ Norman W. Hoover đại diện cho AMA / American Medical Association ở Việt Nam. Ông đã giúp nhiều bệnh nhân bị lao cột sống [Mal de Pott / Pott's disease] và chấn thương cột sống có khả năng trở lại sinh hoạt bình thường. Lao cột sống là một bệnh thường gặp ở Việt Nam, khi mà dịch bệnh lao phổi còn đang lan tràn ở quê nhà. Trong những năm đó, ông đào tạo nhiều thế hệ môn sinh, sau này rất thành công trong mọi lãnh vực y khoa, kể cả ngành chấn thương chỉnh hình và cột sống.

Người học trò cũ lâu năm của Thầy nay mái tóc cũng đã bạc phơ. Ngày chụp tấm hình này, Thầy Hoàng Tiến Bảo mất cũng đã 6 năm. Võ Văn Thành, nay đã là giáo sư Y khoa Sài Gòn, đang trao đổi với GS David Segal đến từ Israel về kết quả của một bệnh nhân sau ca mổ cột sống. *[photo by Nguyễn Luân, nguồn báo Ảnh Việt Nam 23.04.2014]*

Võ Văn Thành và Vũ Tam Tỉnh, cùng YKSG 74 là hai môn sinh khoa cột sống, từng làm việc với Thầy gần 8 năm ở Bệnh viện Bình Dân, họ không có cơ hội đến các bến bờ tự do nên còn ở lại Việt Nam. Trong nghịch cảnh, hai anh vẫn cố gắng xây dựng và phát triển Khoa Giải phẫu Cột Sống ngày thêm vững mạnh. Thầy Bảo viết: *"Thành và Tỉnh là những người tiêu biểu cho khóa 1974 ở quê nhà."* Vẫn Thầy viết tiếp: *"Thành và Tỉnh đều rõ tôi nghĩ về các anh thế nào."* (2)

Vũ Tam Tỉnh thì đã mất vì bạo bệnh trước Thầy. Chỉ còn lại Võ Văn Thành, bấy lâu vẫn giữ mối liên lạc mật thiết và kính trọng với Thầy cho tới ngày Thầy mất.

THẦY GIẢNG DẠY NHỮNG ỨNG DỤNG THỰC TẾ

Không lý thuyết viển vông, Thầy Bảo giảng dạy những điều rất thực tế để sinh viên có thể lãnh hội và áp dụng được ngay. Thầy dạy học với lòng nhiệt thành và thân ái, giúp cho sinh viên tìm thấy đường đi trong rừng sách vở. Từ giảng đường Y khoa tới bệnh viện, bằng cách này hay cách khác, Thầy Hoàng Tiến Bảo đã để lại những dấu ấn trong suốt học trình Y khoa trên đám môn sinh được học Thầy. Trong một bài tưởng niệm Thầy, cựu nội trú Phan Ngọc Hà YKSG 74 đã ghi lại kinh nghiệm học trình Y khoa 5 năm được học với Thầy.

"Năm thứ nhất: bài học đầu tiên với Thầy là 2 tuần lễ Cơ thể học / Anatomy về tứ chi. Năm thứ hai: Thầy mở đầu môn Cơ Thể Bệnh lý / AnaPath với bài Viêm cùng 4 triệu chứng sưng, đau, nóng, đỏ. Năm thứ ba Thầy dạy về gẫy xương với từng vị trí xương gẫy và phương pháp điều trị rất thực dụng. Năm thứ tư: Thầy dạy về bướu xương, môn học rất mới và xấp cours của Thầy như một cẩm nang rất hữu ích. Năm thứ năm: Thầy đảm trách thêm một số giờ về môn Médecine Opératoire, thay vì thuần lý thuyết, Thầy dạy những điều mà học trò có thể ứng dụng ngay khi bước vào đời."

Ngay cả những sinh viên, cho dù chỉ tới thực tập với khu Chỉnh trực BV Bình Dân trong một thời gian ngắn cũng được Thầy dạy dỗ và chăm sóc chu đáo. Mới đây, nhân 13 năm ngày giỗ Thầy Hoàng Tiến Bảo [20.01.2008 – 20.01.2021], Nguyễn Văn Lũy YKSG 74, đã viết trên Facebook của mình: *"Tôi không thể nào quên được những lần được phụ mổ lao cột sống với Thầy. Mặc dù cuộc mổ khá dài, Thầy vẫn vừa cần mẫn, tận tụy mổ xẻ vừa từ tốn, ôn tồn giảng dạy cho các học trò chung quanh. Thầy hết lòng chăm lo đời sống cho sinh viên. Các sinh viên năm thứ 5 thực tập tại khu Chỉnh trực được Thầy xin Ban giám đốc Bệnh viện cho làm nội trú ủy nhiệm và được hưởng lương tháng. Đây không chỉ là một số tiền khá lớn đối với các sinh viên nghèo mà còn là niềm khuyến khích vô biên cho học trò. Thầy là người công bình. Trong khu Chỉnh trực, sự phân công cho các sinh viên, từ trại bệnh, phòng mổ, phòng bột như nhau. Được cho phép mổ từ trường hợp đơn giản đến phức tạp tùy theo thời gian thực tập. Mọi sinh viên đều có cơ hội học tập như nhau. Thầy luôn khuyến khích mọi sinh viên học hành tiến bộ. Đây chỉ là vài kỷ niệm nhỏ đối với Thầy, một vị giáo sư y khoa tài đức vẹn toàn."*

Với quan niệm giảng dạy *"kiến thức và thực dụng"*, khác với đường lối cũ của Pháp chỉ nhắm đào tạo một thiểu số "tinh hoa / elite", với chế độ thi cử thật khắt khe, và mỗi năm mỗi khóa học với

200 – 300 sinh viên mà chỉ chọn khoảng 12 tới 15 nội trú thực thụ. Thấy được sự cách biệt về trình độ và phẩm chất đào tạo giữa nhóm nội trú và một đa số ngoại trú hành lang / externes des couloirs, Thầy Bảo đã mạnh dạn chủ trương là phải mở rộng chương trình nội trú, gia tăng sĩ số sinh viên nội trú trúng tuyển để mọi sinh viên ưu tú có khả năng có cơ hội đồng đều để trở thành những bác sĩ giỏi. Một mô hình tiến rất gần tới chế độ nội trú - thường trú [Internship and Residency] của giáo dục Y khoa của Mỹ. Cũng như khi dạy Cơ Thể Học, Thầy luôn luôn nhấn mạnh tới phần ứng dụng, môn Cơ Thể Học Chức năng / Functional Anatomy.

Kỳ thi nội trú khóa 74 [theo Bạch Thế Thức], đã có tới 66 nội trú thực thụ trúng tuyển và 4 nội trú tạm thời / provisoire, hơn rất xa con số nội trú của những năm trước đó. Tới khóa 75, số nội trú mới trúng tuyển còn tăng thêm nữa, lên tới con số 90. Quan điểm phải mở rộng chương trình nội trú của Thầy Hoàng Tiến Bảo – với sự hậu thuẫn của

Hội đồng giám khảo và một phần trong số đông đảo 66 các tân nội trú khóa 1974 Đại học Y khoa Sài Gòn, hàng trước từ trái: BS Dương Minh Quảng (đại diện Bộ Y tế), GS Đặng Trần Hoàng, GS Đào Đức Hoành, GS Hoàng Tiến Bảo (Chủ tịch Hội đồng Giám khảo), GS Huỳnh Thị Xuân, GS Trần Văn Bảng, Giảng sư Hoàng Minh Mậu, Giảng sư Tăng Nhiếp. *[hình chụp tại giảng đường BV Bình Dân, tư liệu Bạch Thế Thức]*

Hội đồng Khoa, với thời gian đã được chứng minh là rất đúng qua những con số đám môn sinh thành đạt, phục vụ người bệnh hữu hiệu, không chỉ ở trong nước mà cả rất thành công khi ra hải ngoại. Rất tiếc là "chương trình nội trú mở rộng" đầy triển vọng của Thầy Bảo sau 1975 đã bị chế độ mới xóa bỏ, họ đã hạ thấp một nền Y khoa Khoa học của miền Nam xuống trình độ một nền Y khoa nhân dân du nhập từ miền Bắc. Đó cũng là nhận định cay đắng của Giáo sư Trần Ngọc Ninh từ Đại học Y Khoa Sài Gòn, trong khoảng thời gian của buổi giao thời khi ông bị kẹt ở lại.

1975 VÀ NHỮNG NGÀY DÀI NHẤT

Biến cố 1975 như một cơn bão xô đẩy cả đất nước và mọi người vào một cuộc bể dâu. Ngày 30.04.1975 đã được Thầy Hoàng Tiến Bảo ghi nhận là Ngày dài nhất trong cuộc đời Bác sĩ. Thầy đã can đảm gánh vác vai trò Giám đốc BV Bình Dân, chấp nhận mọi việc rủi ro có thể xảy đến với mình và vẫn bênh vực cho tất cả những nhân viên cũ, các bác sĩ đàn em và đám sinh viên. (5)

Tình cảnh ở miền Nam sau 1975 cũng không khác với tình cảnh đám bác sĩ cũ còn kẹt lại ở Hà Nội sau 1954, tuy vẫn làm việc nhưng là trong tình trạng "lưu dung" [không phải lưu dụng / không có dấu nặng] theo cái nghĩa xúc phạm tồi tệ, đó là *"dung thứ mà giữ lại"*, và họ vẫn bị đối xử như một thứ công dân hạng hai.

Thầy Bảo tuy vẫn có được sự kính trọng và vị nể của chế độ mới vì đức độ tài năng, nhân cách đặc biệt của Thầy; và cũng vì họ đang cần Thầy nhưng bảo tin cậy Thầy thì không. Như trường hợp Giáo sư Phạm Biểu Tâm, một tên tuổi trí thức lớn như vậy mà vẫn hai lần bị Công an thành phố vây khám nhà mà không tìm ra được gì, sau đó là hai lần xin lỗi của Thành ủy Sài Gòn.(3) Có một nhận định bằng xương máu của một người rất hiểu Cộng sản từ ngoài Bắc vào, đó là: *"Người Cộng sản có thể lạnh lùng giết anh và sau đó gửi tới vòng hoa phúng điếu."*

Người viết còn nhớ, vào mấy ngày trước Tết Tân Dậu, khoảng đầu năm 1981 mấy thầy trò còn kẹt ở lại có buổi họp mặt tất niên, bao gồm các khóa, nhưng đông nhất là Y Khoa 68. Có được hai Thầy là giáo sư Hoàng Tiến Bảo và giáo sư Phạm Biểu Tâm tới dự. Giữa lúc phong trào "Boat People / vượt biển tìm tự do" – cho dù với nhiều tang thương chết chóc nhưng vẫn dâng cao, tâm trạng "ở đi" của mọi người vô cùng ngổn ngang lúc đó nên *"vui là vui gượng kẻo là"*. Thầy Bảo thì vẫn thâm trầm ít nói, có dáng khắc khổ như một thầy tu. Thầy Tâm tuy không bao giờ uống rượu nhưng vẫn mang rượu tới để chung vui. Thầy Tâm giơ cao chai rượu trước mặt các học trò và nói đại ý: *"Lần này thì các anh thực sự yên tâm, đây không phải là rượu giả vì là chai rượu lễ của một Cha mới biếu tôi."* Trước sau, Thầy Tâm vẫn có một lối nói chuyện gián tiếp với *"ý tại ngôn ngoại"* như vậy. Ai cũng hiểu ý Thầy, muốn nói về một *"thời kỳ giả dối"* du nhập từ miền Bắc mà cả miền Nam đang phải bàng hoàng trải qua.

Giáo sư Hoàng Tiến Bảo và đám môn sinh tại Bệnh viện Bình Dân 1976, trên đường Phan Thanh Giản Sài Gòn; hàng trước từ trái: Bùi Đắc Lộc YKSG 72, Võ Văn Thành YKSG 74, Giáo sư Hoàng Tiến Bảo, Võ Thành Phụng YKSG 68, Nguyễn Văn Quang YKSG 70, Quan Vân Hùng YKSG 76; hàng sau: Dương Hoàng Anh YKSG 76, Nguyễn Tri Phương YKSG 76, Tăng Quốc Kiệt YKSG 76. *[tư liệu và ghi chú của Bùi Đắc Lộc]*

Thầy Bảo tuy phải sống trong nghịch cảnh với bao khó khăn chồng chất, nhưng Thầy vẫn hàng ngày đứng mổ, tận tụy phục vụ người bệnh, giảng dạy học trò cho đến ngày về hưu, đi định cư ở Hoa Kỳ năm 1983.

Thầy đến Mỹ ở tuổi 63, dự định đoàn tụ với các con và tiếp tục nghỉ hưu. Ban đầu Thầy Cô thuê nhà ở San Francisco, sau đó dọn xuống Long Beach. Sau một thời gian ở Long Beach, cuối cùng Thầy Cô cũng ổn định được cuộc sống, sinh hoạt đoàn tụ cùng gia đình trong một căn nhà rất khiêm tốn ở thành phố Alhambra, California.

Rồi đám học trò cũ kéo tới thăm Thầy và còn đem cho Thầy một thùng sách và một đống cours ronéo, và cả thúc giục Thầy học lại. Thầy đã có ECFMG có lẽ là sớm nhất, từ 1962 khi du học ở Mỹ, hồi đó là đã đủ điều kiện để xin đi residency, nhưng nay lại bắt buộc phải thêm FLEX, một kỳ thi kéo dài ròng rã 3 ngày. Thầy viết: *"Trong lúc rảnh rỗi, sẵn xấp cours và sách, giở ra coi, thấy hay hay nhưng Y khoa ở Mỹ bây giờ thì đã khác quá xa với một phần tư thế kỷ trước. Hồi đó IgA, IgE, IgM chưa sách nào nói đến, Watson và Crick chưa tìm ra cơ cấu của DNA, Behavior sciences chưa có chữ nào…"*

Thầy đã là giáo sư y khoa, từng du học Mỹ 6 năm, nhưng nay là một di dân, và để có thể lấy lại được bằng hành nghề y tại Hoa Kỳ, Thầy vẫn phải học hành thi cử như mọi bác sĩ ngoại quốc khác.

MỘT NGÀY TRONG MỘT NĂM VOLUNTEER CỦA THẦY

Với khích lệ của đám môn sinh, Thầy quyết định trở lại vui với đèn sách. Đây cũng là thời gian gần một năm [khoảng từ tháng 5/1987 đến tháng 4/1988], như một cơ duyên tôi được gần gũi với Thầy. Qua giới thiệu của bạn đồng môn Phạm Quang Thùy YKSG 69 cũng là học trò của Thầy, Thầy và tôi cùng được nhận vào làm Clinical fellow / volunteer / WOC / không lương nơi Department of Medicine & Hypertension, USC Medical School với hai giáo sư Vincent DeQuattro và Robert Barndt, trên tầng lầu 6 tòa nhà chính của Bệnh viện. Nơi đây, không phải chỉ có Việt Nam, mà còn có các bác sĩ thuộc nhiều quốc tịch khác như Nam Hàn, Trung Quốc, Phi Luật Tân, Syria và cả Nhật Bản.

Tuy đã gần tuổi "cổ lai hy" nhưng nếp sống của Thầy trẻ trung hơn tuổi tác. Như từ bao năm, đều đặn mỗi sáng từ 6 giờ, Thầy đã rời nhà [thành phố Alhambra] với backpack nhẹ trên lưng, đi bộ ra trạm xe bước lên chuyến bus tới dự thánh lễ buổi sáng ở nhà thờ, sau đó mới lên một chuyến bus khác để tới bệnh viện USC trên đường Zonal, Los Angeles.

Mục đích Thầy trò tới đây là để làm quen thêm với môi trường bệnh viện Mỹ, cho dù trước 1975 thầy Bảo cũng đã du học về ngành Chỉnh hình / Orthopaedics ở Mỹ và tôi thì cũng có một thời gian tu nghiệp về ngành Y khoa Phục hồi / Physical Medicine & Rehabilitation ở Letterman General Hospital, San Francisco. Và cũng không kém quan trọng là sau một năm, Thầy trò sẽ có được mấy *letters of recommendation* của các giáo sư Mỹ. Cũng dễ hiểu, người Mỹ chỉ tin những gì có gốc xuất phát từ môi trường của họ.

Hệ thống y khoa Mỹ lạnh lùng và tàn nhẫn với bất cứ một bác sĩ ngoại quốc nào tới Mỹ theo diện di dân muốn hành nghề trở lại, cách đối xử khác xa với thành phần du học nếu sau đó trở về nước. Nhưng cũng có một nhận định khác cho rằng đó là sự tuyển chọn rất công bằng chỉ có ở nước Mỹ. Không là ngoại lệ, cả hai thầy trò phải đi lại từ bước đầu. Nhưng rồi sau này, có thời gian làm việc tại các bệnh viện New York, tôi đã chứng kiến hoàn cảnh vị giáo sư ObGyn đáng kính người Ba Lan phải đi làm EKG technician, và một bác sĩ giải phẫu người Nga thì làm công việc của một respiratory therapist. Họ là thế hệ thứ nhất tới Mỹ với tuổi tác không thể đi học lại từ đầu những môn khoa học cơ bản (basic sciences) quá mới mẻ nên đành chấp nhận hy sinh lót đường cho thế hệ thứ hai vươn lên.

Tại USC Medical Center, đám bác sĩ ngoại quốc chúng tôi tuy chưa có bằng hành nghề, nhưng cũng được tiếp xúc với bệnh nhân, để chọn lọc và ghi tên họ tham gia vào các công trình nghiên cứu y khoa, theo protocol, thực hiện các cuộc phỏng vấn, lập hồ sơ với folder cho từng người; ngoài ra hai ngày mỗi tuần chúng tôi được tham dự / quan sát các buổi khám bệnh của hai vị giáo sư Mỹ này. Thầy Hoàng Tiến Bảo, tuy bao năm đã từng làm giáo sư Y khoa ở Việt Nam nhưng Thầy rất khiêm cung, và khi biết được background của Thầy, ai cũng tỏ vẻ kính trọng.

Mỗi ngày, sau khi làm xong phần vụ được giao phó, hai Thầy trò lại cùng nhau xuống Norris Medical Library nơi có cả một rừng sách, phía sau Bệnh viện để dùi mài kinh sử; chủ yếu là nghe tape và xem video các bài giảng y khoa, giống như mấy trung tâm luyện thi Kaplan nhưng phải trả tiền khá đắt. Thầy Bảo vừa *xem-nghe* vừa ghi chép tóm tắt mỗi bài giảng trên một cuốn vở, do có khiếu vẽ từ nhỏ chữ viết của Thầy thì tuyệt đẹp. Buổi trưa giờ lunchbreak, hai Thầy trò ra ngồi nơi ghế đá dưới bóng mát những tàn cây xanh bên ngoài thư viện, với bữa ăn trưa đơn giản thường là một ổ bánh mì sandwich và chai nước suối, có hôm được tráng miệng với trái cây: quả chuối hay vài trái nho hay một trái táo, mà cô Bảo đã chu đáo gói sẵn trong bao Ziploc bỏ vào backpack cho Thầy mang theo.

Trong thời gian này, tôi được chứng kiến là Thầy lo cho bản thân thì ít, mà lo cho các môn sinh thì nhiều. Nhất là với các bác sĩ ra trường sau 1975, gặp khó khăn về hồ sơ giấy tờ để được học hành thi cử trở lại. Có lần đã sắp tới ngày thi FLEX của Thầy, nhưng Thầy không quá quan tâm, vẫn dẫn một phái đoàn lên gặp Medical Board trên Sacramento, tranh đấu cho đám sinh viên ra trường sau 1975 được công nhận là tương đương và được quyền thi cử để trở lại y nghiệp. Một lần khác, Thầy xin nghỉ hẳn một ngày ở USC, và tôi được biết Thầy đã đi bus lên Pomona, để gặp và khuyên một môn sinh đừng bỏ học, và được biết sau này anh ấy cũng đã trở lại hành nghề y khoa.

Và rồi Thầy đã rất vui khi biết tôi đã qua phần thi cử FMGEMS, có được mấy cuộc phỏng vấn / interviews để vào NRMP (National Resident Matching Program) và cũng chính thầy Bảo là người đầu tiên chia vui với tin tưởng là học trò của Thầy sẽ qua được chặng đường thử thách ba năm trước mặt. Sau đó tôi rời California đi New York với hy vọng hoàn tất chương trình nội trú & thường trú nơi hệ thống Bệnh viện Đại học SUNY Downstate ở Brooklyn, New York. Trên đoạn đường chiến binh ba năm ấy, đã ở cái tuổi 47, thỉnh thoảng tôi vẫn nhận được hoặc một tấm bưu thiếp hay một trang thư ngắn với

LOS ANGELES COUNTY-
UNIVERSITY OF SOUTHERN CALIFORNIA
MEDICAL CENTER
DEPARTMENT OF MEDICINE
2025 ZONAL AVENUE
RAULSTON BLDG. #100
LOS ANGELES, CALIFORNIA 90033

CLINICAL HYPERTENSION SERVICE

(213) 342-1583
(213) 226-2812
(213) 226-7609
FAX (213) 342-1222

USC Medical Center, 2025 Zonal Ave, Los Angeles, CA 90033, Department of Medicine, Clinical Hypertension Service, Raulston Bldg. # 100, nơi hai Thầy trò đã trải qua gần một năm làm Clinical fellow WOC / không lương.

nét chữ thân yêu rất đẹp của Thầy cùng với lời khuyến khích mà cho đến những năm sau này tôi vẫn còn mãi nhớ ơn.

TỔ CHỨC NHÓM HỌC THI CHO ĐÁM MÔN SINH

Đến năm 1991, xong chương trình ba năm thường trú về Nội khoa, tôi trở lại California, làm việc cho một bệnh viện VA ở Long Beach. Đến thăm Thầy, rất vui khi thấy Thầy khỏe mạnh và vẫn rất minh mẫn ở tuổi 71. Bao quanh Thầy nay là một đám học trò cũ tới Mỹ ở một thời điểm phải nói là muộn màng. Và cũng để tạo không khí vui học, Thầy đã tổ chức các buổi học nhóm cho đám môn sinh này. Các buổi học nhóm rất linh động, lúc thì ở nhà Thầy, rồi luân phiên tới nhà các học trò.

Nơi trụ lâu nhất là nhà anh chị Nguyễn Đức Thụ trên đường Crystal Lane – còn được gọi đùa là Crystal Lane Medical College, vì đây là lò đào tạo thành công cho một số học trò của Thầy trở lại nghiệp cũ như Nguyễn Phan Khuê, Trương Văn Như, Huỳnh Quang Lang, Nguyễn Đức Thụ… Nguyễn Phan Khuê là người mỗi sáng từ nhà West Covina đến Alhambra đón Thầy xuống Tustin học chung nhóm từ 9 giờ sáng tới 8 giờ tối, rồi từ đó chở Thầy về Alhambra, cứ như vậy trong suốt 6 tháng.

Với uy tín sẵn có, Thầy dễ dàng mời các bác sĩ đã thành đạt trong dòng chính/ mainstream, đang hành nghề và cả giảng dạy, đa số qua Mỹ sớm từ 1975 và một số cũng là học trò của Thầy. Họ đến từ các chuyên khoa khác nhau, chia sẻ những kinh nghiệm lâm sàng và thi cử: như GS Vũ Quí Đài (Khoa trưởng cuối cùng của trường Y khoa Sài Gòn) tới giảng về Microbiology & Immunology, Phùng Mạnh

1991, Thầy Hoàng Tiến Bảo và các học trò, trong buổi học nhóm tại nhà anh Nguyễn Văn Hai, từ trái hàng ngồi: Trần Thiện… hàng đứng: Trần Trung Nhựt, Nguyễn Cầm, Thầy Hoàng Tiến Bảo, Trần Minh Cảnh, Lâm Kỳ Hiệp, Nguyễn Văn Hai, Nguyễn Xuân Vinh. / Trong hình này có ba bạn chưa nhận diện được. *[tư liệu và ghi chú của Nguyễn Cầm]*

Lành về Biochemistry, Bạch Thế Thức về Surgery, Quỳnh Kiều về Pediatry, Phạm Văn Hạnh và Phùng Gia Thanh về Radiology, Trà Mi về Dermatology…

Không chỉ trong học tập, Thầy Bảo gần gũi với đám học trò trong mọi sinh hoạt. Thầy đại diện nhà trai làm chủ hôn cho học trò Nguyễn Phan Khuê YKSG 74, Thầy tham dự nhiều đám cưới của học trò cũ như của Nguyễn Chí Vỹ, Lã Hoàng Trung… Thầy đã vào Huntington Memorial Hospital thăm học trò Nguyễn Văn Chí, khi đang ở tình trạng thập tử nhất sinh, không ai nghĩ rằng Chí có thể sống sót và tin rằng đó là lần cuối cùng Thầy đến thăm trò. Vậy mà giờ đây Nguyễn Văn Chí vẫn còn sống khoẻ mạnh, và Thầy đã ra người thiên cổ! Chí vẫn còn nhớ và rất cảm động khi nhắc đến Thầy.

Không có khoảng cách tuổi tác, hòa mình cùng đám học trò: học chung, ăn chung rất vui nhộn nhưng đám môn sinh thì vẫn giữ sự kính

Thầy Hoàng Tiến Bảo đại diện nhà trai làm chủ hôn cho đám cưới (1987) của học trò Nguyễn Phan Khuê YKSG 74. Khuê vượt biển 1983, ra đi chỉ có một thân một mình. Thầy rất mát tay, sau đó Khuê đã có một gia đình với vợ và hai con rất hạnh phúc. *[tư liệu và ghi chú Nguyễn Phan Khuê]*

trọng với cương vị của một người Thầy trong mọi hoàn cảnh với ý nghĩa tốt đẹp nhất. Sau này có dịp nhìn lại, Thầy tâm sự thành thật: *"Không có các bạn, đặc biệt là các bạn khóa 74, tôi khó lòng có dịp hành nghề trở lại vào tuổi 71. Trông lại, những ngày cùng nhau phấn đấu là những ngày vui."*

HÀNH NGHỀ TRÊN ĐẤT MỸ

Thầy cũng lấy được license hành nghề trên đất Mỹ, như một tấm gương sáng, dù phải trải qua một chặng đường thi cử khá gập ghềnh. Do được thấm nhuần từ tuổi trẻ các đức tính: *nghèo khó, phục vụ*, nên sự trở lại ngành nghề của Thầy không phải vì động lực tiền bạc, mà là một nhu cầu trí tuệ, một tái khẳng định tấm Căn cước / Identity Chí hướng Y khoa của Thầy.

Bước đầu, Thầy được BS Hà Gia Cường lúc ấy đang làm ở Fairview Medical Center, Costa Mesa, CA cho biết nơi đây đang cần một surgeon nhưng chỉ làm minor surgery. Qua giới thiệu của Cường, Thầy được mời interview đạt 94 /100 điểm, cuối cùng chỉ còn Thầy và một người nữa được vào chung kết; đến interview thứ hai thì người được chọn là anh bác sĩ Mỹ chắc chắn là trẻ trung hơn Thầy. Những ai đã chen chân vào hệ thống Y khoa Hoa Kỳ đều dễ dàng hiểu tại sao, cho dù EEO (Equal Employment Opportunity) khẳng định rằng không có phân biệt về sắc tộc và tuổi tác.

Bước tiếp theo là lúc đi tìm nơi mở phòng mạch, nhưng tiền *overhead* thì đắt kinh khủng. Cuối cùng Bạch Thế Thức chỉ cho Thầy một nơi ở Alhambra gần nhà, tiền thuê chỉ có $600 một tháng, lại trông sang phòng mạch của Thúy San, vợ Thức. Thầy viết: "*Thúy San chuyên về Nhi khoa / Pediatrics, khi có người lớn muốn khám bệnh thì chị gửi qua tôi, thành ra tôi không có mối lo của người mới mở phòng mạch.*"

Khi mà nền Y khoa Mỹ cuối thế kỷ 20, đã càng ngày càng trở nên quá thực dụng: bác sĩ thì được gọi là người cung cấp dịch vụ (provider), và bệnh nhân là khách hàng (customer), thì ai cũng hiểu rằng thứ "văn hóa dịch vụ" ấy hoàn toàn không thích hợp với tâm tư và lý tưởng y khoa của Thầy. Mặc dầu Thầy đã đi du học Mỹ 6 năm [1960 – 1966] nhưng là sinh hoạt trong môi trường đại học (academic). Nay bước ra làm phòng mạch, việc điều hành không khác một thương vụ, đây quả là một *"culture shock"* đối với Thầy. Và rồi còn thêm những vụ kiện cáo, cho dù có lý do chính đáng hay không, khiến người y sĩ phải hành nghề trong tư thế tự vệ (defensive medicine), dẫn tới yêu cầu phải làm những thử nghiệm (tests), các thủ thuật (procedures) rất tốn kém đôi khi không thật cần thiết, với mục đích chỉ để giảm thiểu các đe dọa kiện tụng sau này.

Tôi còn nhớ hồi hai Thầy trò đi làm volunteer ở USC, trong một buổi Morning report, khi một fellow gốc Trung Đông trình bày hồ sơ một bệnh nhân quá sơ sài, GS DeQuattro đã nhắc nhở đám fellow volunteer chúng tôi rằng: *"Khi đặt bút viết trên một hồ sơ bệnh nhân, nên nhớ rằng, có thể một ngày nào đó anh chị phải đọc hồ sơ đó trước tòa, sẽ không có ai bảo vệ các anh chị lúc đó ngoài những dòng chữ viết trên giấy."* Vào thập niên 80s, lúc đó hồ sơ bệnh nhân còn phải viết tay, chưa tới giai đoạn làm bệnh án điện tử (electronic medical record) như hiện nay.

1990, GS Hoàng Tiến Bảo tới thăm GS Phạm Biểu Tâm, Tustin. Từ trái, GS Phạm Biểu Tâm, GS Hoàng Tiến Bảo tại nhà Thầy Phạm Biểu Tâm, Tustin, Orange County. *[Trích album gia đình GS Phạm Biểu Tâm]*

1992, tới thăm Giáo Sư Phạm Biểu Tâm, thành phố Tustin, Orange County, ngồi: Thầy Cô Phạm Biểu Tâm, đứng từ trái: Văn Kỳ Chương, Trần Trung Nhựt, Đặng Văn Việt, Cô Hoàng Tiến Bảo, [?], Thầy Hoàng Tiến Bảo, Nguyễn Minh Quốc YK 74, BS Trần Quý Nhu, Lâm Kỳ Hiệp, [?], Nguyễn Cầm. *[Trích album gia đình GS Phạm Biểu Tâm, ghi chú hình Nguyễn Cầm]*

Trong bài viết *Những Ngày Vui*, Thầy Bảo đã giãi bày tâm sự: *"Làm phòng mạch ở Mỹ không giản dị như khi tôi mở ở Hà Nội và Sài Gòn. Ở Mỹ nếu khám bệnh 5 phút, thì giấy tờ phải từ 15, 20 phút. Hồ sơ bệnh nhân phải làm sao khi có kiện cáo, mình không bị sơ hở. Rồi giấy tờ làm sao họ không bị deny trả tiền."* Rồi Thầy viết tiếp: *"Tôi nhận thấy mình đã tới tuổi, sức chịu stress giảm đi nhiều nên làm phòng mạch được khoảng một năm rồi tôi thôi."* (2)

KHI THẦY THUỐC LÀ CON BỆNH

Đến tuổi 75, Thầy có vấn đề về sức khỏe, sức chịu đựng về thể lực giảm, thấy mệt khi gắng sức, nghĩ rằng do tuổi tác. Đôi lần ra vào bệnh viện, làm đủ các tests: X-rays, Echocardiogram, Holter monitoring đều không thấy gì. Cuối cùng, qua giới thiệu của Trần Thế

Kiệt YKSG 74, Thầy đến gặp bác sĩ Zhao tại French Hospital, gần khu Chinatown, Los Angeles. Là một bác sĩ tim mạch / cardiologist, lai 3 dòng máu Việt Lào Hoa, biết nói tiếng Việt, bác sĩ Zhao đề nghị Thầy làm Coronary angiogram / Soi tim chụp mạch vành. Nhưng Thầy không muốn.

Trong một bức thư gửi đám môn sinh, Thầy viết: *"Từ tháng Giêng tới tháng Sáu 1995, tôi vẫn lừng khừng vì không bao giờ có chest pain, nhưng sau đó Thầy có vấn đề trong sinh hoạt hàng ngày, rất mệt khi lên xuống cầu thang trong nhà, phải dừng lại khi đi vội ra trạm xe bus."*

Đến lúc đó Thầy mới chịu vào Garfield Medical Center, Monterey Park để làm angiogram. Kết quả: có 4 động mạch tim bị nghẽn từ 70 % tới 90 %, và bác sĩ Zhao khuyên Thầy nên làm bypass. Vẫn với tâm trạng phủ nhận (denial) và cả hoài nghi, Thầy viết: *"90%, 80% … các ông lấy tiêu chuẩn nào mà evaluate rõ ràng như vậy? Vả lại ở nước Mỹ này không thiếu gì bác sĩ đè con người ta ra mổ vì incentive là tiền, không có incentive đó, nhiều ông không mổ. Cho nên tôi vẫn lừng khừng."* Điều này Thầy nghĩ không đúng, thực ra, bác sĩ Zhao, chỉ làm công việc chẩn đoán chứ không phải là người mổ cho Thầy. Cho dù Thầy biết rất rõ angiogram là "tiêu chuẩn vàng / gold standard" để chẩn đoán nghẽn mạch tim. Nhưng bản thân Thầy, khi là con bệnh thì vẫn cứ hoài nghi.

Người viết còn nhớ, trong một cuốn sách nhan đề *"Khi những thầy thuốc là con bệnh – When doctors are patients"* ghi lại một cách trung thực những kinh nghiệm bản thân phải nếm trải khi chính các bác sĩ là con bệnh, chính họ phải đối phó với một số căn bệnh trầm kha. Max Pinner và Benjamin F. Miller cũng là bác sĩ đã cùng đi tới kết luận rằng: *"Người-bệnh-thầy-thuốc không chỉ phải đương đầu với căn bệnh, mà là phải đối phó với một suy sụp toàn thể."* (4)

Và tôi hiểu rằng, dẫu là bác sĩ, nhưng trước một thử thách có thể là *"giữa sống và chết"*, chính người-bệnh-thầy-thuốc cũng phải trải qua những biến đổi sâu xa về mọi phương diện, cả những thay đổi về sự phán đoán do những xúc động về tình cảm và tâm lý. Và tôi đã nhận thấy được sự thay đổi ấy ngay nơi các Thầy của mình như trước đây là Thầy Phạm Biểu Tâm, và nay là Thầy Hoàng Tiến Bảo.

Bạch Thế Thức thu xếp cho Thầy được gặp bác sĩ Minh Lu Huang, là một trong 8 bác sĩ giải phẫu cardiothoracic giỏi nhất trong vùng. Trong 10 năm ông Huang đã mổ hơn 2.000 ca bypass từ khi tốt nghiệp. Theo Thức, do có nhiều dịp phụ mổ, thấy bác sĩ Huang đã giải quyết những ca bypass khó khăn một cách bình tĩnh và khéo léo. Bác sĩ Huang quyết định sẽ đưa Thầy vào Huntington Memorial Hospital – là một bệnh viện lớn trang bị hiện đại nhất trong vùng để mổ. Thầy không phải nhập viện sớm, do mọi chuyện Pre-op Thức đều lo cho Thầy. Thầy còn một mối lo khác, khi mổ cần truyền máu nếu lấy từ blood bank, thì cái risk AIDS và Hepatitis tuy ít nhưng vẫn có. Rất may, Bạch Thế Thức thuộc nhóm máu O – universal donor, Thức đã tình nguyện hiến máu trước cho Thầy khi cần.

Phạm Văn Hạnh YKSG 74, sau này trở thành giáo sư UCI về Neuro-radiology trong một chia sẻ riêng với người viết: *"Thức và Thúy San trong bấy lâu đã chăm sóc Thầy Cô như những đứa con lo cho cha mẹ."*

Thầy Bảo rất thành thật tâm sự: *"Khi mổ cho người khác thì hăng hái mà đến lượt mình lên bàn mổ thì lại rất rụt rè."* Và cuối cùng không phải ai khác hơn, chính Bạch Thế Thức, Trần Thế Kiệt và sau này là Nguyễn Xuân Ngãi, cả ba đều là học trò của Thầy, đã giúp Thầy quyết định, chấp nhận làm bypass với tâm trạng không còn do

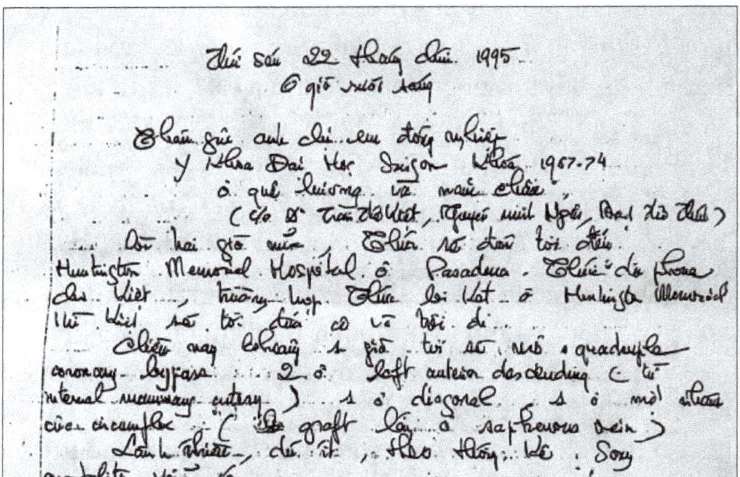
Thứ sáu 22 tháng chín 1995
6 giờ sáng

Thân gửi anh chị em đồng nghiệp
Y Khoa Đại Học Saigon khóa 1957-74
ở quê hương và năm châu,
(c/o BS Trần Thế Kiệt, Nguyễn Xuân Ngãi, Bạch Thế Thức)
Còn hai giờ nữa, Thức sẽ đưa tôi đến Huntington Memorial Hospital ở Pasadena. Thức đã phone cho Kiệt..., trường hợp Thức lại Kiệt ở Huntington Memorial thì Kiệt sẽ tới đón cô về với đi...
Chiều nay khoảng 1 giờ tới sẽ mổ quadruple coronary bypass: 2 ở left anterior descending (từ internal mammary artery) 1 ở diagonal, 1 ở một nhánh của circumflex (các graft lấy ở saphenous vein)
Lành nhiều, dữ ít, theo thống kê: Song mortality vẫn có...

dự gì nữa, nhưng vẫn với chút lo âu, Thầy viết: *"Lành nhiều, dữ ít, theo thống kê, song mortality / tử vong vẫn có."*

Đó là những dòng chữ trên trang đầu của tám trang thư viết tay của Thầy từ lúc 6 giờ rưỡi sáng ngày 22/09/1995 chỉ vài giờ trước khi lên bàn mổ. Tám trang thư ấy, nửa như một tâm thư, nửa như một di chúc gửi các Anh Chị Em đồng nghiệp Y Khoa Đại Học Sài Gòn, đặc biệt với khóa 1967-1974 ở quê hương và năm châu. Thầy viết tiếp:

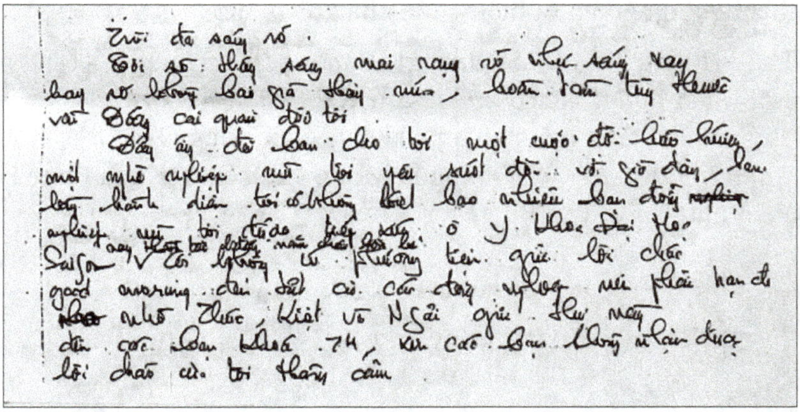

"Tôi sẽ thấy sáng mai rạng rỡ như sáng nay hay không bao giờ thấy nữa, hoàn toàn tùy thuộc vào Đấng cai quản đời tôi. Đấng ấy đã ban cho tôi một cuộc đời hào hứng, một nghề nghiệp mà tôi yêu suốt đời và giờ đây với lòng hãnh diện tôi có không biết bao nhiêu bạn đồng nghiệp mà tôi được tiếp xúc ở Y khoa Đại học Sài Gòn, và nay tại khắp năm châu bốn bể mà tôi không có phương tiện gửi lời chúc Good Morning đến tất cả nên viết lá thư này."

Ngoài phần xúc cảm riêng tư của Thầy – như một người bệnh trước khi bước lên dốc tử sinh, nhưng cuối cùng vẫn là mối ưu tư về thời cuộc về đất nước, cùng với một lời nhắn tới các bạn đồng nghiệp trẻ là *"Quê hương Việt Nam đang chờ"*.

Rồi Thầy cũng trở lại với chút riêng tư, với mấy dòng tái bút cuối thư: *"Xin anh chị em cầu nguyện cho tôi, Mục sư Phạm Hồng Lạc, con người của Thiên Chúa, Chị Liên Ôn, giữa đường gặp Chúa, xin nhớ đến tôi nhiều trong khi hàng ngày cầu nguyện."*

Khoảng 9 giờ sáng ngày 22/09/1995, đích thân Bạch Thế Thức lái xe đến đón Thầy vào Huntington Memorial Hospital để mổ bốn động mạch tim bị nghẽn, một Quadruple bypass theo lịch mổ là 1 giờ trưa. Thức là phụ mổ chính cho BS Huang. Và sau này Thức cho biết khi mổ mới phát hiện ra là có thêm một động mạch thứ 5 bị nghẽn, như vậy đây là Quintuple bypass. Cuộc mổ kéo dài bốn tiếng đồng hồ, không cần truyền máu ngoài 10 units tiểu cầu (platelets) và thành công tốt đẹp. Ngày thứ tư Thầy được xuất viện về nhà. Thầy hồi phục rất nhanh, không có một biến chứng hậu phẫu nào.

Thầy Hoàng Tiến Bảo đã sống thêm được 13 năm, trở lại với một cuộc đời hào hứng. Nền y khoa tiến bộ "Không những chỉ kéo dài tuổi thọ mà còn tăng thêm phẩm chất của cuộc sống / *Adding years to life – and life to years*." Đó cũng là Motto của nền Y Khoa Phục Hồi, được coi như Bước Thứ Ba của Y Khoa.

Một tuần sau mổ, ngày 28/09/1995, Phạm Xuân Cầu YKSG 74 từ Irvine chở Võ Văn Thành YKSG 74 mới từ Sài Gòn qua, đến thăm Thầy Cô ở Alhambra, bên trái Thầy là Võ Văn Thành và Phạm Xuân Cầu. Thầy Cô đã đãi hai trò bữa ăn rất thịnh soạn tại một tiệm ăn Tàu ở Monterey Park và không cho phép hai học trò được trả tiền. *[tư liệu và ghi chú của Phạm Xuân Cầu]*

Một tháng sau mổ, hình chụp tại nhà Thầy, từ trái: vợ chồng Bạch Thế Thức - Thúy San, Thầy Cô Hoàng Tiến Bảo, vợ chồng Nguyễn Đức Thụ - Cẩm Anh. Như một truyền thống hàng năm, vào những ngày Tết, đông đảo học trò tụ hội về nhà Thầy, để cùng chúc Tết Thầy Cô. Truyền thống ấy vẫn được giữ cả những năm sau ngày Thầy mất, chỉ có năm 2020-2021 là không có vì trận đại dịch Covid Vũ Hán. *[tư liệu Bạch Thế Thức]*

Bảy năm sau mổ, hình chụp tại nhà thầy cô Hoàng Tiến Bảo vào dịp Tết Tân Hợi 2002; hàng ngồi từ trái: Vương Đức Hậu, Thầy cô, Lã Hoàng Trung; hàng đứng từ trái: Phạm Gia Nghị, Bạch Thế Thức, Nguyễn Thúy San, Phạm Xuân Cầu, Vũ Quốc Phong, Lê Minh Đức và Vũ Duy Hiến thuộc lớp 74. *[tư liệu Bạch Thế Thức]*

Ngay sau khi cuộc mổ tim bình phục, Thầy sinh hoạt năng động trở lại, rất gắn bó với đám học trò cũ, và gần gũi nhất vẫn là khóa YKSG 74.

Thầy Hoàng Tiến Bảo mất ngày 21/01/2008 tại Alhambra, California. Lễ an táng của Thầy đã được tổ chức tại *Resurrection Catholic Cemetery, Rosemead* ngày 26/01/2008 với tham dự đông đủ của các môn sinh tại nam California và cả nhiều người từ xa về. Chúng tôi và rất nhiều học trò khác không bao giờ quên ơn và nhớ mãi tấm gương sáng với tấm lòng quảng đại đầy nhân hậu của Thầy. Rất nhiều điếu văn ca ngợi công đức của Thầy, sau đây là trích dẫn đôi dòng từ bài điếu văn của môn sinh Đặng Văn Chất, YKSG 72 đọc trước mộ chí của Thầy:

"Thầy đã có một cuộc đời đầy ý nghĩa, một cuộc đời mà chúng ta mong muốn được sống, cuộc đời của một Đại Lương Y luôn luôn tận tụy với bệnh nhân, cuộc đời của một Đại Giáo Sư luôn luôn tận tụy với học trò, và cuộc đời của một người chồng, một người cha gương mẫu.

Mười năm sau mổ, ở tuổi 85, trong dịp Đại hội Hội Y Sĩ Việt Nam Hoa Kỳ, tháng 9/2005 tại Washington D.C.,Thầy Hoàng Tiến Bảo được vinh dự trao tặng Giải thưởng Tưởng Niệm Giáo Sư Phạm Biểu Tâm "do tấm gương đạo đức, sự cống hiến không mỏi mệt trong Giảng dạy, Nghiên cứu, và Chăm sóc Người bệnh, cùng với sự đóng góp quảng đại trong Phát triển Nghiệp vụ Y khoa Việt Nam." Người đầu tiên được trao tặng Giải thưởng Phạm Biểu Tâm là Giáo Sư Nguyễn Hữu, tại Đại Hội QTYND kỳ III tại Paris năm 2000. *[photo by Phạm Xuân Cầu]*

Từ trái, chân dung Thầy Hoàng Tiến Bảo 2007, khoảng một năm trước ngày Thầy mất. *[photo by Bùi Đắc Lộc]*. Phải: bia mộ Thầy Hoàng Tiến Bảo (1920-2008) tại nghĩa trang Resurrection Catholic Cemetery, 966 Potrero Grande Dr., Rosemead, California 91770. *[photo by Phạm Xuân Cầu]*

Hơn thế nữa, chúng ta mừng vì Thầy Bảo đã làm tròn nghĩa vụ đối với Tổ Quốc Việt Nam thương yêu của chúng ta. Tổ Quốc Việt Nam của tất cả người Việt ở nước nhà cũng như ở xứ ngoài…"

MỘT CHÚT RIÊNG TƯ VỚI GS HOÀNG TIẾN BẢO

Một nhược điểm khá phổ quát khi viết về một danh nhân là người viết thường đưa vào phần liên hệ tới mình. Biết rất rõ như vậy, nhưng không tránh được vì nghĩ rằng điều ấy cũng góp phần giúp bạn đọc nhìn rõ hơn "chân dung" của nhân vật. Và danh nhân ấy là GS Hoàng Tiến Bảo.

Khoảng cuối 1989, tôi đang vất vả với những ngày tháng "cải tạo tự nguyện" – nói theo ngôn từ của Vũ Văn Dzi, cũng là bạn đồng môn YKSG 68. New York lúc ấy, thời tiết rất khắc nghiệt. Hè thì rất nóng ẩm. Đông thì cực lạnh với tuyết giá. Giữa lúc đó tôi nhận được một phong thư lớn của Thầy gửi từ vùng nắng ấm California. Đó là 4 trang giấy in Bài diễn văn của GS Hoàng Tiến Bảo trong buổi lễ khai mạc Hội nghị Quốc tế Y sĩ Việt Nam Thế giới Tự Do kỳ II [từ ngày 5 đến ngày 06/08/1989] tại Anaheim Convention Center, California.(6) Nơi

1

THE PLIGHT OF THE VIETNAMESE PHYSICIANS
IN THE FREE WORLD

Ladies and gentlemen,

The organizing committee of the Second International Convention of the Vietnamese Physicians in the Free World has bestowed upon me the honor of speaking to you at this great opening ceremonies about the plight of the Vietnamese physicians in the Free World.

I can hardly find words to express my emotion as I see in this room so many of my colleagues and friends; among them are many whom I haven't seen for 5, 10, 15 years or even more.

However, in spite of the festive atmosphere of this convention, all of us Vietnamese physicians, one time in our life as refugees, are overwhelmed by sadness when our thoughts go to our friends and colleagues who unfortunately have left us forever, having sacrificed their lives while serving in the Medical Corps of the Army of the Republic of Vietnam, or while being condemned to a slow death in so-called "concentration camps" which have been established since 1975 all over the land which at one time they had fought for its freedom.

2

Ladies and gentlemen,

Each Vietnamese physician in the Free World has his or her own story to relate about when, how, and why we left our beloved homeland. For each one among us, the fundamental motivation is to seek for freedom from oppression.

For that ultimate reason, some of us have paid the exorbitant price of life.

For all of us, resettlement in newly adopted countries is not a simple matter. More often than not, it is a long and painful process.

While many have overcome multiple obstacles, and have succeeded in their struggle to practice medicine again, others are still more or less far from that goal.

Crossing our paths, are certain persons who are more than willing to give us invaluable help during our ordeal, among them and here today are:

- Dr. Thomas Nelson, professor of pediatrics, associate dean of the UCI medical college.
- Dr. Joseph Jorgens, professor of radiology at the UCLA medical school, chief of the radiology services of the VA hospital of West Los Angeles.
- Dr. Walsh
  PROFESSOR GI SERVICES
  OKLAHOMA HEALTH SERVICES CENTER

To them and many others, we are grateful.

3

Ladies and gentlemen,

My dear colleagues, I am proud to be among you today, the Vietnamese physicians in the Free World:

- You, who are still trying to overcome apparently unsurmountable difficulties in order to be able to wear the white gown again.
- You, who are whole-heartedly contributing to serve sick people worldwide.
- You, who are serving or holding executive positions in medical and public health centers all over the world.
- You, who are teaching in medical schools, sometimes prestigious ones in Europe, Australia, and America.
- You, who in the United States, are not reluctant to take care of sick people in correction centers despite the modest pay.

Locally, our colleagues who are practicing in the Los Angeles and Orange counties have been providing good medical care for the huge Vietnamese community settled in that area. Many Vietnamese patients, handicapped by the language barrier, psychologically and emotionally disturbed by the sudden and drastic change of their environment, prefer to go to Vietnamese physicians.

4

Ladies and gentlemen,

As you know Vietnam is a small country which happens to share one common frontier with China, the largest country in Asia, the most populous country in the world.

Our ancestors have endured ten centuries of Chinese domination. But China, which had absorbed Manchuria, Tibet, one-half of Mongolia, has never succeeded in absorbing Vietnam.

This is due to our ancestor's vision: expansion for survival.

Today, we oversea Vietnamese are continuing their tradition of freedom from oppression in a different way. Our destiny is exile for survival. Our mission is to preserve our freedom on the foreign soil beyond the boundaries of our homeland.

Sun Yat Sen, who in 1911 overthrew the Manchurian dynasty, was an oversea Chinese.

During the 6-day war between Israel and Egypt, the Israelites although victorious, lost 3 quarters of their military aircrafts, downed by Russian SAM 2. It didn't take long for the lost airplanes to be replaced by Israelites living in Europe and America.

The oversea Poles play an important part in the struggle of the Solidarity union and its present success.

We oversea Vietnamese, especially physicians, we will do what Lech Walesa told his country men at the port of Gdansk 8 years ago.

"The struggle is going to be long and hard, but we shall win and we shall make our country a country of our dreams."

The dream of freedom for all Vietnamese at home.

Thank you.

Bài diễn văn của GS Hoàng Tiến Bảo trong buổi lễ khai mạc Đại Hội Kỳ II Hội Y Sĩ Việt Nam Tự Do ngày 5 đến ngày 06/08/1989 tại Anaheim Convention Center, California. *[tư liệu Ngô Thế Vinh]* trang đầu là mấy dòng thủ bút với nét chữ thân yêu của Thầy: *"Thân tặng bác sĩ Ngô Thế Vinh, một trong những đồng nghiệp tiêu biểu nhất cho bác sĩ Việt Nam thế giới tự do."*

Như từ bao giờ, Thầy vẫn rộng lượng, không kiệm lời khen với đám môn sinh. Với tất cả sự khiêm cung, tôi hiểu rằng đây như một khích lệ và cũng là lời nhắn nhủ của Thầy là hãy sống sao cho xứng đáng, để rồi ra, ngoài sự nghiệp bản thân còn phải nghĩ tới một tương lai chung vai cùng hơn ba triệu người Việt trên khắp năm châu, mà Thầy coi như một vận hội lớn, một tiềm năng vô giá để xây dựng lại một quê hương Việt Nam Văn Hiến.

Sau đây chỉ là bản tiếng Việt cô đọng nói lên *"tầm nhìn / vision"* của Thầy, một di dân lúc ấy ở tuổi 69 nhưng vẫn đau đáu hướng về Quê Hương Đất Nước còn lầm than dưới chế độ cộng sản.

SỰ THÁCH ĐỐ CỦA GIỚI Y SĨ VIỆT NAM TỰ DO

Tôi hân hạnh được Ban tổ chức Đại Hội Kỳ II Hội Y Sĩ Việt Nam Tự Do chỉ định nói trước quý Bạn trong dịp khai mạc Hội nghị này. Tôi không đủ từ ngữ để diễn tả mối xúc động khi thấy được trong hội trường này nhiều đồng nghiệp và bằng hữu, trong số đó có rất nhiều người tôi chưa được gặp lại trong khoảng 5, 10, 15 năm và có thể lâu hơn thế nữa.

Cho dù trong không khí lễ hội của hôm nay, tất cả Y sĩ Việt Nam chúng ta ít nhất đã một lần trong đời là dân tỵ nạn, với cả nỗi buồn vô hạn khi nghĩ tới bạn bè và đồng nghiệp của chúng ta đã bất hạnh ra đi vĩnh viễn, họ đã hy sinh mạng sống trong khi phục vụ ngành Quân Y Quân lực Việt Nam Cộng Hòa, hay họ đã chết mỏi mòn trong các "trại tù cải tạo" trên khắp Việt Nam sau 1975 chỉ vì họ đã từng chiến đấu cho tự do của xứ sở.

Mỗi bác sĩ Việt Nam trong Thế giới Tự do, đều có một câu chuyện để kể là: khi nào, bằng cách nào và tại sao chúng ta phải rời bỏ quê hương thân yêu. Và động lực cơ bản của mỗi người trong chúng ta là đi tìm tự do thoát khỏi sự áp bức. Cho mục đích tối hậu đó, một số trong chúng ta đã phải trả giá rất đắt bằng mạng sống của chính họ.

Đối với tất cả chúng ta, tái lập cuộc sống mới trên một đất nước cưu mang chúng ta không phải là điều đơn giản. Hơn thế nữa, đó là một tiến trình dài và đau đớn.

Trong khi một số đã vượt qua được nhiều thử thách, phấn đấu thành công để trở lại y nghiệp, một số khác thì vẫn đang còn xa tiến tới mục tiêu đó.

Trên những chặng đường ấy, đã có một số ân nhân hỗ trợ chúng ta bằng những giúp đỡ vô giá, một số vị ấy đang có mặt ở đây hôm nay, và cả với nhiều vị khác không có mặt, chúng tôi bày tỏ sự biết ơn.

Các đồng nghiệp thân mến, tôi hãnh diện được cùng quý vị có mặt ở đây hôm nay, như những bác sĩ Việt Nam trên Thế giới Tự Do:

> *Có những vị, đang cố gắng vượt qua những khó khăn vô lường để có thể khoác trở lại trên mình chiếc áo blouse trắng.*
>
> *Có những vị, đang là y sĩ hết lòng phục vụ những người bệnh trên khắp thế giới.*
>
> *Có những vị, đang phục vụ với cương vị điều hành các trung tâm Y khoa hay Y tế Công cộng trên thế giới.*
>
> *Có những vị, đang phụ trách giảng dạy trong các trường Y khoa danh tiếng ở Âu châu, Úc châu và Bắc Mỹ.*
>
> *Có những vị, trong nước Mỹ đã không từ nan phục vụ những bệnh nhân trong các nhà tù cho dù với mức thù lao thật khiêm tốn.*

Ngay nơi địa phương này, các đồng nghiệp Việt Nam đã hành nghề nơi các quận hạt như Los Angeles, Orange County cung cấp những chăm sóc y khoa có phẩm chất tới các cộng đồng tỵ nạn người Việt trong vùng. Nhiều bệnh nhân người Việt gặp phải trở ngại hàng rào ngôn ngữ, cùng với những chấn động tâm lý do đột ngột phải thay đổi môi trường sống, họ mong muốn được tới với các bác sĩ Việt Nam.

Như quý vị đã biết, Việt Nam là một nước nhỏ sát với biên giới Trung Quốc, là một quốc gia khổng lồ của Á châu với dân số đông nhất thế giới.

Tổ tiên chúng ta đã từng bị Tàu đô hộ trong suốt mười thế kỷ. Trong khi Trung Quốc đã đồng hóa được Mãn Châu, Tây Tạng, một nửa nước Mông Cổ nhưng họ chưa bao giờ thành công sáp nhập được Việt Nam.

Do tổ tiên chúng ta đã có viễn kiến: bành trướng để sống còn.

Ngày nay, chúng ta những người Việt ở hải ngoại đang tiếp tục theo truyền thống ấy với một cách khác. Định mệnh của chúng ta là lưu vong để sống còn – Exile for Survival.

Nhiệm vụ của chúng ta là bảo vệ tự do trên vùng đất mới bên ngoài ranh giới quê nhà.

Tôn Dật Tiên, năm 1911 lật đổ được triều Mãn Thanh, ông gốc là người Hoa ở hải ngoại.

Trong cuộc chiến tranh 6-ngày giữa Do Thái và Ai Cập, Do Thái mặc dầu thắng lợi nhưng họ đã bị tổn thất tới ba phần tư không lực của họ do bị các hỏa tiễn SAM 2 của Liên Xô bắn hạ. Chỉ một thời gian ngắn sau đó, số máy bay ấy được thay thế bởi chính những người Do Thái sống lưu vong ở Âu châu và Bắc Mỹ.

Những người Ba Lan lưu vong cũng đã đóng một vai trò quan trọng trong cuộc tranh đấu của Công đoàn Đoàn Kết đưa tới những thành tựu hôm nay.

Người Việt Nam ở hải ngoại, đặc biệt là giới y sĩ, Chúng ta sẽ làm những điều giống như Lech Walesa (Chủ tịch Công đoàn Đoàn Kết Ba Lan), Walesa đã nói với đồng bào của ông tại cảng Gdansk cách đây 8 năm rằng: "Cuộc tranh đấu sẽ lâu dài và khó khăn, nhưng chúng ta sẽ chiến thắng, sẽ biến quê hương chúng ta thành một xứ sở của mơ ước."

…

Với chúng ta, đó là Giấc Mơ Tự Do cho tất cả Người Việt Nam Nơi Quê Nhà.

Hoàng Tiến Bảo

Ngày 5 tháng 8 năm 1989
Anaheim, California

Đến ngày đó, khi *Giấc Mơ Tự Do* của Thầy thành hiện thực, mộ phần của Thầy sẽ được đám môn sinh đưa về an táng ở một nơi thực sự là Quê Nhà.

USC 1987 – Long Beach 21/01/2021
[Tưởng niệm 13 năm ngày Giỗ Thầy]

Tham Khảo:

1/ *Nhật Ký Đời Tôi*, Hoàng Tiến Bảo [tư liệu Phạm Xuân Cầu]

2/ *Một Đêm Vui, Những Ngày Vui*, Hoàng Tiến Bảo. *Hai mươi năm Hội ngộ (1974-1994)*. Tuyển tập Y khoa 67-74 [tư liệu Bạch Thế Thức]

3/ *Tìm Lại Thời Gian Đã Mất, Tưởng Nhớ Một Vị Danh Sư, GS Y Khoa Phạm Biểu Tâm*. Ngô Thế Vinh, Chân Dung VHNT & VH, Việt Ecology Press 2017.

4/ *When Doctors Are Patients*. Pinner M., Miller B.F. W.W. Norton and Co., New York 1951.

5/ *Ngày Dài Nhất trong đời bác sĩ. Hoàng Hôn* – Hoàng Tiến Bảo. Diễn Đàn Sinh Viên Quân Y Hiện Dịch https://www.svqy.org/2020/5-2020/ngay/ngay.html

6/ *Đại Hội Kỳ II Hội Y Sĩ Việt Nam Tự Do*. Tập San Y Sĩ số 102 – Tháng 5-1989 [tư liệu Thân Trọng An]

100 NĂM SINH HỌA SĨ TẠ TỴ VÀ GIẤC MỘNG CON NĂM 2000

Từ trái, Tạ Tỵ 31 tuổi, sau 4 năm theo kháng chiến chống Pháp và về thành (Hà Nội, 1952); giữa, Thiếu Tá Tạ Tỵ trong quân đội Việt Nam Cộng Hòa; phải, Chân dung Tạ Tỵ năm 2000. Sau 1975, ông đã phải đi tù cải tạo 6 năm, hồi ký *Đáy Địa Ngục* ghi lại kinh nghiệm ông đã trải qua trong những năm tháng nghiệt ngã tù đày với lao động khổ sai "ăn không đủ no, đói không đủ chết"; *[nguồn: album gia đình Tạ Tỵ, photo by Phạm Phú Minh, Đáy Địa Ngục, Nxb Thằng Mõ 1985]*

Tôi thường nghĩ, nước Việt Nam dù dưới chủ nghĩa nào cũng chỉ tạm thời, cái Vĩnh Viễn là mảnh đất do tất cả Dân Tộc dựng nên, cái đó mới tồn tại lâu dài, Vĩnh Viễn! Tôi nhìn mãi tấm hình chiếc cầu Mỹ Thuận, lòng thấy vui vô cùng. Thế là người Việt Nam thoát được cái cảnh "sang sông" phải lụy phà... Chúng tôi nhất quyết về Việt Nam dù không biết phía trước cái gì sẽ xảy ra cho mình. Nhưng dù sao, tôi cũng muốn an nghỉ ở Việt Nam nơi mình đã sinh ra và đã sống 60 năm trời!

Tạ Tỵ

[thư gửi Ngô Thế Vinh viết ngày 29.2 & 27.7.2000]

*

TIỂU SỬ

Tạ Tỵ là bút danh, Tạ Văn Tỵ là tên thật, sinh ngày 3 tháng 5 năm 1921 (tức ngày 26 tháng 3 năm Tân Dậu) tại Hà Nội, nhưng trên giấy khai sinh lại ghi là ngày 24 tháng 9 năm 1922, vì khai muộn một năm. Ngay từ khi còn là một sinh viên trường Cao Đẳng Mỹ Thuật Đông Dương / École Supérieure des Beaux-Arts de l'Indochine, Tạ Tỵ đã thành danh khá sớm.

Năm 1941, ở tuổi 20, do đoạt một giải thưởng tranh của nhà trường, Tạ Tỵ được đến thăm kinh đô Huế.

Năm 1943, Tạ Tỵ tốt nghiệp khoa Sơn Mài tại trường Cao Đẳng Mỹ Thuật Đông Dương nhưng dấu ấn Hội họa của ông không phải là những tác phẩm Sơn Mài. Tạ Tỵ luôn luôn đi tìm cái mới, và được xem là người đi tiên phong vào lãnh vực Lập Thể / Cubisme và Trừu Tượng / Abstrait của hội họa Việt Nam.

Và cũng năm 1943, sau khi vừa tốt nghiệp, Tạ Tỵ đoạt ngay một giải thưởng với bức tranh *"Mùa Hạ"* (tân ấn tượng / néo-impressionnisme) được giải thưởng tại phòng Triển lãm Duy nhất (Salon Unique) *"vì có một phương pháp diễn tả theo khuynh hướng mới, tuy chưa hẳn là lập thể, nhưng các hình thể đã được biến cải theo sở thích riêng."* [1]

Năm 1946, trong cuộc triển lãm Hội họa Tháng Tám tại Nhà Hát Lớn Hà Nội, với số lượng tác phẩm đông đảo, Tạ Tỵ đã tham dự với bức tranh sơn mài *"Hoa Đăng"* (siêu thực / surréalisme) được Hiệp Hội Báo Chí VN trao giải, nhưng tiền thưởng chưa lãnh thì ngay sau đó chiến tranh toàn quốc bùng nổ. [1]

Năm 1946, chiến tranh Việt Pháp bùng nổ, Tạ Tỵ đã cùng với nhiều văn nghệ sĩ yêu nước khác, hăng hái tham gia mặt trận kháng

Tác phẩm *"Hoa Đăng"* sơn mài (siêu thực / surrealisme) của Tạ Tỵ trong cuộc triển lãm Tháng Tám 1946 tại Nhà Hát Lớn Hà Nội, được Hiệp Hội Báo Chí VN trao giải thưởng.

Tác phẩm *"Nhớ Hà Nội"* (20-25 cm) được Tạ Tỵ vẽ năm 1947, giai đoạn theo kháng chiến trong Liên Khu Ba.

chiến chống Pháp và ông là giáo sư dạy Mỹ thuật đầu tiên trong Liên Khu 3. Tác phẩm *"Nhớ Hà Nội"* năm 1947 (20-25 cm) được Tạ Tỵ vẽ trong giai đoạn này.

Năm 1948, trong một hội nghị Văn Hóa Văn Nghệ, Trường Chinh đã mạnh mẽ lên án: *"Chủ nghĩa Lập Thể, Siêu Thực, Đa Đa là những cái nấm độc trên cái thân thể mục ruỗng của nền văn hóa đế quốc."* [Chủ nghĩa Mác và vấn đề văn hóa Việt Nam, 1948].

Tháng Năm 1950, sau bốn năm đi theo kháng chiến, thấy rõ bộ mặt thật của Việt Minh, cùng với cách suy nghĩ không hợp với họ, Tạ Tỵ đã cùng nhiều văn nghệ sĩ khác như Đinh Hùng, Vũ Hoàng Chương, Phạm Duy, Tam Lang Vũ Đình Chí, Hoàng Công Khanh đã dứt khoát từ bỏ khu chiến để trở về Hà Nội.

Từ đầu thập niên 1950, trở về với nếp sống văn hóa Hà Nội 36 phố phường với Năm Cửa Ô, Tạ Tỵ đã mạnh mẽ đi tiếp con đường sáng tạo với tự do đi tìm cái mới; ngoài vẽ tranh, vẽ ký / biếm họa chân dung (caricatures) các văn nghệ sĩ, ông còn cầm bút sáng tác: truyện, thơ, kịch, bút ký, viết nhận định văn học, trình bày sách báo… chứng tỏ Tạ Tỵ là một tài năng rất đa diện.

Năm 1951, ông mở cuộc triển lãm cá nhân đầu tiên mang tên Hội Họa Hiện Đại tại Hà Nội, trưng bày 60 bức tranh Lập thể.

Năm 1953, Tạ Tỵ nhận được lệnh động viên, ông phải tạm xa Hà Nội và gia đình để vào Nam, gia nhập Khóa 3 Trường Sĩ Quan Trừ Bị

Trái, *"Đàn bà"* còn có tên là *"Cô đơn"*, phải, *"Vàng và Tím"* là hai tác phẩm tiêu biểu thời kỳ Lập Thể của Tạ Tỵ, 1951 – Tạ Tỵ gọi đó là chiều thứ tư (4ème dimension), chiều động trong kỹ thuật tạo hình.[1]

Thủ Đức và ra trường với cấp bậc thiếu úy. Ông phục vụ trong quân đội Việt Nam Cộng Hòa tại Tổng Cục Chiến tranh Chính trị cho tới khi giải ngũ, với cấp bậc sau cùng là Trung Tá.

Năm 1956, Tạ Tỵ triển lãm cá nhân lần thứ hai với 50 họa phẩm lập thể, tại Phòng Thông Tin Đô Thành Sài Gòn, nhưng là lần đầu tiên ở miền Nam, được đánh giá là thành công cả về nghệ thuật cũng như tài chánh.

Trong tập sách mỏng giới thiệu cuộc triển lãm (ngày 8/8/1956), Tạ Tỵ viết: *"Mời bạn hãy vào – Cửa vườn tôi đã mở sau 5 năm trời khép kín – vườn của tôi sau khoảng thời gian giam cầm trong suy nghĩ, trong dằn vặt, trong giận hờn để tìm những cánh màu của tâm tư chắp nối lại và thêu dệt bằng tin tưởng, tạo thành một thế giới của hình thể, của sắc màu, qua bức tường vách ngăn của lý trí và rung động…"*[5]

Tuy là họa sĩ Việt Nam tiên phong và thành công trong Hội Họa Lập Thể, nhưng ông vẫn luôn luôn có ý hướng đi tìm cái mới, từ thập niên 1960, Tạ Tỵ đã chuyển hướng sang tranh Trừu Tượng.

"Nhịp Calypso" (1960), tranh lập thể sơn dầu trên canvas, sưu tập của Mặc Đỗ, bức tranh đã phải bỏ lại khi Mặc Đỗ âm thầm di tản khỏi Sài Gòn ngày 29/04/1975.

Năm 1961, ông triển lãm cá nhân lần thứ hai với 60 bức tranh trừu tượng và lập thể cũng tại Phòng Thông Tin Đô Thành Sài Gòn. Đánh dấu một bước thành công sáng tạo mới của Tạ Tỵ.

TẠ TỴ: TẠI SAO LẬP THỂ

Trong một Hồi ký viết ở hải ngoại *Những Khuôn Mặt Văn Nghệ Đã Đi Qua Đời Tôi* [Nxb Thằng Mõ 1990], Tạ Tỵ đã giải thích do cơ duyên nào mà anh đi vào Hội Họa Lập Thể:

"Tôi bẩm sinh là một con người thích tiến bộ, thích cái gì mới. Khi còn học ở trường Mỹ Thuật, tôi không mấy thích lối vẽ chân phương theo quy luật của nhà trường bắt buộc. Tôi thường đến thư viện mượn sách đọc, lẽ dĩ nhiên, loại sách thuộc về mỹ thuật. Tôi mê các tác phẩm của Van Gogh, Gauguin và Matisse. Tôi nghiên cứu và tìm hiểu mỹ thuật tạo hình ở mỗi tác giả. Nhưng sau một thời gian, tôi thấy các nhà danh họa trên vẫn phải dựa vào thiên nhiên và sự vật cũng như con người để tạo dựng tác phẩm. Tôi nghiên cứu và tìm hiểu các họa phái khác nhau như Siêu Thực, Đa Đa và Lập Thể. Tôi thích trường phái Lập Thể qua các tác phẩm của G. Braque hơn là Picasso. Tôi mê chiều thứ tư (4ème dimension) của họa phái này – mà Tạ Tỵ gọi đó là chiều động trong kỹ thuật tạo hình, vì nó làm cho tác phẩm trở nên sống động, chứ không trơ trơ như các họa phái khác." [1]

TẠ TỴ: TẠI SAO TRỪU TƯỢNG

Trả lời Nguiễn Ngu Í Bách Khoa [Báo Bách Khoa, số 131, ngày 15-6-1962]:

"Hội họa Việt Nam hiện có nhiều xu hướng từ Ấn tượng tới Trừu tượng, nhưng tất cả đang ở giai đoạn tìm tòi và khai thác. Riêng tôi, từ 18 năm nay đã chọn con đường Hội họa mới. Tôi đã đi qua trường phái Ấn tượng, Tân Ấn tượng, Lập thể, Siêu thực và trong 6 năm gần đây tôi vẽ tranh Trừu tượng…

Sự nhầm lẫn và cũng là điều tai hại cho Nghệ thuật Hội họa là mỗi người yêu hội họa khi đặt chân vào phòng Triển lãm Hội họa Mới, hoặc đứng trước họa phẩm Trừu tượng, đều cố tìm xem họa sĩ vẽ cái gì, "nói" gì ở trong kích thước đó? Sự băn khoăn thắc mắc này

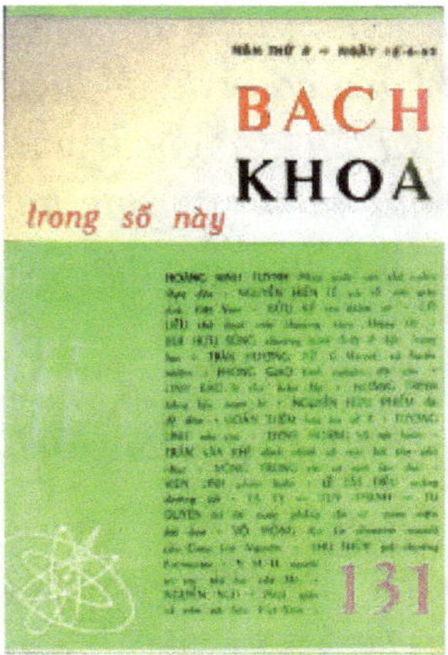

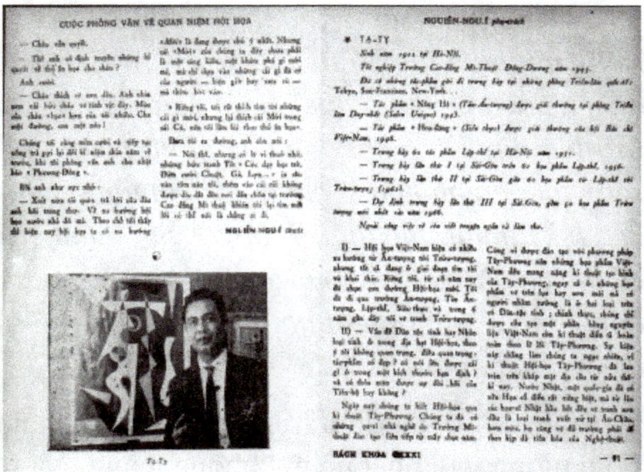
CUỘC PHỎNG VẤN VỀ QUAN NIỆM HỘI HỌA

TẠ-TỴ

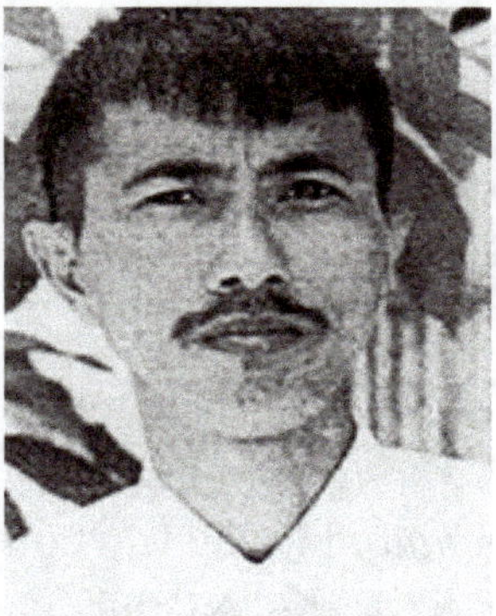

Nguiễn Ngu Í phỏng vấn Tạ Tỵ trên báo Bách Khoa số 131, ngày 15-6-1962, trên, từ trái, bìa và hai trang báo Bách Khoa số 131; dưới, chân dung nhà văn nhà báo Nguiễn Ngu Í (1921-1979), người thực hiện đợt phỏng vấn về *Quan Niệm Hội Họa* của khoảng 40 họa sĩ Việt Nam.

nhiều khi gây khó chịu đến độ trầm trọng nếu người thưởng ngoạn không kiên tâm tìm hiểu.

Nhưng đứng trước một họa phẩm Trừu tượng dù cho người thưởng ngoạn có kiên tâm, thiện chí đến đâu, nếu không biết qua về kỹ thuật Tạo Hình do kinh nghiệm hoặc sách vở, báo chí chuyên môn về Hội họa, cũng đành lắc đầu chán nản trước bức trường thành cao vút ngăn đôi thông cảm. Sự kiện ấy có, vì chúng ta quen nhìn Hội họa với quan niệm thưởng ngoạn cũ. Hôm nay quan niệm về cái đẹp đã đổi khác, lẽ dĩ nhiên cái nhìn cũng phải thay đổi. Hôm nay đứng trước một họa phẩm trừu tượng, người thưởng ngoạn không nên và không bao giờ nên tìm hiểu họa sĩ đã vẽ gì trong kích thước đó, mà chỉ nên tìm hiểu mình đã nghĩ gì về tác phẩm trước mắt mình? Cảm giác đầu tiên nào đã đột nhập vào trí não mình để bắt nguồn cho rung động.

Những màu sắc và hình thể kia có phải là những dấu hiệu của riêng mình đã in vào tiềm thức? Người họa sĩ không có lý do để hiện diện trong tác phẩm thuộc loại Trừu tượng, trừ cái tên ký ở góc tranh. Cái tên này cũng chỉ được dùng như một thứ nhãn hiệu, vì trong lúc sáng tạo, chính họa sĩ cũng là kẻ thưởng ngoạn có "quyền ưu tiên" vì họ có kỹ thuật, thế thôi. Trong Nghệ thuật Hội họa hiện tại, không ai có quyền bắt ai lệ thuộc vào ý nghĩ, vào kỹ thuật tạo hình do cá nhân đảm nhiệm. Mỗi người tự tìm lấy sự say mê của mình trong từng kích thước nhất định" [2]

Năm 1966, dự định trưng bày lần thứ ba tại Sài Gòn 50 họa phẩm Trừu tượng mới nhất nhưng không thành. Năm 1971, Tạ Tỵ lại dự định tổ chức phòng triển lãm tranh gồm 50 chân dung văn nghệ sĩ miền Nam nhưng rồi cũng dở dang do tình hình chiến sự sôi động lúc đó.

Và gần như theo chu kỳ, cứ mỗi 5 năm, Tạ Tỵ mới triển lãm một lần: 1951, 1956, 1961, 1966, 1971… Khi trao đổi với nhà văn Nguiễn Ngu Í, họa sĩ Tạ Tỵ giải thích:

"Sở dĩ tôi phải để một thời gian lâu như thế như anh biết những thì giờ tốt đẹp nhất trong một ngày để sáng tác tôi không được sử dụng, tôi chỉ còn làm việc quanh năm với ánh đèn, với muỗi [Tạ Tỵ vẫn còn làm việc toàn thời gian trong quân ngũ quân lực VNCH – ghi chú của người viết]; *vả lại muốn mỗi phòng triển lãm của tôi ít nhất phải ghi lại trong tâm người thưởng ngoạn một chút kỷ niệm về sự cố gắng của cá nhân trong phạm vi Nghệ thuật. Muốn thâu được kết quả ấy, yếu tố thời gian là yếu tố quyết định."* [2]

Vào đầu thập niên 1960, Tạ Tỵ vẽ một loạt chân dung các văn nghệ sĩ Việt Nam với một phong cách rất độc đáo, anh nhạy bén bắt được cái thần ở từng khuôn mặt, và đây là một lãnh vực tài hoa khác của Tạ Tỵ mà chưa ai sánh được.

Tác phẩm của Tạ Tỵ còn được trưng bày tại các bảo tàng viện nghệ thuật quốc tế ở Tokyo, San Francisco, New York và Paris.

Bức tranh *"Đàn bà"* còn có tên là *"Cô đơn"* (1951) được nhà Sotheby's đấu giá hồi tháng 4 năm 2000, và bán được với giá khá cao 19.550 Singapore dollars. Trong catalogue của Sotheby's đã nhận xét

Chân dung văn nghệ sĩ qua nét vẽ Tạ Tỵ, từ trái trên Mặc Đỗ, Mai Thảo, Thanh Tâm Tuyền; từ trái dưới Nhật Tiến, Nguyễn Đình Toàn, Dương Nghiễm Mậu *[nguồn: từ album gia đình Tạ Tỵ]*. Đây cũng là sáu chân dung có trong Tuyển Tập *Chân Dung Văn Học Nghệ Thuật và Văn Hóa* của Ngô Thế Vinh, Việt Ecology Press xuất bản 2017.

bức tranh: *"Đây là một trong những tác phẩm tiêu biểu của thời kỳ Lập Thể của Tạ Tỵ. Tác giả sử dụng tài tình những màu sắc mạnh mẽ, đặt nhân vật vào ngay trung tâm bức tranh, những hình thể kỷ hà, chẳng hạn như việc xử lý mái tóc không tuân theo luật đăng đối, đường nét mạnh bạo của chiếc cổ và sự sắp xếp của khăn quàng thành những mặt cắt của một hình kim cương… tất cả bố cục này tạo thành một bức tranh Lập Thể độc đáo."*

Bức *Mùa hè đỏ lửa* (1972, 350 x 170 cm), tranh sơn dầu, phong cách *trừu tượng*, được treo ở Bảo tàng Mỹ thuật Thành phố Sài Gòn từ năm 1998. Khi Tạ Tỵ trở về Việt Nam 2003, bức tranh được đổi tên *Cất Cánh*. Đây là bức tranh sơn dầu lớn nhất trong bộ sưu tập của nhà bảo tàng này.

TẠ TỴ: TẠI SAO VIẾT

Trả lời câu hỏi ấy trên tạp chí Hợp Lưu (số 32, Xuân Đinh Sửu 1997, trang 216), khi Tạ Tỵ đã ở tuổi 76, ông tâm sự:

"Tôi sinh ra đời, hình như định mệnh đã an bài, bởi vậy tất cả những gì tôi làm ra đều có bàn tay của định mệnh dính vào. Lúc còn trẻ tôi yêu tất cả những thứ gì thuộc về văn chương nghệ thuật, nhưng tôi mê kéo vĩ cầm hơn cả. Vào năm 1936-37 gì đó, tôi được nghe tiếng đàn của nhạc sĩ Nguyễn Văn Giệp tại Nhà Hát Lớn Hà Nội. Anh chơi bản Danse Macabre với tiếng dương cầm phụ họa của nhạc sĩ Nguyễn Văn Hiếu. Tất cả nhà hát đều yên lặng để thưởng thức tiếng đàn tuyệt vời của hai nhạc sĩ trứ danh nhất của đất Thăng Long thời đó. Tôi về nhà xin Mẹ tiền mua cây đàn và quyển Mazas, là cuốn sách học kéo violon vỡ lòng. Tôi học kéo đàn song song với học vẽ ở trường Cao Đẳng Mỹ Thuật Đông Dương. Vì mê học nhạc nên tôi quen với cố nhạc sĩ Đỗ Thế Phiệt. Sau mấy năm học thấy không có tiến bộ, tôi bỏ đàn, chuyên về vẽ…

Còn một trở ngại to lớn nữa là người họa sĩ chỉ vẽ tấm tranh duy nhất, nếu bán đi, người họa sĩ không còn gì ngoài tấm ảnh chụp giữ làm kỷ niệm. Vì nhìn thấy cái thế "yếu" của hội họa, vả lại, cuộc sống trong chiến tranh có rất nhiều sự việc tác động mạnh và sâu đậm trong tâm cảm mà hội họa bất lực, không thể nói bằng màu sắc được. Do đó, tôi phải nhờ tới văn chương cũng như thi ca để bày tỏ lập trường, cùng thái độ sống trước tập thể, trước xã hội.

Biết bao nhiêu đổ vỡ, tang thương do chiến tranh gây ra. Biết bao nhiêu tuổi trẻ đã lên đường và cũng có bao nhiêu vòng khăn tang đã quấn ngang đầu, bao nhiêu tiếng khóc than vật vã, với đôi tay bé nhỏ xanh xao của người góa phụ, ôm lấy chiếc quan tài phủ lá quốc kỳ với vòng hoa cườm có hàng chữ "Tổ Quốc Ghi Ơn", nhưng tôi được biết, trong chiếc quan tài đó chỉ có chiếc bọc nylon ôm gọn thây người chiến sĩ đã nát bấy vì pháo địch, chỉ còn lại một đống thịt xương bầy nhầy với chiếc thẻ bài lẫn lộn trong vũng máu đông đặc vì được cất kỹ trong ô kéo của căn phòng chứa xác cực lạnh. Ngay cạnh đó, một đứa nhỏ chừng ba tuổi gầy ốm đứng nhìn ngơ ngác!

Còn biết bao nhiêu cuộc tình tan tác như những chiếc bong bóng thổi bằng bọt xà bông. Đại lộ kinh hoàng còn đó. Xác những chiếc xe tăng của Trung Cộng, của Liên Xô, của Mỹ còn nằm rải rác dọc theo đường số 1 như những con quái vật thời tiền sử và còn nhiều, nhiều nữa những dấu ấn của chiến tranh cần phải nói ra, nhưng hội họa quả tình bất lực trước vấn đề này. Chỉ có văn chương mới đủ sức khai quật những oan khuất chìm ở đáy sâu tâm cảm."[1]

VĂN HỌC:

– Đã cộng tác với các tạp chí văn học tại miền Bắc và miền Nam từ năm 1950 đến 30-4-1975: *Thế Kỷ, Đời Mới, Nguồn Sống Mới, Sáng Tạo, Văn, Văn Học, Hiện Đại, Nghệ Thuật, Bách Khoa* và *Tin Văn*, và sau 1975: *Thế Kỷ 21* tại Hoa Kỳ.

Từ phải, Tạ Tỵ (1922-2004), Phạm Đình Chương (1929-1991), Nguyễn Sỹ Tế (1922-2005), Vũ Khắc Khoan (1917-1986), Mai Thảo (1927-1998) trong một buổi họp mặt trước 1975 ở Sài Gòn. *[nguồn: album gia đình Tạ Tỵ]*

Những Tác Phẩm Đã Xuất Bản Tại Miền Nam trước 1975

1- *Những Viên Sỏi*, tập truyện, Nam Chi Tùng Thư, 1962

2- *Yêu Và Thù*, tập truyện, Phạm Quang Khai, 1970

Những Tác Phẩm Tạ Tỵ đã Xuất Bản Tại Miền Nam trước 1975, trên từ trái, *Những viên sỏi*, tập truyện, Nam Chi Tùng Thư, 1962. *Phạm Duy Còn Đó Nỗi Buồn*, văn sử học, 1971. *Mười Khuôn Mặt Văn Nghệ Hôm Nay*, nhận định văn học, Lá Bối, 1972; dưới từ trái, *Bao Giờ*, tập truyện, Gìn Vàng Giữ Ngọc xuất bản 1972. Riêng tác phẩm *Mười Khuôn Mặt Văn Nghệ*, do Nam Chi Tùng Thư xuất bản năm 1970 ở Sài Gòn, đã được nhà xuất bản Hội Nhà Văn Việt Nam tái bản tại Hà Nội năm 1996, nhưng họ đã tùy tiện biên tập, cắt bỏ khuôn mặt văn nghệ Mai Thảo ra khỏi cuốn sách, thay vào Trịnh Công Sơn, mà không hề có phép của Tạ Tỵ. *[tư liệu của Thành Tôn]*

3- *Mười Khuôn Mặt Văn Nghệ,* nhận định văn học, Nam Chi Tùng Thư 1970.

4- *Phạm Duy Còn Đó Nỗi Buồn*, văn sử học, 1971

5- *Cho Cuộc Đời*, thơ, Khai Phóng, 1971

6- *Mười Khuôn Mặt Văn Nghệ Hôm Nay*, nhận định văn học, Lá Bối, 1972, Xuân Thu tái bản tại Hoa Kỳ, 1991

7- *Bao Giờ*, tập truyện, Gìn Vàng Giữ Ngọc xuất bản, 1972

8- *Ý Nghĩ*, tạp văn, Khai Phóng, 1974.

Những Tác Phẩm Xuất Bản Tại Hoa Kỳ

1- *Đáy Địa Ngục*, hồi ký cải tạo, Cơ Sở Thằng Mõ, 1985

2- *Những Khuôn Mặt Văn Nghệ Đã Đi Qua Đời Tôi*, hồi ký, Thằng Mõ, 1990

3- *Xóm Nhà Tôi*, tập truyện viết trong những ngày tháng lưu vong nơi đất khách, Nxb Xuân Thu, 1992

4- *Mây Bay*, thi phẩm, Miền Nam xuất bản, 1996

5- *Một Chuyến Ngao Du*, truyện dài, Nxb Xuân Thu, 2000

6- *Tuyển Tập Tạ Tỵ*, tuyển tập Văn-Thơ-Họa, Nxb Thằng Mõ, 2001

Những cuốn sách của Tạ Tỵ xuất bản ở hải ngoại, từ trái, *Đáy Địa Ngục, Xóm Nhà Tôi, Những Khuôn Mặt Văn Nghệ Đã Đi Qua Đời Tôi. [tư liệu Thành Tôn]*

Thơ Tạ Tỵ

THƯƠNG VỀ NĂM CỬA Ô XƯA

Tôi đứng bên này vỹ tuyến
Thương về năm cửa Ô xưa
Quan Chưởng đêm tàn dẫn lối
Đê cao hun hút chợ Dừa
Cầu Rền mưa dầm lầy lội
Gió về đã buốt lòng chưa?
Yên Phụ đôi bờ sóng vỗ
Nhị Hà lấp lánh sao thưa
Cầu Giấy đường hoa phượng vĩ
Nhớ nhung biết mấy cho vừa...
Cửa Ô ơi, cửa Ô
Năm ngả đường đất nước

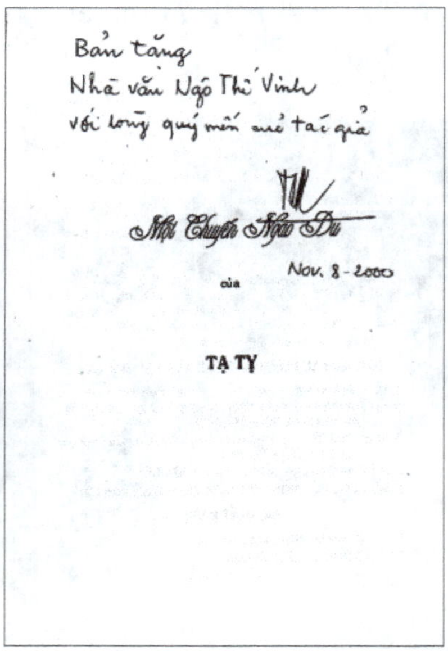

Một Chuyến Ngao Du, truyện, nhà xuất bản Xuân Thu, California 2000, với thủ bút đề tặng của tác giả. *[tư liệu Ngô Thế Vinh]*

Trôi từ vạn nẻo sông hồ
Nắng mưa bốn hướng đổ vào lòng Hà Nội
Gục đầu nhớ tiếng võng đưa!...
Có biết chăng ai, mái tóc bồng bềnh chảy xuôi ý đẹp
Có nhớ chăng ai, lệ nào ướt đẫm tình người
Tê tái tiếng cười
Từng cánh hoa đời khép lại
Thương về năm cửa Ô xưa!

Tạ Tỵ được giải ngũ vào tháng 6 năm 1974 theo quy chế sau 21 năm công vụ, ở tuổi 53, vẫn còn khỏe mạnh, đang ở cái tuổi chín muồi của sáng tạo. Anh rất vui với ý nghĩ rằng từ nay sẽ có thời gian để phụng sự nghệ thuật. Nhưng rồi ngày 30/4/1975 đổ ập đến, tất cả mọi dự án về nghệ thuật đều tan biến. Đã thế, cho dù đã giải ngũ, anh vẫn bị bắt đi tù cải tạo. Cùng với bao nhiêu đồng đội và thế hệ văn nghệ sĩ miền Nam, anh đã bị đày ải trong những nhà tù từ Nam ra Bắc, rồi nhà tù lớn là một đất nước Việt Nam CS, tổng cộng 6 năm (1975-1981), nhưng may mắn sống sót, trong khi đó nhiều đồng đội cùng với các nhà văn nhà báo miền Nam bạn anh thì đã chết rũ trong tù như Hiếu Chân Nguyễn Hoạt, Hoàng Vĩnh Lộc, Nguyễn Mạnh Côn, Phạm Văn Sơn, Trần Văn Tuyên, Trần Việt Sơn, Vũ Ngọc Các, Anh Tuấn Nguyễn Tuấn Phát, Dương Hùng Cường… hay vừa ra khỏi nhà tù thì chết như Vũ Hoàng Chương, Hồ Hữu Tường.

Vào đầu năm 1981, Tạ Tỵ được tha về với tấm thân tàn ma dại, tóc bạc răng long. Và nơi chương cuối cuốn hồi ký *Những Khuôn Mặt Văn Nghệ Đã Đi Qua Đời Tôi*, xuất bản tại Hoa Kỳ (1990), Tạ Tỵ viết: *"Trước khi đi tù cải tạo tôi cân được 62 kg, khi ra tù chỉ còn đúng 35 kg. Tôi gầy như bộ xương biết đi. Răng rụng gần hết, còn vài cái kể như vô dụng trong vấn đề ăn uống. Trong tờ "Giấy Ra Trại", Cộng sản ghi lý do: "Quá già yếu, không còn đủ sức lao động"! Họ tha và tin rằng, thế nào tôi cũng chết, có thể trên đường về, và có thể gặp vợ con rồi xuống đất !"* Nhưng rồi Tạ Tỵ vẫn sống sót. [1]

Tạ Tỵ là bạn thân thiết với Lê Ngộ Châu từ hồi báo Bách Khoa, nên hai người vẫn gặp nhau luôn. *"Khi mới được tha về, Lê Ngộ Châu bảo tôi phải đi chụp gấp tấm ảnh làm kỷ niệm, kẻo sau này, nhờ dinh dưỡng cậu khác đi làm sao có được cái hình hài này? Tôi nghe lời, hôm sau đến tiệm hình chụp một tấm. Mấy bữa sau, khi nhìn mình qua tấm ảnh, chính tôi cũng không nhận ra! Sao tiều tụy như vậy được? Anh chị Châu làm bữa cơm thịnh soạn mời tôi, gọi là bữa cơm "Mừng Người Về Từ Cõi Chết"*.[1]

Sau một thời gian ra tù, được sự chăm sóc tích cực của gia đình, sức khỏe của anh dần hồi phục. Tạ Tỵ vẫn nuôi ý chí đi tìm tự do. Chuyến vượt biên đầu tiên, vào đầu năm 1982, mới xuống tới Bạc Liêu bị đổ bể may kịp quay về mà không bị bắt lại vào tù. Phải đến giữa năm 1982, cũng là lần vượt biên thứ hai, Tạ Tỵ cùng gia đình đã xuống được một chiếc ghe mong manh chật ních người, ra khơi ngày 12/6/1982, lênh đênh trên biển đúng bảy ngày, đến ngày 19/6/1982 được tàu dầu Anh quốc vớt đưa vào đảo Pulau Bidong, Malaysia. Từ đó Tạ Tỵ bắt đầu cuộc đời tỵ nạn ở tuổi 61.[1]

ĐÁY ĐỊA NGỤC: HỒI KÝ VIẾT TRÊN ĐẢO

Ngay từ ngày đặt chân lên đảo, Tạ Tỵ đã cầm bút ghi lại kinh nghiệm những năm tù đày kinh hoàng mà anh và các đồng đội vừa trải qua. Cuốn Hồi ký *Đáy Địa Ngục*, dày 678 trang được khởi viết ngày 25/9/1982 và viết xong ngày 15/12/1982 tại trại Tỵ Nạn chuyển tiếp Sungai Besi, Malaysia, được Nxb Thằng Mõ, California xuất bản năm 1985 và tái bản một năm sau đó. Ngay trang mở đầu cuốn Hồi ký, Tạ Tỵ viết:

Cuốn "Đáy Địa Ngục" được thực hiện trong hoàn cảnh vô cùng phức tạp, giữa những tiếng ồn ào, sinh động của một trại Tỵ Nạn trên vùng đất Mã Lai… Khoảng thời gian, từ ngày Cộng sản chiếm miền Nam, tính đến hôm nay, mới gần 8 năm. Quả thực không lâu so với cuộc luân hành miên viễn của thời gian, nhưng đích thực, đó là một chuỗi đau thương đan kết bằng máu và nước mắt của mỗi con người Việt Nam đã và đang sống trong một bối cảnh vô cùng khốn khổ trực diện với một chế độ mình không ưa thích, không muốn phục vụ, vẫn phải làm như nhiệt tình, thành khẩn!

Sau ngày 30-4-1975, Việt Nam là một nhà tù lớn, bên trong nó, có rất nhiều nhà tù nhỏ, được quây kín sau dãy Trường Sơn trùng điệp, sau những lũy tre dày đặc, hoàn toàn cách biệt với thế giới bên ngoài. Không một ký giả nào thuộc Thế Giới Tự Do, kể cả các ký giả thuộc các nước Cộng sản anh em, được "tham quan" những vùng đất cấm đó. Đối với Cộng sản, cái gì cũng được giữ bí mật tối đa, cái gì cũng được che giấu bằng dối trá, lừa bịp!

Tôi đã trải qua 8 trại Tập Trung Cải Tạo, từ Nam ra Bắc. Tôi đã sống và đã chứng kiến bao nhiêu trạng thái bi thương…

Người tù chính trị Việt Nam sau ngày 30-4-1975, quả thực, một vết nhơ trên "tấm thảm lương tri nhân loại". Họ được đối xử như những con vật, đôi khi không bằng con vật. Họ luôn luôn sống trong lo âu, hồi hộp, chẳng biết chuyện gì sẽ xảy đến với họ, buổi sớm mai khi thức dậy, sau một đêm trằn trọc với ác mộng và muỗi rệp! Họ "ăn không đủ no, đói không đủ chết", nên lúc nào miếng ăn cũng ám ảnh, giày vò họ, làm khổ sở, ngày này qua ngày khác, mùa nắng cũng như mùa mưa, mùa hạ cũng như mùa đông, không mùa nào họ có thể tìm thấy chút gì để tạo nên nguồn hy vọng. Nếu ai đã trải qua một lần trong bất cứ Trại Tập Trung Cải Tạo nào của Cộng sản Việt Nam, người đó có quyền coi thường mọi nhà tù trên Thế Giới!

Tạ Tỵ và các thân hữu ở Little Saigon, hàng ngồi từ phải: Tạ Tỵ, Ngô Bảo; hàng đứng từ trái: Thanh Chương, Phan Diên, Phạm Quốc Bảo, Nguyễn Văn Định. *[photo by Phạm Phú Minh, do Phạm Quốc Bảo nhận diện]*

… "Nhưng trang sử đã lật. Cái gì qua, phải qua. Nó là bài học vô cùng quý giá, miễn rằng bài học này đừng bao giờ ôn / lặp lại trong ngày mai." [1] [hết trích dẫn]

Tạ Tỵ đã đặt chân tới Mỹ với tập bản thảo hồi ký *Đáy Địa Ngục* vừa được viết xong.

RA MẮT TUYỂN TẬP VĂN - THƠ - HỌA TẠ TỴ 2001

Trong khoảng thời gian 21 năm sống tại California Hoa Kỳ, khi thì San Diego, khi thành phố Garden Grove, Tạ Tỵ tiếp tục sáng tác

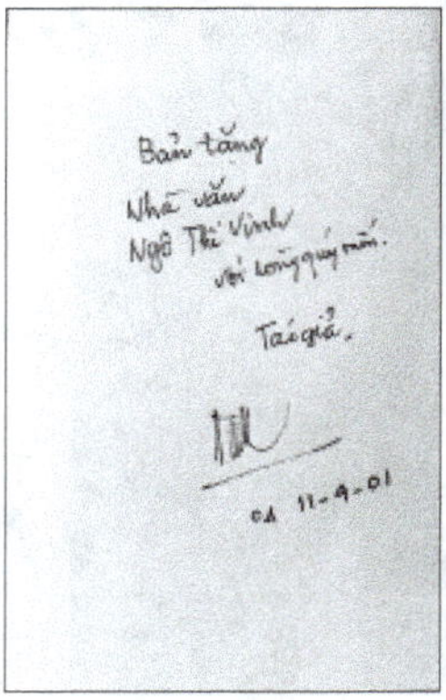

Buổi ra mắt sách *Tuyển Tập Văn-Thơ-Họa Tạ Tỵ* (2001) tại quán cà phê Factory rất đặc biệt và cực kỳ đơn giản của "lão ông Tạ Tỵ" ở tuổi 80 Quận Cam, Thủ đô Tỵ nạn, hay còn có tên là Little Saigon. Hình ảnh một Tạ Tỵ với mái tóc bạc phơ ngồi ký từng cuốn sách, với vây quanh đông đảo lớp người trẻ xúm lại vui vẻ trò chuyện với bác Tạ Tỵ. *[photo by Phạm Phú Minh]*

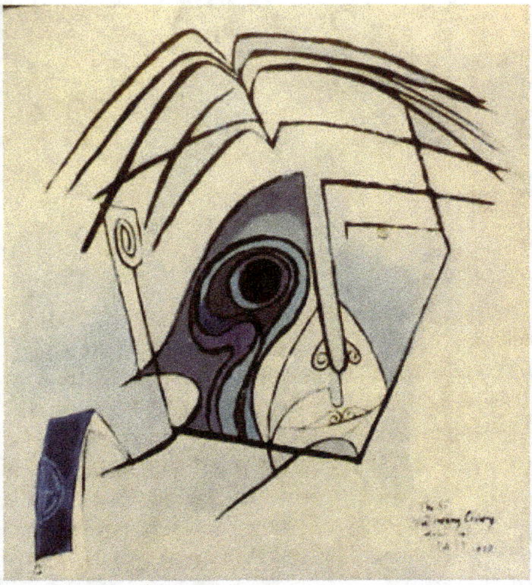

Ký họa chân dung Văn Nghệ Sĩ của Tạ Tỵ; trái, nhà thơ Vũ Hoàng Chương, Gouache 19"x 24"; phải, nhà văn, nhà báo, học giả Hồ Hữu Tường, Gouache 19"x 24". Sau 1975, cả hai bị Cộng sản bắt đi tù cải tạo, và khi vừa ra tù chỉ vài ngày sau đó thì chết, Vũ Hoàng Chương (6/9/1976) và Hồ Hữu Tường (26/6/1980). *[nguồn: Tuyển Tập Tạ Tỵ 2001]*

vẽ và viết; ông hoàn tất được một số tranh với phong cách trừu tượng và một số tác phẩm viết và xuất bản ở hải ngoại.

Tuyển Tập Văn-Thơ-Họa của Tạ Tỵ là cuốn sách cuối cùng được xuất bản và ra mắt tại Hoa Kỳ. Sách gồm bốn tập truyện: *Những Viên Sỏi, Yêu và Thù, Bao Giờ, Xóm Cũ*, và một tập thơ *Mây Bay*, đặc biệt có 12 phụ bản màu: gồm 6 bức tranh Sơn Dầu Trừu Tượng, tất cả được vẽ tại Hoa Kỳ và 6 Ký họa Bột màu / Gouache các Khuôn Mặt Văn Nghệ Sĩ.

MỘT CHÚT RIÊNG TƯ:

Họa Sĩ Tạ Tỵ Và Giấc Mộng Con Năm 2000

Từ trước 1975, tôi đã được xem tranh, đọc thơ văn và cả sách nhận định văn học của Tạ Tỵ (*Mười Khuôn Mặt Văn Nghệ*, Nam Chi Tùng Thư Sài Gòn 1970, *Mười Khuôn Mặt Văn Nghệ Hôm Nay*, Lá Bối Sài Gòn 1972), và không thể quên các *caricatures* chân dung văn nghệ sĩ được Tạ Tỵ phác thảo với những đường nét hết sức độc đáo.

Những bức tranh sơn dầu rất đẹp được vẽ tại hải ngoại theo phong cách trừu tượng của Tạ Tỵ, với bút pháp và màu sắc thật mạnh mẽ; trái, *Trôi giạt*, trừu tượng, sơn dầu 48" x 72" (1984); phải, *Cơn Giận của Thượng Đế*, trừu tượng, sơn dầu 48" x 72" (1985) *[nguồn: Tuyển Tập Tạ Tỵ 2001]*

Hình trái, *Ngày Hạ*, trừu tượng sơn dầu 48" x 72" (1986); phải, Tạ Tỵ đứng trước bức tranh *Những Mảnh Đời Tỵ Nạn*, sơn dầu 48" x 60" (1995); có thể coi như bức tranh trừu tượng cuối đời của Tạ Tỵ. *[nguồn: Tuyển Tập Tạ Tỵ 2001]*

Nhưng tôi chỉ thực sự được quen anh Tạ Tỵ trên đất Mỹ từ những năm 1980, khi cả hai cùng một lứa bên trời lận đận, trong hoàn cảnh tỵ nạn sau những năm tháng tù đày. Tạ Tỵ cùng thế hệ với Vũ Khắc Khoan, Mặc Đỗ, Nghiêm Xuân Hồng… Về tuổi tác Tạ Tỵ hơn tôi một thế hệ, đúng 20 năm nhưng tâm hồn thì trẻ trung, và cả khiêm cung, nên trong giao tiếp tôi vẫn gọi Tạ Tỵ là anh.

Rồi Tạ Tỵ đã có dịp đọc *"Giấc Mộng Con năm 2000"* và anh nồng nhiệt chia sẻ với tôi về dự án một Công viên Văn hóa Việt Nam ở hải ngoại mà anh gọi đó là Giấc Mộng Lớn.

Tác phẩm *Mùa hè đỏ lửa 1972*, (350 x 170 cm), vẽ theo phong cách trừu tượng, hiện treo ở Bảo tàng Mỹ thuật Thành phố Sài Gòn từ năm 1998. Khi Tạ Tỵ trở về Việt Nam 2003, bức tranh được đổi tên *Cất Cánh*, đây là bức tranh sơn dầu lớn nhất trong bộ sưu tập của bảo tàng thành phố. *[hình chụp tại Sài Gòn tháng 11/2019 tư liệu Ngô Thế Vinh]*

GIẤC MỘNG CON NĂM 2000

CÂU CHUYỆN CUỐI NĂM. *Người đàn ông nông dân ấy gốc lính cũ, hai mươi năm sau đã bước vào tuổi trung niên, chưa tới tuổi năm mươi nhưng cuộc sống lao động lam lũ khiến anh ta trông xanh xao và già sọm. Anh mất một bàn chân trái khi đã mãn lính do đạp phải mìn ngay trên ruộng nhà. Không cần là bác sĩ cũng biết là anh ta mang trên người đủ thứ bệnh tật: thiếu ăn suy dinh dưỡng, sốt rét kinh niên và thiếu máu. Tất cả sinh lực và nhân cách của anh là nơi đôi mắt sáng tuy hơi buồn nhưng luôn luôn nhìn thẳng vào mặt người đối diện. Hôm nay anh tới đây vì một lý do khác. Một mảng đen bầm nơi lưng không đau rỉ nước vàng từ bấy lâu, trị cách gì cũng không hết. Chầu chực lên trạm y tế huyện được y sĩ cách mạng cho ít viên thuốc tây, rồi đến thầy đông y cho bốc thuốc nam và cả châm cứu nữa mà bệnh thì vẫn không chuyển trong khi người anh cứ gầy rốc ra. Nay nghe có đoàn y tế thiện nguyện ở ngoại quốc về, anh cũng muốn tới thử coi, biết đâu anh lại được gặp ông thầy cũ - người y sĩ trưởng của anh năm nào. Và rồi anh chỉ gặp toàn những khuôn mặt trẻ lạ, nhưng anh vẫn cứ đưa lưng ra cho người ta khám. Một tiếng ồ rất đỗi kinh ngạc của cả toán. Tim người bác sĩ trẻ trưởng đoàn như lạc một nhịp. Không cần một chẩn đoán phức tạp, Toản nhận ra ngay đây là một dạng ung thư mêlanin ác tính - malignant melanoma, chắc chắn với di căn đã tràn lan. Dĩ nhiên căn bệnh có thể trị khỏi nếu phát hiện sớm; nhưng trường hợp này cho dù với phương tiện tiên tiến nhất trên đất Mỹ cũng đành bó tay. Chẳng phải là người bệnh mà là người thầy thuốc trẻ nói giọng buồn bã: Ông tới trễ quá, lẽ ra bệnh có thể trị khỏi... Bệnh nhân không tỏ vẻ bối rối, anh vẫn nhìn thẳng vào mặt người thầy thuốc, ánh mắt tím thẫm xuống vừa giận dữ vừa nghiêm khắc: Tới trễ? Chỉ có bác sĩ các ông là Những Người Tới Trễ chứ tôi cũng như mọi người dân vẫn ở đây từ bao giờ... Dứt khoát không chờ đợi một điều gì thêm ở đám thầy thuốc xa lạ ấy, anh quay lưng bước ra khập khễnh trên đôi nạng tre mắt vẫn nhìn thẳng về phía trước, khắc khổ cam chịu và vẫn can trường như một người lính thuở nào.*

*

Hội nghị Y sĩ Thế giới lần thứ 5 sẽ là một Đại hội Y Nha Dược. Với Chính đó là một tin vui biểu hiện sức mạnh đoàn kết của ngành y ở hải ngoại. Buổi họp cuối cùng ở Palo Alto kết thúc quá nửa khuya, sáng hôm sau như thói quen của người có tuổi, Chính vẫn dậy rất sớm chuẩn bị cho một ngày đi Las Vegas thăm con. Chỉ còn mấy tháng nữa Toản -- đứa con trai lớn của Chính, hoàn tất bốn năm Thường trú Giải phẫu tổng quát. Sau đó nó sẽ đi New York học tiếp thêm bốn năm về giải phẫu bổ hình, một ngành mà đã có lần Toản cho là một số các bác bạn của bố đã tha hóa -- *prostitution of plastic surgery*, biến thành kỹ nghệ sửa sắc đẹp nâng mũi đệm mông. Toản khỏe mạnh, cao lớn hơn bố, sống như một thanh niên sinh đẻ ở Mỹ, rất năng động xông xáo trong công việc cũng như giải trí vui chơi; suy nghĩ và hành động đơn giản. Không phải chỉ cách suy nghĩ mà cách đặt vấn đề của tụi nó cũng khác xa với thế hệ của Chính. Sinh đẻ ở Việt Nam sống ở nước ngoài, là công dân hạng nhất hay hạng hai, chưa bao giờ là một "issue" đối với nó.

Tuy chỉ có một ngày để cho hai bố con gặp nhau hàn huyên, nhưng Toản vẫn lái xe đưa bố lên một khu trượt tuyết rất xa khu giải trí Las Vegas. Toản tâm sự với bố là không phải tình cờ mà nó chọn đi về chuyên khoa bổ hình mà chủ yếu là phẫu thuật bàn tay. Chẳng phải chỉ vì Toản có tâm hồn nghệ sĩ, là tay chơi guitare classique có hạng mà nó biết quý bàn tay của nó. Với Toản chức năng đôi bàn tay là một biểu tượng vô cùng quý giá của cuộc sống lao động và nghệ thuật. Khác với bố và các bạn đồng lứa, Toản may mắn được trời cho đôi bàn tay vàng. Ông giáo sư dạy Toản đã phải thốt ra như vậy. Trong mọi trường hợp từ thông thường tới những "cas" mổ đầy thử thách, qua từng nét rạch đường cắt rất tiết kiệm, trường hợp nào cũng được đánh giá như là đạt tới mức nghệ thuật -- "state of art". Từ lâu Toản đã bị thuyết phục bởi tên của một bác sĩ chỉnh hình Anh Paul Brand, phục vụ tại Ấn Độ, người mà không phải chỉ với tài năng mà còn cả với niềm tin và sự tận tụy can đảm đã có nhiều cống hiến to lớn trong lãnh vực phẫu thuật phục hồi bàn tay cho người bệnh Hansen, đem lại hy vọng cho hàng triệu người bệnh trên khắp thế giới. Toản đã thích thú theo dõi các công trình của Brand trong suốt bốn thập niên qua. Gần đây Toản cũng đã vô cùng xúc động khi lần đầu tiên được đọc một cuốn sách tiếng Việt xuất bản ở hải ngoại của một linh mục nói về thực trạng bi thảm của những trại cùi ở quê nhà nhất là ở miền Bắc. Toản tâm niệm sẽ không phải Brand hay một bác sĩ ngoại quốc nào khác mà chính Toản và các bạn sẽ là thành viên của Chiến dịch Phục hồi Hy vọng -- Mission Restore Hope. Toản mơ một giấc mơ năm 2000, bệnh Hansen không còn là vấn đề y tế công cộng nơi quê nhà.

Toản tâm sự với bố là gần đây đã liên tiếp nhận được những thư và các cú điện thoại mời mọc từ Colorado, Boston, Houston để về làm việc tại Á châu, ưu tiên là ở Việt Nam với những điều kiện hết sức hấp dẫn: lương khởi đầu 6 digits nghĩa là trên trăm ngàn đô la một năm, đi kèm theo bao nhiêu những bảo đảm quyền lợi khác kể cả không phải đóng thuế khi làm việc ở hải ngoại. Toản có thái độ dứt khoát: nếu chỉ vì mục đích làm giàu, con chẳng cần phải trở về Việt Nam. Họ cũng cho con biết đã có những phái đoàn Bác sĩ Mỹ gốc Việt, không phải chỉ có nhóm lớn tiếng ồn ào như Lê Hoàng Bảo Long mà còn những toán khác "có đầu óc hơn" âm thầm lặng lẽ đi về chuẩn bị cho mạng lưới y tế thị trường này. Cơ sở đầu tiên sẽ là bệnh viện Thống Nhất, sẽ được tân trang và upgrade đúng tiêu chuẩn Mỹ và bác sĩ hoàn toàn được đào tạo tại Mỹ. Không có gì thay đổi là bệnh viện ấy vẫn ưu tiên điều trị cho các cán bộ cao cấp. Chỉ có khác và "đổi mới" cho phù hợp với kinh tế thị trường, đây còn là nơi chữa trị cho khách ngoại quốc có bảo hiểm giàu tiền bạc thuộc bốn biển năm châu. Nam Triều Tiên có, Tàu Đài Loan có, Tàu Hồng Kông có, Mỹ, Pháp, Úc, Gia Nã Đại, có đủ cả. Làm sao bảo đảm sức khỏe cho họ với tiêu chuẩn cao nhất để họ yên tâm khai thác làm ăn và cả hưởng thụ trên khắp ngõ ngách của Việt Nam từ ải Nam quan cho đến mũi Cà Mau. Và đây cũng là món lợi nhuận béo bở không phải chỉ có các hãng bảo hiểm Mỹ đang muốn nhảy vào mà phải kể tới đám bác sĩ Mỹ gốc Việt cũng đang nao nức rất muốn "về giúp Việt Nam". Chưa qua tuổi 30, Toản suy nghĩ trong sáng độc lập và tự tin trên bước đường dấn thân của nó. Không hẳn là Chính đã đồng ý, nhưng lại rất hiểu tính cứng cỏi độc lập của con, Chính không muốn có lần đụng độ thứ hai giữa hai bố con. Chính tạm yên tâm khi thấy con mình cho dù với chọn lựa nào cũng thôi thúc bởi những động lực trong sáng, nó không thể lẫn vào đám người cơ hội. Và theo một nghĩa nào đó, Chính thấy hơi ganh tỵ với tuổi trẻ và sự cả tin đến trong suốt của con; rồi cho đó như một ý nghĩ kỳ quái anh lắc đầu tự mỉm cười khi một mình lái xe đổ dốc trên con đường về...

Hơn một lần viếng thăm Cali, nhưng mỗi chuyến đi đều đem lại cho Chính những cảm tưởng đổi mới của những cộng đồng Việt Nam rất sinh động. Thay vì chỉ hơn một giờ bay, Chính đã quyết định thuê một chiếc xe của hãng Hertz từ phi trường, đích thân lái từ Palo Alto về tới Little Saigon. Chuyến đi hướng về một thành phố trẻ trung của tương lai nhưng cũng lại là một cuộc hành trình ngược về quá khứ nhìn lại khoảng thời gian đã mất. Anh nghĩ cho dù trong bối cảnh lạnh lùng của thực tế chính trị, đương đầu với những vấn đề của Việt Nam tương lai ở ngưỡng cửa thế kỷ 21, không phải chỉ có vận dụng bộ óc mà phải là sự hòa hợp với rung động của con tim. Quỷ dữ không chỉ là bóng ma cộng sản mà ngay chính cõi lòng sao vẫn cứ chai đá của chúng ta.

Tuy chỉ là câu nói đùa của Thiện nhưng sao vẫn cứ ám ảnh Chính mãi. Rằng nếu có tên quá khích điên khùng bắn chết Lê Hoàng Bảo Long, chắc Little Saigon sẽ buồn bã biết chừng nào. Chắc rồi cũng phải tìm cho ra một Lê Hoàng Bảo Long thứ hai. Không có chống cộng thì còn đâu là sự sinh động của Little Saigon. Chỉ có điều cộng sản thì ẩn hiện, lúc nào mục tiêu cũng di động và xảo quyệt, vô hình trung bọn chúng đã khiến các tay xạ thủ chống cộng cũng di chuyển để rồi tự nguyện sắp theo đội hình vòng tròn tự lúc nào và dĩ nhiên ngay từ loạt súng đầu tiên tổn thất có thể kiểm kê được là nơi chính các đồng bạn... Chính có dự định sẽ gặp Thiện -- tác giả của Project 2000, nhằm kết hợp toàn y giới ở hải ngoại mà Chính cho là táo bạo và hấp dẫn với quan niệm "vận dụng và chuyển hóa tài lực của thế giới thành tài lực của Việt Nam, khai thông những hưng thịnh của thế giới chuyển đổ về quê hương, thực hiện vận mạng Việt Nam bằng những phương tiện của thế giới"... Dự trù hình thành một tổ hợp vô vị lợi, mỗi y nha dược sĩ đóng 2000 Mỹ kim như một phần khấu trừ thuế rất nhỏ trong phần thuế khóa rất lớn mà họ đóng góp hàng năm trên các vùng đất tạm dung đang cưu mang họ, thì với một ngàn người tham gia số tiền hành sự đã lên đến hai triệu đô la tiền mặt. Với tiềm năng ấy thì không có việc gì mà Hội Y Nha Dược Thế giới không làm được, từ đáp ứng tức thời như cứu trợ đồng bào nạn nhân trong bạo loạn ở

Los Angeles, nạn nhân bão lụt thiên tai ở đồng bằng sông Cửu Long, đến các công trình dài hạn như xây dựng Convention Center - Nhà Văn hóa Công viên Việt Nam cạnh thủ đô Little Sài gòn, tham gia dứt điểm một dự án y tế của OMS thanh toán bệnh Hansen ở Việt Nam vào năm 2000... Chính thấy rằng chỉ ngay trong trái tim Tiểu Sài Gòn ấy giữa đa số thầm lặng đã có biết bao nhiêu người có lòng với cái tâm thành: ông Đại tá chỉ huy đơn vị cũ với thành tích 14 năm tù mới sang được tới Mỹ trong tình trạng sức khỏe suy kiệt chẳng biết lo thân đã ngồi viết ngay thư đầu tiên liên lạc với Chính yêu cầu anh với uy tín sẵn có giúp ông vận động dựng lại được bức tượng Thương Tiếc để mọi người không quên những người lính đã chết. Tiến, người bạn đồng môn gốc tráng sinh Bạch Mã, chỉ có hai niềm say mê: phục hồi phong trào Hướng Đạo Việt Nam tại hải ngoại cho giới trẻ và thiết lập một bệnh viện Việt Nam đầu tiên trên đất Mỹ. Nguyễn, lớp đàn anh của Chính, tuổi ngót 60 rồi mà vẫn còn độc thân, vẫn bền bỉ trong bấy nhiêu năm liền là người bạn thiết tận tụy của thuyền nhân và cũng là thầy thuốc miễn phí của giới văn nghệ sĩ các gia đình H.O. Liên, một bác sĩ muộn màng mới từ đảo qua, đang sống mái ngày đêm đèn sách để trở lại hành nghề nhưng vẫn tích cực mơ ước thực hiện một tượng đài vĩ đại *Mẹ Bồng Con* lao vào đại dương theo nước non ngàn dặm ra đi -- biểu tượng cho một cuộc di dân khổng lồ của hai triệu người Việt đi khai sinh một siêu Việt Nam trong lòng thế giới... Và còn biết bao nhiêu, bao nhiêu những điển hình và ý nghĩ tốt đẹp khác nữa, vậy mà -- Chính tự hỏi, tại sao anh và các bạn vẫn lạc nhau trong bóng đêm của "kiêu khí, đố kỵ và mê chướng", lại vẫn theo ngôn từ của Thiện.

Bao nhiêu chục năm rồi, Chính vẫn là con người trăn trở, vẫn là trí thức chứng nhân của những bi kịch của một thời nhiễu nhương và lừa dối hào nhoáng. Giữa rất nhiều ồn ào và tiếng động của ngôn từ sa đọa và những thực tế chính trị giả dối, nhiều lúc Chính cũng muốn tĩnh lặng, từ bỏ những suy nghĩ khúc mắc, chỉ làm khổ chính anh và cảm tưởng như cũng chẳng ích gì cho ai; nhưng như vậy thì anh đâu còn là Chính nữa. Trước sau anh vẫn là anh, con người của xác tín. Dùng ngôn từ của điện toán, thì con người anh đã được *thảo chương -- programmed*, chẳng thể nào mà nói đến chuyện đổi thay, chỉ có thể anh sẽ nhạy cảm hơn, chấp nhận đối thoại với những khác biệt mà anh tin rằng vẫn có thể có đoàn kết, cho dù đó là một liên kết nhiều màu sắc -- *rainbow coalition*, và theo anh sự đa dạng chính là chất men của sáng tạo. Anh hiểu rằng số người còn theo và ủng hộ anh ngày càng ít đi. Không ra mặt chống anh nhưng họ tách ra và mỗi người chọn đi theo hướng riêng của họ. Riêng anh, chắc hẳn rằng trong suốt phần cuộc đời còn lại, anh sẽ vẫn cứ đi trên con đường thẳng băng đã vạch ra cho dù quạnh quẽ. Sự mau quên và thỏa hiệp của những người Việt hải ngoại -- mà anh cho là thương tổn tới nhân cách chính trị và quyền tỵ nạn của họ, cộng thêm với sự vui mừng quá độ của người dân trong nước trước những điều được gọi là "đổi mới" chỉ làm cho anh thêm đau lòng. Rồi ra ai cũng tìm cách thích nghi để mà tồn tại, cuộc sống ngồn ngộn bản năng thì vẫn cứ dễ dàng thay da đổi màu và bừng bừng đi tới. Số rất ít người cứng rắn nguyên tắc và nhất quán như anh hình như đang có nguy cơ trở thành một chủng loại hiếm hoi sắp bị tiêu diệt -- *endangered species*. Chính còn lại bà mẹ già bên Việt Nam, mái tóc đã trắng bạc như sương. Anh mơ một giấc mơ đơn giản, cũng chỉ mong đất nước thanh bình để kịp về thăm mẹ, về thăm ngôi làng cũ, ngắm đàn trẻ thơ nô đùa nơi sân trường làng, và hạnh phúc biết bao nhiêu khi được trở lại khám bệnh chăm sóc cho những nông dân thân thuộc bao giờ cũng đôn hậu và chất phác mà y phí có khi chỉ là một nải chuối, ít trái cây hay mấy hột gà tươi. Ước mơ có gì là cao xa đâu nhưng sao vẫn ở ngoài tầm tay và có vẻ như còn rất xa vời. Bởi vì anh vẫn dứt khoát tự nhủ lòng mình anh sẽ không thể và không bao giờ trở lại quê hương như một kẻ bàng quan, một khách du lịch hay tệ hơn nữa như một tên mại bản với xênh xang áo gấm về làng. Mặc dầu rất muốn gặp mẹ nhưng anh vẫn không thể nào về với tâm cảnh và ngoại cảnh bây giờ.

Kể từ giữa thập niên 70, cùng với sự sụp đổ của miền Nam, là một làn sóng ồ ạt dân tỵ nạn Đông Dương rải ra khắp nước Mỹ, nhưng đông đảo nhất vẫn là tiểu bang Cali. Khó khăn của những người tới sớm không phải là ít. Từ ngoài các căn cứ Pendleton, Fort Chaffee không phải chỉ có những bảo trợ người Mỹ giàu lòng bác ái tới giúp đỡ họ mà cả không thiếu những người địa phương kỳ thị thù ghét trù ẻo và muốn đuổi họ về nước. *"We Don't Want them, May They Catch Pneumonia And Die…"*. Và trong đám người tỵ nạn ấy đã có các đồng nghiệp của Chính. Cho tới nay con số bác sĩ Việt Nam lên tới 2000 chỉ riêng ở Mỹ, chưa kể một số không ít khác sống ở

Canada, Pháp và Úc châu và một số nước khác. Hơn 2500 bác sĩ trên tổng số 3000 của toàn miền Nam đã thoát ra khỏi xứ, không khác một cuộc tổng đình công của toàn ngành y tế, liên tục kéo dài từ 75 tới nay. Chính cũng biết rất rõ anh là một trong số ít người đã vận động và lãnh đạo một cách có hiệu quả cuộc đình công dài bất tận một cách vô tiền khoáng hậu ấy.

Chính sẽ lần lượt ghé thăm: San Jose thung lũng điện tử hoa vàng, Los Angeles thành phố thiên thần nhưng lại sắp kết nghĩa với thành phố mang tên Hồ Chí Minh, Orange thủ đô tỵ nạn chống cộng với Sài Gòn Nhỏ và San Diego nơi nổi tiếng khí hậu tốt nhất thế giới – đều là những nơi có đông đảo người Việt, và con số ấy tiếp tục gia tăng không phải chỉ bởi những người mới tới; mà còn do hiện tượng "di dân lần thứ hai" của những người Việt đã tới sinh sống ở những tiểu bang khác, cuối cùng rồi cũng lựa chọn trở về Cali nơi có nắng ấm, có khí hậu nhiệt đới giống Việt Nam như ở Đà lạt, họ nói với nhau như thế.

Tiêu chuẩn hóa, đó là đặc tính rất Mỹ. Thành phố lớn nhỏ nào ở Mỹ thì cũng rất giống nhau, với những trạm xăng, các siêu thị và những tiệm fast food McDonald's. Đi vào những phố chợ Việt Nam sầm uất ngay trên đường Bolsa là thấy những tiệm phở, các siêu thị lớn nhỏ, phòng mạch bác sĩ, hiệu thuốc tây, các văn phòng luật sư và dĩ nhiên cả những tòa báo.

Các đồng nghiệp của Chính đã có mặt ngay từ đầu trong số đông đảo những người tới sớm. Họ biểu tượng cho một tập thể trí thức khoa bảng, được sự giúp đỡ của chương trình tỵ nạn như mọi người, đa số đã mau chóng trở lại hành nghề trong những điều kiện hết sức thuận lợi. Sau đó phải chi ai cũng có trí nhớ tốt về những cảm xúc đầu tiên khi dứt bỏ hết mọi thứ bất kể sống chết ra đi. Chính còn nhớ như in về những ngày ở trên đảo, Ngạn đã nhiều lần tâm sự là chỉ mong có ngày đặt chân tới Mỹ. Anh chẳng bao giờ còn mơ ước tới một nơi nào xa hơn nữa, cũng chẳng hề có cao vọng trở lại nghề cũ. Mà hạnh phúc, nếu có, là được hít thở không khí tự do, được sống như một con người và được khởi sự lại từ đầu, gây dựng mái gia đình bằng sức lao động của tay chân, hy sinh cho tương lai thế hệ những đứa con. Nhưng sự thể lại tốt hơn với mong đợi, chính Ngạn bằng trí thông minh nghị lực làm việc và dĩ nhiên cả may mắn nữa, chỉ trong một thời gian ngắn anh là một trong số những người trở lại hành nghề rất sớm. Là bác sĩ ở Mỹ có nghĩa là đã thuộc vào thành phần xã hội trung lưu trên cao, địa vị hoàn cảnh của họ là ước mơ ngay cả đối với rất nhiều người dân Mỹ bản xứ. Nhưng Ngạn và một số người khác đã không dừng lại ở đó. Và điều gì phải đến đã đến. Hậu quả là một cuộc ruồng bố được mệnh danh là *"gian lận y tế lớn nhất trong lịch sử tiểu bang Cali"*. Để trở thành tin tức hàng đầu nơi trang nhất của báo chí và các đài truyền hình khắp nước Mỹ. Mới chín năm từ ngày sụp đổ cả miền Nam đang còn là một cơn ác mộng chưa nguôi, biến cố tháng Hai 1984 là một cơn mộng dữ thứ hai nhưng với bản chất hoàn toàn khác. Chưa bao giờ hai chữ Việt Nam lại được nhắc tới nhiều như thế trong suốt tuần lễ. Cũng chưa bao giờ quá khứ bị đối xử tàn nhẫn đến như thế. Cảnh tượng hàng loạt bác sĩ dược sĩ trong đó có Ngạn bị các cảnh sát sắc phục còng tay ngoài đường, bêu trước nắng gió đã bị báo chí Tivi Mỹ khai thác triệt để. Ai cũng cảm thấy bị thiệt hại về mặt thanh danh, cộng thêm với những cảm giác bất an và sợ hãi. Rõ ràng sau đó đã có một làn sóng nguyền rủa của người dân bản xứ nhắm chung vào người Việt tỵ nạn. Trong các xưởng hãng, bọn sỗ sàng trực tiếp thì xách mé gọi các đồng nghiệp Việt Nam là đồ ăn cắp, hoặc gián tiếp hơn họ cắt những bản tin với hình ảnh đăng trên báo Mỹ đem dán lên tường chỗ có đông các công nhân Việt Nam làm việc. Những người dân Việt bình thường lương thiện, tới Mỹ với hai bàn tay trắng, đang tạo dựng lại cuộc sống từ bước đầu số không, bằng tất cả ý chí và lao động cần mẫn của đôi bàn tay, nay bỗng dưng trở thành nạn nhân oan khiên của kỳ thị và cả khinh bỉ. Có người uất ức quá đã phải la lên: hỡi các ông trí thức khoa bảng ơi, ngay từ trong nước bao giờ và ở đâu thì các ông cũng là người sung sướng, sao các ông không có mặt ở đây để nhận lãnh sự nhục nhã này... Chuyện xảy ra đã hơn mười năm rồi mà vẫn tưởng như mới hôm qua, như một *flashback* nặng nề diễn ra trong đầu óc Chính. Hiện giờ anh cố chủ động thoát ra khỏi những ngưng đọng của ký ức về một giai đoạn bi ai quá khứ. Đưa tay bấm nút tự động hạ mở kính xe, gió biển thổi cuộn vào trong lòng xe vỗ phần phật. Trời xanh biển xanh, vẫn màu xanh thiên thanh ấy, có gì khác nhau đâu giữa hai bờ đại dương này. *Khổ hải vượng dương, hồi đầu thị ngạn*. Ở đâu thì nỗi khổ cũng mênh mông, nhìn lại chẳng thấy đâu là bờ. Con đường 101 dọc theo bờ biển Thái Bình dương lúc này lại gợi nhớ Quốc lộ 1 bên kia đại dương trên đất nước thân yêu của chàng. Vẫn những giọt nước ấy là nước mắt và làm nên biển cả, những dải cát sáng long lanh như thủy tinh, những ruộng muối trắng, những hàng dừa xanh. Quê hương của trí nhớ đó sẽ đẹp đẽ biết bao nhiêu nếu không có những khúc phim hồi tưởng của *"dọc đường số 1"*, của *"đại lộ kinh hoàng"*, của *"những dải cát thấm máu"* ở những ngày cuối tháng Ba 1975.

Little Saigon vẫn được coi là thủ đô của những người Việt tỵ nạn. Theo nghĩa nào đó là một Sài Gòn nối dài. Nếu khảo sát về địa dư chí, thì như một điều trớ trêu của lịch sử, tên người Việt Nam đầu tiên đến ở quận Cam rất sớm này lại là một người Việt xấu xí -- có tên là Phạm Xuân Ẩn, một đảng viên cộng sản. Bề ngoài anh ta là một ký giả của tuần báo Times trong suốt 10 năm, nhưng điều mà không ai được biết là từ lâu anh vốn là một điệp viên cao cấp của Hà Nội. Ẩn đã từng được học bổng của Bộ Ngoại giao đi du học tại Mỹ vào cuối những năm 50, học xong Ẩn đi tham quan khắp nước Mỹ rồi trở về sống ở quận Cam; sau đó trở lại Sài Gòn làm cho hãng thông tấn Reuters của Anh, rồi tuần báo Times của Mỹ cho tới những ngày cuối của miền Nam. Mãi sau này người ta mới được biết Ẩn đã gia nhập phong trào Việt Minh rất sớm từ những năm 40, khởi từ vai trò một giao liên chẳng có gì là quan trọng để rồi cuối cùng trở thành một điệp viên chiến lược qua mắt được bao nhiêu mạng lưới CIA với danh hiệu phóng viên rất an toàn của một tờ báo Mỹ uy tín... Hiện giờ đã có tới khoảng ba trăm ngàn người Việt đang chiếm chỗ của Ẩn trước kia. Còn riêng Ẩn thì lại đang sống lặng lẽ ở Sài Gòn, tiếp tục là chứng nhân cho cuộc cách mạng thất bại mà Ẩn đã trung thành và toàn tâm phục vụ trong suốt hơn 40 năm. Trở về với thực tại của quận Cam hôm nay, nếu Ẩn có dịp trở lại đây chắc cũng chẳng thể nào nhận ra chốn cũ. Biến từ một khu phố chết với những vườn cam xác xơ, nay trở thành một Sài Gòn Nhỏ trẻ trung và sầm uất. Con em của những người Việt mới tới, ngay từ thế hệ di dân thứ nhất đã rất thành công trong học vấn và nâng tiêu chuẩn giáo dục địa phương cao thêm một bước mới. Chúng tốt nghiệp từ đủ khắp các ngành. Hơn cả giấc mộng Đông Du, chỉ trong khoảng thời gian chưa đầy hai thập niên, nước Việt Nam tương lai có cả một đội ngũ chuyên viên tài ba để có thể trải ra cùng khắp.

Trong kiếp sống lưu dân, chưa làm được gì trực tiếp cho quê hương nhưng Chính vẫn có thể mơ một *Giấc Mộng Con Năm 2000*. Trải qua bao nhiêu hội nghị, Chính có cảm tưởng anh và các bạn vẫn như những người không nhà cho dù các nơi tạm trú đều là những đệ nhất khách sạn không dưới bốn sao. Chuyến đi thực tế này, dự định rằng là bước khởi đầu vận động hình thành không phải chỉ là một mái nhà cho hội y sĩ, mà bao quát hơn là một *convention center*, một tòa Nhà Văn hóa, một Viện Bảo tàng, một Công viên Việt Nam. Đó phải là công trình biểu tượng có tầm vóc, sẽ được thực hiện ưu tiên qua từng giai đoạn. Nếu nghĩ rằng ngôi Đình là biểu tượng cho cái thiện của làng, thì khu Công viên Văn hóa ấy là biểu tượng cho cái gốc tốt đẹp không thể thiếu của các thế hệ di dân Việt Nam từ những ngày đầu đặt chân tới lục địa mới của cơ hội này. Nó sẽ như một mẫu số chung rộng rãi cho một cộng đồng hải ngoại đang rất phân hóa, giúp đám trẻ hãnh tiến hướng Việt tìm lại được cái căn cước đích thực của tụi nó. Dự phỏng rằng Công viên Văn hóa sẽ được thiết lập trong vùng tây nam Hoa Kỳ, tọa lạc trên một diện tích rộng lớn phía bờ nam của xa lộ 22 và 405 tiếp giáp với khu Little Saigon. Đó là nơi có khả năng giới thiệu một cách sinh động những nét đặc thù của văn hóa Việt qua những bước tái thể hiện các giai đoạn lịch sử hào hùng và cả bi thảm của dân tộc Việt từ buổi sơ khai lập quốc. Đây không phải thuần chỉ là công trình của một Ủy ban Đặc nhiệm, gồm tập hợp những tinh hoa trí tuệ của mọi ngành sinh hoạt. Đó phải là một công trình của toàn thể những người Việt tự do ở hải ngoại, không phân biệt màu sắc cá nhân phe nhóm. Bước khởi đầu đơn giản chỉ một đô la cho mỗi đầu người mỗi năm, thì chúng ta đã có hơn một triệu Mỹ kim cộng thêm với hai triệu Mỹ kim nữa của Hội Y Nha Dược, Hội Chuyên gia và các giới doanh thương. Sẽ không phải là nhỏ với ba triệu đô la mỗi năm để làm nền móng khởi đầu cho Dự Án 2000 ấy. Ngũ niên đầu là giai đoạn sở hữu một khu đất đủ lớn cho nhu cầu quy hoạch Công viên Văn hóa với một *convention center* là công trình xây cất đầu tiên: đó như một cái nôi cho sinh hoạt cộng đồng văn hóa và nghệ thuật. Chính cứ vẫn phải nghe một điệp khúc đến nhàm chán rằng người Việt Nam không đủ khả năng tạo dựng những công trình lớn có tầm vóc. Viện cớ rằng do những cuộc chiến tranh tàn phá lại cộng thêm với khí hậu ẩm mục của một Á châu nhiệt đới gió mùa, đã không cho phép tồn tại một công trình nhân tạo lớn lao nào. Nhưng bây giờ là trên đất nước Mỹ và Chính muốn chứng minh điều đó không đúng. Yếu tố chính vẫn là con người. Làm sao có được một giấc mơ đáng gọi là giấc mơ. Để rồi cái cần thiết là chất xi măng hàn gắn và nối kết những đổ vỡ trong lòng... Chính đã hơn một lần chứng tỏ khả năng lãnh đạo một tập thể trí tuệ nhất quán không làm gì trong suốt hai thập niên qua; bây giờ thì anh đang đứng trước một thử thách ngược lại, vận dụng sức mạnh cũng của tập thể ấy để phải làm một cái gì nếu không phải ở trong nước thì cũng ở hải ngoại, trong một kế hoạch ngũ niên cuối cùng của thế kỷ trước khi bước sang thế kỷ 21. Một ngũ niên có ý nghĩa của kế hoạch và hành động thay vì buông xuôi.

Chỉ qua một vài bước thăm dò, Chính cảm nhận được ngay rằng quả là dễ dàng để mà đồng ý với nhau khỏi phải làm gì. Nhưng vấn đề bỗng trở nên phức tạp hơn nhiều khi bước vào một dự án cụ thể đòi hỏi sự tham gia và đóng góp của mỗi người, kéo theo bao nhiêu câu hỏi "tại sao và bởi vì" từ ngay chính những người bạn tưởng là đã rất thân thiết của anh đã cùng đi với nhau suốt một chặng đường. Hội nghị Palo Alto sẽ là một trắc nghiệm thách đố không phải của riêng anh mà là của toàn thể y giới Việt Nam hải ngoại.

Thay vì đứng ngoài bàng quan, hội Y sĩ Thế giới sẽ tiên phong trực tiếp tham gia ngay từ bước đầu hình thành Công viên Văn hóa ấy. Đó là một chuẩn bị thao dượt, như một ấn bản gốc cho mô hình của Viện Bảo tàng Chiến tranh Việt Nam của ISAW. Người Mỹ có dự án ISAW *(Institute for the Study of American Wars)* thiết lập một Quảng trường Hào hùng tại Maryland gồm một chuỗi viện bảo tàng liên quan tới bảy cuộc chiến tranh, mà người Mỹ đã trực tiếp can dự kể từ ngày lập quốc. Dĩ nhiên trong đó có chiến tranh Việt Nam, cũng là cuộc chiến tranh duy nhất có chính nghĩa mà miền Nam Việt Nam và Mỹ đã bị thua. Cung cấp dữ kiện đi tìm đáp số cho những câu hỏi vấn nạn tại sao sẽ phải là nội dung của viện bảo tàng tương lai này. Hai triệu người thoát ra khỏi nước bằng một cuộc di dân vĩ đại, họ không thể chấp nhận cuộc thất trận lần thứ hai khác lâu dài và vĩnh viễn tại Valor Park với lặp lại những gian dối lịch sử cũng vẫn do người cộng sản chủ động sắp xếp.

Không phải chỉ là vấn đề ai thắng ai; nhưng đó là nhân cách chính trị của hai triệu người di dân tỵ nạn đang phấn đấu cho một thể chế chính trị tự do nơi quê nhà. Và Chính quan niệm những bước hình thành khâu Viện Bảo tàng Việt Nam tại ISAW phải được khởi đầu từ dự án khu Công viên Văn hóa Việt Nam năm 2000 ngay giữa thủ đô tỵ nạn. Đó là một phác thảo và chọn lọc tất cả các hình ảnh tài liệu và chứng tích của các giai đoạn Việt Nam tranh đấu sử. Đó là nơi giúp thế hệ trẻ hướng Việt tìm lại khoảng thời gian đã mất, giúp chúng hiểu được tại sao chúng lại hiện diện trên lục địa mới này.

Giữa hai bố con Chính đang âm thầm diễn ra tranh chấp về trận địa của những giấc mơ. Giấc mơ của Toản thì xa hàng vạn dặm mãi tận bên quê nhà. Giấc mơ nào là không thể được, bên trong hay bên ngoài? Hiện thực của giấc mơ nào đi nữa không phải chỉ do hùng tâm của một người mà là ý chí của cả một tập thể cùng nhìn về một hướng, cùng trông đợi và ước ao niềm vui của sự thành tựu. Riêng Chính thì đang ao ước không phải để có một ngôi đền thờ phụng, mà là một mái ấm của Trăm Họ Trăm Con, nơi ấy sưu tập và lưu trữ những giá trị của quá khứ, nơi hội tụ diễn ra sức sống sinh động của hiện tại, và là một điểm tựa thách đố hướng về tương lai, chốn hành hương cho mỗi người Việt Nam đang sống bất cứ ở đâu trong lòng của thế giới.

NGÔ THẾ VINH – *Little Saigon, 01/1995*

*

Trong một thư riêng gửi đi từ Garden Grove ngày 1/2/1995, anh Tạ Tỵ viết:

Anh Ngô Thế Vinh,

Trước hết, nhân dịp đầu năm mới Ất Hợi, tôi xin gửi đến anh cũng như gia đình, một năm mới an khang thịnh vượng, gặp nhiều may mắn, sau, xin chân thành cám ơn anh đã có lòng quý mến mà gửi cho tập bản thảo "Giấc mộng LỚN năm 2000".

"Tôi chia sẻ rất nhiều với anh về những điều anh viết, dù rằng tuổi tôi đã cao, cái sự "nhìn thấy những điều mình mơ ước" chắc cũng

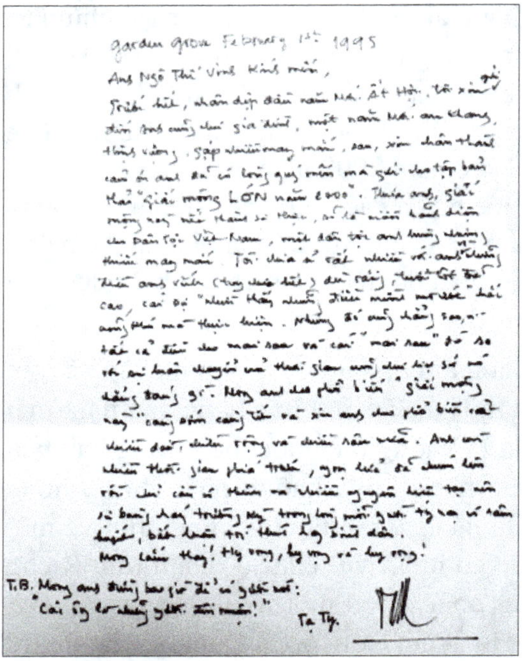

Garden Grove February 1st 1995

Anh Ngô Thế Vinh kính mến,

[illegible]

Mong lắm thay! Hy vọng, hy vọng và hy vọng!

T.B. Mong anh đừng bao giờ để có người nói: "Các ông là những người đến muộn!"

Tạ Tỵ.

Hình trái, Thư viết ngày 1/2/1995; phải, Nhà văn Ngô Thế Vinh nhìn bởi Tạ Tỵ, Garden Grove, California, Jan 1996. *[tư liệu Ngô Thế Vinh]*

khó mà thực hiện, nhưng đó cũng chẳng sao, vì tất cả đều cho mai sau và cái "mai sau" đó so với sự luân chuyển của thời gian cũng như lịch sử nó chẳng đáng gì. Ngọn lửa đã nhúm lên rồi, chỉ cần có thêm nhiều nguyên liệu tạo nên sự bùng cháy trường kỳ trong lòng mỗi người tỵ nạn có tâm huyết, bất luận trí thức hay bình dân. Mong lắm thay! Hy vọng, hy vọng và hy vọng! Mong anh đừng bao giờ để có người nói: "Các ông là những người đến muộn."

Anh Tạ Tỵ cũng đã hào hứng hứa hẹn, là khi Công Viên Văn Hóa ấy hình thành, anh sẽ tặng bộ sưu tập tranh quý giá của anh, cùng với một bức tranh tường Mural 5m x 3m *"Gửi Cho Thế Hệ Mai Sau"*.

San Diego, Feb 29, 2000

Thân gửi Anh Ngô Thế Vinh,

Rất cám ơn anh đã gửi cho 2 số báo Đi Tới. Nhìn qua, tuy chưa đọc nhưng đã thấy rất có giá trị về phương diện Sử học và Địa lý. Tôi thường nghĩ, nước Việt Nam dù dưới chủ nghĩa nào cũng chỉ tạm thời, cái Vĩnh Viễn là mảnh đất do tất cả Dân Tộc dựng nên, cái đó mới tồn tại lâu dài, Vĩnh Viễn! Tôi nhìn mãi tấm hình chiếc cầu Mỹ Thuận, lòng thấy vui vô cùng. Thế là người Việt Nam thoát được cái cảnh "sang sông" phải lụy phà!...

Hôm nào rảnh rỗi mời anh xuống dưới San Diego, anh em mình tiếp nối giấc mơ café, ngồi nhìn ra biển, ở một quán nào đó chưa biết! Riêng anh, luôn luôn khỏe mạnh, viết nhiều. Tạ Tỵ

Nhưng rồi, khá bất ngờ vào ngày 27/7/2000 từ San Diego cũng trong một thư riêng khác anh Tạ Tỵ cho biết quyết định sẽ về sống ở Việt Nam.

San Diego, July 27, 2000

Thân gửi Anh Ngô Thế Vinh,
Trước hết, xin gửi nơi đây lời cầu chúc anh cùng gia đình luôn luôn an mạnh.

Sau, xin báo tin để anh được biết đến tháng 10 này [năm 2000], chúng tôi sẽ về Việt Nam để sống… chúng tôi nhất quyết về Việt Nam dù không biết trước cái gì sẽ xảy ra cho đời mình? Nhưng dù sao tôi cũng muốn được an nghỉ ở Việt Nam nơi mình đã sinh ra và đã sống 60 năm trời! Nếu có dịp nào, anh gặp anh Bùi Khiết, anh cho tôi gửi lời thăm anh ấy. Anh Khiết là người bạn tốt, rất tốt với tôi. Chúc anh sáng tác được nhiều tác phẩm hay để đời thế là tôi vui rồi. Về Việt Nam, tôi vĩnh viễn rửa tay gác bút, chờ ngày đi vào cõi Hư Không. Nhớ các anh lắm. Tạ Tỵ

Dù anh Tạ Tỵ đã có quyết định về sống ở Việt Nam từ tháng 7 năm 2000, nhưng rồi lần lữa thêm 3 năm nữa vì lý do sức khỏe và chăm sóc y tế. Tới năm 2003, sau khi vợ anh mất, Tạ Tỵ đã một mình âm thầm trở về Sài Gòn, sống những tháng ngày cuối đời, cũng vẫn trong căn nhà cũ, cùng với gia đình người con gái út Tạ Thùy Châu.

Chỉ một năm sau, anh Tạ Tỵ mất, ngày 24 tháng 8 năm 2004, hưởng thọ 83 tuổi. Bạn bè văn nghệ cũ còn ở lại Sài Gòn đều tới tiễn đưa anh. Đặc biệt có thêm một vòng hoa viếng của Đinh Cường từ Mỹ, do Dương Nghiễm Mậu – cũng là người anh em cột chèo với Đinh Cường, đại diện đem tới.

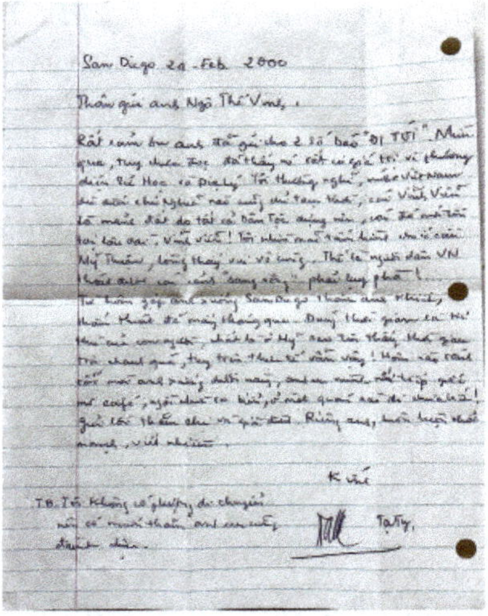

San Diego 29-Feb-2000

Thân gửi anh Ngô Thế Vinh,

Tạ Tỵ

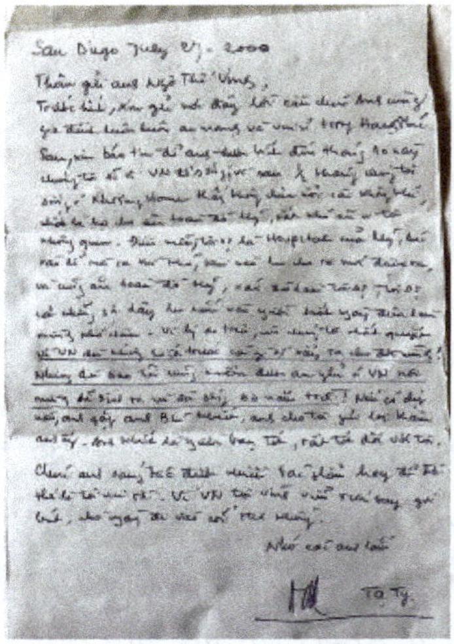

San Diego July 27 - 2000

Thân gửi anh Ngô Thế Vinh,

Tạ Tỵ

Hình trái, Thư viết ngày 29/2/2000: *Tôi thường nghĩ, nước Việt Nam dù dưới chủ nghĩa nào cũng chỉ tạm thời, cái Vĩnh Viễn là mảnh đất do tất cả Dân Tộc dựng nên, cái đó mới tồn tại lâu dài, Vĩnh Viễn! Tôi nhìn mãi tấm hình chiếc cầu Mỹ Thuận, lòng thấy vui vô cùng. Thế là người Việt Nam thoát được cái cảnh "sang sông" phải lụy phà!...*; phải, Thư viết ngày 27/7/2000: *Chúng tôi nhất quyết về Việt Nam dù không biết phía trước cái gì sẽ xảy ra cho mình? Nhưng dù sao, tôi cũng muốn an nghỉ ở Việt Nam nơi mình đã sinh ra và đã sống 60 năm trời! [tư liệu Ngô Thế Vinh]*

Anh Tạ Tỵ đã toại nguyện, anh được an nghỉ nơi quê nhà, *"tấm thân tứ đại"* của anh được hỏa táng để trở về với cát bụi, nhưng tên tuổi Tạ Tỵ và các tác phẩm của anh thì vẫn trường tồn trong suốt dòng chảy của văn hóa dân tộc.

CON CÁ HỒI VỀ NGUỒN

Tạ Tỵ là hình ảnh con cá Hồi dũng mãnh sau những tháng năm vẫy vùng ngoài đại dương, đến cuối đời sức cùng lực kiệt, vẫn với một bộ nhớ không suy suyển, để từ biển rộng trở lại con sông dài, bất chấp những ghềnh thác, chỉ để được trở về nguồn – nơi mảnh đất có tên gọi rất thiêng liêng là Việt Nam, nơi anh đã được sinh ra và lớn lên, nơi vẫn còn đó những con người đã từng đày ải anh tới *"đáy địa*

Tạ Tỵ là hình ảnh con cá Hồi sau những tháng năm vùng vẫy ngoài đại dương, đến cuối đời sức cùng lực kiệt, vẫn với một bộ nhớ không suy suyển, đã bất chấp những ghềnh thác, để từ biển rộng trở lại con sông dài, chỉ để được trở về nguồn.

ngục" nhưng rồi bất kể những gì có thể xảy ra cho anh, con cá hồi Tạ Tỵ cũng đã trở về nơi quê hương cội nguồn.

100 năm sinh [1921-2021]
Và ngày giỗ thứ 17 của Tạ Tỵ [24/08/2004 – 24/08/2021]

Tham khảo:

1/ Tạ Tỵ. Hồi ký *Đáy Địa Ngục*, Nxb Thằng Mõ 1986; *Những Khuôn Mặt Văn Nghệ Đã Đi Qua Đời Tôi*, Nxb Thằng Mõ 1990; *Tuyển Tập Văn Thơ Họa Tạ Tỵ*, Nxb Thằng Mõ 2001.

2/ *Nguiễn Ngu Í phỏng vấn Tạ Tỵ*. Báo Bách Khoa, số 131, ngày 15-6-1962

3/ Tạ Tỵ, *Vì sao tôi viết*. Hợp Lưu số 32, p. 216, Xuân Đinh Sửu 1997

4/ Đinh Cường, *Đi Vào Cõi Tạo Hình: Tạ Tỵ người họa sĩ luôn ưu tư về cái mới*, p.86-94. Văn Mới 2015

5/ Văn Quang. *Tạ Tỵ – vườn xưa đã khép*. Lẩm cẩm Sài Gòn thiên hạ sự, ngày 26/8/2004

6/ Ngô Thế Vinh. *Tuyển Tập I Chân Dung Văn Học Nghệ Thuật & Văn Hóa*, Nxb Việt Ecology Press 2017

GIÁO SƯ TRẦN NGỌC NINH
VÀ ƯỚC VỌNG DUY TÂN

Hình trái, Đến thăm Gs Trần Ngọc Ninh, Huntington Beach ngày 21 & 29.6.2018, ở tuổi 95 mà Thầy vẫn còn rất minh mẫn và sắc bén; trên bàn là những số báo Tình Thương (1963-1967) có các bài viết của Thầy; phải, Gs Trần Ngọc Ninh đang ký tặng Ngô Thế Vinh cuốn *Làm Gì* (1979), bên cạnh là tác phẩm *Nuôi Sẹo* của Thư Quán Bản Thảo do nhà văn Trần Hoài Thư tặng Gs Trần Ngọc Ninh. *[tư liệu Ngô Thế Vinh]*

Tôi mơ về một nước Việt Nam hòa bình, tân tiến trên nền tảng của những giá trị tinh thần mà lịch sử đã nhồi vào nền văn hiến của nước ta. Cả cuộc đời xã hội của tôi là để đóng góp vào sự ước mong ấy.

Trần Ngọc Ninh, *Ước Vọng Duy Tân,* 2012

TIỂU SỬ

Trần Ngọc Ninh, tên thật, còn có bút hiệu Kỳ Ngọc, Trần Ngọc, Trần Lê sinh ngày 6 tháng 11 năm 1923 tại Hà Nội, nguyên quán Ninh Bình Bắc Việt, thân phụ là giáo viên nghèo, đôi khi nhà không đủ ăn; vừa đi học vừa viết báo phổ thông y học như với tờ *Vui Sống* để kiếm sống với bút hiệu Kỳ Ngọc; một số bài báo còn sưu tập được đã đăng lại trong *Tuyết Xưa*.[2]

- 1939 học sinh trường Bưởi, sinh viên Khoa học ban Toán cùng với Triều Sơn, rồi chuyển sang học Y khoa
- 1946-1948 nội trú các bệnh viện Hà Nội
- 1948 thi đỗ Tiến sĩ Y khoa và trình luận án: *"Contribution à la Physiopathologie des Traumatismes Thoraciques"*
- 1949 Diplôme de Docteur en Médecine, France
- 1948-1950 bác sĩ thường trú bệnh viện Yersin / Phủ Doãn Hà Nội
- 1952-1954 sang Pháp du học với Gs Robert Merle d'Aubigné ở bệnh viện Cochin về ngành giải phẫu chỉnh trực và với Gs Pierre Petit về ngành giải phẫu tiểu nhi ở bệnh viện St Vincent de Paul; qua Anh tu nghiệp về giải phẫu thần kinh ngoại vi và xương sống với Sir Herbert Seddon / London
- 1954 về nước, di cư vào Nam sau Hiệp định Genève. Các giáo sư Phạm Biểu Tâm, Nguyễn Hữu, Đào Đức Hoành, Ngô Gia Hy, Nguyễn Đình Cát đều từ Hà Nội vào Sài Gòn... và trở thành ban giảng huấn cốt cán của Đại học Y Khoa Sài Gòn sau khi người Pháp rút đi.
- 1961 Thạc Sĩ Y khoa Pháp / Agrégation des Facultés Françaises de Médecine (Section Chirurgie Orthopédique).
- 1962-1975 giáo sư và trưởng khoa phẫu khoa chỉnh trực và phẫu nhi khoa, Đại học Y khoa Sài Gòn, Việt Nam
- 1965-1966 Tổng trưởng Văn hóa Xã hội đặc trách Giáo dục Việt Nam Cộng Hòa, chủ trương phát triển phong trào thanh niên, đưa Hướng đạo vào sinh hoạt học đường.
- 1962-1975 trưởng khoa phẫu thuật chỉnh trực, Bệnh viện Bình Dân Sài Gòn

- 1966-1975 giáo sư Văn minh Đại cương và Văn Hóa Việt Nam, Đại học Vạn Hạnh Sài Gòn, Việt Nam
- 1965 thành viên sáng lập Tổ chức Hội đồng Bộ trưởng Giáo dục Đông Nam Á (SEAMEO / Southeast Asian Ministers of Education Organization) Bangkok & Singapore
- 1966-1975 hội viên Hội đồng Soạn thảo Danh từ Chuyên môn, Sài Gòn, Việt Nam
- 1969-1975 hội viên Hội đồng Quốc Gia Giáo dục, Sài Gòn Việt Nam
- 1977 ngày 6 tháng 6, cùng gia đình vượt biển tới đảo Pulau Besar Mã Lai, chọn định cư tại Hoa Kỳ
- 1978-1980 thi ECFMG & FLEX như một bác sĩ ngoại quốc, vẫn phải qua hai năm thực tập tại các bệnh viện ở Denver, Colorado; rồi Pittsburg với các Gs James S. Miles và Gs William B. Kiesewetter

Giữa thời gian đèn sách, ông vẫn hoàn tất một tập luận đề chính trị *"Làm Gì"* trên 300 trang, với ghi chú nơi cuối sách: *"Viết xong lúc giữa trưa ngày 24 tháng 3 năm 1979 tại Trường Sơn của Mỹ Châu"*. (Rocky Mountains Ranges Denver, Colorado / ghi chú của người viết)

- 1980 trở lại hành nghề Y khoa tại Nam California, nhưng chủ yếu vẫn là các hoạt động văn hóa giáo dục; viết bài cho các báo Tập San Y Sĩ, Thế Kỷ 21, Khởi Hành...
- 2000 tham gia Ban Cố vấn Viện Việt Học (Westminster, California) do Gs Nguyễn Đình Hoà sáng lập
- 2003-2008 Viện trưởng Viện Việt Học, giáo sư giảng dạy lớp Ngữ pháp Việt ngữ tại Viện Việt Học
- 2018 Ông vẫn minh mẫn ở tuổi 95, hiện cư ngụ tại thành phố Huntington Beach, miền Nam California.

TÁC PHẨM

Văn Hóa

1- *Những Vấn đề Văn hóa Giáo dục và Xã hội* [Sưu tập Diễn Văn của Gs Trần Ngọc Ninh, Tổng trưởng Văn hóa Xã hội

Hình bìa một số những cuốn sách của GS Trần Ngọc Ninh.
[tư liệu Ngô Thế Vinh]

đặc trách Giáo dục Việt Nam Cộng Hoà]. Sài Gòn Việt Nam 1966

2- *Văn hóa Dân tộc trước những Nhu cầu của Đất nước*. Nxb Vovinam, Sài Gòn Việt Nam 1969

3- *Đức Phật Giữa Chúng Ta*. Nxb Lá Bối, Sài Gòn Việt Nam 1972

4- *Làm Gì? Tập Luận đề Tháng Chín.* Với bút hiệu Trần Lê. Nxb Việt Nam Hải Ngoại, California 1979

5- *Tuyết Xưa;* Tuyển tập các Vấn đề Văn hóa Việt Nam. Nxb Khởi Hành California Hoa Kỳ 2000

6- *Tố Như và Đoạn Trường Tân Thanh* với những giả thuyết mới về Nguyễn Du và Đoạn Trường Tân Thanh, cũng như mối liên hệ giữa Nguyễn Du và Hồ Xuân Hương. Nxb Khởi Hành & Viện Việt Học, California Hoa Kỳ 2004

7- *Cơ Cấu Việt Ngữ,* Nxb Lửa Thiêng Sài Gòn Việt Nam 1973; Viện Việt Học California Hoa Kỳ tái bản 2009

8- *Dạy Đọc Dạy Viết Tiếng Việt.* Viện Việt Học, California Hoa Kỳ 2010

9- *Ước Vọng Duy Tân. Văn Hóa, Huyền Thoại, Văn Học Sử.* Tuyển tập Trần Ngọc Ninh. Viện Việt Học, California Hoa Kỳ 2012

10- *Ngữ Pháp Việt Nam.* Viện Việt Học, California Hoa Kỳ 2017

11- *Ngữ Pháp Tiếng Việt Đầu Tiên, Cho Tuổi 5 Năm - 15 Năm.* Viện Việt Học, California Hoa Kỳ 2017

Y Học

1- *Nhà Thương*, Phóng sự, Nxb Văn Hóa Hà Nội, Việt Nam 1946

2- *Thượng Kinh Ký Sự* / Éthique Médicale de la Médecine Traditionnelle du Vietnam, d' après les Mémoires d'un Voyage à la Capitale de Hải Thượng Lãn Ông (18e siècle), Isis, Bruxelles, Belgique 1950

3- *Những Bệnh Cần Cấp Cứu*, Gió Việt, Sài Gòn Việt Nam 1956

4- *Một Chút Lịch sử Y khoa Đại học đường Sài Gòn.* Tập San Y Sĩ, Montréal Canada 2000

5- *Lịch sử hình thành hai Chuyên khoa Y Học: Phẫu khoa Chỉnh trực và Phẫu Nhi khoa ở Việt Nam.* Tập San Y Sĩ, Montréal Canada 2000

6- Hơn 200 bài khảo cứu chuyên khoa được in trong các Tạp chí Y khoa xuất bản tại Việt Nam, Pháp và Mỹ.

THƯ TỊCH BÁO CHÍ

Ngoài những tác phẩm đã in thành sách, và các bài khảo cứu chuyên khoa được in trong các tạp chí Y khoa Việt Nam và quốc tế, Giáo sư Trần Ngọc Ninh còn viết nhiều bài báo liên quan tới các đề tài văn hóa. Sau đây là phần Thư Tịch trên ba tạp chí đã được số hóa / digitized: *Tình Thương, Bách Khoa, Thế Kỷ 21* do thủ thư Phạm Lệ Hương, Viện Việt Học sưu tập. Cũng phải kể thêm những bài báo trên tạp chí *Khởi Hành* (1996-2018), cho đến nay chưa được số hóa nên chưa có trong phần thư tịch này.

Tình Thương

https://vietecologypress.blogspot.com/p/tinh-thuong.html

- Y tế và chính trị. / Trần Ngọc Ninh. *Tình Thương*, số 1 (tháng 1-1964), tr. 9-10.
- Mười lăm năm ấy, kỷ niệm về Triều Sơn. / Trần Ngọc [pseud. Trần Ngọc Ninh]. *Tình Thương*, số 1, (tháng 1-1964.), tr. 46-50.
- Những vấn đề hiện tại của giáo dục Việt Nam. / Trần Ngọc Ninh. Tình Thương, số 3-4 (tháng 3 & 4-1964), tr. 9-11.
- Tinh thần đại học; hay là phiếm luận chung quanh vấn đề đại học. / Trần Ngọc Ninh. / Tình Thương, số 5 (tháng 5-1964), tr. 6-12.
- Ngô Thế Vinh & Nguyễn Hữu Ân: Phỏng vấn giới giáo sư đại học về vấn đề sinh viên - GS. Trần Ngọc Ninh. *Tình Thương*, số 12 (tháng 12-1964), tr.6-7.
- Ngày mai của nền đại học y khoa Việt Nam. / Trần Ngọc

Ninh]. *Tình Thương*, số 14 (Xuân Ất Tỵ, tháng 1-1965), tr. IV-VI.

- Các vấn đề thanh viên và sinh viên trong thời đại. / Trần Ngọc Ninh. *Tình Thương*, số 20 (tháng 8-1965), tr. 17-20.

Bách Khoa

https://www.nguoi-viet.com/ThuVienNguoiViet/BachKhoa.php?thuvien=1-30

- Xã hội và văn hóa thái cổ Việt Nam. (pt.1) / Trần Ngọc Ninh. *Bách Khoa*, số 343, tr. 5-14.
- Xã hội và văn hóa thái cổ Việt Nam. (pt.2) / Trần Ngọc Ninh. *Bách Khoa*, số 344, tr. 29-37.
- Đức Phật và sự cải tạo xã hội. (pt.1) / Trần Ngọc Ninh. *Bách Khoa*, số 345, tr. 9-16.
- Đức Phật và sự cải tạo xã hội. (pt.2) / Trần Ngọc Ninh. *Bách Khoa,* số 346, tr. 31-39.
- Đức Phật và sự cải tạo xã hội. (pt.3) / Trần Ngọc Ninh. *Bách Khoa*, số 347, tr. 33-41.
- Tương lai chúng ta. / Trần Ngọc Ninh. *Bách Khoa*, số 348, tr. 9-12; 71-77.
- Viết về xã hội và văn hóa thái cổ Việt Nam. / Trần Ngọc Ninh. *Bách Khoa*, số 349, tr. 39-45.
- Sự kết thúc của chiến tranh Đông Dương II. / Trần Ngọc Ninh. *Bách Khoa*, số 351, tr. 9-11.
- Ánh sáng của đạo Phật trong đời sống cộng đồng. (pt.1) / Trần Ngọc Ninh. *Bách Khoa*, số 351, tr. 23-30.
- Ánh sáng của đạo Phật trong đời sống cộng đồng. (pt.2) / Trần Ngọc Ninh. *Bách Khoa,* số 352, tr. 23-27.
- Ánh sáng của đạo Phật trong đời sống cộng đồng. (pt.3) / Trần Ngọc Ninh. *Bách Khoa,* số 353, tr. 31-40.
- Giáo dục là một sự đầu tư cần được quản trị và kế hoạch hóa: Căn bản kinh tế học của giáo dục. (pt.1 - Viết cho ngày mai của dân tộc) / Trần Ngọc Ninh. *Bách Khoa*, số 368, tr. 31-38.

- Giáo dục là một sự đầu tư cần được quản trị và kế hoạch hóa: Căn bản kinh tế học của giáo dục. (pt.2 - Viết cho ngày mai của dân tộc) / Trần Ngọc Ninh. *Bách Khoa*, số 369, tr. 23-31.
- Giáo dục là một sự đầu tư cần được quản trị và kế hoạch hóa: Căn bản kinh tế học của giáo dục. (pt.3 - Viết cho ngày mai của dân tộc) / Trần Ngọc Ninh. *Bách Khoa,* số 370, tr. 23-29.
- Thương thảo về từ-nguyên của hai tiếng "Cái" và "Con" [với ông Bình Nguyên Lộc] (pt.1) / Trần Ngọc Ninh. *Bách Khoa,* số 373, tr. 19-26.
- Thương thảo về từ-nguyên của hai tiếng "Cái" và "Con" [với ông Bình Nguyên Lộc] (pt.2) / Trần Ngọc Ninh, *Bách Khoa*, số 374, tr. 29-37.
- Văn hóa và y khoa. / Trần Ngọc Ninh. *Bách khoa,* số 374, tr. 43-50.
- Thương thảo về từ-nguyên của hai tiếng"Cái" và "Con" [với ông Bình Nguyên Lộc] (pt.3) / Trần Ngọc Ninh. *Bách Khoa,* số 375, tr.19-22,
- Thương thảo về từ-nguyên của hai tiếng "Cái" và "Con" [với ông Bình Nguyên Lộc] (pt.4) / Trần Ngọc Ninh. *Bách Khoa*, số 376, tr. 23-30.
- Ý nghĩa của Truyện Kiều trong dân gian. (pt.1) / Trần Ngọc Ninh. *Bách Khoa*, số 381, tr. 13-22.
- Ý nghĩa của Truyện Kiều trong dân gian. (pt.2) / Trần Ngọc Ninh. *Bách Khoa*, số 382, tr. 23-31.
- Nguyễn Trãi, huyễn thực và sắc không. / Trần Ngọc Ninh. *Bách Khoa*, số 390, tr. 9-15; tr. 82-85.
- Sống với ý thức hệ. (pt.1) / Trần Ngọc Ninh. *Bách Khoa,* số 394, tr. 9-17.
- Ngữ lí học và cơ cấu Việt ngữ. / Trần Ngọc Ninh. *Bách Khoa*, số 395, tr. 21-28.
- Sống với ý thức hệ: Các hệ phái sa môn và Bà La Môn qua lăng kính Phật giáo. (pt.2) / Trần Ngọc Ninh. *Bách Khoa*, số 395, tr. 29-34.

- Sống với ý thức hệ: Các hệ phái sa môn và Bà La Môn qua lăng kính Phật giáo. (pt.3)/ Trần Ngọc Ninh. *Bách Khoa,* số 396, tr. 39-42.
- Sống với ý thức hệ: Các hệ phái sa môn và Bà La Môn qua lăng kính Phật giáo. (pt. 4) / Trần Ngọc Ninh. *Bách Khoa*, số 397, tr. 33-40.
- Huyền thoại học và huyền thoại lí học trong sự đi tìm nguồn gốc dân tộc. / Trần Ngọc Ninh. *Bách Khoa,* số 413, tr. 39-46.
- Y khoa và văn chương. / Trần Ngọc Ninh. *Bách Khoa*, số 413, tr. 73-79.
- Tư tưởng Việt Nam. (pt.1) / Trần Ngọc Ninh. *Bách Khoa,* số 421-422, tr. 49-54; 113-117.
- Tư tưởng Việt Nam. (pt.2) / Trần Ngọc Ninh. *Bách Khoa*, số 423, tr. 29-33.
- Tư tưởng Việt Nam. (pt.3) / Trần Ngọc Ninh. *Bách Khoa,* số 424, tr. 31-37.
- Bàn luận về cơ cấu và ngôn ngữ. / Trần Ngọc Ninh. *Bách Khoa,* số 425, tr. 39-44.

Thế Kỷ 21

https://www.nguoi-viet.com/ThuVienNguoiViet/TheKy21.php

- Tưởng nhớ ký giả Trần Việt Sơn. / bài nói chuyện của Bác sĩ Trần Ngọc Ninh, Bích Hằng ghi. *Thế Kỷ 21*, số 111 (7-1998), tr. 24-31.
- Vấn đề trọng đại nhất của nghìn năm tới: nguy cơ và hứa hẹn. (pt. 1) / *Thế Kỷ 21*, số 132 (4-2000), tr. 26-34.
- Vấn đề trọng đại nhất của nghìn năm tới: nguy cơ và hứa hẹn. (pt. 2) / *Thế Kỷ 21*, số 133 (5-2000), tr. 39-44.
- Vấn đề trọng đại nhất của nghìn năm tới: nguy cơ và hứa hẹn. (pt. 3) / *Thế Kỷ 21*, số 134 (6-2000), tr. 35-38.
- Vấn đề trọng đại nhất của nghìn năm tới: nguy cơ và hứa hẹn. (pt. 4) / *Thế Kỷ 21*, số 135 (7-2000), tr. 43-48.
- Vấn đề trọng đại nhất của nghìn năm tới: nguy cơ và hứa hẹn. (pt. 5) / *Thế Kỷ 21*, số 136 (7-2000), tr. 43-47.

- Vấn đề trọng đại nhất của nghìn năm tới: Đặt vấn đề. (pt. 6) / *Thế Kỷ 21*, số 137 (9-2000), tr. 73-80.
- Những người rỗng (The Hollow men: một bài thơ của T.S. Elliot (1888-1965). Trần Ngọc Ninh. *Thế Kỷ 21*, số 148 (8-2001), tr. 38-44. [thơ dịch sang Việt ngữ được tác giả chép tay trang 44]
- Tưởng nhớ nhà văn Phạm Duy Tốn. / Trần Ngọc Ninh. *Thế Kỷ 21*, số 174 (10-2003), tr. 38-41 & 17.
- Bốn mươi năm sau. / Trần Ngọc Ninh. *Thế Kỷ 21,* số 175 (11-2003), tr. 15-19.
- Hồ Xuân Hương và Đoạn Trường Tân Thanh. [Pt.1] / Trần Ngọc Ninh. *Thế Kỷ 21*, số 193 (5-2005), tr. 31-37.
- Hồ Xuân Hương và Đoạn Trường Tân Thanh. [Pt. 2] / Trần Ngọc Ninh. *Thế Kỷ 21*, số 196 (8-2005), tr. 36-40.
- Những vấn đề và thách thức của thời đại. / Trần Ngọc Ninh. *Thế Kỷ 21,* số 207 (7-2006), tr. 18-23.
- Tuyên dương một nhà trí thức Việt Nam. / Trần Ngọc Ninh. *Thế Kỷ 21*, số 215 (3-2007), tr. 23-24.

GIÁO SƯ Y KHOA LỖI LẠC

Nguyễn Lương Tuyền là một trong số môn sinh hiếm hoi của GS Trần Ngọc Ninh, đã nhận viết về phần sự nghiệp Y khoa của Thầy Ninh. Nguyễn Lương Tuyền, sinh năm 1945 tại Hải Dương, lớn lên ở Hà Nội. 1954 di cư vào Nam, học sinh Chu Văn An, 1963 sinh viên Y khoa Sài Gòn, 1968 thủ khoa kỳ thi Nội trú các Bệnh viện. Làm nội trú rồi thường trú Khu Giải phẫu Trẻ em BV Nhi Đồng với GS Trần Ngọc Ninh là Trưởng khoa. 1975 tỵ nạn Canada, đã đậu 2 Boards về General Surgery, và Pediatric Surgery. 1980 Associate Professor in Pediatric Surgery tại The Montreal Children's Hospital, McGill University.

Nguyễn Lương Tuyền viết:

Những dòng sau đây là phác họa một phần Y nghiệp của vị Thầy của nhiều thế hệ bác sĩ Việt Nam. Năm nay 2021, Thầy Ninh sắp tròn 100 tuổi.

Bài viết của Thầy Ninh gần đây nhất, liên quan đến Y Học, mà Thầy gọi là "Bài Giảng cuối cùng", được đăng trong một số Tập San Y Sĩ tại Canada, Thầy đã kết thúc bài viết: *"Tôi rời Sài Gòn năm 1977 và chế độ Xã hội Chủ nghĩa bóp méo nền Y Khoa nhân dân, chủ trương kết hợp một Y Khoa khoa học phôi thai và Nghề thuốc Dân tộc. Trái tim của tôi vẫn hướng về đất nước và nhân dân Việt Nam. Kí ức của tôi vẫn đầy những hình ảnh yêu thương những cuộc đời, những hi vọng không thành của con người Việt Nam. Tôi nhìn nhận sự chịu đựng và can đảm của các anh, các chị khi đổi đời, sự hội nhập rất rực rỡ của các anh, các chị là một chứng minh rằng nền Giáo dục Y khoa ở Sài Gòn của nước Cộng Hòa Việt Nam không phải là dở… bài giảng cuối cùng của đời tôi mong rằng sẽ đem lại cho các anh, các chị một niềm tự tin và tự hào xứng đáng. Xin chào các anh và các chị – cựu sinh viên của Y khoa Đại học Sài Gòn"*.

GS Trần Ngọc Ninh sinh năm 1923 trong một gia đình có truyền thống làm nghề dạy học. Năm 1941, Thầy vào học Y Khoa Hà Nội. Thầy kể lại trong tập sách *Một chút Lịch sử Y khoa Đại học đường Sài Gòn* [6]: Sự học thuốc ngày xưa là chuyện thiên nan vạn nan. Anh của Thầy bị lao hạch, một người em 5 tuổi chết vì lao phổi và khi thấy Mẹ của Thầy than khóc: phải chi gia đình có một người làm thầy thuốc! Thầy quyết định vào học Y Khoa. Trong nhiều năm, Thầy vừa đi học vừa viết báo Văn Hóa để kiếm thêm tiền giúp gia đình. Một gia đình thanh bạch của một nhà giáo.

Việc học thuốc của Thầy, vào lúc đó, hoàn toàn bên người bệnh tại nhà thương. Còn sách vở thì phải vào thư viện gần như mỗi ngày, từ chiều đến tối, cho đến khi thư viện đóng cửa. Thiết tưởng cũng nên biết trường Y Khoa được thành lập từ năm 1902 là trường duy nhất dành cho 3 nước Đông Dương (Việt, Miên, Lào). Cho tới khi Thầy Ninh vào học 40 năm sau, trường vẫn không có nhiều cải thiện vì do tình trạng chiến tranh. Cuộc chiến tranh mà người cộng sản gọi là giải phóng, giành độc lập, chống lại quân Pháp xâm lược, bùng nổ ngày 19 tháng 12 năm 1946. Trường Y Khoa Hà Nội được chia làm hai: một số theo BS Tôn Thất Tùng vào bưng biền chiến đấu dưới ngọn cờ chống Pháp do Hồ Chí Minh và Đảng cộng sản xách động, một số BS và nhân viên Y Tế đã ở lại Hà Nội, trong số này có các BS Phạm

Từ phải, Gs May, Gs Trần Ngọc Ninh, Gs Nguyễn Hữu, Gs Phạm Biểu Tâm, Gs Trịnh Văn Tuất. *[Album gia đình Gs Phạm Biểu Tâm]*

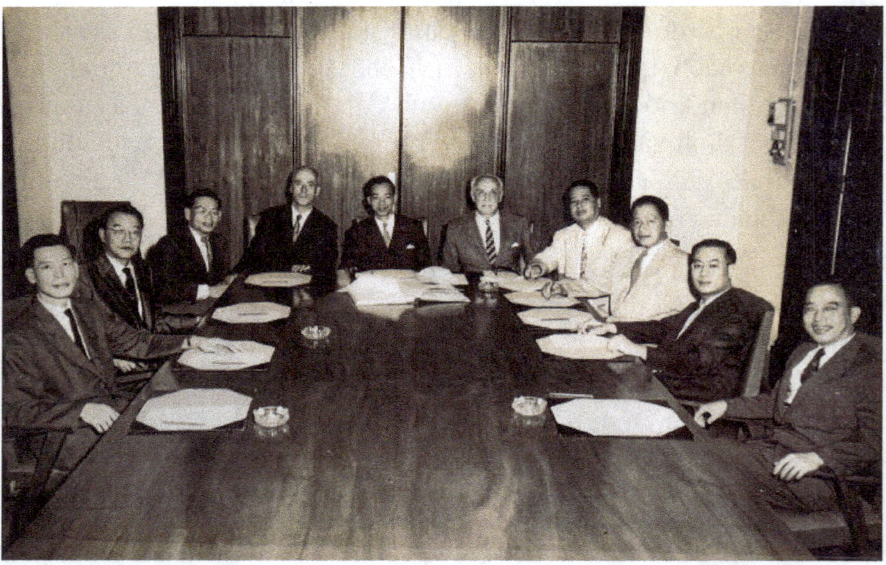

Một buổi họp Hội Đồng Khoa Đại học Y Khoa Sài Gòn, từ trái, Gs Trần Ngọc Ninh, Gs Trịnh Văn Tuất, Gs Trần Vỹ, Gs Caubet, Gs Phạm Biểu Tâm, Gs Huard, Gs Trần Đình Đệ, Gs Nguyễn Đình Cát, Gs Nguyễn Hữu, Gs Ngô Gia Hy. *[Album gia đình Gs Phạm Biểu Tâm]*

Biểu Tâm, Trần Ngọc Ninh. Ông cùng một số đồng nghiệp đã từng bị Pháp bắt vào tù ở Hà Nội. Ít lâu sau, tất cả được trả tự do khi vị Khoa trưởng Y khoa lúc đó là GS Pierre Huard đã can thiệp với quân Pháp để các BS, và nhân viên Y tế về làm việc tại các Bệnh viện ở Hà Nội.

Từ năm 1946 đến năm 1948, nội trú các Bệnh viện Hà Nội.

Năm 1949, tốt nghiệp Y khoa Bác sĩ với luận án *Pathophysiologie des traumatismes thoraciques.*

Từ năm 1948 tới năm 1950, BS thường trú các Bệnh viện Hà Nội.

Năm 1952, sang Pháp du học, Thầy bắt đầu học ở Lyon với GS Guilleminet theo thư giới thiệu của GS Pierre Huard, Khoa trưởng Đại học Y khoa Hà Nội. Guilleminet là một GS nổi tiếng bên Pháp về Giải phẫu Chỉnh trực (Chirurgies Orthopédiques) và Giải phẫu Trẻ em (Chirurgies Infantiles). Ông đã học được từ GS Guilleminet rất nhiều kỹ thuật, thí dụ như mổ môi bị sứt và chẻ hàm (bec de lièvre et division palatine), bệnh giả khớp bẩm sinh (pseudarthrose congénitale)… Sau một thời gian học ở Lyon, ông được GS Guilleminet gửi lên Paris, tiếp tục học Giải phẫu Chỉnh trực với GS rất nổi tiếng tại nhà thương Cochin là GS Robert Merle d'Aubigné. Đi học với các GS nổi tiếng ở Pháp là một hành trình đầy gian nan. Ta hãy nghe GS Ninh kể lại thời gian đầu của GS trong Service của GS Merle d'Aubigné:

Nguyễn Lương Tuyền tới thăm Thầy, GS Trần Ngọc Ninh tại Huntington Beach, California 2018. *[tư liệu Nguyễn Lương Tuyền]*

"Tôi từ Lyon lên Paris để vào làm việc trong Khu Trực Nhi (Service d'Orthopédie Infantile) của Bệnh viện Cochin, cát bụi tôi lại trở về với cát bụi. Bốn tháng đầu, tôi lang thang ở hành lang, không được mó tới bệnh nhân. Muốn xem một tấm X-ray cũng phải xin phép bà Y tá trưởng. Thân phận của một anh phụ tá ngoại quốc là thân phận của một kẻ lạc loài. Buổi sáng ở nhà thương, ngồi chồm hổm, mỗi tuần hai lần vào lớp nghe giảng về các bệnh trong tuần, thu hình một xó như con chó tiền rưỡi… ở cửa ngõ, có khi lên lầu để ngó qua cửa kính xem Thầy mổ. Buổi chiều ra thư viện hoặc vào phòng thí nghiệm Mô học / Histologie xem những slides mà chẳng ai thèm xem. Chán nản quá, một bữa tôi xin với Thầy để được đi xem những sưu khảo tài liệu của GS Leucène, đồng thời tôi xin Thầy một đề tài để khảo sát. Hôm sau, Ông cho gọi tôi lên và bảo tôi thử xem có thể rút tỉa ra được một cái gì từ "Hội chứng Volkmann đã thành tật". Ông còn dặn tôi "nếu không làm được thì hãy nói sớm, Ông sẽ cho một đề tài khác. Từ hôm đó, mỗi buổi sáng, nếu không theo Thầy, tôi lại đi tìm hồ sơ các bệnh nhân cũ và lần lượt gọi bệnh nhân trở lại để khám.

Buổi chiều, tôi ra khảo sát ở thư viện, nhưng trong 10 năm sau cùng cũng chỉ tìm được dăm bài mà không bài nào có thực chất. Tôi đã hơi nản thì thấy một bài của Sterling Bunnell nói về bệnh của các cơ nhỏ ở bàn tay, không dính líu gì đến đề tài của tôi nhưng nhờ nó mà tôi có được một ý kiến mới. Sau khi đã kiểm chứng là ý kiến của mình đúng. Tôi khởi sự viết luận văn và hoàn thành sau một tuần để trình Thầy.

Hai ngày sau, tôi được nhắn vào gặp Thầy khi Thầy mổ xong. Cas mổ lớn, gần 3 giờ chiều mới xong. Bà thư ký mời tôi vào gặp Thầy. Ông hỏi tôi : "Ai dạy anh trình bầy bài khảo luận?" Tôi trả lời là tự tôi. Thầy nói: tôi thích cách anh trình bày, tôi đọc bài anh viết tối qua, đọc một mạch. Anh có ý kiến mới. Từ lâu lắm rồi, tôi không được đọc một bài lí thú như bài anh viết."

Bài viết của BS Ninh được GS Merle d'Aubigné gửi đăng ở Revue de Chirurgie Orthopédique et de Traumatologie – một Revue rất có uy tín ở Pháp với tác giả là R. Merle d'Aubigné et Trần Ngọc Ninh. Sau "biến cố" đó, GS Ninh, một cách gián tiếp, được thế giới phẫu khoa về xương công nhận Ông là được xuất thân từ "Trường phái Merle d'Aubigné, BV Cochin ở Paris". Bài viết đã được phổ biến rộng rãi trên toàn thế giới. GS Ninh đã được tham dự vào mọi hoạt động của Khoa / Service. GS R. Merle d'Aubigné còn để GS Ninh được giảng dạy tại đại giảng đường. GS Ninh nói *"sự học của tôi được bảo đảm ở Paris cũng như ở bất cứ nơi nào trên thế giới."*

Học Giải phẫu Trẻ em với GS Pierre Petit

GS Merle d' Aubigné giới thiệu Thầy Ninh với GS Pierre Petit, một GS nổi tiếng về Giải phẫu Trẻ em, đang làm Trưởng Khu Giải phẫu Trẻ em tại nhà thương St Vincent de Paul ở Paris. Hai người rất "tâm đầu ý hiệp". Thầy vẫn giữ liên lạc mật thiết với GS Pierre Petit sau khi rời Pháp để trở về VN năm 1954. Mỗi năm, GS Ninh đều qua Pháp, làm việc với GS Petit ở BV St Vincent de Paul để "update" về Giải Phẫu Trẻ em trong một tháng.

GS Petit có sang VN vào khoảng năm 1965 để giảng dạy sinh viên Y Khoa Sài Gòn tại BV Nhi Đồng trong suốt một năm ở Khu Giải Phẫu Trẻ em của GS Ninh.

Hiệp Định Genève 20/7/1954, GS Ninh về nước.

Sau nhiều tháng bị vây hãm, Điện Biên Phủ thất thủ, Pháp phải ký Hiệp định đình chiến tại Genève ngày 20 tháng 7 năm 1954. Đất nước bị "chia đôi" tại vĩ tuyến 17, miền Bắc cộng sản còn miền Nam là người Việt quốc gia. Hiệp định cũng dự trù sau 2 năm sẽ có một cuộc tổng tuyển cử để thống nhất đất nước. Cuộc tổng tuyển cử đã không diễn ra. CSVN đã chuẩn bị chiếm miền Nam bằng võ lực. Đó là chuyện xảy ra sau này.

Sau khi Hiệp định Genève được ký kết, chánh phủ quốc gia vừa mới thành lập, ông Ngô Đình Diệm về nước chấp chánh ngày 7 tháng 7 năm 1954 với gánh nặng phải định cư gần 1 triệu người Bắc chạy trốn chế độ cộng sản di cư vào Nam. GS Ninh từ biệt các GS Petit, Merle d'Aubigné, để trở về miền Nam, cùng lúc các bác sĩ, nhân viên y tế từ miền Bắc, nhất là từ các BV Phủ Doãn, Bạch Mai, di cư vào miền Nam.

GS Phạm Biểu Tâm và một số đông đảo các BS của miền Bắc đã "di chuyển" trường Y Hà Nội vào miền Nam sáp nhập với chi nhánh

Y Khoa ở Sài Gòn để thành lập Đại học Y khoa Sài Gòn, cùng với các BS thuộc Section de Saigon như các GS Trần Quang Đệ, Đặng Văn Chiếu, Thái Minh Bạch, Trần Lữ Y, Nguyễn Phước Đại... Các GS hai miền đã cùng nhau xây dựng một Trường Y Khoa tiên tiến, đã đào tạo ra những người thầy thuốc có đầy đủ khả năng vững vàng với trình độ không thua kém các bác sĩ xuất thân từ những trường Y khoa của các nước tân tiến trên thế giới. GS Trần Ngọc Ninh đã sáng lập và điều hành hai Khu thiết yếu: Khu Giải phẫu Chỉnh trực, điều trị các bệnh về xương (Orthopédies) tại BV Bình Dân và Khu Ngoại Khoa Trẻ em (Chirurgie Infantile) tại BV Nhi Đồng Sài Gòn.

GS Trần Ngọc Ninh và kỳ thi Thạc sĩ Pháp Quốc

GS Ninh đã viết, cũng trong Tập sách "*Một chút Lịch Sử Y khoa Đại học Sài Gòn*"[6] do Hội Y Sĩ VN Canada ấn hành 2002: "*Với chức vụ phụ trách lớp hay giảng sư, tôi chỉ là con số không: không được vào Hội đồng Khoa để chính thức dự bàn vào công việc của trường Y Khoa. Tôi quyết định lấy bằng Agrégé / bằng Thạc sĩ Pháp. Trên thực tế chỉ là bằng để dạy học.*

Năm 1962, tôi được các GS Guilleminet, Merle d'Aubigné cho biết các ông sẽ về hưu và một kỳ thi Thạc sĩ sẽ được tổ chức, tuyển Thạc Sĩ cho 2 môn này. Sau khi hỏi rõ về ngày giờ thi, tôi xin phép ông Khoa Trưởng để đi thi và được phép xuất ngoại.

Đến Paris, tôi mới biết rằng có 12 người dự thi cho 8 chỗ: Paris 2, Lyon 1, Bordeaux 1 nhưng không có chỗ nào do Sài Gòn xin và tôi không có tên trong danh sách các thí sinh dự thi. Tôi là đứa con côi, vô thừa nhận. Còn có 7 ngày thì kỳ thi bắt đầu, tôi lên Văn phòng Khoa Trưởng Y Khoa thì được trả lời là việc thi cử đó không phải là việc của Khoa Trưởng. Tôi lên hỏi Bộ Giáo Dục. Bộ Giáo dục trả lời là quyết định về kỳ thi là do Hội đồng Giáo dục cao cấp, 6 tháng nữa mới họp lại. Vả lại Sài Gòn không có chỗ trống thì thi rồi sẽ về đâu?

Trước cái viễn tượng khăn gói trở về, tay trắng lại hoàn tay trắng, tôi quyết định một quân bài chót, viết một lá thư gửi cho Tổng thống Pháp Charles de Gaulle, xin được đặc cách đi thi, không phải để lấy chỗ nào cả. Lá thư được gửi bằng ống hơi / pneumatique đến Điện

Élysée. Điều lạ lùng là sáng ngày hôm sau, tôi nhận được một lá thư bằng pneumatique từ văn phòng của TT gửi ra, cho biết TT sẽ tiếp tôi vào ngày mai lúc 10 giờ sáng. Cuộc tiếp xúc diễn ra ở phòng đợi và rất ngắn. TT bước ra với một ông béo, lùn và chỉ nói: "Tôi xin lỗi, tôi không nghe ông được. Ông nói với Cố vấn Giáo Dục của tôi" rồi đi vào.

Sau khi nghe tôi trình bày, Ông Cố vấn nói: "Tôi sẽ trình TT, tôi không hứa gì cả. Ông sẽ nhận được tin vào lúc thuận tiện". Và tôi ra về.

Hai hôm sau, tôi nhận được lá thư bằng pneumatique. Giấy của Bộ Giáo dục nói rằng tôi được phép dự kỳ thi Agrégation des Facultés Françaises de Médecine, Section de Chirurgie Orthopédique. Tôi chỉ cần có thế, đúng in như thế. Tôi đã đến, đã thi và đã đỗ. Sau khi thi, GS Guilleminet, đến từ Lyon đã đón tôi. Ông dẫn tôi vào một restaurant để ăn món ốc bourgogne. Tôi mời ông sang VN. Ông đã nhận lời. Khoa Giải phẫu trẻ em được thành lập từ đó, trong vinh quang".

GS Trần Ngọc Ninh đã xây dựng lên hai chuyên khoa quan trọng của Đại học Y khoa Sài Gòn. Ông điều hành hai chuyên khoa này, và không ngừng phát triển, tiến bộ không thua bất kỳ nơi nào trên thế giới. Công trình vun đắp của ông đã bị những người CS miền Bắc phá vỡ, đưa Y khoa của miền Nam giật lùi hàng ba, bốn chục năm. [Nguyễn Lương Tuyền, MD, FRCSc]

VỚI BÁO SVYK TÌNH THƯƠNG

Học Y khoa, tôi không phải là học trò theo cái nghĩa là đệ tử ruột của Gs Trần Ngọc Ninh: học trò của Thầy Ninh ở trường Y có thể đếm trên mười đầu ngón tay: rất sớm có Bùi Duy Tâm, Phạm Văn Biểu, cả hai đều dở dang, rồi Vũ Văn Nguyên mất sớm khi du học Mỹ, và sau này là Trần Xuân Ninh (Ninh Con, để phân biệt với Ninh Bố là Thầy Ninh), Võ Thành Phụng, Nguyễn Văn Quang, Nguyễn Lương Tuyền... Khác với Gs Phạm Biểu Tâm được sinh viên Y khoa yêu mến; với Gs Trần Ngọc Ninh, sinh viên có thể nể phục tài năng kiến thức và cả cái uy của ông nhưng một số không thích ông vì quá nghiêm khắc.

Tôi gần gũi với Gs Trần Ngọc Ninh không phải bên giường bệnh hay trong phòng mổ nơi các bệnh viện, mà chủ yếu qua những hoạt động sinh viên với tờ báo Tình Thương trong khoảng thời gian 1963-1967. Các bài viết của Thầy Ninh trên báo SVYK Tình Thương đều với một tầm nhìn chiến lược đặt ra những vấn đề lớn của nền Y tế, Giáo dục và Văn hóa Việt Nam, cho đến nay vẫn còn nguyên tính thời sự:

TT 1: Y tế và Chính Trị
TT 3-4: Những Vấn đề Hiện tại của nền Giáo dục Việt Nam
TT 5: Tinh Thần Đại Học
TT 12: Phỏng vấn Giới Gs Đại học về Vấn đề Sinh viên
TT 14: Nền Đại học Y khoa Việt Nam
TT 20: Các Vấn đề Thanh niên và Sinh viên trong Thời đại

TRẦN NGỌC NINH VÀ NUÔI SẸO

Ngay từ số Tình Thương ra mắt, qua Gs Trần Ngọc Ninh, toà soạn đã nhận được bản thảo truyện dài Nuôi Sẹo của Triều Sơn và bắt đầu cho đăng từng kỳ trên báo với lời giới thiệu trang trọng: *"Nuôi Sẹo là một tác phẩm mà nhiều nhà văn tìm đọc từ hơn 10 năm nay* [thời điểm 1964, ghi chú của người viết]. *Cuốn truyện đã không thể xuất bản được ở miền Bắc, cộng sản. Nó cũng không thể ra đời được ở miền Nam, dưới chế độ cũ. Tác giả là Triều Sơn, một sinh viên đã rời mái trường để đi làm cách mạng, đã làm đủ nghề, đã đặt chân tới nhiều nơi trên thế giới. Và Triều Sơn đã chết ở Paris khi Nuôi Sẹo sửa được gần xong tập đầu, mà chúng tôi hân hạnh giới thiệu ở đây. Nhưng vài dòng ngắn ngủi này không thể đủ để các bạn, nhất là các bạn trẻ biết rõ Triều Sơn và Nuôi Sẹo. Bởi vậy chúng tôi xin nhường chỗ cho Trần Ngọc* [bút hiệu của Gs Trần Ngọc Ninh], *một người bạn thiết của Triều Sơn viết "Kỷ niệm về Triều Sơn". Trần Ngọc đã gặp lại Triều Sơn sau 15 năm xa cách và đã làm quen với Nuôi Sẹo ở đó. Triều Sơn đã sống những ngày sau cùng với Trần Ngọc. Cuộc tao ngộ đó là cái nhân cho sự ra mắt của Nuôi Sẹo ở đây. Và chúng tôi xin ghi đậm một nét chân thành cám ơn Trần Ngọc, người đã cho chúng tôi cái hân hạnh đón chào Nuôi Sẹo."* [Trích dẫn Tình Thương số 1, 01/1964]

Bài viết giới thiệu *Nuôi Sẹo* của GS Trần Ngọc Ninh, một tài liệu hiếm quý tưởng đã bị thất lạc mà nay tìm lại được. *Tuy là viết về Triều*

Sơn nhưng cũng là tấm gương phản chiếu một chân dung khác thời trai trẻ của Trần Ngọc Ninh nên chúng tôi chủ ý cho trích đăng trong bài viết này.

"Mười Lăm Năm Ấy, Kỷ Niệm về Triều Sơn"
của Trần Ngọc

Tôi không biết làm thế nào để nhìn thấy trong một người trẻ tuổi cái mầm của tài năng. Tôi bắt đầu quen Triều Sơn khi vào lớp Toán Chuyên khoa năm 1939. Tôi còn nhớ Triều Sơn nói với tôi, khi hai người vào ngồi cùng một ghế:

-- Có anh em cũ thì học cả Toán cho vui, nhưng tôi học Triết cũng thích.

"Anh em cũ" là hai anh bạn khác, cùng học với Triều Sơn những năm về trước ở trường Bưởi; nhưng ngay từ buổi đầu ấy, tôi cũng đã là "anh em cũ" của Triều Sơn. Năm ấy Triều Sơn 18 tuổi, người to lớn, má đầy, mặt trắng nổi lốm đốm những mụn nhỏ của thiếu niên, tóc thưa và chải lật về đằng sau, mình đóng một cái áo the đen. Cả lớp chỉ có hai chúng tôi mặc ta, nhưng có lẽ đấy là hai điểm độc nhất giống nhau.

Triều Sơn thích đọc Triết hơn Toán, và tôi thích học Toán hơn Triết.

Thực ra Triều Sơn đã tiến sâu vào Triết học từ khá lâu rồi; khi mới học năm thứ ba Trung học phổ thông, anh đã đọc hết Kant, Fichte và Hegel; ảnh hưởng của Triết học Đức sau này còn sâu xa hơn nữa vào anh, qua Marx, qua Husserl, nhưng Triều Sơn không phải là người của một dòng tư tưởng, và anh đã học cả Triết lý cận đại của Âu châu lẫn triết lý cổ Phật-Lão của Á Đông. Hơn nữa, Triều Sơn ngay từ lúc ấy đã có một cái công phu suy nghĩ sau này sẽ đưa tư tưởng của anh vượt lên trên những lý thuyết vụn vặt của các môn phái. Tuy vậy mà trong lớp, không có dấu hiệu gì tỏ ra rằng Triều Sơn đã hiểu biết nhiều như thế; số điểm của anh chỉ vào hạng trung bình, kể cả về triết học; có lẽ cái mầm vẫn còn thu hình trong hạt, hoặc giả những ý nghĩ đã có chút đặc sắc của Triều Sơn không hợp với cách học trọng hư văn trong các trường chăng?

Sau khi đậu Trung học, mỗi người chúng tôi theo một ngả đường. Triều Sơn, người không thích Toán, lại vào lớp Toán học đại cương. Nhưng Triều Sơn không học Toán vì Toán; suốt ngày tôi gặp anh ở thư viện đọc về triết lý của toán học; những sách của Whitehead, của Bertrand Russell, của Hamilton được giũ bụi thời gian và ăn sâu vào óc người sinh viên trẻ tuổi. Hồi ấy anh chỉ nói chuyện về "vô cùng", về "số giả", về cách lý luận trong toán học, về căn bản của sự hiểu biết... Kết quả là cuối năm, sau khi thi hỏng, Triều Sơn bỏ học nhưng hài lòng vì đã lấp được một lỗ hổng trong tư tưởng.

Trong ít lâu, tôi không gặp Triều Sơn nữa. Thời kỳ này mới chính là thời kỳ nảy nở của tài năng. Cái gì đã làm cho cái mầm nảy lá, đục đất và vươn lên trời xanh? Sau này khi Triều Sơn viết *Con đường văn nghệ mới,* anh sẽ nhấn mạnh về điểm phải gần dân chúng; văn nghệ sĩ nào xa dân chúng sẽ cằn cỗi, hoặc truy lạc tinh thần; đi vào quần chúng, sống với đại chúng, hoà nhịp sống của mình vào đời sống chung, phải là phương châm của văn nghệ sĩ tiền phong. Đấy là một lời khuyên sống: quần chúng đã rèn luyện tài năng của Triều Sơn, đã nuôi tinh thần Triều Sơn, đã nung đúc tư tưởng của Triều Sơn. Anh lăn mình vào cách mạng, làm thợ ở mỏ than Hòn Gay, làm hành chính ở Hải Dương, dạy học ở Phú Thọ, làm phu ở dưới tàu, lưu lạc qua Quảng Đông để chung đụng với người dân Trung Hoa mới, ở Hồng Kông, Tích Lan, đi Phi châu làm thợ nguội, rồi về Pháp, sống với anh em lính thợ ở Marseille, Bordeaux và Ba Lê.

Và tôi gặp lại Triều Sơn ở Ba Lê.

Thực ra giữa quãng, tôi còn gặp Triều Sơn vài ba lần khác, thời gian vội vàng của một cuộc lên bộ, nhưng cũng không có gì đáng kể. Một bữa thì anh mới ở ngoài Khu vào, và nói chuyện về những thắc mắc tinh thần mà duy vật lịch sử không giải quyết nổi; một bữa khác anh bàn luận về quan niệm của Trang Tử về tự do; một bữa nữa, phê bình văn nghệ, và nói chuyện về sự truy lạc của người trí thức bị khoa cử đưa đến một con đường danh lợi dễ dàng xa cách hẳn với đời sống của người dân cần lao. Rồi Triều Sơn vào Sài Gòn làm báo, giữa ngòi bút trong những truyện ngắn, trong những bài thơ tự do (dưới tên là Ninh Huy), hay thơ trào lộng (dưới tên Thang Thang), hoặc tranh luận về Nghệ thuật, về

Triết lý hay về những vấn đề xã hội. Trong khoảng này, anh viết bản kịch thơ Triều Sơn đã khéo phù hợp cách dệt những bi kịch Hy Lạp kể sự thức tỉnh của một tâm hồn thấm nhuần Phật học trước sự đau khổ hiện tại của cả dân tộc. *Giặc Cờ đen* có một cấu tạo rất cổ điển; Triều Sơn đã khéo phù hợp cách dệt những bi kịch Hy Lạp vào xã hội của Việt Nam và dùng lời thơ cổ phong, khi âm u, khi thâm trầm, khi dồn dập, để tả tâm tình của các nhân vật. Tuy thế sau này, Triều Sơn có nói rằng về phương diện thơ thì *Giặc Cờ đen* chỉ được có vài câu là anh vừa ý; về phương diện kịch thì sự thành công chắc chắn hơn, nếu anh có thì giờ để thực hiện sự ra mắt của vở kịch trên sân khấu.

Nhưng lúc ấy Triều Sơn còn ôm trong người cái mộng lớn về *Nuôi Sẹo*.

Nuôi Sẹo là gì? Tôi gặp lại Triều Sơn trong một căn phòng nhỏ hẹp, méo mó, chật sách, than và giấy ở phố Bièvre, quận Năm Ba Lê, và cũng làm quen với *Nuôi Sẹo* ở đó.

Nuôi Sẹo là nhân vật chính của một tiểu thuyết dài về xã hội Việt Nam trong buổi cuối cùng của thời thuộc Pháp. Làm mõ làng, chuyên nghề đòi nợ thuê và chôn người. *Nuôi Sẹo* là một con sâu bọ trong cái xã hội có tôn ti trật tự của một làng Bắc Việt. Triều Sơn đã muốn nhờ con mắt của Nuôi Sẹo để tả cái xã hội phong kiến ấy, rồi lại nhờ con người của Nuôi Sẹo để mở hé một cái quan niệm về cuộc đời.

Đây không phải là một chuyện dễ. Một bức hoạ đồ sộ đòi hỏi công phu và thì giờ rất nhiều: Triều Sơn để vào đó năm, sáu năm của anh, lúc nào cũng cặp chặt tập bản thảo trong người, từ Khu ra Hà Nội, và trong tất cả những chặng đường luân lạc của anh; xúc than nuôi lò cả ngày, buổi chiều tối lại trút bộ áo xanh của người phu tàu ra để chữa một hai câu văn; hoặc là nằm ở Yễm Yễm thư trang, sửa lại vài đoạn chưa được vừa ý. Lúc nào trong đầu óc anh cũng có *Nuôi Sẹo; Nuôi Sẹo* chưa ra đời mà làng văn Việt Nam đã biết cả hình dáng của gã, các nhà xuất bản đã tranh nhau đỡ đầu cho gã, đã có nhà văn Pháp hẹn với tác giả để dịch chuyện gã sang tiếng Pháp, đã có hoạ sĩ đi tìm tài liệu để vẽ lại vài cảnh trong cuộc đời gã. Triều Sơn cứ đắn đo, sửa chữa, xoá bỏ, thêm thắt, và để vào đây tất cả sức khoẻ của anh, cho đến ngày không cầm được bút nữa.

Nhưng bức hoạ xã hội không phải là cái khổ tâm chính của Triều Sơn. Cái khổ tâm chính của Triều Sơn là Nuôi Sẹo, là con người Nuôi Sẹo, là tâm lý Nuôi Sẹo...

Chân dung Triều Sơn Bùi Văn Sinh 1921-1954 *[nguồn: báo Văn 15.05.1965, số Đặc biệt Truy Niệm Triều Sơn]*

Thỉnh thoảng tôi đi uống nước với Triều Sơn. Ở khu Saint-Germain-des-Prés, khu văn nghệ của Ba Lê, có một quán café, cửa sơn màu đỏ hung, nhỏ nhắn và ấm áp, lúc nào cũng đông khách; khi nào vào đấy thì Triều Sơn ngồi hàng giờ không đứng dậy, với một chén suc-cu-la bốn mươi lăm quan. Tại sao Triều Sơn thích cái quán ấy, tôi không biết. Ở Ba Lê, anh có giao thiệp với các văn sĩ Pháp Vercors, Marcel Aymé, Jean-Paul Sartre; có lẽ vì sự gặp gỡ của anh với những nhà văn ấy thường dùng cái khung cảnh của quán này. Cũng có lẽ rằng Triều Sơn hay tới họp ở hội Triết học cũng ở khu ấy, đã có lần anh tới diễn giảng ở hội và khi ra về quen rẽ vào quán đó. Ngồi đấy với Triều Sơn, tôi đã được nghe anh nói cho nghe về những vấn đề trong *Nuôi Sẹo*...

Tôi biết Triều Sơn đã xét lại tất cả văn phạm Việt Nam và có những ý nghĩ rất đặc sắc về văn phạm. Anh không lùi khi thấy những điểm cần phải bổ khuyết cho nghề được tinh vi. Khi dùng một chữ không chắc chắn về chính tả, Triều Sơn lại xem lại các tự điển, và tuy đã cẩn thận, nhưng vẫn lo là bỏ sót nhiều chữ viết sai. Thích triết học như anh, mà phải nhịn không giở một cuốn triết lý trong hằng tháng, để khỏi tiêm nhiễm cách viết trừu tượng của các triết gia...

Triều Sơn sửa đi chữa lại Nuôi Sẹo năm sáu lần, vẫn chưa chịu cho in. Tập đầu, lúc mới viết xong dài 900 trang, đúc lại còn 400 trang. Triều Sơn vẫn chưa cho là đủ, "Còn dài quá, 300 trang thôi", anh nói. Các bạn thì sợ rằng rút quá sẽ thành khô. Nhưng Triều Sơn chỉ hứa lần này chữa nữa là "lần cuối cùng", rồi sẽ đưa cho tất cả các bạn xem lại và phê bình, và rồi chữa theo những lời phê bình ấy thôi, trước khi in. Anh nói: "Xong đây, tôi sẽ ghi lại những kinh nghiệm học nghề của tôi thành một quyển *Tôi tập viết văn*". Nhưng *Nuôi Sẹo* cũng chưa xong hẳn, công việc còn dở dang thì bệnh nặng phát ra và anh phải bỏ dở mãi mãi.

Triều Sơn còn để lại một tập truyện dài bằng thơ lục bát, vài truyện ngắn, mấy bài thơ, một cuốn triết học nhập môn viết nửa chừng, và bản thảo của những thư từ bàn luận về triết học và xã hội học với mấy giáo sư ở Collège de France và Sorbonne (Jean Wahl, Aron Gurwitsch). Nuôi Sẹo đã sửa gần xong tập đầu, tập thứ hai còn là một đống bản thảo hỗn độn. Còn tất cả những hẹn hò khác, anh mang đi, chôn sâu dưới mảnh đất của Ba Lê...

[Hết trích dẫn, Tình Thương Số 1, 1-1964][4]

Và để rồi, chẳng thể ngờ được hơn nửa thế kỷ sau [1963-2018], tôi có dịp gặp lại Thầy Ninh, trao lại Thầy những trang sách của truyện dài *Nuôi Sẹo* ngày nào, một *Nuôi Sẹo Phục Sinh,* tuy không toàn vẹn nhưng với rất nhiều công lao của nhà văn Trần Hoài Thư và anh em Thư Quán Bản Thảo.[5]

Và cũng trong dịp này, tôi được biết thêm Triều Sơn có một người con trai còn sống ở Việt Nam. Cô Minh Chân con gái của anh ấy gọi Triều Sơn Bùi Văn Sinh là "Ông Nội", thì hiện sống ở Nam California, cách đây bốn năm có lần tìm tới thăm Thầy Ninh. Qua giới thiệu của Thầy Ninh, tôi được nói chuyện với Minh Chân, được biết thêm tên bố cô là Nguyễn Vân Sơn sinh ngày 7 tháng 10 năm 1951 [bố cô mang họ mẹ, là nữ sĩ Nguyễn Thị Lan Phương, sinh năm 1921, nay cũng đã mất].

Rất mong rồi ra, khi liên lạc được với người con trai của Triều Sơn, sẽ có một ấn bản đặc biệt *truyện dài Nuôi Sẹo* từ Thư Quán Bản Thảo gửi tới anh, như người thừa kế phần gia tài tinh thần của thân phụ

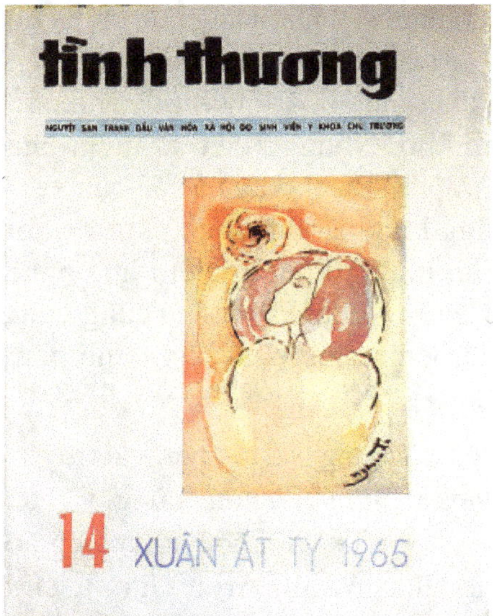

Hình từ phải, một trang *Nuôi Sẹo*, đăng từng kỳ trên báo Sinh viên Y khoa Tình Thương số 14 với mẫu bìa Nghiêu Đề, tháng 2 Xuân Ất Tỵ 1965 *[tư liệu Ngô Thế Vinh]*

mà có lẽ chính anh cũng chưa được biết mặt và chỉ được nghe Mẹ kể lại những năm về sau này. Triều Sơn Bùi Văn Sinh mất ở Paris năm 1954, do bệnh xơ gan / cirrhosis, lúc đó Triều Sơn chỉ mới 34 tuổi.

VỚI BÁO BÁCH KHOA MỘT CHÂN DUNG VĂN HÓA

Không chỉ qua báo SV Tình Thương, tôi gần gũi với Gs Trần Ngọc Ninh hơn qua tờ Bách Khoa của anh Lê Ngộ Châu, địa chỉ 160 Phan Đình Phùng Sài Gòn. Đó là một chân dung Trần Ngọc Ninh khác, trong lãnh vực văn hóa.

Được đọc những bài viết của Gs Trần Ngọc Ninh trên báo Bách Khoa,[7] tiếp cận với con người văn hóa rất đa dạng của Thầy Ninh qua những bài viết với nhiều thể loại: *tôn giáo* như Đức Phật giữa chúng ta, Đức Phật và sự Cải tạo Xã hội, *nhân chủng học* với Claude Lévi-Strauss, *dân tộc học* qua những huyền thoại và huyền thoại lí học và cả về ngữ học, như bàn luận về *cơ cấu và ngôn ngữ*, ông đã rất sớm giới thiệu Noam Chomsky với những phát kiến về Ngữ học Cơ Cấu

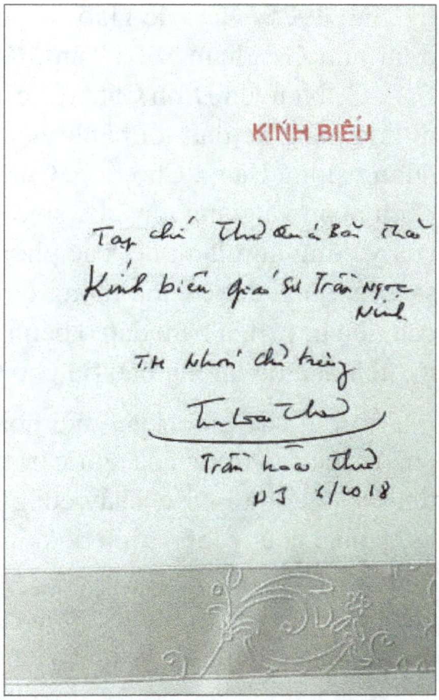

Truyện dài *Nuôi Sẹo* của Triều Sơn. Một Nuôi Sẹo Phục Sinh, do Trần Hoài Thư thực hiện. Thư Quán Bản Thảo, Tạp chí VHNT Số 77 Tháng 11.2017. *[tư liệu Ngô Thế Vinh]*

/ *Structural Linguistics*, với lý thuyết về một Ngữ pháp Hoàn vũ / *Universal Grammar* và để rồi ông không ngừng theo đuổi và tìm cách ứng dụng để soạn bộ *Ngữ Pháp Việt Nam* sau này.[8]

Gs Trần Ngọc Ninh không chỉ là một giáo sư Y khoa lỗi lạc, ông còn là một nhà văn hóa kiến thức rộng trải rộng trên nhiều lãnh vực, một mẫu mực đào tạo trí thức theo quan niệm giáo dục cổ điển Âu châu. Là giáo sư Y khoa, ông còn được mời đảm trách giảng dạy môn *Văn minh Đại cương* và *Văn Hóa Việt Nam* cho Đại học Vạn Hạnh của Thích Minh Châu, và có bài viết trên Tập san Tư Tưởng.

MỘT TRÍ THỨC THUYỀN NHÂN

Biến cố 1975, một cuộc đổi đời lần thứ hai kể từ sau ngày phân chia đất nước với Hiệp định Genève 1954.

Sau 1975, vẫn các giáo sư gốc di cư từ miền Bắc vào Nam còn ở lại như Gs Phạm Biểu Tâm, Gs Trần Ngọc Ninh, Gs Hoàng Tiến Bảo, Gs Nguyễn Đình Cát... Các Thầy nay tuổi đã cao, mỗi ngày phải đi làm bằng xe đạp tới bệnh viện hay xa hơn tới trường Y khoa trên đường Hồng Bàng, Chợ Lớn. Cũng vẫn các Thầy ngoài việc chăm sóc bệnh nhân và giảng dạy cho sinh viên, từ nay còn phải làm thêm việc của y công như lau quét các phòng vệ sinh và cả đổ rác. Không làm sao mà quên được cảnh tượng một Gs Phạm Biểu Tâm phải lau chùi cầu tiêu bị té ngã bầm dập ở bệnh viện Bình Dân. Thầy Tâm rất sợ Cô lo, nên dặn dò không báo tin cho Cô biết.

Như từ bao giờ, trong mọi hoàn cảnh các Thầy vẫn luôn giữ được nhân cách cao trọng của người trí thức, không phát biểu những lời xưng tụng chế độ mới. Các Thầy cũng không thể không não lòng khi hàng ngày phải chứng kiến trình độ dốt nát của nền y tế nhân dân qua những buổi hội chẩn hay giao ban cùng với các ông y sĩ cách mạng phần đông chưa qua hết bậc trung học *"chỉ có hồng mà không chuyên"* nhưng rất huênh hoang từ ngoài Bắc vào hay từ trong rừng ra.

Điển hình là trong một buổi sáng giao ban tại bệnh viện Bình Dân sau 1975, bác sĩ Lê Quang Dũng một cựu nội trú bệnh viện lâu năm

Tại nhà Võ Phiến 30.07.1994, từ phải: Gs Trần Ngọc Ninh, Chủ nhiệm Bách Khoa Lê Ngộ Châu, anh chị Võ Phiến, vợ chồng nhà văn Lê Tất Điều. *[tư liệu Viễn Phố]*

Tại nhà Gs Trần Ngọc Ninh 1994, từ trái: nhà văn Võ Phiến, Gs Trần Ngọc Ninh, Gs Nguyễn Văn Trung từ Montréal Canada, Ngô Thế Vinh. *[tư liệu Ngô Thế Vinh]*

kể lại, là khi anh Dũng báo cáo về một trường hợp mổ áp xe vú, thì bị một bác sĩ quân quản Việt cộng vặn hỏi: "Tại sao anh lại cho mổ áp xe vú?" Bs Dũng đáp: "Tại vì áp xe vú có mủ nên phải mổ dẫn lưu." Dũng đã bị họ mắng: "Anh dốt quá, ở chiến khu tôi nhai *lá sống đời* xong rồi đắp lên vú thì 5 phút sau áp xe biến mất, không phải mổ gì cả." Các Giáo sư Phạm Biểu Tâm, Trần Ngọc Ninh, Hoàng Tiến Bảo cùng có mặt trong buổi giao ban, chỉ biết ngao ngán lắc đầu.[3]

Phải sống trong nghịch cảnh và chứng kiến những ngày ảm đạm như thế, Gs Trần Ngọc Ninh đã có lần phát biểu với các sinh viên giọng chua chát và khinh mạn: *"Hội chẩn với mười con số không cộng lại thì vẫn là zéro."*

Giáo sư Vũ Quí Đài vị khoa trưởng cuối cùng của Y khoa Sài Gòn, còn nhớ là khi ban Quân quản Việt cộng đến tiếp thu trường Y khoa, họ triệu tập một buổi họp gồm sinh viên và cả ban Giảng huấn nơi đại giảng đường gọi là để trấn an nhưng với giọng điệu đầy huênh hoang

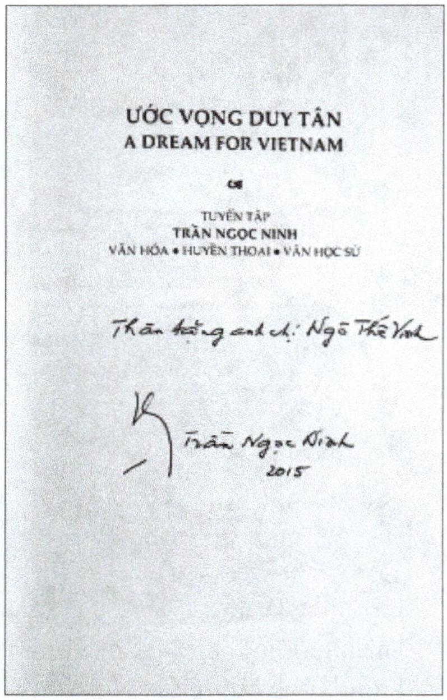

ƯỚC VỌNG DUY TÂN
A DREAM FOR VIETNAM

TUYỂN TẬP
TRẦN NGỌC NINH
VĂN HÓA ● HUYỀN THOẠI ● VĂN HỌC SỬ

Thân tặng anh chị: Ngô Thế Vinh

Trần Ngọc Ninh
2015

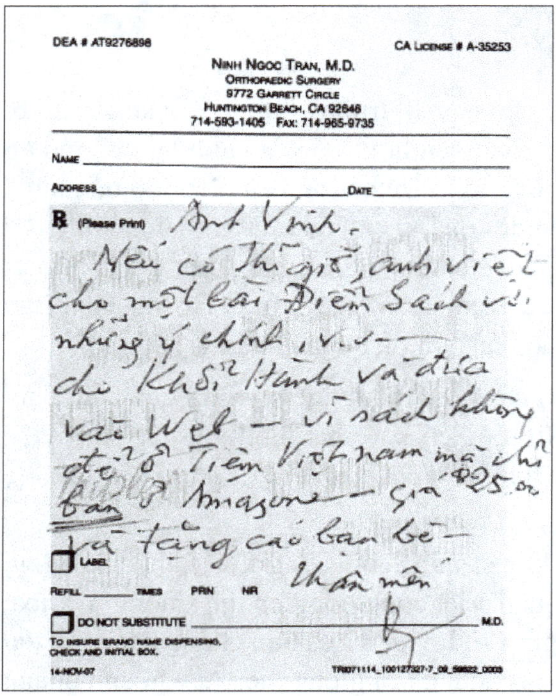

DEA # AT9276898 CA LICENSE # A-35253

NINH NGOC TRAN, M.D.
ORTHOPAEDIC SURGERY
9772 GARRETT CIRCLE
HUNTINGTON BEACH, CA 92646
714-593-1405 FAX: 714-965-9735

NAME

ADDRESS DATE

℞ (Please Print) Anh Vinh.
Nếu có thì giờ, anh viết cho một bài Điểm Sách về những ý chính, v.v... cho Khởi Hành và đưa vào Web — vì sách không để ở Tiệm Việt nam mà chỉ bán ở Amazone — giá $25.00 và tặng cho bạn bè —
Thân mến

LABEL

REFILL ____ TIMES PRN NR

DO NOT SUBSTITUTE ____ M.D.
TO INSURE BRAND NAME DISPENSING, CHECK AND INITIAL BOX.

14-NOV-07 TR0071114_100127327-7_09_59822_0003

Hình trên: Bìa tác phẩm *Ước Vọng Duy Tân*. Văn Hóa, Huyền Thoại, Văn Học Sử. Tuyển tập Trần Ngọc Ninh; chủ biên Trần Uyên Thi; Viện Việt Học, California Hoa Kỳ 2012 *[tư liệu Ngô Thế Vinh]*

Hình dưới: Thủ bút của GS Trần Ngọc Ninh gửi Ngô Thế Vinh khi ra mắt cuốn sách *Ước Vọng Duy Tân* 2012. *[tư liệu Ngô Thế Vinh]* và cả hăm dọa, Gs Vũ Quí Đài kể: *"Lúc ấy Gs Trần Ngọc Ninh ghé tai tôi nói nhỏ một câu lẩy Kiều: Hàng thần lơ láo phận mình ra đâu"*.[3]

Hãy nghe giáo sư Trần Ngọc Ninh tâm sự:

"Trên bình diện khoa học, sau khi Bắc Việt đã chiến thắng được miền Nam rồi, cuộc đấu tranh mới bắt đầu giữa Y khoa khoa học của miền Nam và Y khoa nhân dân của miền Bắc. Trong cuộc đấu tranh này, nhân dân là nạn nhân, nhưng cũng là tòa án, tòa án nhân dân. Giải thưởng là tương lai sức khỏe của Việt Nam. Sức khỏe cùng nghĩa với sức lao động. Chủ nghĩa không che lấp được sự thật...

Năm 1977, sau khi nghe được lệnh của các vị lãnh đạo y học miền Bắc rằng từ nay không được dạy y lý nào "cao" không thể áp dụng ở Việt Nam như biến hóa của nước và các chất điện giải hoặc pháp dùng thuốc kháng sinh với những kháng sinh sau đời penicillin, hoặc những phẫu thuật quá cầu kỳ khó khăn, tôi mạn phép nói ra ở đầu lớp bệnh lý phẫu khoa của tôi: *"Đây là lần cuối cùng và các anh chị em là những sinh viên cuối cùng mà tôi giảng Y khoa khoa học. Từ sang năm tôi sẽ chỉ giảng Y khoa nhân dân. Và anh chị em cố gắng mà theo. Đừng quên rằng mình là những người thừa tự chót của Y khoa khoa học."*

Sinh viên Nguyễn Chí Công *[trước 1975 là sinh viên cộng sản nằm vùng, bị bắt giam ở Chí Hòa, đã được chính Gs Ninh vào thăm can thiệp và được trả tự do, năm 1976 Công trở lại trường Y phụ trách cai quản sinh viên],* khi nghe được những lời nói ấy, Công dự định lập "Tòa án Nhân dân" để hạch tội tôi. Không phải vì thế mà tôi rời Việt Nam".

Gs Ninh nhận định tiếp: "Do nhận thức được toàn bộ chính sách của đảng Cộng sản Việt Nam chỉ là sự mạo danh xã hội chủ nghĩa, đưa nhân dân Việt Nam vào một kiếp đau khổ ngàn đời. Và điều tệ hại hơn nữa là 'Đảng và Nhà Nước muốn cưỡng chiếm Y khoa khoa học để dành riêng cho cán bộ, còn Y khoa nhân dân là để cho nhân dân'."[6]

Và rồi rất sớm, chỉ hai năm sau ngày 30/4/1975 vào ngày 6 tháng 6 năm 1977, Gs Trần Ngọc Ninh đã cùng gia đình xuống thuyền vượt biển tìm tự do, giữa lúc ông được chúc mừng là một trong số bốn người được Hội Đồng Chính Phủ giữ lại ở chức vụ Giáo sư với lương bổng cao nhất.

Bìa *Một chút lịch sử Y khoa Đại học đường Sài Gòn 1954-1975.* Trần Ngọc Ninh, Hội Y Sĩ Việt Nam tại Canada xuất bản 2002. (tr. 38-39, đề cập tới hai nền Y Khoa từ sau 1975: Y Khoa Khoa Học của miền Nam & Y Khoa Nhân Dân của miền Bắc). *[tư liệu Ngô Thế Vinh]* [6]

Cuối cùng ông và gia đình tới được đảo Pulau Besar, Mã Lai, và ông chọn đi định cư tại Hoa Kỳ để phải bắt đầu lại từ đầu, thay vì đi Pháp là nơi mà ông đã được đào tạo và thành danh.

Sự bỏ đất nước ra đi rất sớm của một khuôn mặt trí thức lớn như ông lúc đó đã gây ra một chấn động nơi giới lãnh đạo Hà Nội và trên toàn trí thức miền Nam thời bấy giờ.

DẬT SỰ BÌNH TRÀ NGUYỄN TUÂN

Tôi tới Mỹ sau Thầy Ninh hơn 6 năm, nhưng rồi cả hai thầy trò sau một thời gian đèn sách trước sau cũng trở lại nghề cũ. Từ New York, tôi về làm việc trong một bệnh viện VA ở vùng nam California, tuy bận rộn nhưng thỉnh thoảng vào mấy ngày cuối tuần tôi vẫn có dịp được gặp Thầy.

Trong một buổi gặp ở nhà anh Võ Phiến, cây tùy bút nổi tiếng của miền Nam từ trước 1975, lúc ấy anh Võ Phiến còn ở trên Los Angeles; anh thú vị đem ra khoe chiếc bình trà của Nguyễn Tuân. Võ Phiến rất quý Nguyễn Tuân. Đặng Tiến đã được Nguyễn Tuân tặng chiếc bình trà sau bao năm quen dùng. Sau đó cũng Đặng Tiến tặng lại Võ Phiến trong một chuyến anh chị sang Pháp năm 1987, cùng năm Nguyễn Tuân mất ở Hà Nội.

Chiếc bình trà nhỏ giản dị bằng sứ tráng men xanh, nơi mặt đáy có in chữ Tonkin như vậy đã khá lâu năm, trông rất tầm thường nhưng là của Nguyễn Tuân. Một Nguyễn Tuân với những trang tùy bút mượt mà của *Vang Bóng Một Thời*, của *Chén trà trong sương sớm* với nhân vật cụ Ấm, có phong cách uống trà gần như một thứ *trà đạo*.

Giữa hai chén trà nước đầu, cụ Ấm nói với người con trưởng:

"Cả ạ, thầy cho nước pha trà không gì thơm lành bằng cái thứ nước đọng trên lá sen. Mỗi lá chỉ có ít thôi. Phải gạn vét ở nhiều lá mới đủ một ấm. Hồi thầy còn ít tuổi, mỗi lúc được quan Đốc truyền cho đi thuyền thúng vớt những giọt thủy ngân ấy ở lá sen mặt đầm, thầy cho là kỳ thú nhất trong đời một người học trò được thầy học yêu như con...

Rồi cụ Ấm liền than tiếc đến cái mùa thu đã đi qua mất rồi, để sen hồ rách hết tàn rũ hết lá." [hết trích dẫn, *Vang Bóng Một Thời*]

Đó là văn phong Nguyễn Tuân thời tiền chiến, của một thời vang bóng.

Thăm nhà văn Võ Phiến trên Los Angeles, từ trái, Gs Trần Ngọc Ninh, nhà văn Võ Phiến, Ngô Thế Vinh; phải: Trần Ngọc Ninh cầm trên tay ấm trà nhỏ của Nguyễn Tuân mà Võ Phiến đem khoe. *[tư liệu Viễn Phố]*

Để rồi tới kháng chiến, là một Nguyễn Tuân hóa thân; rất biết sợ bạo quyền để tồn tại, mau chóng xu thời để được vào đảng, rồi leo lên tới chức Tổng thư ký hội Văn nghệ Việt Nam. Chưa dừng ở đó, trong đợt chỉnh huấn cải cách ruộng đất, Nguyễn Tuân còn hăng hái viết bài tự kiểm thảo *"Nhìn rõ sai lầm"* quyết tâm đoạn tuyệt với quá khứ lãng mạn tiểu tư sản, dứt khoát chối bỏ đứa con tinh thần *Vang Bóng Một Thời,* đã làm nên tên tuổi Nguyễn Tuân. Sau đó là một Nguyễn Tuân đã biết vận dụng văn tài để hết lời ca ngợi thiên đường xã hội chủ nghĩa.

Nếu với *Vang Bóng Một Thời,* Nguyễn Tuân được ca ngợi như một bậc thầy của thể văn tuỳ bút trong văn học Việt Nam, thì sau này với những bút ký hết lòng phục vụ Đảng và chủ nghĩa xã hội, Nguyễn Tuân cũng chỉ đáng được xếp là một cây bút tuyên huấn hạng hai. Nguyễn Tuân còn được nhớ và nhắc tới với câu nói: *"Tôi còn sống được đến hôm nay là nhờ biết sợ..."*

Người bạn tấm cám Nghiêu Đề kể lại, sau 1975 khi Nguyễn Tuân vào Sài Gòn, tới Hội Văn Nghệ Thành Phố, khi thấy *Vang Bóng Một Thời* được Nxb Cảo Thơm 1962 in tuyệt đẹp với những tranh minh hoạ của Nghiêu Đề, thì đó là một Nguyễn Tuân hả hê về cuộc hội ngộ với đứa con tinh thần mà ông ta đã hơn một lần dứt khoát chối từ.

Bình trà nhỏ mà Gs Trần Ngọc Ninh đang cầm trên tay ngắm nghía kia, không phải của cụ Ấm với *Chén trà trong sương sớm,* mà là của một Nguyễn Tuân theo kháng chiến, mỗi ngày đã rót ra những chén đắng trong suốt hành trình bi kịch của hơn nửa đời người.

MỘT CHÚT RIÊNG TƯ

Năm 2004, khi bản tiếng Anh *The Green Belt* của cuốn *Vòng Đai Xanh* do Nxb Ivy House xuất bản, Gs Trần Ngọc Ninh đã viết:

"Ngô Thế Vinh bắt đầu viết văn khi đang còn là một sinh viên. Từ 1963, cùng với các bạn trong đại học Y khoa làm báo Tình Thương như một diễn đàn cho những ý tưởng nhân bản, hướng tới một xã hội lý tưởng và không mang nặng tính "chủ nghĩa". Ngay khi còn là một nhà báo sinh viên, từ rất sớm, Ngô Thế Vinh đã quan tâm tới vấn đề người Thượng.

Sau khi tốt nghiệp Y khoa, là bác sĩ Mũ Xanh của một đơn vị Biệt Cách Dù chủ yếu hoạt động trong vùng núi rừng Cao nguyên Trung phần. Vòng Đai Xanh là bối cảnh về cuộc chiến tranh Việt Nam trên vùng cao nguyên với cảnh thật, người thật, và "thật hơn nữa" là nỗi thống khổ của các sắc dân Thượng giữa cuộc chiến tranh và ngay sau cuộc chiến. Và chúng ta không thể nào quên là hòa bình bi thảm ra sao đối với phe bại trận tiếp theo sau một cuộc chiến tranh ý thức hệ. Vòng Đai Xanh là một công trình của lương tâm và dấn thân can đảm. Ngay khi xuất bản lần đầu tiên, cuốn sách đã được giới trí thức miền Nam đón nhận rộng rãi và tán thưởng nhưng đồng thời cũng bị chính quyền miền Nam lên án là phá hoại.

Làm Gì? một cuốn sách viết về chính trị (1979) mà Gs Trần Ngọc Ninh không muốn được nhắc tới. Là một giáo y khoa với tiếng tăm quốc tế nhưng khi tới Mỹ như một bác sĩ ngoại quốc, ông vẫn phải khởi nghiệp từ đầu. Giữa thời gian đèn sách, ông vẫn có hùng tâm hoàn tất một tập luận đề chính trị trên 300 trang, với ghi chú nơi cuối sách: *"Viết xong lúc giữa trưa ngày 24 tháng 3 năm 1979 tại Trường Sơn của Mỹ Châu"* (Rocky Mountains Ranges Denver, Colorado). *[tư liệu Ngô Thế Vinh]*

Bây giờ đã 30 năm sau cuộc chiến tranh chấm dứt, một ấn bản tiếng Anh rất tuyệt của Nha Trang và Pensinger chắc chắn sẽ lại được đón nhận rộng rãi, bởi vì vấn đề sống còn của các sắc dân Thượng trên Cao nguyên Trung phần được đề cập tới trong Vòng Đai Xanh vẫn còn nguyên tính thời sự của hôm nay.

Đối với người Việt, thì thảm kịch của thời đại chúng ta là mọi cuộc chiến tranh hôm nay và cả trong tương lai đều mang mầm mống hủy hoại mà Vòng Đai Xanh như một điển hình đa diện và ở nhiều mức độ khác nhau. Những sắc dân Thượng ấy đã không có tiếng nói. Đến bao giờ thì "tiếng nói thầm lặng" của họ mới thực sự được lắng nghe? [Trần Ngọc Ninh, Viện Việt Học, tác giả Tuyết Xưa]

Sau này, khi có một tác phẩm mới sắp ra mắt, tôi đều có gửi biếu Thầy Ninh và xin một nhận xét, Thầy đã thẳng thắn từ chối với một câu trả lời: *"Vinh bây giờ đã thành danh và không cần thêm lời giới thiệu của tôi nữa."* Tôi lãnh hội ý Thầy với tất cả sự khiêm cung và biết ơn.

MỘT ĐỊNH MỆNH SINH HỌC

Khác với thời tuổi trẻ đầy nhiệt huyết, dấn thân vào chính trị và cả đảng phái, nay sắp bước vào tuổi bách niên, tôi ngỏ ý viết về Gs Trần Ngọc Ninh và có cảm tưởng với Thầy Ninh, chính trị nay như một giai đoạn đã vượt qua và Thầy chỉ muốn được nhắc tới như một *"chân dung văn hóa"*.

Nói về văn hóa, Gs Trần Ngọc Ninh đã chọn một trích đoạn trong *Tuyết Xưa* [tr.100]: *"Đối với các cộng đồng người, văn hóa vừa là một dấu hiệu để nhận nhau và phân biệt 'kẻ-kia' vừa là một dụng cụ để giảng giải và hướng dẫn sự sống của đoàn thể trong cái phong cảnh thiên nhiên mà họ đã làm chủ..."*[2]

Viết về Gs Trần Ngọc Ninh chắc phải cần tới hơn một cuốn sách. Cũng nhân đây gợi ý với các bạn trẻ trong và ngoài nước, đang chuẩn bị luận án tiến sĩ, thì chân dung văn hóa của Gs Trần Ngọc Ninh là một đề tài rất phong phú và hấp dẫn để các bạn khám phá dấn thân vào.

Như một tâm sự cuối đời, khi trả lời Trần Uyên Thi, một môn sinh rất trẻ sau này ở Viện Việt Học, Gs Trần Ngọc Ninh phát biểu:

Hình trái, bìa *The Green Belt*, bản tiếng Anh cuốn *Vòng Đai Xanh* do Ivy House, USA xuất bản 2004; giữa, bìa *Vòng Đai Xanh*, Nxb Thái Độ Sài Gòn 1970; phải, bìa sách song ngữ *Vòng Đai Xanh / The Green Belt*, Nxb Văn Học Press & Việt Ecology Press 2020. *[tư liệu Ngô Thế Vinh]*

"Đến nay tuổi đã lớn rồi [89 tuổi, ở thời điểm 2012], lại càng thấy rằng sự hiểu biết, sự biết, và cả sự thấy của mình chỉ ở bề mặt nông cạn của các hiện tượng (trong đó có lịch sử, khoa học), và đó là cái thân phận sinh học của con người trên mặt đất này."[1]

Hà Nội 1954 – Sài Gòn 1975

California, 11/07/2018

Tham Khảo:

1/ *Ước Vọng Duy Tân / A Dream for Vietnam*. Tuyển Tập Trần Ngọc Ninh. [chủ biên Trần Uyên Thi]; Viện Việt Học xuất bản 2012

2/ Tuyết Xưa; *Tuyển tập các Vấn đề Văn hóa Việt Nam*, Nxb Khởi Hành California Hoa Kỳ 2000

3/ *Giáo sư Bác sĩ Phạm Biểu Tâm, Biểu tượng của Y đạo Y học Y thuật*. Tập San Y Sĩ Canada 201, tháng 5/2014

4/ *Mười lăm năm ấy, Kỷ niệm về Triều Sơn* [Trần Ngọc Ninh, với bút hiệu Trần Ngọc], Nguyệt san Tình Thương, số 1, tháng 1/1964

5/ *Nhà Văn Triều Sơn (1921-1954)*. Trần Hoài Thư, Thư Quán Bản Thảo, số 77, tháng 11/2017

6/ *Một Chút Lịch sử Y khoa Đại học đường Sài Gòn*. Trần Ngọc Ninh, et al. Hội Y Sĩ Việt Nam tại Canada 2002

7/ Tạp chí *Bách Khoa*: Thư Viện Người Việt Online https://www.nguoi-viet.com/ThuVienNguoiViet/thuvien-NV.php

8/ *Thư tịch của GS Trần Ngọc Ninh*. Phạm Lệ Hương, Ban Thư viện Viện Việt Học 18/04/2020

GIA ĐÌNH BÁCH KHOA
VÀ MỘT LÊ NGỘ CHÂU KHÁC

LÊ NGỘ CHÂU
*[tư liệu Ngô Thế Vinh,
hình chụp 05/03/1984]*

Dẫn nhập: Lê Ngộ Châu sống và làm việc ngay tại tòa soạn Bách Khoa, 160 Phan Đình Phùng Sài Gòn. Trước và sau 1975, chưa ai được nghe anh Lê Châu kể về những tháng năm thăng trầm với tờ báo Bách Khoa. Tranh luận về "công lao Bách Khoa" nếu có, là từ bên ngoài, và không là mối bận tâm của Lê Châu.

TIỂU SỬ LÊ NGỘ CHÂU

Tuổi Quý Hợi, sinh ngày 30/12/1923 tại làng Phú Tài, huyện Bình Lục, tỉnh Hà Nam vùng đồng bằng sông Hồng. Có thời gian theo kháng chiến chống Pháp. Tới năm 1951 Lê Ngộ Châu hồi cư về Hà Nội, dạy học, làm hiệu trưởng một trường trung học tư thục ở tuổi 29. Di cư vào Nam 1954, gia nhập Hội Văn hóa Bình dân với một hệ thống Trường Bách khoa Bình Dân ở các tỉnh miền Nam và Hội VHBD có xuất bản một *nội san* với tên *Bách Khoa* Bình Dân.

LỊCH SỬ BÁO BÁCH KHOA

-- 1957 một tạp chí có tên Bách Khoa do hai ông Huỳnh Văn Lang, Hoàng Minh Tuynh sáng lập, xuất bản mỗi tháng hai kỳ, với quan niệm là: *"Diễn đàn chung của tất cả những người tha thiết đến các vấn đề Chính trị, Kinh tế, Văn hóa, Xã hội."*

Nguồn tài chánh ban đầu của Bách Khoa là do đóng góp của một nhóm 30 người, gồm những nhà giáo, nhà báo, chuyên viên hay công tư chức cao cấp thời bấy giờ; mỗi người góp 1.000 đồng (lương tháng hàng giám đốc lúc đó khoảng 5.000 đồng), tổng cộng được 29.500 đồng, một số tiền phải nói là khá lớn *(theo TS Phạm Đỗ Chí, thì 1 US$ = 35 VN$ và số tiền ấy tương đương với hơn 20 lạng vàng theo thời giá 1957 lúc bấy giờ).* Tên của họ được in nơi bìa sau của những số báo Bách Khoa giai đoạn đầu, có thể kể: Lê Đình Chân, Tăng Văn Chỉ, Đỗ Trọng Chu, Lê Thành Cường, Trần Lưu Dy, Lê Phát Đạt, Nguyễn Văn Đạt, Nguyễn Lê Giang, Phạm Ngọc Thuần Giao, Nguyễn Hữu Hạnh, Lê Văn Hoàng, Nguyễn Văn Khải, Phạm Duy Lân, Nguyễn Quang Lệ, Trần Long, Bùi Bá Lư, Dương Chí Sanh, Nguyễn Huy Thanh, Bùi Kiến Thành, Hoàng Khắc Thành, Phạm Ngọc Thảo, Bùi Văn Thịnh, Nguyễn Tấn Thịnh, Vũ Ngọc Tiến, Võ Thu Tịnh, Nguyễn Tấn Trung, Phạm Kim Tương, Hoàng Minh Tuynh, Bùi Công Văn. (Chỉ có 29 tên, một người đóng 500 đồng, không được nêu tên trong danh sách này).[5]

Có tác giả cho rằng nhóm 30 người đó họ chỉ góp tiền chứ *"không tham gia viết lách gì cho Bách Khoa"* điều này không hoàn toàn đúng, vì chúng ta có thể thấy ngay từ mấy số đầu Bách Khoa đã có các bài viết mà tác giả cũng có tên trong danh sách những người góp vốn cho Bách Khoa như: Phạm Ngọc Thảo (*Thế nào là Quân đội mạnh*, BK số 1), Hoàng Minh Tuynh (*Nên để trẻ được tự do hay nên nghiêm khắc với trẻ*), Bùi Văn Thịnh (*Một giai đoạn mới chính sách kinh tế*, BK số 1 & 2), Đỗ Trọng Chu (*Trung cộng tấn công Hoa kiều ở Đông Nam Á*, BK số 2), Phạm Duy Lân (*Bao giờ trời lại sáng*, BK số 3, *Chiến tranh tương lai*, BK số 24), Nguyễn Huy Thanh (*Vấn đề tài trợ những tiểu xí nghiệp*, BK số 3, *Quỹ tiết kiệm*, BK số 5), Tăng Văn Chỉ (*Quân bình giá vật, một biện pháp tạm thời và rất cần để chấn hưng kinh tế*, BK số 6), Võ Thu Tịnh (*Tìm hiểu quốc cơ: Pantja Sila của cộng hòa Nam Dương*, BK số 7)…

Chủ nhiệm ban đầu của Bách Khoa là Huỳnh Văn Lang, sinh ngày 26/7/1922, hơn Lê Ngộ Châu một tuổi, gốc người Nam quê ở Trà Vinh, vùng đất cực nam hạ lưu sông Cửu Long, là con một đại điền chủ giàu có, trong một gia đình Thiên Chúa giáo toàn tòng, từng được du học Pháp, Canada và Mỹ rất sớm. HVL được ông Ngô Đình Diệm mời về và là nhân vật số hai của đảng Cần Lao với chức danh Tổng bí thư Liên Kỳ Bộ Nam Bắc Việt, là một đảng của chính quyền thời bấy giờ. Do HVL lúc đó đang làm Giám đốc Viện Hối Đoái, nên tờ báo Bách Khoa có những thuận lợi, dễ dàng lấy được nhiều trang quảng cáo đắt giá từ các ngân hàng, và các công ty thương mại lớn như Shell, BGI, Air Vietnam, Air France… nên trong mấy năm đầu, với sẵn một số vốn lớn và có tiền quảng cáo hàng tháng, báo Bách Khoa có khả năng sống độc lập về tài chánh.

Theo ông Huỳnh Văn Lang thì: *"Người thư ký tòa soạn ban đầu của Bách Khoa là bà Phạm Ngọc Thảo hay Phạm Thị Nhiệm, là em gái của GS trường Petrus Ký Phạm Thiều đã tập kết ra Bắc. Bà Phạm Ngọc Thảo là người đã mời được một số cây bút cộng tác ban đầu cho Bách Khoa như học giả Nguyễn Hiến Lê, BS Nguyễn Văn Ba, BS Dương Quỳnh Hoa và nhứt là nhà văn Nguiễn Ngu Í, rồi chính anh Nguiễn Ngu Í, đã giới thiệu thêm Bùi Giáng, Nguyễn Thị Hoàng và nhiều tác giả khác. Bà Thảo cũng có viết một ít bài trong các số báo đầu với bút hiệu là Minh Phong."*[6]

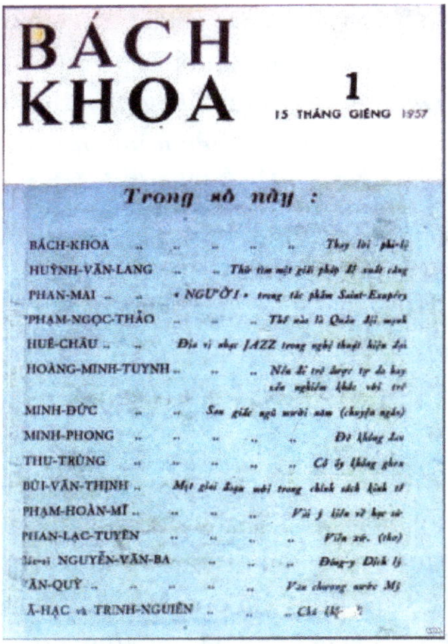
BÁCH KHOA

1

15 THÁNG GIÊNG 1957

Trong số này :

BÁCH-KHOA	Thay lời phi-lộ
HUỲNH-VĂN-LANG	Thử tìm một giải pháp để xuất cảng
PHAN-MAI	« NGƯỜI » trong tác phẩm Saint-Exupéry
PHẠM-NGỌC-THẢO	Thế nào là Quân đội mạnh
HUÊ-CHÂU	Địa vị nhạc JAZZ trong nghệ thuật hiện đại
HOÀNG-MINH-TUYNH	Nên để trẻ được tự do hay cần nghiêm khắc với trẻ
MINH-ĐỨC	Sau giấc ngủ mười năm (chuyện ngắn)
MINH-PHONG	Đê không đau
THU-TRÙNG	Cô ấy không ghen
BÙI-VĂN-THỊNH	Một giai đoạn mới trong chính sách kinh tế
PHẠM-HOÀN-MĨ	Vài ý kiến về học sử
PHAN-LẠC-TUYÊN	Viễn xứ. (thơ)
[illegible] NGUYỄN-VĂN-BA	Đông-y Dịch lý
[illegible]ĂN-QUỲ	Văn chương nước Mỹ
[illegible]Ã-HẠC và TRỊNH-NGUYÊN	Chả [illegible]

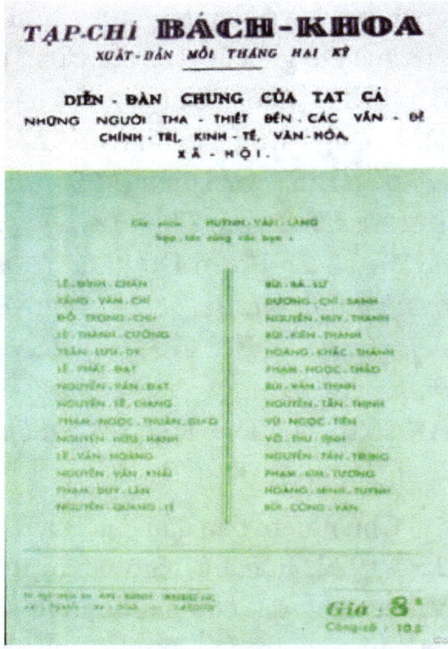
TẠP-CHÍ BÁCH-KHOA

XUẤT-BẢN MỖI THÁNG HAI KỲ

DIỄN - ĐÀN CHUNG CỦA TẤT CẢ NHỮNG NGƯỜI THA - THIẾT ĐẾN CÁC VẤN - ĐỀ CHÍNH - TRỊ, KINH - TẾ, VĂN-HÓA, XÃ - HỘI.

Giá : 8$

Bách Khoa số 1, mẫu bìa trước rất đơn giản, chỉ là Mục lục các bài viết, bìa sau là danh sách tên 29 người đóng góp tiền mỗi người 1.000 đồng, có một người đóng 500 đồng, tổng cộng được 29.500 đồng, là số vốn khá lớn khởi đầu cho tạp chí Bách Khoa. Không chỉ góp tiền, một số còn viết bài cho Bách Khoa. [5]

Như vậy, trong khoảng năm đầu 1957-1958, Lê Ngộ Châu chưa thực sự có vai trò quan trọng trong tòa soạn báo Bách Khoa. Nhưng rồi sau này, phải tới Số Kỷ niệm Mười năm, Bách Khoa 241-242 [15/1/1957-15/1/1967], chúng ta mới biết đích thực được ngọn nguồn của tờ Bách Khoa. Ngay nơi trang mở đầu, sau khi nhắc lại mấy câu thay lời phi lộ trên số Bách Khoa số ra mắt, có lẽ không ai khác hơn là Lê Ngộ Châu trong vai chủ nhiệm thay thế ông Huỳnh Văn Lang đã viết những dòng chữ như sau và ký tên *Bách Khoa Thời Đại*:

"Hồi ấy chiến tranh chấm dứt từ lâu, tiếng súng bình định ở một vài địa phương không còn nữa, Quốc hội Lập hiến được bầu, Hiến pháp đương soạn thảo, những người có nhiệt tâm thiện chí ai cũng náo nức muốn đem trí óc, sức lực của mình cố gắng làm cho miền Nam tự do

thực giàu mạnh, phương sách hiệu quả nhất để ngăn ngừa cộng sản nảy nở và xâm nhập. Một nhóm anh em gồm một số trí thức, nhà văn, nhà báo, nhà giáo, công tư chức, trong trào lưu hăng say đó, cũng muốn có một diễn đàn độc lập để góp ý với chính quyền, bày tỏ nhận xét, cảm nghĩ của mình trong công cuộc hàn gắn vết thương chiến tranh và phục hưng xứ sở. Diễn đàn ấy, tạp chí với ý hướng ấy, xin xuất bản trong nửa năm trời mà vẫn không được phép. Về sau đành phải mượn lại giấy phép một nội san của Hội Văn Hóa Bình Dân – tờ Bách Khoa Bình Dân – nên vì vậy tờ báo của quý bạn mới mang danh hiệu Bách Khoa và mãi tới ngày 15/1/1957 mới ra mắt bạn đọc được."

Và như vậy đã rất rõ, đâu là cội nguồn của tờ báo, Bách Khoa đã phải khởi đầu bằng giấy phép của một "nội san" thuộc Hội Văn Hóa Bình Dân.

Sự kiện nhóm sáng lập Bách Khoa, trong suốt nửa năm mà không xin được giấy phép ra báo – khi mới bước vào năm thứ hai của nền Đệ Nhất Cộng Hòa, đã hé lộ ra ý hướng của một nền *"dân chủ tập trung"* của chính quyền thời bấy giờ và hầu như được mọi người chấp nhận – và cũng còn quá sớm để nói tới manh nha một chế độ độc tài về sau này.

-- 1957, địa chỉ ban đầu của tòa soạn Bách Khoa là 55 Bà Huyện Thanh Quan, Phòng 42, Sài Gòn, địa chỉ thứ hai là nhà in Văn Hóa cũng là nơi in báo Bách Khoa, 412-414 Trần Hưng Đạo, Sài Gòn, và phải từ số báo 40 (1/9/1958), Bách Khoa mới chính thức có một tòa soạn:160 Phan Đình Phùng, Sài Gòn, được coi như một địa chỉ dấu ấn / *landmark* lâu dài nhất của Bách Khoa trong lịch sử báo chí miền Nam.

-- 1958, khi Huỳnh Văn Lang đi tu nghiệp ở Mỹ, Lê Ngộ Châu được ông Hoàng Minh Tuynh – lúc đó đang làm Phó Giám đốc Viện Hối Đoái, giới thiệu với chủ nhiệm Huỳnh Văn Lang vào làm cho Bách Khoa như một thư ký tòa soạn. Trên thực tế từ đây, Lê Ngộ Châu là người trực tiếp điều hành tờ Bách Khoa, cho dù chủ nhiệm Huỳnh Văn Lang vẫn đứng tên.

-- 1963, sau cuộc đảo chánh 1/11/1963 của quân đội, hai anh em ông Ngô Đình Diệm / Ngô Đình Nhu bị thảm sát, chấm dứt 9 năm nền

Đệ Nhất Cộng Hòa, ông Huỳnh Văn Lang bị bắt vì có liên hệ làm kinh tài cho Đảng Cần Lao; một thời gian sau cho tới tháng 2/1965, ông HVL mới không còn đứng tên chủ nhiệm trên manchette Bách Khoa.

-- 1965, trong số Kỷ niệm 8 năm, cũng là số Xuân Ất Tỵ, Bách Khoa 193-194 đã có nhiều bước cải tiến: nội dung ngày càng đa dạng và cân bằng hơn, với quan niệm của chủ nhiệm Lê Ngộ Châu là: *"tờ báo trong năm ra nhiều số đặc biệt hướng về một chủ điểm như số xuất bản trong dịp đản sinh đức Phật… Và thay vì ra một số về tôn giáo thì Bách Khoa đăng một loạt bài trong nhiều kỳ liên tiếp về các tôn giáo đã phát sinh hay bắt rễ trên đất nước chúng ta mà ít người biết rõ, từ đạo Cao Đài, Phật giáo Hòa Hảo đến đạo Ba-Hai, Hồi Giáo… Thay vì ra một số về cuộc đời sự nghiệp các nhà văn hiện tại, thì Bách Khoa giới thiệu cùng bạn đọc trên mỗi số báo về "Sống và Viết Với" của một nhà văn, vấn đề góp lại sau này thành được một tác phẩm mấy trăm trang chứ không phải chỉ thu gọn trong mấy chục trang của một số đặc biệt."*

Về hình thức, Bách Khoa có một vóc dáng mới mẻ, các trang báo trình bày sáng sủa, với những mẫu bìa nghệ thuật do các họa sĩ danh tiếng thiết kế như Phạm Tăng, Tạ Tỵ, cùng với các họa sĩ trẻ tài năng như Lâm Triết (huy chương vàng Triển lãm Hội Họa Mùa Xuân 1962), Nghiêu Đề (huy chương bạc Triển lãm Hội Họa Mùa Xuân 1961), và họa sĩ Văn Thanh sau này.

BÁCH KHOA VỚI NHIỀU TÊN GỌI

Tùy vị trí mỗi người khi đến với Bách Khoa mà đặt cho những tên gọi khác nhau, thông thường nhất là *"nhóm"* Bách Khoa, nhà văn nhà báo Nguiễn Ngu Í thì dí dỏm gọi đó là "động" *Bách Khoa,* với số nhà văn trẻ khởi nghiệp và thành danh từ Bách Khoa thì gọi đó là "*lò*" Bách Khoa – *cũng là nhóm chữ của nhà văn nữ Trùng Dương trong bài viết: Bách Khoa, nơi từ đó* [2] nhưng có lẽ tiếng gọi phổ quát và thân thương nhất vẫn là *"gia đình"* Bách Khoa, do cái không khí thân ái ấm cúng mà anh chị Lê Ngộ Châu – Nghiêm Ngọc Huân đã tạo được cho những ai đã từng đến và sinh hoạt với tòa soạn Bách Khoa.

Lê Ngộ Châu đã mở ra một con đường thênh thang cho Bách Khoa. Và kể từ số 195 Tân Niên 15/2/1965 tờ báo nay mang một tên mới với thêm hai chữ thời đại: Bách Khoa Thời Đại và chính thức đứng tên chủ nhiệm là Lê Ngộ Châu, vẫn là người tiếp tục điều hành và mở mang tờ Bách Khoa. Những cuộc phỏng vấn như một kho dữ liệu quý giá không chỉ với các nhà văn, nhà thơ mà còn mở rộng ra các lãnh vực văn hóa nghệ thuật khác như giới họa sĩ, nhạc sĩ, nhà nghiên cứu… vẫn do Nguiễn Ngu Í với kiến thức và tài hoa thực hiện, là một mặt mạnh khác của Bách Khoa.

Từ địa chỉ 160 Phan Đình Phùng Sài Gòn, với thời gian, nhà báo Lê Ngộ Châu trong vai trò một chủ nhiệm kiêm chủ bút tài năng của Bách Khoa, tên tuổi anh càng ngày càng tỏa sáng. Các cây bút cộng tác lâu năm với Bách Khoa và cả những cây viết mới về sau này, đã có cùng một nhận định: *Lê Ngộ Châu là người có kiến thức rộng, khiêm tốn và trầm tĩnh trong cách ứng xử, được xem như "linh hồn" của báo Bách Khoa cho tới năm 1975.*

Tuy Bách Khoa từng được đánh giá là một vùng xôi đậu: quốc cộng và cả thành phần thứ ba – theo ngôn từ của nhà thơ Nguyên Sa. Ví von của Nguyên Sa đúng cho cả hai thời kỳ của Bách Khoa.

Hình từ trái, những mẫu bìa đẹp của Bách Khoa của các họa sĩ danh tiếng: Tạ Tỵ, Phạm Tăng, Văn Thanh.[5]

-- Thời kỳ đầu, với chủ nhiệm Huỳnh Văn Lang, đã có Phạm Ngọc Thảo sinh năm 1922 [cùng năm sinh với Huỳnh Văn Lang], một cây viết chuyên về các vấn đề quân sự cho Bách Khoa, là một cán bộ CS cao cấp nằm vùng, một chuyên viên khuynh đảo, có liên hệ tới hai cuộc đảo chánh của cả hai nền Cộng Hòa [mất năm 1965]; BS Dương Quỳnh Hoa sinh năm 1930, tốt nghiệp Đại học Y khoa Paris, gia nhập Đảng Cộng sản Pháp rồi Đảng Cộng sản Đông Dương, có viết bài về Y khoa cho Bách Khoa trong mấy số đầu, sau này bà DQH đã tham gia sáng lập *Mặt trận Dân tộc Giải phóng miền Nam* và giữ chức Bộ trưởng Y tế của *Chính phủ Cách mạng Lâm thời Cộng hòa miền Nam*, sau 1975 bà từ bỏ đảng CS [mất năm 2006], Phan Lạc Tuyên sinh năm 1930 là nhân vật quân sự quan trọng số ba tham gia cuộc đảo chánh thất bại 11/11/1960 của nhóm Nguyễn Chánh Thi - Vương Văn Đông, Phan Lạc Tuyên là nhà thơ với bài *Tình quê hương (Anh về qua xóm nhỏ)* được Đan Thọ phổ nhạc rất nổi tiếng khắp miền Nam lúc bấy

Mẫu bìa của hai họa sĩ trẻ tài ba; trái, Nghiêu Đề, huy chương bạc 1961, và phải, Lâm Triết, huy chương vàng 1962 trong các cuộc Triển lãm Hội Họa Mùa Xuân 1961-1962.[5]

giờ. Sau này Phan Lạc Tuyên theo CS ra Bắc, được du học Ba Lan tốt nghiệp Tiến sĩ Dân tộc học, đi theo con đường học thuật, nghiên cứu Phật học rồi xuất gia với pháp danh Nguyên Tuệ [mất năm 2011].

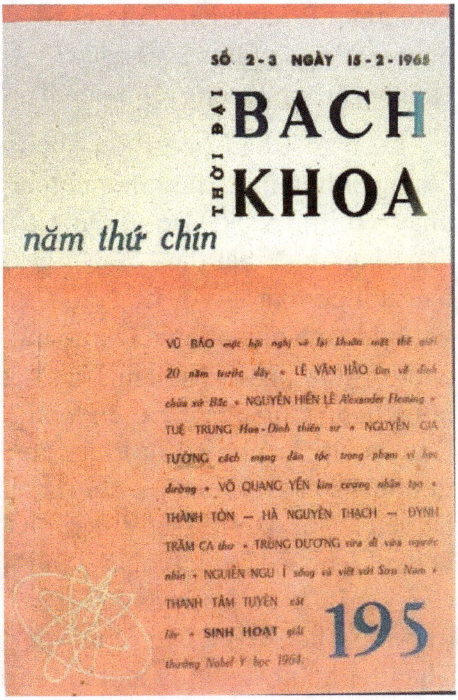

Hình bìa Bách Khoa số 195 (15/2/1965), với một tên mới Bách Khoa Thời Đại.

-- Thời kỳ hai, với chủ nhiệm Lê Ngộ Châu, cũng là lâu dài nhất, nhóm Bách Khoa đã có *Người Tù* Võ Phiến chống cộng, bên cạnh *Bút Máu* Vũ Hạnh / Cô Phương Thảo cán bộ CS nằm vùng, cùng với các cây bút có khuynh hướng trung dung hay còn được gọi là thành phần thứ ba như học giả Nguyễn Hiến Lê, LM Nguyễn Ngọc Lan, nhà báo Nguiễn Ngu Í / Nguyễn Hữu Ngư… Lê Ngộ Châu đi ra từ kháng chiến cũng được xem như thành phần thứ ba, nhưng LNC đã khéo léo dung hòa được mọi khuynh hướng chính trị, tôn giáo khác biệt để Bách Khoa càng ngày càng quy tụ được nhiều cây bút có uy tín thuộc cả ba miền Nam, Trung, Bắc, thuộc các thế hệ già trẻ tiếp nối.

Về nội dung, với ba tiết mục chính: Biên khảo, Nghị luận, Văn nghệ có thể nói Bách Khoa đã giới thiệu được khá đầy đủ các khía cạnh của xã hội miền Nam, cả tiếp cận với các phong trào tư tưởng mới từ Tây phương, từ văn học, khoa học tới triết học trong và ngoài nước qua ngót hai thập niên [từ 1957 tới 1975], xuyên suốt hai nền Cộng Hòa miền Nam Việt Nam.

Đáng kể hơn nữa, Lê Ngộ Châu còn phát hiện thêm những cây viết trẻ và đa số đều thành danh những năm về sau này. Với các cây bút nam như Lê Tất Điều, Trần Hoài Thư, Hoàng Ngọc Tuấn, Thế Uyên, Nguyễn Mộng Giác... và các cây bút nữ như Túy Hồng, Nguyễn Thị Hoàng, Trùng Dương, Nguyễn Thị Thụy Vũ…

Lê Ngộ Châu tuy không phải là văn gia – chữ của Võ Phiến, nhưng anh là một chủ nhiệm quản trị giỏi, một chủ bút cũng rất bén nhạy với thơ văn. Vào khoảng năm 1970 khi tòa soạn Bách Khoa vừa nhận được bài thơ *Còn Chút Gì Để Nhớ* của Vũ Hữu Định, một tên tuổi còn xa lạ với Lê Ngộ Châu nhưng do thấy bài thơ quá hay với hình ảnh nhẹ nhàng về phố núi Pleiku, Lê Châu đã nhờ Trí Đăng chở tới nhà nhạc sĩ Phạm Duy – cũng là bạn thân của Lê Châu từ hồi Kháng Chiến trong Liên Khu Tư, lúc đó Phạm Duy đang ở cư xá Chu Mạnh Trinh ngã tư Phú Nhuận gần hồ tắm Chi Lăng, nơi quy tụ nhiều gia đình nghệ sĩ tới ở như Năm Châu, Nguyễn Mạnh Côn, Duyên Anh, Minh Trang, Kim Tước… và Lê Châu đề nghị Phạm Duy phổ nhạc. Chỉ hai ngày sau Phạm Duy đã chắp cánh cho bài thơ *Còn Chút Gì Để Nhớ* bằng một bản nhạc cùng tên và được phát ngay trên đài phát thanh Sài Gòn với giọng ca vượt thời gian của Thái Thanh. Phổ nhạc thơ là một khía cạnh tài năng khác trong gia tài âm nhạc của Phạm Duy.

NHỮNG CHẶNG ĐƯỜNG BÁCH KHOA:

-- Số 1 Bách Khoa: số ra mắt 15/1/1957, là một bán nguyệt san, ngay nơi trang nhất có đăng, *Thay Lời Phi Lộ*:

"Xây dựng nước nhà về toàn diện là nhiệm vụ chung của mọi người, trong đó việc góp phần sáng kiến cá nhân, dù đúng, dù sai, đều có ích lợi, miễn là tư tưởng ấy xuất phát từ một ý muốn tốt và thành thực. Một quốc gia nếu chỉ có một nền kinh tế vững chắc chưa đủ. Thêm một trình độ chính trị cao cũng chưa hoàn toàn. Một quốc gia cần phải là một tổ hợp tất cả: kinh tế, chính trị, văn hóa, xã hội… Xây dựng một nước Việt Nam hẳn là xây dựng đủ các ngành, các khoa, các phương diện. Với quan niệm như thế, tạp chí Bách Khoa ra đời." [5]

Thay Lời Phi Lộ đó như là một tuyên ngôn của tờ Bách Khoa, đồng thời cũng phản ánh đường lối của nhóm Bách Khoa lúc bấy giờ.

Mấy số báo Bách Khoa đầu tiên chủ yếu là đăng các bài của nhóm chuyên viên trong Hội Nghiên cứu Kinh tế Tài chánh của ông Huỳnh Văn Lang.

Học giả Nguyễn Hiến Lê, trong cuốn hồi ký Đời Viết văn của tôi – Chương 20, ông viết: *"Trong lịch sử báo chí nước nhà, tờ Bách Khoa có một địa vị đặc biệt. Không nhận trợ cấp của chính quyền, không ủng hộ chính quyền mà sống được mười tám năm, từ 1957 đến 1975."* [hết trích dẫn]

Nhận định của học giả Nguyễn Hiến Lê: "Bách Khoa không ủng hộ chính quyền" là không hoàn toàn đúng ở giai đoạn một của tờ báo Bách Khoa [từ 1957 tới 1963] khi ông Huỳnh Văn Lang còn đứng tên trực tiếp điều hành tờ báo.

Ở giai đoạn một, thái độ thân chính quyền là phần rất đậm nét của tạp chí Bách Khoa, điều đó không có gì đáng ngạc nhiên vì hai ông Huỳnh Văn Lang, Hoàng Minh Tuynh và nhóm chủ chương đang là các công chức cao cấp của chính quyền thời bấy giờ. Ngay từ Bách Khoa số 1, nơi cuối các trang báo trống thường là nơi trích dẫn các danh ngôn cổ kim, thì đã có năm trang (trang 8, 29, 39, 43, 62) là các câu trích dẫn tư tưởng Ngô Đình Diệm từ những bài diễn văn đâu đó của vị Tổng thống đương thời:

-- BK1 trang 8, ngay phía dưới câu trích dẫn của Đức Hồng Y Saliège, là tư tưởng của TT Ngô Đình Diệm: *"Chúng ta quyết tâm xây dựng Quốc gia Việt Nam trên những nền tảng mới. Lấy nhân dân là cương vị, lấy tự do dân chủ là phương châm, lấy công lý xã hội làm tiêu chuẩn."*

-- BK1, trang 29: *"Những chủ nghĩa cá nhân tư lợi không đếm xỉa gì tới công lý xã hội, cũng như chủ nghĩa độc tài chuyên chế không đếm xỉa gì tới phẩm giá và tự do của con người, đều là những con đường dẫn tới đọa đày, nô lệ."* [TT Ngô Đình Diệm]

-- BK1, trang 39: *"Những cố gắng của chúng ta phải nhằm mục tiêu cải thiện đời sống quốc dân, nâng đỡ các giới cần lao, nhất là nông dân, san bằng những nỗi bất công, trừ diệt mọi mầm áp bức."* [TT Ngô Đình Diệm]

-- BK1, trang 43 cũng ngay phía dưới câu trích dẫn của Đức Hồng Y Saliège, là tư tưởng của TT Ngô Đình Diệm: *"Các anh em phải tận tâm săn sóc tới cuộc sinh hoạt hàng ngày của đồng bào, luôn luôn tìm hiểu nhu cầu và nguyện vọng của đồng bào, để ân cần giúp đỡ về mọi phương diện.”*

-- BK1 trang 62: *“Dân muốn thì quân nghe, quân làm thì dân giúp. Tình đồng bào và quân đội quả là tình cá nước. Quân dân nhất trí là nền tảng của chính nghĩa.”* [TT Ngô Đình Diệm]

Và nhất là mấy bài Quan điểm trên báo Bách Khoa ký tên Chủ nhiệm Huỳnh Văn Lang phản ảnh rất rõ quan điểm của chính quyền Đệ Nhất Cộng Hòa mà ông HVL đang tham gia, như:

Trên số Bách Khoa 43 (15/10/1958), chuẩn bị chào mừng cái Tết thứ ba của nền Đệ Nhất Cộng Hòa [26/10/1955 - 26/10/1958], ông Huỳnh Văn Lang có một bài viết với tiêu đề *“Những Kẻ Phá Hoại Chế Độ”*, ông HVL đã bộc trực chấp bút viết: *“Họ không phải là những người của bên kia, mà là những người bên này của mặt trận. Họ âm thầm sinh hoạt, gián tiếp tàn phá, ít người lưu ý. Họ càng nguy hại hơn nữa không phải ở cái chỗ người xung quanh không quan tâm tới họ, mà họ lại còn lầm lẫn cho mình vẫn là chiến sĩ của chính nghĩa, là rường cột của chế độ có khi là ân nhân của đồng bào nữa.”* Và ai cũng hiểu rằng lúc ấy ông Huỳnh Văn Lang đang lên án gay gắt mấy đảng phái quốc gia – những phe phái không cùng chính kiến với chính quyền TT Ngô Đình Diệm lúc bấy giờ.

Cũng trong năm 1958 đó, độc giả Bách Khoa đã không thể không chú ý tới mấy Thông báo của *Nhóm Văn Hóa Ngày Nay* do nhà văn Nhất Linh Nguyễn Tường Tam chủ trương, và thông báo này đã đăng liên tiếp trên các số Bách Khoa 31, 33, 34 với nội dung như sau:

Nhóm Văn Hóa Ngày Nay *“Đã nộp đơn xin ra dưới hình thức một tuần báo, nhưng sau mấy tháng chưa được phép, sợ các độc giả mong chờ nên chúng tôi dự định cho ra thành từng tập, kiểu “Loại Giai Phẩm”* (trích Bách Khoa số 31, 15/4/1958). [5]

Một tên tuổi văn hóa và chính trị lớn như Nhất Linh Nguyễn Tường Tam, lúc ấy Nhất Linh cũng đang là hội viên danh dự và cũng là cố vấn Hội Văn Bút Việt Nam, và ngay giữa năm thứ tư thịnh vượng của nền Đệ Nhất Cộng Hòa mà cũng không xin được giấy phép ra một tuần báo văn chương, sự kiện ấy rất đáng được ghi nhận và quan tâm. Nhưng giữa bối cảnh *"Sáng Dội Miền Nam"* (tên một tạp chí ảnh rất đẹp của ông Võ Đức Diên thời Đệ Nhất Cộng Hòa) lúc ấy, và với chính sách một nền *dân chủ tập trung* hầu như vẫn được dân chúng miền Nam mặc nhiên chấp nhận.

Trên số Bách Khoa 97 (15/1/1961), cũng là năm thứ sáu của nền Đệ Nhất Cộng Hòa, và là số Kỷ Niệm Đệ Tứ Chu Niên của tờ Bách Khoa, ông Huỳnh Văn Lang đã có một bài viết với tiêu đề *"Những Kẻ Phản Loạn"* giọng điệu rất gay gắt lên án cuộc đảo chánh 11/11/1960 của nhóm sĩ quan cấp tá: Nguyễn Chánh Thi / Đại tá – Vương Văn Đông / Trung tá, có cả sĩ quan cấp úy Phan Lạc Tuyên, một cây bút của Bách Khoa lúc bấy giờ, cùng với đám chính khách đối lập thuộc *Mặt trận Quốc dân Đoàn kết* có tên Nhất Linh Nguyễn Tường Tam ủng hộ cuộc đảo chánh. Do ông HVL lúc ấy đang là một *"công thần của chế độ"* đã không ngần ngại gọi ngay họ là bọn *"phản quốc"*, một tuyên án có trước cả Tòa Án Quân Sự Đặc Biệt với Trung tá quân pháp Lê Nguyên Phu là Ủy viên Chính Phủ được thiết lập sau này. Bị kết tội danh "phản quốc" cũng là một trong những nguyên nhân đưa tới tuẫn tiết của văn hào Nhất Linh ba năm sau, 1963.[5]

Ba năm sau cuộc đảo chánh lần thứ nhất thất bại (11/11/1960), do thấy rõ nguy cơ một cuộc đảo chánh quân sự khác lật đổ chế độ Gia đình Họ Ngô sẽ xảy ra, không ai khác hơn chính ông Huỳnh Văn Lang nhân vật số hai của đảng Cần Lao, lại manh nha *"phản loạn"* – chữ mà ông đã gán cho nhóm đảo chánh 11/11/1960 trước đó.

Huỳnh Văn Lang đã cùng với Phạm Ngọc Thảo (là một tay khuynh đảo "hai mang", cấp bậc Đại tá của quân đội cả hai bên). Hai người bắt đầu đi liên lạc vận động với một số tướng lãnh thân tín thuộc đảng Cần Lao như các tướng Trần Thiện Khiêm, Nguyễn Khánh, Đỗ Cao Trí… để lập một kế hoạch đảo chánh chế độ Ngô Đình Diệm, với mục đích loại trừ vợ chồng ông cố vấn Ngô Đình Nhu, Đức Tổng Giám Mục Ngô Đình Thục và ông Ngô Đình Cẩn ngoài miền Trung nhưng giữ lại cụ Diệm – người mà ông HVL vẫn tôn vinh coi như là biểu tượng của chính nghĩa. Huỳnh Văn Lang đã nói với tướng Nguyễn Khánh là: *mình đảo chánh "ông cụ" để giữ "ông cụ"*. [Huỳnh Văn

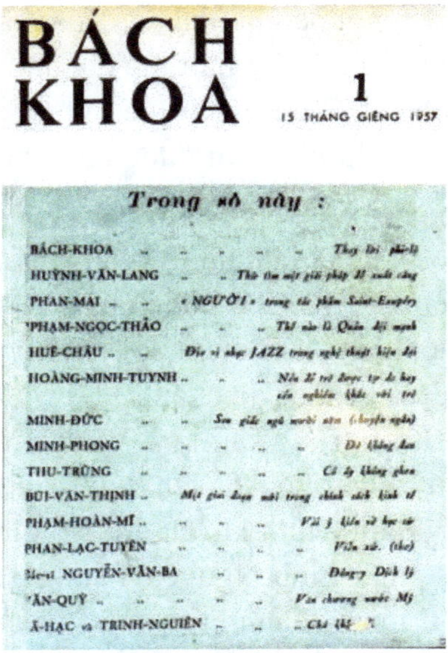

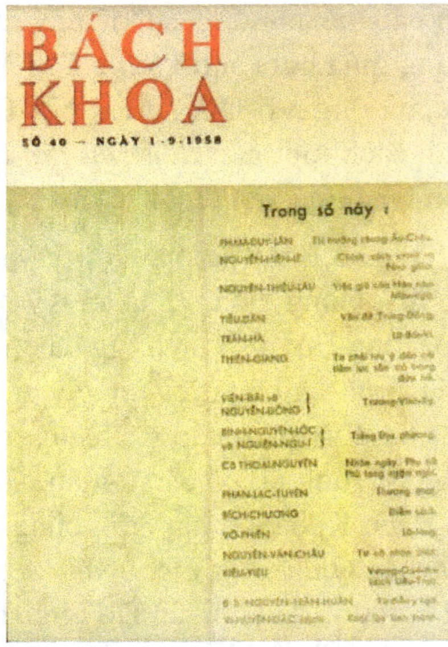

(1) Từ Bách Khoa số 1 (15/01/1957) tới số 5 (15/03/1957), với địa chỉ tòa soạn 55 Bà Huyện Thanh Quan, Phòng 42, Sài Gòn, in tại nhà in An Ninh, 44 Nguyễn An Ninh, Sài Gòn. (2) Từ Bách Khoa số 6 (1/4/1957) tới số 39, tòa soạn dời về địa chỉ nhà in Văn Hóa 412-414 Trần Hưng Đạo, Sài Gòn. (3) Bắt đầu từ BK số 40 (1/9/1958), lần thứ ba tòa soạn Bách Khoa dọn về 160 Phan Đình Phùng, Sài Gòn, một địa chỉ in đậm "dấu ấn" của Lê Ngộ Châu xuyên suốt cho tới số 426 (19/4/1975), cũng là số báo cuối cùng, chấm dứt cuộc hành trình 18 năm của Bách Khoa. [5]

Lang, Nhân chứng một chế độ, Một Chương Hồi ký, Tập Ba (trang 208 – 219). Tác giả xuất bản 2001] [7]

Với kế hoạch "đảo chánh nửa vời" ấy nhằm phân hóa một gia đình Họ Ngô vốn có truyền thống đoàn kết sắt son từ bao nhiêu thế hệ, phải nói là người chủ trương cuộc chính biến ấy đã quá "lãng mạn hoặc ngây thơ" và cũng chứng tỏ ông Huỳnh Văn Lang đã chẳng hiểu gì TT Ngô Đình Diệm, người mà ông được gần gũi và phục vụ trung thành trong suốt 9 năm và dĩ nhiên mưu đồ "đảo chánh" ấy của nhóm Lang – Thảo đã bất thành ngay từ trong trứng nước. [7]

Để rồi chỉ ít lâu sau, một vụ chính biến quân sự khác nổ ra vào ngày 1/11/1963 của nhóm tướng lãnh Trần Văn Đôn, Lê Văn Kim, Dương Văn Minh, Tôn Thất Đính, Đỗ Mậu do họ biết chớp lấy thời cơ của một tình hình đã chín muồi, đưa tới cái chết bi thảm của cả hai anh em ông Diệm ông Nhu, chấm dứt nền Đệ Nhất Cộng Hòa.

Hai tuần lễ sau, trên tờ Bách Khoa số 165 [15/11/1963], là một bài viết dĩ nhiên không phải của Huỳnh Văn Lang mà của một người ký tên *Tiểu Dân –người dân bé nhỏ,* với tiêu đề: *"Cảm nghĩ về sự cáo chung của một chế độ độc tài"* – đó là một bài viết với văn phong trầm tĩnh, đã không nêu đích danh lên án hoặc kết tội bất cứ ai. Mở đầu bài viết với mấy dòng chữ *"Một chế độ lỗi thời, phản tiến hóa, vừa bị đào thải. Một chế độ mới hướng về Tự Do thực sự, Dân Chủ chân chính đang được xây dựng."*

Bài viết dài sáu trang là một phân tích bài học của chín năm về nền Đệ Nhất Cộng Hòa, với nhận định rằng: *"Nếu không đớn hèn thụ động thỏa hiệp đầu hàng, thì không bao giờ có được chế độ độc tài. Nếu có chế độ độc tài như đã xảy ra trong chín năm đau buồn – thì chính chúng ta bất cứ ai cũng đều có một phần trách nhiệm không nhỏ."* Và đây là câu kết luận của bài viết: *"Một dân tộc thế nào thì có một chính quyền thế ấy." "Và ta nên nghiền ngẫm chân lý này để đấu tranh xây dựng một chế độ chân chính Dân Chủ và thực sự Tự Do."*[5]

NHỮNG KHÓ KHĂN VỀ TÀI CHÁNH CỦA BÁCH KHOA

Tạp chí Bách Khoa trước và sau đổi tên 5 lần, dù có những tên khác nhau nhưng cơ bản tờ báo luôn luôn có hai chữ Bách Khoa xuyên suốt từ số 1 tới số 426.[6]

1- Bách Khoa từ số 1 (15/1/1957) tới số 193-194 (15/1/1965];
2- Bách Khoa Thời Đại từ số 195 (15/ 2/1965) đến số 312 (1/1/1970)
3- Bách Khoa (trở lại tên BK), từ số 313-314 [15/1-1/2/1970) tới số 377 (15/9/1972]
4- Bách Khoa Đặc San số 378 (1/10/1972) tới số 379 (15/10/1972)
5- Bách Khoa Giai Phẩm số 380 (1/11/1972 tới số 426 (19/4/1975)

Sở dĩ có sự thay đổi tên gọi như trên nhiều phần vì lý do chính trị: từ chế độ cũ / Đệ Nhất Cộng Hòa sang chế độ mới / Đệ Nhị Cộng Hòa, và cả do những đường lối thay đổi rất bất thường của Bộ Thông tin và chính sách kiểm duyệt báo chí thời bấy giờ.

Viết về tờ báo Bách Khoa, ai cũng nghĩ đó là tờ báo không nhận nguồn trợ cấp từ chính quyền điều đó đúng, nhưng nếu nói Bách Khoa không có khó khăn về tài chánh thì sai – vì kể từ sau đảo chánh 1963, khi ông Huỳnh Văn Lang vướng vào vòng lao lý, nguồn thu nhập về quảng cáo không còn như trước, rồi thêm tình trạng lạm phát khiến mọi chi phí cho việc in ấn mỗi số Bách Khoa ngày một gia tăng, số độc giả Bách Khoa cũng lên xuống bất thường do thiên tai lũ lụt ngoài Trung, do biến động chính trị và tình hình chiến sự lan rộng khiến đường bộ mất an ninh và Bách Khoa không phát hành ra miền Trung được – mà ai cũng biết miền Trung tuy nghèo nhưng lại là vùng có số độc giả tiêu thụ sách báo lớn nhất của cả nước. *Nhà thơ Thành Tôn bấy lâu vẫn tình nguyện giúp phát hành sách báo ở miền Trung trong nhiều năm cũng đã cho biết như vậy.*

Khi Bách Khoa thực sự bước vào những giai đoạn khó khăn về tài chính, Lê Châu đã phải bươn chải, thay đổi nhà in, tìm nơi in với giá rẻ, và giảm thiểu mọi chi tiêu ở tòa soạn để Bách Khoa có thể sống còn, đây là một khía cạnh "tài năng khác" của Lê Ngộ Châu ít được ai biết tới. Một điểm son khác của Bách Khoa, dù trong tình trạng thiếu hụt nào, chưa bao giờ Bách Khoa không chu toàn phần nhuận bút với các cây bút cộng tác trong nước.

Bách Khoa giai đoạn đầu, báo in ở (1) Nhà in An Ninh, 44 Nguyễn An Ninh Sài Gòn, rồi một nhà in khác (2) Nhà in Văn Hóa 412-414 Trần Hưng Đạo Sài Gòn,

Bách Khoa giai đoạn hai, chuyển qua (3) Nhà in Tương Lai, 133 đường Võ Tánh Sài Gòn, rồi cuối cùng là (4) Nhà in Trí Đăng, 21 Nguyễn Thiện Thuật Sài Gòn, từ số 332 tới 426 [1/11/1970 – 19/4/1975].

Trên số BK 221 (15/3/1966), giữa những tin chiến sự nóng bỏng như: chiến tranh mở rộng ra miền Bắc, trận đánh lớn Đồng Xoài; tòa soạn Bách Khoa ra thông báo: *"vì giao thông đường bộ gián đoạn, báo chuyển ra miền Trung từ nay phải hoàn toàn gửi bằng đường hàng không, nên độc giả báo dài hạn, báo biếu xin gửi thêm 20đ tiền tem."*

Nhà in Tương Lai trên đường Võ Tánh trước kia do trúng thầu in Vé số Quốc gia có lợi nhuận lớn, nên trong nhiều năm nhận in thêm Bách Khoa với giá rất phải chăng; nhưng khi mất nguồn thu nhập này, Tương Lai không còn có thể in Bách Khoa với giá thấp như trước, Bách Khoa đứng trước nguy cơ "sập tiệm".

May lúc đó có nhà văn nhà báo Nguiễn Ngu Í vốn là bạn thân lâu năm của anh Trí Đăng từ hồi còn ở Quảng Ngãi, giới thiệu Lê Ngộ Châu với nhà xuất bản Trí Đăng. Anh Trí Đăng, tên thật là Nguyễn Liên tuy gốc nhà giáo có bằng Cao học Triết Đại học Văn Khoa Sài Gòn nhưng lại thích hoạt động trong ngành xuất bản. Anh có nhà in lớn, lại đang thành công trong công việc xuất bản sách giáo khoa, nên Trí Đăng đã nhận in Bách Khoa với giá vốn nhưng anh LNC vẫn chưa hết khó khăn cho dù đã giảm thiểu tối đa mọi chi phí ở tòa soạn, với nhân sự chỉ còn 3 người: vợ chồng Lê Châu – Nghiêm Ngọc Huân và một thư ký.

Bách Khoa đang phát hành mỗi kỳ hơn bốn ngàn số báo, với một ngàn độc giả dài hạn và khoảng một trăm độc giả ở nước ngoài, nay số phát hành có lúc xuống chỉ còn một ngàn, sau có tăng dần nhưng cũng không thể nào trở lại con số ban đầu. Giá báo phải tăng từ 8$ lên 12$ rồi 15$... Tới một lúc, để có thể sống còn, Bách Khoa phải cùng với các tạp chí khác như Văn, Tân Văn, Phổ Thông, Văn Học, đồng loạt tăng lên 20$ một số báo.

Rồi từ số BK 378 [tháng 10/1972], với Sắc luật 007* nghiệt ngã và kỳ quái, nhiều tờ báo đã phải đóng cửa và Bách Khoa đã phải ra với hình thức Giai Phẩm, giá mỗi số Bách Khoa vẫn tăng liên tục từ 50$, 70$, 100$ rồi 120$, rồi 150$ từ số Giai phẩm 405, rồi 200$ từ số 406.

** Sắc Luật 007/ 72 do TT Nguyễn Văn Thiệu ký ngày 5/8/1972, bắt buộc mỗi nhật báo phải đóng ký quỹ 20 triệu đồng (80 VN$ tương đương với 1US$ lúc đó), còn báo định kỳ tuần san, bán nguyệt san phải đóng ký quỹ 10 triệu đồng nếu tờ báo nào không nộp đủ số tiền* *đó, sẽ bị rút giấy phép ra báo. Sắc luật 007 còn có thêm quy định tờ báo nào bị tịch thu lần hai sẽ bị đóng cửa vĩnh viễn. Chỉ riêng khoản phải đóng ký quỹ 10 triệu đồng, Bách Khoa vĩnh viễn từ đây không thể nào có giấy phép và chỉ có thể ra từng tập với số kiểm duyệt như một "giai phẩm".*

Ngày *Ký Giả Đi Ăn Mày* cuối năm Dần [8/9/1974], với hình ảnh một học giả Hồ Hữu Tường nón lá và bị gậy đi giữa đông đảo đoàn ký giả thuộc thế hệ trẻ hơn ông là một bi hài kịch cuối cùng của tự do báo chí miền Nam, mấy tháng trước ngày mất nước 30/4/1975.

Trong số giai phẩm Xuân Ất Mão – cũng là số kỷ niệm 18 năm, Nhóm Chủ trương Bách Khoa viết: *"Với số này, Bách Khoa đã bước*

● LÊ PHƯƠNG CHI

Tâm sự của một số nhà văn, nhà báo, nghệ sĩ vào những ngày cuối năm Dần

L.G.K [illegible]

● HỒ HỮU TƯỜNG

[illegible]

Tôi chưa kịp hỏi câu nào. Anh Tường đã vỗ vai tôi: «Toa tìm giùm cho moa số Khoa-học Huyền-bí có đăng Lá Số Tử Vi của moa... Thiên Lương là ai vậy? Sao lại đổi giờ sanh của moa? Moa sanh giờ Dần, đổi ra giờ Mão rồi đoán là moa nên mặc áo nâu sòng gì đó. Toa có số báo đó, cho moa đọc coi ra sao, nghe mấy người bạn nói, moa nóng muốn đọc quá...»

Sau khi hứa sẽ tìm cho anh Tường một cuốn KHHB có đăng lá số Tử vi anh vừa nói, tôi hỏi thăm Tết năm nay anh định làm gì.

Anh Tường cho biết, nếu mượn được tiền anh sẽ đi thăm các thân bằng cố hữu ở các tỉnh. Anh cho biết năm rồi anh mượn được 40 ngàn đồng, anh tổ chức đi về các tỉnh miền Trung như Bình-Tuy, Bình-Thuận, Phú-Yên, Bình-Định, Quảng Ngãi, rồi Quảng Nam, Đà-Nẵng để thăm hết thảy những người quen biết. Đi từ 20 tháng Chạp đến Rằm tháng Giêng mới về tới Saigon. Đi xong, về đi dạy học cho Viện Đại-học Hòa-Hảo mấy tháng mới trả hết nợ. Hiện giờ anh chưa biết mượn ai, nhưng nếu mượn được, anh cũng sẽ đi một vòng, tất nhiên khác vòng đi năm ngoái. Nói đến đây, anh

Hình trái, hình bìa số Giai phẩm Xuân Ất Mão 1975 của họa sĩ Văn Thanh; phải, trang sinh hoạt Bách Khoa với hình ảnh một học giả Hồ Hữu Tường đội nón lá và bị gậy đi giữa đông đảo đoàn ký giả thuộc thế hệ trẻ hơn ông là một bi hài kịch cuối cùng của tự do báo chí miền Nam, mấy tháng trước ngày mất nước 30/4/1975.[5]

sang năm 19 bằng những bước thực là chật vật và cực nhọc. Nói về giá giấy và chi phí ấn loát đã leo thang nhiều bậc thật dài, nói về mãi lực bạn đọc giảm sút đều đều, tháng này qua tháng khác… Cảm tình của bạn đọc có sức mạnh gây được niềm tin tưởng cho những anh em đã cộng tác và làm nên tờ Bách Khoa ngày nay, để hy vọng Bách Khoa còn đứng vững được trong những tháng sắp tới của năm mới, mặc dầu tình hình chiến sự đương khẩn trương hơn lúc nào hết, tình trạng kinh tế mỗi ngày một khó khăn và tương lai của ngành xuất bản và báo chí thì tối tăm như đêm ba mươi Tết…" Đó là trang mở đầu ảm đạm của số giai phẩm Xuân Ất Mão – thay vì là một thiệp chúc Tết vui tươi.

Thêm một may mắn nữa, Lê Ngộ Châu gặp được một quý nhân hỗ trợ: đó là nhà giáo Phạm Tấn Kiệt, bút hiệu Long Điền hay Phạm Long Điền (do quê anh ở quận Long Điền, tỉnh Phước Tuy nay là Bà Rịa - Vũng Tàu). Long Điền cũng từng viết một số bài cho Bách Khoa [từ 1974] với các đề tài như: *Cụ Phan Văn Trường với tập Hồi Ký "Một chuyện âm mưu của người An-nam tại Paris [BK 405], Nhân Kỷ niệm Phan Chu Trinh, nhắc lại Vụ án Nguyễn An Ninh 48 năm về trước (1926) [BK 408-409], Thuyết Pháp Việt Đề Huề và nhóm La Cloche fêlée [BK 410]…* Viết về nghiên cứu văn hóa, nhưng anh Long Điền Phạm Tấn Kiệt lại có bằng cử nhân Vật lý Đại học Khoa học Sài Gòn, tốt nghiệp Đại học Sư phạm, là Giám đốc Nha Nghiên Cứu và Kế hoạch Bộ Giáo dục, và ở cương vị ấy Phạm Long Điền đã có một "hành động rất nghĩa hiệp" vượt qua nguyên tắc, linh hoạt giúp Bách Khoa có được "bông giấy" từ Bộ Kinh Tế, với quy chế Bách Khoa được *"in như một tài liệu sách giáo khoa"*.

Lê Ngộ Châu duy trì được tờ Bách Khoa sống còn là nhờ phần giúp đỡ "vô vị lợi" của nhà giáo Phạm Long Điền. Và chính nhà in Trí Đăng đã sử dụng nguồn giấy "bonus" này để in báo Bách Khoa. Tình hình tài chính Bách Khoa phần nào tạm ổn định từ đây, và Giai phẩm Bách Khoa đã sống cho tới tháng 4/1975.

** Anh Long Điền Phạm Tấn Kiệt bị kẹt lại ở Việt Nam sau 1975, do anh là một công chức cao cấp Bộ Giáo Dục VNCH, cả hai vợ chồng là nhà giáo nhưng không được đi dạy học trở lại, sống rất khổ* *cực cho tới khi được con gái – là thuyền nhân, bảo lãnh sang định cư bên Canada và anh Long Điền đã mất sớm sau đó.*

Từ nhà in Trí Đăng, anh Nguyễn Liên có nhận xét về anh Lê Ngộ Châu như sau: *"Điều hành tờ Bách Khoa trong bấy nhiêu năm, tuy anh Châu không có bài viết nào ký tên mình ngoài một bút danh chung "Bách Khoa", nhưng tất cả các bài vở gửi đến đều được anh Châu trân trọng đọc. Khi tiếp nhận các bài vở đưa đến nhà in chúng tôi, nhìn bản thảo, tôi biết như thế. Bài nào được chọn đăng, đều có bút tích của anh Lê Châu sửa lại cho hoàn chỉnh, anh không bao giờ nói ra điều đó với ai."*

Tòa soạn Bách Khoa 160 Phan Đình Phùng Sài Gòn, những năm đầu tiên, từ phải: với chủ nhiệm Lê Ngộ Châu (1922-2006), Vũ Hạnh "Bút Máu" (1926-2021) cán bộ cộng sản nằm vùng, học giả Nguyễn Hiến Lê (1912-1984), kịch tác gia Vi Huyền Đắc "Kim Tiền" (1899-1976), nhà báo Lê Phương Chi (1926-2012), Võ Phiến "Người Tù" chống cộng (1925-2015). Bách Khoa từng được nhà thơ Nguyên Sa Trần Bích Lan (1932-1998) ví như một vùng xôi đậu. *(nguồn: Chân Dung VHNT & VH 2017)* [1]

Hình trái và giữa, bìa hai số Bách Khoa Tết Mậu Thân 265-266 và Tân Niên 267-268 năm 1968 với chủ đề "Những người cầm bút viết trong khói lửa đầu năm"; Bách Khoa 426 ra ngày 19/04/1975, với hình bìa là một không ảnh chụp đoàn xe trên đường di tản hỗn loạn từ Cao nguyên về Nha Trang và đây cũng là số báo Bách Khoa cuối cùng. Bách Khoa có tuổi thọ 18 năm – bằng tuổi thọ báo Nam Phong của Phạm Quỳnh, trải qùa hai nền Cộng Hòa đầy biến động của miền Nam Việt Nam. [5]

"Với những tác giả mới, anh Lê Ngộ Châu có sự nhạy bén phát hiện tài năng và rồi cả gợi ý đề tài cho người viết. Anh Châu ẩn nhẫn làm công việc tòa soạn bằng cái lòng chân thật yêu chữ nghĩa. Kể cả các bài của những cây bút đã nổi danh vẫn được anh Châu chỉnh sửa, ngay với tác giả khó tính như Bình Nguyên Lộc, vẫn được anh Châu edit lại, và anh BNL đã không có một lời than phiền. Ngoài ra, trong giao tế anh Châu rất ân cần với từng người. Với các người viết trẻ, anh vẫn thân ái "anh tôi", rồi anh Châu nhớ cả ngày sinh, ngày giỗ của từng gia đình anh em, anh viết thơ tay thăm hỏi tới những người lính cầm bút nơi tiền đồn phương xa và trước sau anh được mọi người thương mến là như vậy".

Nhà báo Nguiễn Ngu Í trong một chuyến đi xông đất *"Tìm hiểu Nỗi lòng của Ban Biên Tập Bách Khoa"*, khi tới thăm anh Lê Châu, phụ trách tòa soạn báo… Trăm Khoa nhân dịp kỷ niệm năm năm báo Bách Khoa, anh Nguiễn Ngu Í đã rất duyên dáng ghi lại cuộc nói chuyện với Lê Ngộ Châu:

Hình chụp tháng 7/1994 tại Universal Studios Hollywood, Universal City, California: từ phải, anh chị Nguyễn Liên / Trí Đăng, anh Lê Ngộ Châu, anh chị Võ Phiến. Nhà in / Nhà xuất bản Trí Đăng đã in báo Bách Khoa trong nhiều năm cho tới số báo cuối cùng, số 426 ngày 19/4/1975. *[tư liệu Viễn Phố]*

"Tân niên! Quấy rầy anh [Lê Ngộ Châu] lúc này, không để anh thoát khỏi – dù chỉ trong giây lát – cái bề bộn, cái bận rộn, cái cứ như thế mãi cũng là một điều nên làm.

- Này anh, người ta đồn "động Bách Khoa" là một động của ông già bà cả trên dưới 40, một nhóm người cửa đóng then gài... kín mít, chỉ chơi riêng với nhau.

Mặt lúc nào cũng tươi của anh lại càng tươi, vì thấy câu hỏi sao mà dễ trả lời thế. Anh lấy một số Báck Khoa kỉ niệm có sẵn trước mặt đưa cho tôi và nói:

- Đây, anh xem lại, tác giả bài đăng trên số Bách Khoa có những người trên bốn mươi mà cũng có rất nhiều người dưới ba mươi, hai mươi...

Ngừng một chút anh lại tiếp:

- Tuy nhiên trẻ già, mới cũ, đâu có phải chỉ tùy thuộc ở số tuổi. Chính anh đã từng dự trại Hè Sinh viên mà trẻ trung hơn cả nhiều anh chị em sinh viên đấy! Chỉ cần xem lại những số Bách Khoa kỉ niệm trong năm năm qua cũng đủ thấy một số lớn cây bút lúc đầu đã lần lần

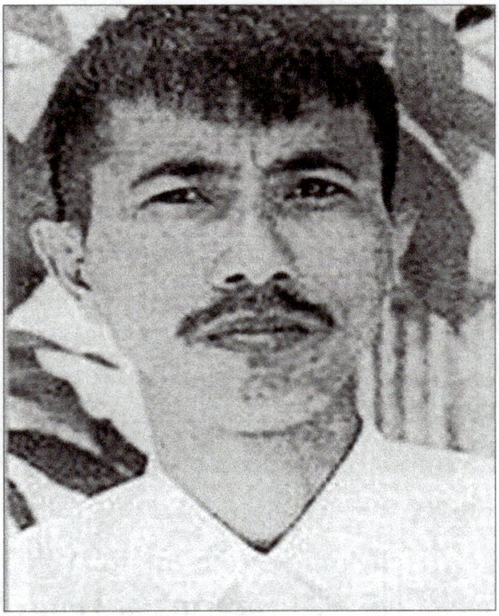

Nhà báo tài năng Nguiễn Ngu Í, người đã bền bỉ đi suốt cuộc hành trình 18 năm của Tạp chí Bách Khoa. Sau Lê Ngộ Châu, Nguiễn Ngu Í là người có công lao rất lớn tạo nên được một nhân dáng sinh động và phong phú của mục Sinh hoạt báo Bách Khoa.

nhường chỗ cho mấy cây bút tới sau và mỗi năm Bách Khoa lại được thêm một số cây bút cộng tác khác với năm trước.

Thêm nữa anh còn lạ gì, để tránh thành kiến chủ quan, Bách Khoa không có một chủ bút, mà có cả một "tập đoàn chủ bút". Anh em trong tòa soạn và những bạn bè cộng tác thường xuyên chia nhau đọc bài hợp với sở trường hoặc ngành chuyên môn của mình, rồi sau đó tập thể quyết định đăng hay không. Như vậy tinh thần bè phái trong Bách Khoa không thể có, mà thực tế Bách Khoa lúc nào cũng mở rất rộng cửa để mời đón các bạn cộng tác mới, nhất là các bạn văn nghệ, vì chúng ta vẫn mong muốn tờ báo "phản ánh được mọi xu hướng nghệ thuật dị biệt ngày nay."

- Anh được đọc tất cả các bài gửi về, anh có gặp những vui buồn gì? Và anh đọc nhiều bài thế có thấy mệt không?

- Cái mệt phải đành thôi, tôi xin miễn nói. Nghề nào cũng có cái mệt của nghề ấy. Thấy bài đến nhiều là mình đã vui rồi, vui vì được nhiều người tìm đến, và khi mở bao mở bì ra đọc là lòng hồi hộp, chỉ mong gặp được bài hay để đăng mà thôi. Và tự nhiên nếu không được cái may mắn ấy, thì sao khỏi buồn đôi chút. Ân hận nhất là vì số trang có hạn và báo nửa tháng mới có một kỳ, nên nhiều bài thực giá trị mà vẫn phải để lần lữa mãi không sao đăng được ngay vì kẹt nhiều bài, mà cũng vì chủ trương của Bách Khoa vốn vẫn dành ưu tiên cho các bài có tính thời sự.

- Sao rồi chẳng ai được đọc bài nào kí tên anh cả?

- Tôi có nhiệm vụ làm cho tờ báo thành hình, và đăng được đa số bài các anh em cùng các bạn xa gần gửi đến. Tất nhiên khi nào phải có thừa chỗ mới đến lượt tôi được."

(hết trích, BK 123, 15/2/1962, trang 106-109) [5]

"Tập đoàn chủ bút": đó chỉ là cách nói khiêm cung của Lê Châu, anh muốn nói tới tinh thần làm việc hài hòa của các thành viên trong tòa soạn Bách Khoa. Thực ra, anh Châu rất nhạy bén khi đọc tất cả các bài viết và tìm ra các bài hay để chọn đăng, chỉ trừ một vài bài có nội dung chuyên môn cao thì anh mới tham khảo một chuyên gia khác có thẩm quyền để có được một "ý kiến thứ hai" nhưng chọn đăng hay không quyết định cuối cùng vẫn là chủ nhiệm Lê Châu.

Kinh nghiệm của người viết [Ngô Thế Vinh], trong bài *"Đàm Thoại với Ngô Thế Vinh từ Vòng Đai Xanh tới Mặt Trận ở Sài Gòn"*, đăng trong số Bách Khoa 370, ngày 1/6/1972 là do chính chủ nhiệm Lê Ngộ Châu thực hiện tại tòa soạn nhưng khi báo ra chỉ ghi là Bách Khoa (khiến sau này, có nhà nghiên cứu văn học cũng tưởng rằng đó là bài PV của nhà báo Nguiễn Ngu Í, vì anh Nguiễn Ngu Í là người thường xuyên thực hiện các cuộc phỏng vấn cho báo Bách Khoa trong nhiều năm).

Ai cũng thấy rằng nếu không có cái *"nhẫn"* và tài điều hành khéo léo của anh Lê Ngộ Châu thì tờ Bách Khoa đã không thể tồn tại lâu đến như vậy. Bộ báo đồ sộ 426 số Bách Khoa sẽ là nguồn tư liệu quý giá để tham khảo về văn hóa, xã hội, rất có giá trị cho các thế hệ sau về một giai đoạn lịch sử đầy biến động của Miền Nam.

MỘT BÁCH KHOA TAN TÁC SAU 1975

Trước ngày mất Sài Gòn, Võ Phiến và Lê Tất Điều do có làm việc cho Đài Mẹ Việt Nam nên được kể trong số nhân viên của Đài được Mỹ lo cho di tản trước. Chứng kiến một Võ Phiến hai lần khóc khi phải ra đi vì biết không có ngày trở về, lần thứ nhất với Lê Ngộ Châu nơi tòa soạn Bách Khoa ngày 23/4/1975, rồi lần thứ hai với Lê Tất Điều trên con tàu Challenger ngày 29/4/1975 khi rời đảo Phú Quốc. Một số những văn nghệ sĩ khác cũng may mắn thoát đi được, có thể kể thêm như Viên Linh *Hóa Thân*, Túy Hồng *Tôi Nhìn Tôi Trên Vách*, Thanh Nam *Bóng Nhỏ Đường Dài,* Vũ Khắc Khoan *Thần Tháp Rùa*, Nghiêm Xuân Hồng *Người Viễn Khách Thứ 10*, Mặc Đỗ *Siu Cô Nương* nhóm Quan Điểm, rồi cả Phạm Duy *Con Đường Cái Quan…*

Thế còn những người ở lại thì sao?

Ngày 5/5/1975, Lê Ngộ Châu đã kinh hoàng khi nghe tin một trong những cây viết lâu năm của Bách Khoa, Phạm Việt Châu, tác giả loạt bài *Trăm Việt Trên Vùng Định Mệnh,* đã tuẫn tiết ngay tại tư gia khi cộng sản tiến chiếm Sài Gòn. Ông cũng có bài viết trên số Bách Khoa 426 cuối cùng với đề tài: *Phân tích cơ cấu lãnh đạo cấp Trung ương tại Hoa lục hiện nay*. Cái chết rất sớm và tức tưởi của một học giả có viễn kiến về lịch sử dân tộc, với sức sáng tạo đang sung mãn mới bước vào tuổi 43, đã như một hồi chuông báo tử cho rất nhiều tang thương diễn ra sau đó.

Rồi cũng vào một ngày đầu tháng 5/1975, khi chưa đi trình diện cải tạo, người viết tới thăm anh Lê Ngộ Châu, và đã gặp hai đứa con của Vũ Hạnh trong bộ bà ba đen, tay cuốn băng đỏ, tới tòa báo Bách Khoa. Trước khách lạ, đứa con gái bằng một giọng hãnh tiến, nói với anh chị Lê Ngộ Châu: *"Tụi con mới từ Hóc Môn về, cả đêm qua đi kích tới sáng."* Hình ảnh của đám nằm vùng cùng với đám *"cách mạng 30"* không khác một "phó bản" của một đám Vệ binh Đỏ của Mao trong cuộc cách mạng văn hóa, chúng đi gieo rắc kinh hoàng giữa một Sài Gòn đang hoảng loạn lúc bấy giờ. Cũng chính những đám này là thành phần kích động chủ lực trong chiến dịch *"lùng và diệt tàn dư văn hóa Mỹ Ngụy"* [sic], chúng dẫm đạp những cuốn sách, nổi lửa đốt từng chồng sách rồi tới cả tới những kho sách. Những cuốn sách mà đa phần chúng chưa hề đọc, trong đó có cả một tủ sách *"Học Làm Người"* của học giả Nguyễn Hiến Lê.

-- Họa sĩ lập thể Tạ Tỵ, BS Trần Văn Tích hai người có bài viết trên số báo Bách Khoa 426 cuối cùng không thoát đi được, đã cùng với hầu như toàn thể các văn nghệ sĩ miền Nam, lần lượt trước sau bị bắt đưa vào các trại tù cải tạo của CS.

-- Nhà thơ nhà giáo Vũ Hoàng Chương, cùng thời với thi sĩ Hoàng Cầm, Hữu Loan ngoài miền Bắc, có nhiều bài thơ đặc sắc đăng trên

Bách Khoa cho tới 1975, cũng bị CS bắt giam tù trong khám Chí Hòa, và chỉ được thả ra khi sắp chết, và ông đã chết tại nhà năm ngày sau.

-- Học giả Nguyễn Hiến Lê, người viết nhiều nhất trên Bách Khoa, tới 1975 đã xuất bản tác phẩm thứ 100, bắt đầu phải sống qua những trải nghiệm đắng cay và vỡ mộng với những người cộng sản và mặt trận giải phóng mà bao năm trước đó ông đã không giấu mối thiện cảm và cả sự ngưỡng mộ.

-- Lê Ngộ Châu, tuy không bị bắt đi tù cải tạo nhưng bị vô hiệu hóa, thư viện phong phú của Bách Khoa một đời ông dày công sưu tập cũng không giữ được và cuối cùng cũng phải nộp cho Hai Khuynh tức Nguyễn Huy Khánh, là một trong "ngũ hổ tướng" của Thành ủy Sài Gòn lúc bấy giờ. (Hai Khuynh không thể không biết Lê Ngộ Châu vì ông có viết bài trong giai đoạn đầu của Bách Khoa về tiểu thuyết cổ điển Trung Quốc: BK số 32, 33, 34: *Lược đàm truyện Thủy Hử*, sưu tầm và phê phán; BK 41, 45, 47, 48, 49: *Lược khảo về Tam Quốc diễn nghĩa*)…

Sau này, cũng những cuốn sách có gốc gác từ thư viện Bách Khoa ấy, với cả thủ bút các tác giả ký tặng Lê Ngộ Châu, đã được thấy bày bán nơi mấy tiệm sách cũ, mà khách tìm mua có cả những học giả từ miền Bắc vào. Nhà văn Thế Phong, trước 1975 nổi tiếng với Đại Nam Văn Hiến Xuất Bản Cục, in ronéo, đã kể lại cũng chính Thế Phong tìm mua lại được hầu như toàn bộ tác phẩm của mình xuất bản trước 1975 với thủ bút đề tặng Lê Ngộ Châu. Ai cũng hiểu rằng đó là niềm đau xót sâu thẳm của Lê Ngộ Châu mà không bao giờ anh nói ra.

-- Vũ Hạnh, tên thật Nguyễn Đức Dũng [1926-2021] còn có thêm bút hiệu cô Phương Thảo, tuy được biết từ lâu là một cán bộ CS nằm vùng trong Bách Khoa, từng bị bắt vào tù nhiều lần, nhưng đều được các văn hữu *"với tấm lòng"* cứu ra, trong số đó phải kể tới Linh mục Thanh Lãng chủ tịch Văn bút, chủ nhiệm Lê Ngộ Châu đã vận động để Vũ Hạnh được thả ra để rồi sau đó Vũ Hạnh lại công khai hoạt động. Sau 30/04/1975 Vũ Hạnh chính thức lộ diện là một cán bộ cộng sản và như một hung thần, Vũ Hạnh lập thêm công trạng bằng cả một danh sách chỉ điểm cho "cách mạng" truy lùng bỏ tù hầu hết các văn nghệ sĩ miền Nam còn kẹt ở lại, *trong đó có cả những người đã từng ký tên đòi trả tự do cho Vũ Hạnh khi đang trong vòng lao lý.*

Sau 1975, nhiều nhà văn nhà báo miền Nam ấy đã chết rũ trong tù như Hiếu Chân Nguyễn Hoạt, Hoàng Vĩnh Lộc, Nguyễn Mạnh Côn,

Sau 1975 nhiều khách từ Hà Nội vào Nam đều muốn tới thăm tòa soạn Bách Khoa 160 Phan Đình Phùng, Sài Gòn; hình trên, chủ nhiệm Bách Khoa Lê Ngộ Châu (1923-2006), học giả Đào Duy Anh (1904-1988), ông Nguyễn Hùng Trương (1926-2005), giám đốc nhà sách Khai Trí, 62 đường Lê Lợi Sài Gòn; hình dưới, Lê Ngộ Châu, nhà thơ Cù Huy Cận (1919-2005), tác giả Lửa Thiêng, đảng viên cộng sản kỳ cựu và là Bộ trưởng Văn hóa Giáo dục chính phủ CHXHCN Việt Nam. *[tư liệu của Viễn Phố]*

Phạm Văn Sơn, Trần Văn Tuyên, Trần Việt Sơn, Vũ Ngọc Các, Anh Tuấn Nguyễn Tuấn Phát, Dương Hùng Cường… hay vừa ra khỏi nhà tù thì chết như Hồ Hữu Tường, Vũ Hoàng Chương. Nếu còn sống sót, đều nhất loạt phải gác bút: Dương Nghiễm Mậu *Nhan Sắc* sống bằng nghề sơn mài, Lê Xuyên *Chú Tư Cầu* ngồi bán thuốc lá lẻ ở đầu đường, Trần Lê Nguyễn tác giả kịch *Bão Thời Đại* thì đứng sạp bán báo để độ nhật, Nguyễn Mộng Giác *Đường Một Chiều* làm công nhân sản xuất mì sợi, Trần Hoài Thư *Ngọn Cỏ Ngậm Ngùi* ba năm ở tù ra trở thành *Người Bán Cà Rem Dạo.*

Vũ Hạnh, tuổi đã ngoài 80 rồi 90, như một đao phủ bao nhiêu năm sau vẫn không nương tay tiếp tục viết các bài đấu tố những người cầm bút còn ở lại. Dương Nghiễm Mậu, Lê Xuyên, là những nạn nhân điển hình khi Công ty Phương Nam cho in lại mấy cuốn sách chỉ có tính cách văn học của Dương Nghiễm Mậu và Lê Xuyên.

Vũ Hạnh của *Bút Máu* viết: *"Sách của Dương Nghiễm Mậu thì nổi bật tính phản động tha hóa lớp trẻ hầu đưa đẩy họ vào sự chống phá cách mạng, chống lại sự nghiệp giải phóng đất nước khỏi sự thống trị của bọn đế quốc xâm lược, còn sách của Lê Xuyên là tính đồi trụy."* Vũ Hạnh viết tiếp: *"Vì những lẽ đó, rất nhiều bức xúc, phẫn nộ của các bạn đọc khi thấy Công ty Phương Nam ấn hành sách của ông Dương Nghiễm Mậu… Đem những vũ khí độc hại ra sơn phết lại, rêu rao bày bán là một xúc phạm nặng nề đối với danh dự đất nước."* Và rồi cũng Vũ Hạnh kể lể: *"các tác giả Dương Nghiễm Mậu, Lê Xuyên sống lại ở thành phố này vẫn được đối xử bình đẳng, không hề gặp bất cứ sự quấy phiền nào."* (Sài Gòn Giải Phóng, 22/4/2007).

"Ngày Xưa Vũ Hạnh" cộng sản nằm vùng vẫn được sống thênh thang, vẫn được đối xử như một nhà văn, được quyền tự do phát biểu *(Lý Đợi, talawas 10.5.2007). "Ngày Nay Vũ Hạnh"* bên thắng cuộc – tên bộ sách của Huy Đức – thì vô cảm vênh váo, là tiếng nói hung hãn nhất trong Hội đồng đánh giá Văn Học Miền Nam tại Thư Viện Quốc Gia. Vẫn một *cliché*, vẫn một khẩu hiệu tung hô không suy suyển: *"tác giả là gốc ngụy, nội dung tác phẩm là nô dịch phản động đồi trụy" [sic].* Vũ Hạnh xấp xỉ tuổi Võ Phiến, lúc sắp bước vào cái tuổi 90 vẫn cứ nhân danh *"đảng ta, chèo lái con thuyền chở đạo"*, vẫn

không ngừng truy đuổi cả những thế hệ nhà văn trẻ nối tiếp có khuynh hướng tự do, điển hình qua bài viết phê phán Nhã Thuyên và Nhóm Mở Miệng với hai cây bút nổi trội là Lý Đợi và Bùi Chát *(Thấy gì từ một luận văn sai lạc,* Văn Nghệ 29/2013*)*.

Có lẽ tấn thảm kịch của Vũ Hạnh cũng như những người cộng sản tha hóa bước vào Thế Kỷ 21 là sự *"ngụy tín / mauvaise foi"*, họ sống với hai bộ mặt, vẫn không ngừng hô hào cổ võ cho điều mà họ không còn chút tin tưởng. Vũ Hạnh vẫn không ngưng nặng lời chửi rủa Mỹ, nhưng rồi vẫn gửi con cái trưởng thành sang sống ở Mỹ; Vũ Hạnh vẫn được ra vào nước Mỹ như một con người tự do.

Vũ Hạnh, trong một lần qua Mỹ thăm con ở nam California, đã viết thơ cho anh Trí Đăng tha thiết ngỏ ý muốn được gặp Võ Phiến, nhưng lời yêu cầu ấy đã bị Võ Phiến và gia đình dứt khoát từ chối.

NHỮNG ĐỨC TÍNH CỦA LÊ NGỘ CHÂU

Tên tuổi Lê Ngộ Châu, nơi địa chỉ 160 Phan Đình Phùng đối với nhiều người là một điểm hẹn đáng tin cậy. *"Từ Calfornia, khi cần tìm lại một số bài viết từ trước 1975, tôi – người viết nghĩ ngay tới Lê Ngộ Châu và được anh cho biết sau 1975, tủ sách đầy đủ của tòa soạn Bách Khoa đã không còn giữ lại được nhưng anh vẫn hứa sẽ cố giúp. Anh hỏi nhiều người, cuối cùng anh nhờ được LM Nguyễn Ngọc Lan, Dòng Chúa Cứu Thế và sau đó tôi đã có được đầy đủ các bài viết trên bộ báo Trình Bầy; và rồi tuyển tập truyện ngắn Mặt Trận ở Sài Gòn do Văn Nghệ của anh Từ Mẫn Võ Thắng Tiết xuất bản lần đầu tiên ở hải ngoại 1996 do có sự nhiệt tình giúp đỡ của anh Lê Châu."*

Đỗ Nghê / Đỗ Hồng Ngọc là cháu của nhà văn Nguyễn Ngu Í, vẫn còn nhớ tới lời khuyên của anh Lê Châu: *"Anh Ngọc viết được gì thì viết ngay bây giờ đi (lúc đó Đỗ Nghê 60 tuổi, anh Lê Ngộ Châu đã 80), đừng để như tôi, biết bao nhiêu chuyện hay thú vị ở tòa soạn Bách Khoa, định viết mà rồi không còn viết được nữa."*

Tuy nói vậy, nhưng từ nhiều năm trước, mỗi lần có dịp gặp anh Lê Châu tôi đều có nhắc như một gợi ý là anh nên viết một hồi ký hành trình 18 năm với Bách Khoa, thì anh Châu chỉ dí dỏm trả lời bằng một câu hỏi khác: *"Anh Vinh khi về bên đó hỏi Võ Phiến có cho tôi viết hay không?"* Ý tại ngôn ngoại, ai cũng hiểu rằng anh Châu muốn nói tới những quan hệ linh tinh giữa các nhà văn nam nữ mà Bách Khoa như một trạm giao liên và Lê Châu thì rất kín đáo, không bao giờ nói ra.

Chuyện dật sự bây giờ mới kể, là sau khi đã phải "hiến" thư viện Bách Khoa cho Hai Khuynh, Lê Châu nghĩ tới tình huống căn nhà 160 Phan Đình Phùng nơi anh cư ngụ bất cứ lúc nào cũng có thể bị công an tới khám xét. Chuyện sau 1975 mà ai cũng biết, ngay như với Giáo sư Y khoa Phạm Biểu Tâm, một tên tuổi lớn của trí thức miền Nam mà chế độ mới đang rất cần ông trong những năm đầu nhưng họ vẫn không bao giờ tin ông. Bằng cớ là căn nhà của GS Tâm trên đường Ngô Thời Nhiệm, giữa thanh thiên bạch nhật, ít nhất đã hai lần bị công an thành phố xông vào lục xét. Và cứ sau một lần như vậy, không phát hiện được gì thì Thành Ủy đã lại đứng ra xin lỗi coi đó chỉ là hành động sai trái của thuộc cấp. *Sự giải thích ấy thật ra chỉ là hai bộ mặt của chế độ.*

Không thể nói anh Lê Ngộ Châu không hiểu cộng sản, nên còn bao nhiêu thư từ chung và riêng của Bách Khoa đã giữ gìn bấy lâu, anh cẩn thận xếp để vào trong hai hộp giấy, đem tới gửi nơi nhà chị Nguyễn Khoa Diệu Chi, vợ nhà văn Nguyễn Mộng Giác bên Thị Nghè. Năm 1990, khi chị Diệu Chi và con gái sắp đi đoàn tụ với chồng bên Mỹ, hàng trăm bức thư cả chung và riêng ấy – như một phần lịch sử của Bách Khoa, có tính văn học hay không, thì tất cả cũng đã trở thành tro than, thả về cho *người trăm năm cũ.*

Trần Hoài Thư viết về chủ nhiệm Bách Khoa: *"Lê Ngộ Châu mà tôi được biết trong vài lần ghé thăm tòa soạn Bách Khoa: (1) Mỗi tác giả đều có một hồ sơ riêng (folder), bài không đăng, có thể lấy lại từ tòa soạn.(2) Ông không ngại đọc bản thảo viết tay quá xấu, như trường hợp cá nhân tôi, vì ngón tay cầm viết bị miểng lựu đạn cắt nên chữ viết rất khó đọc, vậy mà ông không nề hà. Ông cầm cái kính lúp soi từng hàng chữ, rồi sửa lại chi chít, trước khi đưa chị Châu đánh máy, anh không hề than một tiếng… Điều đó chứng tỏ ông rất trân trọng sự đóng góp của người viết. Tôi nghĩ nếu Bách Khoa không có ông Lê Ngộ Châu thì không biết có Hoàng Ngọc Tuấn, Thế Uyên, Lê*

Tất Điều, Trùng Dương, Nguyễn Thị Hoàng, Nguyễn Thị Thụy Vũ? Riêng bản thân tôi, tôi sẽ nói nếu không có Bách Khoa, không có ông Lê Ngộ Châu thì chắc chắn tôi sẽ không có dịp đi vào con đường chữ nghĩa như ngày hôm nay."[2]

VẪN MỘT LÊ NGỘ CHÂU CỦA HÒA GIẢI

Năm 1994, Lê Ngộ Châu đưa người con gái thứ hai sang Mỹ định cư. Với 18 năm điều hành tờ Bách Khoa, anh Châu có rất nhiều bạn và Võ Phiến có lẽ là người anh thân thiết nhất. Trong chỗ rất riêng tư, khi biết giữa Võ Phiến và Nguyễn Mộng Giác *"có vấn đề"* trong sự chuyển tiếp tờ *Văn Học Nghệ Thuật* sang tờ *Văn Học*. Cả hai cùng là người Bình Định, nhưng với cái tình đồng hương ấy cũng không sao tránh được trục trặc trong điều hành tờ Văn Học, khi mà Võ Phiến còn đứng tên chủ nhiệm và Nguyễn Mộng Giác là chủ bút. Rất bén nhạy, Lê Ngộ Châu cảm thấy ngay được sự *"nghẽn mạch"* giữa hai anh em. Anh sốt sắng đóng vai *"hòa giải"* – vẫn chữ của Lê Ngộ Châu.

Rồi như một cái cớ, tôi tổ chức buổi họp mặt tiếp đón anh Lê Ngộ Châu tại một *clubhouse* nơi tôi cư ngụ trên đường Bellflower, Long Beach. Dĩ nhiên có anh Võ Phiến, Nguyễn Mộng Giác và khoảng hai chục thân hữu quen biết anh Lê Ngộ Châu và tạp chí Văn Học có mặt hôm đó: các anh Từ Mẫn Võ Thắng Tiết, Từ Mai Trần Huy Bích, Trúc Chi, Thạch Hãn Lê Thọ Giáo, Khánh Trường, Hoàng Khởi Phong, Cao Xuân Huy... Chỉ riêng cái tình *"tha hương ngộ cố tri"* ấy, qua những trao đổi, như từ bao giờ, anh Lê Ngộ Châu vẫn lối nói chuyện vui dí dỏm và duyên dáng, đã như một chất xi-măng nối kết mọi người. Và cũng để hiểu tại sao, trong suốt 18 năm, anh Lê Ngộ Châu đã điều hợp được tờ Bách Khoa, vốn là một vùng xôi đậu phức tạp như vậy.

Đó là lần thăm Mỹ duy nhất 1994 của anh Lê Ngộ Châu, cũng như giám đốc Nhà sách Khai Trí, nhưng rồi cả hai đều chọn trở về sống ở Sài Gòn. Năm 2001, trong dịp trở lại thăm Đồng Bằng Sông Cửu Long, tôi gặp lại anh Lê Ngộ Châu nơi tòa soạn Bách Khoa ngày nào, anh vẫn nhớ và nhắc tới buổi gặp gỡ *"hòa giải"* hôm đó.

Ngô Thế Vinh tổ chức buổi họp mặt tiếp đón anh Lê Ngộ Châu 30/10/1994 tại một clubhouse trên đường Bellflower Long Beach, từ trái: Nghiêu Đề (1939-1998), Võ Phiến (1925-2015), Bùi Vĩnh Phúc, Hoàng Khởi Phong, Hà Thúc Sinh, Nguyễn Mộng Giác (1940-2012), Trúc Chi Tôn Thất Kỳ, Như Phong Lê Văn Tiến (1923-2001), Lê Ngộ Châu (1923-2006), Lưu Trung Khảo (1932-2015), Trần Huy Bích. *[photo by Ngô Thế Vinh]*

Hình chụp tháng 7/1994 tại nhà anh chị Võ Phiến, từ trái, Ngô Thế Vinh, Lê Tất Điều, anh chị Võ Phiến, anh Lê Ngộ Châu, Gs Trần Ngọc Ninh, Nguyễn Mạnh. *[tư liệu Ngô Thế Vinh]*

Chủ nhiệm Bách Khoa Lê Ngộ Châu tới thăm nhà văn Linh Bảo tại Thị trấn Giữa Đàng / Midway City (1995); từ phải, Ngô Thế Vinh, Linh Bảo, Lê Ngộ Châu, Võ Phiến. *[tư liệu Ngô Thế Vinh]*

Anh Lê Ngộ Châu trong chuyến thăm bạn hữu ở California (1994), từ trái, Dohamide / Đỗ Hải Minh (cây bút chuyên khảo về văn minh Champa trên Bách Khoa ngày nào), Lê Ngộ Châu, Ngô Thế Vinh, Võ Phiến. *[tư liệu Ngô Thế Vinh]*

Sau lần gặp anh Lê Ngộ Châu ở Mỹ (1994), năm năm sau gặp lại anh tại tòa soạn Bách Khoa 160 Phan Đình Phùng, Sài Gòn, anh Lê Châu còn rất tráng kiện và minh mẫn ở tuổi 76; từ phải: Lê Ngộ Châu và Ngô Thế Vinh. *[photo by Nghiêm Ngọc Huân 11/1999]*

HÀNH TRÌNH ĐI TÌM BÁCH KHOA[6]

Phục hồi Di sản Văn học Miền Nam là mối ưu tư của nhiều người, trong đó có phần tìm lại toàn bộ báo Bách Khoa và đó là công lao của hai khuôn mặt rất quen thuộc trong sinh hoạt văn học ở hải ngoại: chị Phạm Lệ-Hương và anh Phạm Phú Minh. Cả hai đã rất thành công trong việc tổ chức cuộc *Hội Thảo về Tự Lực Văn Đoàn, Hội Thảo Trương Vĩnh Ký* với việc xuất bản cuốn *Kỷ yếu Tự Lực Văn Đoàn, Kỷ yếu Triển Lãm và Hội Thảo Trương Vĩnh Ký* là những tài liệu được đánh giá rất cao ở cả bên trong và ngoài nước. Cuộc hành trình đi tìm Bách Khoa không đơn giản, với công sức đóng góp của nhiều người khác nữa nhưng kết quả cuối cùng là toàn bộ 426 số báo Bách Khoa được sưu tập trọn vẹn, được số hóa và upload lên internet. Kể từ đây, Bách Khoa đã phục sinh, để cùng sống với những thế hệ mai sau xa hơn cả *"tam bách dư niên hậu"*.[6]

*

Khi toàn bộ 426 số báo Bách Khoa được sưu tập và số hóa (2017) thì Lê Ngộ Châu đã mất trước đó 11 năm, thọ 84 tuổi (1923-2006), với thời gian, tên tuổi Lê Ngộ Châu vẫn tỏa sáng, được các cây bút cộng tác xem như "linh hồn" của báo Bách Khoa cho tới năm 1975. [5]

Hình trái, đĩa DVD chứa toàn bộ 426 số báo Bách Khoa được số hóa / digitized hoàn tất ngày 15/10/2017 do công trình sưu tập của chị Phạm Lệ Hương[6], là một thủ thư lâu năm và anh Phạm Phú Minh chủ bút Diễn Đàn Thế Kỷ.[5] phải, Phạm Lệ Hương và Phạm Phú Minh đang cắt bánh mừng bộ đĩa Bách Khoa đã thành tựu. Sau đó bộ báo Bách Khoa được lưu trữ / phổ biến miễn phí trên Thư viện Người Việt Online với link https://www.nguoi-viet.com/ThuVienNguoiViet/BachKhoa.php *[tư liệu Ngô Thế Vinh]*

Lê Ngộ Châu mất ngày 24/9/2006 năm Bính Tuất tại Sài Gòn, thọ 84 tuổi. Linh cữu được quàn tại Nhà tang lễ Thành phố trên đường Lê Quý Đôn Quận 3 Sài Gòn. Ông được an táng trong khu đất riêng của chùa Phổ Chiếu, Gò Vấp. Lê Ngộ Châu đã để lại rất nhiều tiếc thương cho những người từng được quen biết và làm việc với ông. Nguyễn Minh Hoàng, một dịch giả cộng tác viên lâu năm của Bách Khoa ngày nào, đã viết hai câu thơ viếng cảm động trong sổ tang của gia đình Lê Ngộ Châu:

Duyên nợ Bách Khoa, anh vội ra đi, mây chiều gió sớm,
Cuộc đời dâu biển, tôi còn ở lại, ra ngẩn vào ngơ…

Mang Viên Long (1944-2020), một nhà văn nhà giáo trẻ miền Trung từng viết cho Bách Khoa, vẫn còn nhớ ngày anh Lê Ngộ Châu mất: *"Hôm nay – gần đến ngày giỗ thứ 5 của Anh, nơi chốn quê nhà quạnh hiu này – tôi lại nhớ anh: "Một nhà báo chân chính, tài năng, và vô cùng độ lượng đã suốt đời hy sinh cho sự nghiệp văn học!" Xin được thắp cho anh một nén hương muộn nhưng rất chí tình."*

Bài viết này như một tưởng niệm 98 năm sinh của anh Lê Ngộ Châu. Để kết luận, có thể nói rằng: nếu không có chủ nhiệm sáng lập Huỳnh Văn Lang, sẽ không có một tờ báo mang tên *Bách Khoa* từ 1957. Nhưng nếu không có được cái "nhẫn" và tài năng điều hành tòa soạn 160 Phan Đình Phùng của Lê Ngộ Châu, sẽ không có một tạp chí

Bà Nghiêm Ngọc Huân Lê Ngộ Châu, và các ông Lê Phương Chi, Trần Văn Chánh, Dũ Lan Lê Anh Dũng tại nhà tang lễ Thành phố Chủ Nhật 24/09/2006.[4]

Mộ bia Lê Ngộ Châu, anh được chôn cất trong nghĩa trang gia đình nơi sân sau ngôi chùa Phổ Chiếu, địa chỉ: 93/1023 Nguyễn Văn Lượng, P.6, Quận Gò Vấp, Sài Gòn. *[photo by L.A. 05/2021]*

Bách Khoa khởi sắc với 426 số báo với tuổi thọ 18 năm cho tới 1975 và cũng sẽ không có một bộ báo Bách Khoa như một công trình văn hóa đồ sộ của miền Nam và các thế hệ mai sau sẽ mãi biết ơn Anh.

California 26/06/2021
[Tưởng niệm 98 năm sinh Lê Ngộ Châu]

Tham Khảo:

1/ Ngô Thế Vinh. *Chân Dung Văn Học Nghệ Thuật & Văn Hóa.* Việt Ecology Press 2017

2/ Trần Hoài Thư. Thư Quán Bản Thảo số 48, chủ đề viết về *tạp chí Bách Khoa*, https://tranhoaithu42.com/tqbt-so-48-tap-chi-bach-khoa/

3/ Đặng Tiến. *Ông Lê Ngộ Châu, 160 Phan Đình Phùng.* https://damau.org/9238/le-ngo-chau-160-phan-dinh-phung

4/ Dũ Lan Lê Anh Dũng. *Vĩnh biệt ông Bách Khoa Lê Ngộ Châu*. http://vietsciences.free.fr

5/ Phạm Phú Minh. *Bách Khoa điện tử Toàn tập* [từ số 1 tới 426], Thư Viện Người Việt Online.
https://www.nguoi-viet.com/ThuVienNguoiViet/BachKhoa.php

6/ Phạm Lệ-Hương. *Hành trình đi tìm Bách Khoa*. Phỏng vấn cá nhân. Huntington Beach 21/6/2021. – p.16

7/ Huỳnh Văn Lang. *Nhân chứng một chế độ, Một Chương Hồi ký, Tập Ba* (trang 208-219). Tác giả xuất bản 2001

IN RETROSPECT
NGUYỄN VĂN TRUNG NHÌN LẠI
MỘT HÀNH TRÌNH TRÍ THỨC LẬN ĐẬN

Hình trái, Nguyễn Văn Trung, Đại học Văn Khoa Sài Gòn 1969; phải, Nguyễn Văn Trung 50 năm sau, Montréal tháng 8/2019. *[nguồn: trái, album gia đình Nguyễn Quốc Linh, phải, photo by Phan Nguyên]*

"… những cố gắng suy nghĩ của một người vẫn ước muốn tự đặt cho mình một kỷ luật đồng thời cũng là một lý tưởng là phải tìm kiếm không ngừng, bằng cách tự phủ nhận, bất mãn với quãng đường mình vừa qua và cứ như thế mãi mãi…"

[Cùng bạn độc giả, Lược Khảo Văn Học I] [1]

Nguyễn Văn Trung

TIỂU SỬ

Nguyễn Văn Trung sinh ngày 26-9-1930, tại làng Thanh Hương, huyện Thanh Liêm, tỉnh Hà Nam; còn có bút hiệu là Phan Mai và Hoàng Thái Linh. Xuất thân trường Dòng Puginier và chủng viện Hoàng Nguyên trước khi chuyển qua học Chu Văn An, Hà Nội. Từ 1950 đến 1955 ông được gửi đi du học Âu châu, ban đầu ở Pháp rồi qua Bỉ, đậu cử nhân triết học Đại học Louvain, Bỉ. Năm 1955 về Sài Gòn dạy trường trung học Chu Văn An, và sau đó là Đại học Huế.

Năm 1961 ông trở lại Bỉ, trình luận án tiến sĩ về Phật Học cũng tại Đại học Louvain với đề tài: *"La Conception Bouddhique du devenir, Essai sur la notion du devenir selon la Stharivanâda."*

Về nước ông dạy Triết và Văn ở Đại học Văn Khoa Sài Gòn và Đại học Huế. Tại Đại học Văn Khoa Sài Gòn, ông là Trưởng ban Triết Tây phương, có thời gian được bầu làm Khoa trưởng Đại học Văn Khoa Sài Gòn (1969).

Sau 1975, không được trở lại giảng dạy, ông chỉ có thể làm công việc nghiên cứu văn học và triết học tại Khoa Ngữ văn Đại học Tổng hợp TP. HCM, với một chuyển hướng quan trọng, ông tập trung vào nghiên cứu văn hóa miền châu thổ sông Cửu Long với thành quả là bộ sách *Lục Châu Học*.

Ông cũng có công phát hiện cuốn sách quốc ngữ đầu tiên: *Thầy Lazaro Phiền* của Nguyễn Trọng Quản, do cơ sở J. Linage Saigon xuất bản năm 1887, tiến tới phủ nhận tác phẩm *Tố Tâm* xuất bản năm 1925 ở ngoài Bắc bấy lâu vẫn được xem là áng văn quốc ngữ đầu tiên của Việt Nam.

Mười tám năm sau 1975, từ cuối 1993 Nguyễn Văn Trung đã cùng với gia đình rời Việt Nam, sang đoàn tụ với người con trai lớn Nguyễn Quốc Bảo là *boat people* đang định cư tại Montréal, Canada. Và sau đó, Nguyễn Văn Trung vẫn có những chuyến về thăm Việt Nam, sang Mỹ và Pháp.

*

Hình trái, Nguyễn Văn Trung, và Trần Thị Minh Chi, Sài Gòn 1960s; phải, vợ chồng Nguyễn Văn Trung nửa thế kỷ sau, Montréal Hè 2019. Chị Minh Chi Nguyễn Văn Trung thì nay cũng đã mất. *[Nguồn: trái, từ album gia đình Nguyễn Quốc Linh, phải, photo by Phan Nguyên, E.E.]*

Trong loạt bài *Nhìn những chặng đường đã đi qua*, khi đã qua khá xa tuổi "cổ lai hy", Nguyễn Văn Trung viết: *"... tôi sống một đời sống ít nhiều khắc khổ, một cách tự nguyện, không nghiện rượu, thuốc lá, cà phê, chỉ nghiện hay say mê một thứ: cầm bút viết, không hẳn vì người đọc mà trước hết vì chủ yếu tôi sống thì phải viết, như phải ăn phải thở, thế thôi."*[3] Nhu cầu viết với Nguyễn Văn Trung như một phong cách sống, chỉ có điều những tập *"Nhận Định"* 8-9-10 và những trang viết của ông về sau này, do tuổi tác đã không còn những nét sắc sảo cuốn hút như phong độ của tuổi thanh xuân.

Ở miền Nam giai đoạn 1955-1975, Nguyễn Văn Trung không chỉ là một nhà giáo, một nhà nghiên cứu phê bình mà ông còn là một nhà báo, viết mấy trăm bài báo đủ mọi thể loại, là một cây viết phân tích bình luận nổi tiếng về chính trị, xã hội và văn hóa; rất có ảnh hưởng trên tầng lớp tuổi trẻ thanh niên sinh viên, cùng các bước nhập cuộc với các hoạt động xã hội và dấn thân.

Trong giới trí thức Công giáo, nổi trội có ba người là Nguyễn Văn Trung, Lý Chánh Trung và Nguyễn Ngọc Lan được xem là nhóm Công giáo khuynh tả, phản chiến, kêu gọi hòa bình, hòa hợp và hòa giải dân tộc – cụm từ thời thượng gọi họ là *Thành phần thứ Ba*. Nguyễn Văn Trung đã cùng một số đồng nghiệp tham gia tuyệt thực đòi chính quyền Việt Nam Cộng Hòa trả tự do cho các sinh viên tranh đấu – trong đó có cả đám sinh viên cộng sản nằm vùng và ông cũng từng là thành viên trong Chủ tịch Đoàn Ủy ban vận động cải thiện chế độ lao tù miền Nam Việt Nam (1970).

TÁC PHẨM

Nguyễn Văn Trung có một sự nghiệp trước tác phong phú và đa dạng, thuộc nhiều lĩnh vực: từ sách giáo khoa, tới sách nghiên cứu triết học, văn học, văn hóa xã hội.

Tác phẩm đã xuất bản trước 1975

Sách giáo khoa: *Triết học tổng quát* (Vĩnh Bảo, 1957). *Luận lý học* (tủ sách Á Châu, 1957). *Đạo đức học* (tủ *sách Á Châu*, 1957). *Luận triết học tập I* (Nxb Nam Sơn). *Phương pháp làm luận triết học* (Nxb Nam Sơn).

Tiểu luận: *Nhận định I* (Nxb Nguyễn Du, 1958). *Nhận định II* (Nxb Đại Học, 1959). *Nhận định III* (Nxb Nam Sơn, 1963). *Nhận định IV* (Nxb Nam Sơn, 1966). *Nhận định V* (Nxb Nam Sơn, 1969). *Nhận định VI* (Nxb Nam Sơn, 1972).

Lý luận văn học: *Xây dựng tác phẩm tiểu thuyết* (Cơ sở xuất bản Tự Do, 1962). *Lược khảo văn học tập I: những vấn đề tổng quát* (Nxb Nam Sơn, 1963). *Lược khảo văn học II: ngôn ngữ văn chương và kịch* (Nxb Nam Sơn, 1965). *Lược khảo văn học III: nghiên cứu và phê bình văn học* (Nxb Nam Sơn, 1968).

Văn học và chính trị: *Chủ nghĩa thực dân Pháp ở Việt Nam thực chất và huyền thoại* (Nxb Nam Sơn, 1963). *Chữ và văn quốc ngữ thời kỳ đầu Pháp thuộc* (Nxb Nam Sơn, 1974). *Trường hợp Phạm Quỳnh* (Nxb Nam Sơn, 1974). *Chủ đích Nam Phong* (Nxb Trí Đăng, 1975). *Vụ án truyện Kiều* (tập hợp những bài viết trong vụ tranh luận về truyện Kiều giữa Ngô Đức Kế và Phạm Quỳnh năm 1924, Sài Gòn 1965).

Một số sách Nguyễn Văn Trung trước 1975, do Nam Sơn xuất bản và sau này do Xuân Thu tái bản ở hải ngoại khi Nguyễn Văn Trung còn ở lại Việt Nam.

Triết học: *Ca tụng thân xác* (Nxb Nam Sơn, 1967). *Hành trình trí thức của Karl Marx* (Nxb Nam Sơn, 1969). *Đưa vào triết học* (Nxb Nam Sơn, 1970). *Góp phần phê phán giáo dục và đại học* (Nxb Trình Bầy, 1967). *Ngôn ngữ và thân xác* (Nxb Trình Bầy, 1968). *La conception bouddhique du devenir, luận án tiến sĩ* (Imprimerie Xã Hội, Việt Nam, 1962). *Danh từ triết học* (cùng với LM Cao Văn Luận, Đào Văn Tập, Trần Văn Tuyên, LM Xuân Corpet) (Nxb Đại Học Huế, 1958).

Tôn giáo: *Biện chứng giải thoát trong Phật giáo* (Nxb Đại học Huế, 1958). *Người công giáo trước thời đại* (nhiều tác giả) (Đạo và Đời, 1961). *Lương tâm công giáo và công bằng xã hội* (Nxb Nam Sơn, 1963).

Tác phẩm đã xuất bản sau 1975

Câu đố Việt Nam (nxb TP. HCM, 1986). *Những áng văn quốc ngữ đầu tiên: Thầy Lazaro Phiền của Nguyễn Trọng Quản* (Đại học Sư phạm TP. HCM, 1987; Nxb Hội Nhà Văn). *Về sách báo của tác giả công giáo thế kỷ XVII-XIX* (nhiều tác giả, Nxb TP. HCM, 1993). *Trương Vĩnh Ký – nhà văn hóa* (1993). *Hồ sơ Lục châu học: Tìm hiểu con người ở vùng đất mới* (2015)

Các bản thảo soạn sau 75, chưa in: *Ngôn ngữ và văn học dân gian, Ăn mặc theo truyền thống Việt Nam, Đạo Chúa vào Việt Nam, Hồ sơ về hàng giám mục Việt Nam, Nhận định VII, VIII.* Viết thêm ở hải ngoại *Nhận định IX và X*, còn dở dang.

Nguyễn Trọng Văn cũng là một giáo sư triết, trên số Bách Khoa 264 (1-1-1968) trong bài viết *"Những người con hoang của Nguyễn Văn Trung"*, khi nhận định về ảnh hưởng của các giáo sư đại học đối với nền văn học miền Nam, tuy là một bài viết đả kích Nguyễn Văn Trung nặng nề nhưng Nguyễn Trọng Văn – cũng đã phải công nhận: *"Ông Trung là người có công trong việc giới thiệu những trào lưu tư tưởng mới của Tây Phương với độc giả Việt Nam… Ông trình bày một cách gọn gàng, mạch lạc. Những triết học hiện sinh, tiểu thuyết mới,*

Một số sách Nguyễn Văn Trung xuất bản trước 1975, sau này tái bản ở trong nước từ sau năm 2000. *[tư liệu Trần Huy Bích]*

những danh từ có tính cách văn nghệ, triết lý dần dần được du nhập và phổ biến. Những Hiện tượng luận, đối thoại, tha nhân, phản kháng, vong thân, ngụy tín, huyền thoại, thông cảm, những Alain Robbe-Grillet, Nathalie Sarraute, Michel Butor, Sartre, Camus… đã được Nguyễn Văn Trung trình bày hàng chục năm trước trong Sáng Tạo, Bách Khoa, Thế Kỷ Hai Mươi…"

Võ Phiến trong cuốn *Văn Học Miền Nam Tổng Quan* (Nxb Văn Nghệ, 1986), thời kỳ 1954-1975, được viết ở hải ngoại sau này, ông đã phải công nhận Nguyễn Văn Trung là một cây viết có nhiều ảnh hưởng trong suốt thời kỳ 20 năm văn học của miền Nam, qua nhận định: *"Một giáo sư trẻ tuổi mới từ Âu châu về, là Nguyễn Văn Trung bắt đầu viết những bài tiểu luận triết học rất được giới thanh niên sinh viên và văn nghệ sĩ chú ý theo dõi. Quốc gia, cộng sản, tư bản, Mác-xít, Khổng-Phật Đông phương… thanh niên đã ngột ngạt về những thứ ấy, họ mong đợi một cái gì mới, một lối thoát nào đó. Mong đợi mơ hồ mà khẩn cấp. Khao khát triết lý, một khao khát thời đại. Ông Nguyễn đáp ứng đúng vào chỗ trông chờ ấy. Ông được hoan nghênh. Các "nhận định" của ông, giới trẻ đọc, phổ biến, bàn tán, suy luận… Vả lại Nguyễn Văn Trung không chỉ viết về triết học, nhiều lần ông quan tâm đến các vấn đề văn học. Nhà xuất bản Nam Sơn in ba tập Lược Khảo Văn Học, và nhà xuất bản Tự Do sau này có in của ông cuốn Xây dựng tác phẩm tiểu thuyết, cho nên càng dễ hiểu cái cảm tình của giới văn nghệ đối với ông lúc bấy giờ."*[5]

NGUYỄN VĂN TRUNG NHÀ BÁO

Nguyễn Văn Trung đã có công sáng lập và điều hành tạp chí *Đại Học* ở Huế, và sau này là các tạp chí *Hành Trình, Đất Nước,Trình Bầy* và cộng tác với nhiều tờ báo như *Bách Khoa*, *Sáng Tạo*, *Thế Kỷ Hai Mươi*, *Văn*, *Văn Học*, *Nghiên Cứu Văn Học*, *Thái Độ*, *Đối Diện*, *Tin Sáng*, *Sống Đạo*, *Dân Chủ Mới,* cả viết cho tờ *Tân Văn* của Nguyễn Ngọc Lương với bút hiệu Nguyễn Nguyên, mà ông rất biết là một tay cộng sản nằm vùng … Chỉ riêng trên báo *Bách Khoa*, Nguyễn Văn Trung đã rất sớm giới thiệu Triết học Tây Phương với giới độc giả, ông có khoảng 50 bài viết đủ các thể loại trên tờ *Bách Khoa* với tên thật và cả bút hiệu Phan Mai và Hoàng Thái Linh.

GS Nguyễn Văn Trung rất gần gũi với sinh hoạt sinh viên, ngoài những giờ học trong giảng đường Đại Học Văn Khoa Sài Gòn, mấy thầy trò còn tổ chức những buổi hội thảo "bỏ túi" qua các chuyến đi dã ngoại ngoài trời, khi thì rừng cao su gần Đường Sơn Quán, khi thì khuôn viên La San Mai Thôn quận Thủ Đức. Hình trên là một buổi sinh hoạt dã ngoại tại La San Mai Thôn mùa Hè năm 1974, GS Nguyễn Văn Trung đeo kính ngồi phía sau nơi góc trái. *[nguồn: Văn Khoa ngày tháng cũ, 04/ 2017 Huỳnh Như Phương]*

Ông cũng là thành viên chủ trương nhà xuất bản Nam Sơn cùng với Trịnh Viết Đức và nhà xuất bản Trình Bầy sau này cùng với Thế Nguyên. Nam Sơn là nơi xuất bản hầu hết các tác phẩm đủ thể loại của Nguyễn Văn Trung trước 1975, cũng là nơi in tờ tạp chí *Đại Học* của Viện Đại Học Huế giai đoạn đầu – trước khi Đại Học Huế có nhà in riêng; Nam Sơn cũng là nơi in "chui" tờ tạp chí *Hành Trình* không giấy phép cho tới khi đình bản.

TẬP SAN ĐẠI HỌC

Đại Học Huế được thành lập và khai giảng vào tháng 9/1957, như một đáp ứng nguyện vọng của nhân sĩ Huế muốn có một đại học ở miền Trung, dự trù với đủ các khoa cơ bản như Đại học Sư phạm, Khoa học, Văn khoa, Luật khoa và cả Đại học Y khoa về sau này…

Viện trưởng đầu tiên là GS Nguyễn Quang Trình từ tháng 3/1957-7/1957, sau đó là LM Cao Văn Luận. Cha Luận có văn bằng cử nhân Triết Đại học Sorbonne 1942, tốt nghiệp trường Á Đông Sinh ngữ 1946, và đang là một giáo sư uy tín giảng dạy môn Triết bên trường Quốc Học Huế. Cha Luận được đánh giá là người có tầm nhìn xa. Ngay từ đầu ông đã có kế hoạch đào tạo một ban giảng huấn tại chỗ bằng cách cử các thành phần sinh viên ưu tú đi du học. Ngoài ra ông còn có uy tín và khả năng thu hút nhân tài từ nhiều nguồn, từ ngoại quốc đến trong nước, về giảng dạy nơi ngôi trường Đại học Huế còn rất non trẻ và sơ khai này.

Trong nước, thuở ban đầu, từ Sài Gòn ra Huế giảng dạy mới có hai người: Nguyễn Văn Trung lúc đó có học vị cử nhân Triết đại học Louvain từ Bỉ về, và Nguyễn Văn Trường có bằng Cao học Toán đại học Toulouse Pháp. Đây chính là cái nôi để các nhà giáo dục trẻ trau giồi kinh nghiệm và lớn lên cùng với những bước phát triển của Đại học Huế.

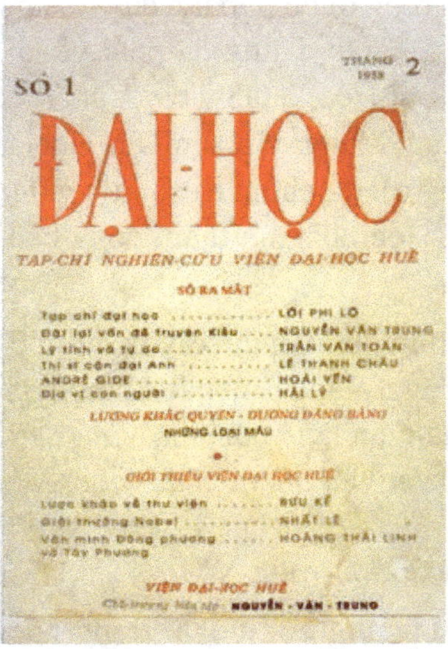

Tập san *Đại Học* của Viện Đại Học Huế, ra được 40 số; trái: bìa số *Đại Học 1* ra mắt tháng 2/1958; phải: bìa số *Đại Học 40* cũng là số cuối cùng tháng 8/1964. *[tư liệu Nguyễn Văn Trung]*

Không ai khác, chính Nguyễn Văn Trung đã đề nghị với cha Luận cho xuất bản một tờ tập san lấy tên Đại Học, ra mắt hai tháng một kỳ như một sứ mệnh văn hóa, một diễn đàn tư tưởng và học thuật, phổ biến bên trong và cả ngoài phạm vi Đại học Huế. Đề nghị trên được Cha Cao Văn Luận đồng ý ngay. Có thể nói Đại Học là một tập san định kỳ đầu tiên do một Viện Đại học miền Nam được xuất bản. Ban đầu tờ báo phải gửi vào in tại nhà xuất bản Nam Sơn ở Sài Gòn, sau này tạp chí Đại Học có nhà in riêng, và có số độc giả đủ đông để nuôi sống tờ báo. Tạp chí Đại Học đình bản ở số 40 nhưng thực tế chỉ có 38 số vì có hai số đôi là 4 & 5, 35 & 36.

Tập san Đại Học sống được hơn 6 năm từ tháng 2/1958 tới tháng 8/1964 Nguyễn Văn Trung là chủ bút từ tháng 2/1958 tới 7/1961.

Là trí thức Công giáo, nhưng Nguyễn Văn Trung đã phê phán mạnh mẽ giáo hội Công giáo miền Nam, ông bị coi như một kẻ "rối đạo" – *L'Enfant terrible de l'Église*. Ông đã phải trả giá cho thái độ này. Điển hình là, do áp lực từ giới Công giáo bảo thủ, đứng đầu là TGM Ngô Đình Thục, ra lệnh cho Bộ trưởng Giáo dục Trần Hữu Thế quyết định không cho Nguyễn Văn Trung được tiếp tục dạy học ở Huế và cả ở Viện Đại học Đà Lạt. Nguyễn Văn Trung đã phải về lại Sài Gòn, và chủ bút thứ hai của tập san Đại Học là GS Trần Văn Toàn từ tháng 7/1961. Không có Nguyễn Văn Trung, tập san Đại Học giảm sức hấp dẫn của giai đoạn đầu. Nhưng rồi do chính trị sôi động ở miền Trung, tới tháng 8/1964 tập san Đại Học phải âm thầm đóng cửa sau hơn sáu năm hoạt động.

Tạp chí Đại Học cũng là cơ quan ngôn luận cổ xúy mạnh mẽ cho việc chuyển ngữ, dùng tiếng Việt trong giảng dạy các khoa ngành ở đại học. Tạp chí Đại Học không đơn thuần là *tờ báo của Viện Đại học Huế, nhưng có ảnh hưởng lan rộng ra ngoài phạm vi đại học. Nó đáp ứng được thứ "văn hóa đọc" không chỉ của giới thanh niên sinh viên mà của cả dân miền Trung, lan tỏa vào tới trong Nam.*

Toàn bộ tạp chí Đại Học, gồm khoảng hơn 6.000 trang báo với hơn 350 bài viết thuộc đủ các thể loại: triết học, sử địa, luật học, ngôn ngữ học, ngữ pháp học, văn học và cả y dược với rất nhiều tên tuổi lừng danh cộng tác, nay hầu hết đã là *"người trăm năm cũ"* như: GS

Hoàng Xuân Hãn, GS Bửu Hội, GS Trần Kinh Hòa / Chen Ching Ho, GS Nguyễn Phương, GS Nguyễn Khắc Hoạch, GS Nguyễn Nam Châu, LM Bửu Dưỡng, LM Nguyễn Văn Thích, LM Thanh Lãng, các học giả Nguyễn Bạt Tụy, Nguyễn Hiến Lê, GS Dược khoa Đặng Vũ Biền, GS Y khoa Lê Khắc Quyến…

Sau hơn nửa thế kỷ, trước nguy cơ bị mối mọt mục nát với thời gian, toàn bộ 40 số báo Đại Học đã được phục hoạt bằng kỹ thuật "số hóa" hay dưới dạng DVD. Ngày nay, khi nhắc tới tạp chí Đại Học trong khoảng thời gian 1958-1964, như nhắc tới *"một niềm tự hào về một đứa con tinh thần sáng giá"* của Viện Đại Học Huế, hơn thế nữa của 20 năm sinh hoạt văn hóa phong phú và đa dạng của miền Nam. Sáng lập và điều hành hơn nửa "chặng đường hơn 6 năm của tạp chí Đại Học", với sứ mệnh văn hóa ấy, công lao của Nguyễn Văn Trung không thể không được xứng đáng ghi nhận.

TẠP CHÍ HÀNH TRÌNH

Sau biến cố 1963, trong niềm vui và tin tưởng chấm dứt được một chế độ độc tài, mở đường cho một không khí có tự do hơn. Nhưng thực tế thì tình hình miền Nam rất xáo trộn, khiến không ai có thể thờ ơ với những vấn đề thời cuộc. Đó là lúc GS Trần Ngọc Ninh, GS Ngô Gia Hy và GS Nguyễn Văn Trung ra mắt tờ *Tìm Hiểu* in ronéo, nhưng rồi thấy ngay được sự hạn chế nếu chỉ sinh hoạt trong giới giáo sư đại học, thấy có nhu cầu cần mở rộng ra cho cả giới trẻ. [2] Đó là lý do tờ *Hành Trình* được ra đời, không phải chỉ có những phân tích thời cuộc, mà còn có cả phần thơ văn của mọi giới phản ánh những suy tư và tầm nhìn đa dạng trước cuộc sống. *Hành Trình* với chủ trương: *làm cách mạng xã hội không cộng sản*. Cùng với Nguyễn Văn Trung, là nhóm trí thức Công giáo thiên tả như Lý Chánh Trung, Nguyễn Ngọc Lan, Trương Bá Cần… Nguyễn Văn Trung đứng tên chính thức xin phép ra báo, kéo dài hơn một năm vẫn chưa được cấp giấy phép. Và *Hành Trình* vẫn cứ ra mắt từ tháng 10/1964 dưới dạng in ronéo không qua kiểm duyệt của Nha Thông tin Báo chí. Chính hình thức báo chui này lại có sức hấp dẫn của nó, báo được giới thanh niên sinh viên tìm đọc, báo bán rất chạy, khởi đầu in 100 số rồi lên tới 1000 số, vẫn thiếu phải in tiếp. Về công lao in ấn và tài trợ là của Trịnh Viết Đức, lúc đó đang là giám đốc nhà xuất bản Nam Sơn.

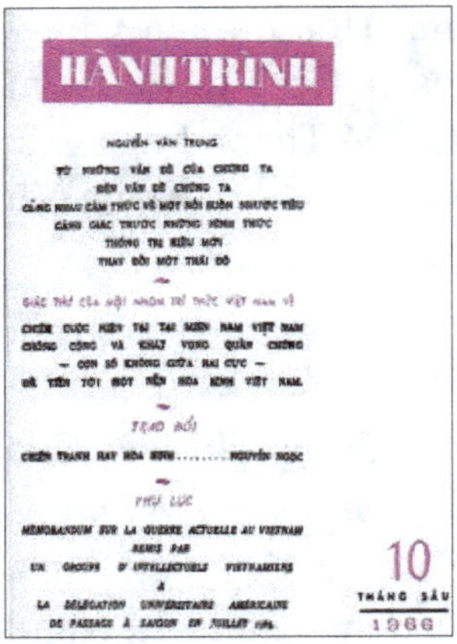

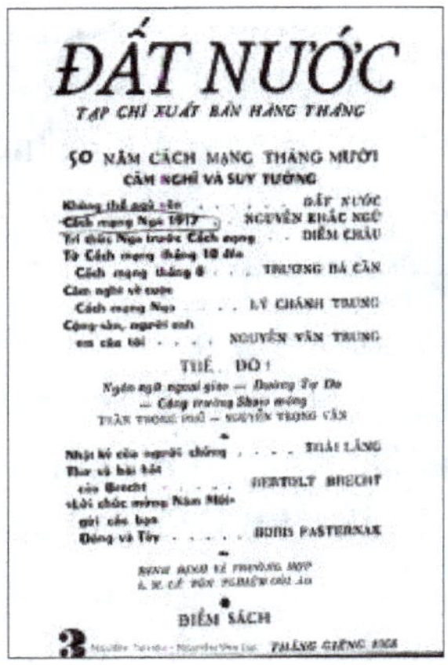

Hình từ trái, bìa báo *Hành Trình số 10*, tháng 6-1966 cũng là số Hành Trình cuối cùng; bìa báo *Đất Nước số 3*, tháng 1-1968; bìa báo *Trình Bầy số 2*, tháng 8-1970. [4] *[tư liệu Nguyễn Văn Lục]*

Những người viết cho Hành Trình gồm nhóm linh mục như Đỗ Phùng Khoan tức linh mục Nguyễn Huy Lịch, Trương Cẩm Xuyên tức linh mục Trương Đình Hòe, Hương Khê tức linh mục Trương Bá Cần, linh mục Nguyễn Ngọc Lan, trí thức công giáo như giáo sư Nguyễn Văn Trung, giáo sư Trần Văn Toàn; cùng với các nhà văn nhà thơ như Võ Hồng Ngự tức nhà thơ Diễm Châu, Trần Trọng Phủ tức nhà văn Thế Nguyên, Thảo Trường, Thái Lãng, Nguyễn Vũ Văn, Lê Tất Hữu, Thế Uyên, Nguyễn Quốc Thái, Lê Uyên Nguyên, Vân Đỳnh, Bùi Khải Nguyên. Trong số những người kể trên, sau này có một số đi theo cộng sản.

Hành Trình bị tịch thu liên tiếp, và chỉ sống được hơn một năm, ra được 10 số với số cuối cùng là tháng 6/1966. Tuy ngắn ngủi, nhưng Hành Trình đã tạo được tiếng vang trong và ngoài nước, cả ra tới miền Bắc.[4]

Sau này, có dịp nhìn lại, những người chủ trương là tham dự vào *Hành Trình* họ có những cảm xúc lẫn lộn / mixed feelings: có phần hãnh diện về chặng đường đã trải qua, có phần chua xót về những ảo tưởng mà họ đã đặt quá nhiều kỳ vọng vào.

Những vấn đề *Hành Trình* đặt ra có tính cách phê phán triệt để và toàn diện, nhưng đã không đề ra được một đường hướng nào. Với quan điểm hình thành một chủ nghĩa xã hội không cộng sản mang tính cách ảo tưởng về một *con đường thứ ba.* Nhóm *Hành Trình* đã từng bị phê phán là không hiểu bản chất chủ nghĩa cộng sản và những âm mưu thâm độc của họ. Phải chăng Nguyễn Văn Trung thực sự không biết là chẳng thể có một con đường thứ ba nào giữa một cuộc *"chiến tranh triệt tiêu mất còn – zero-sum game"* giữa cộng sản và tư bản. Trong một chừng mực nào đó, *Hành Trình* đã làm lợi cho cộng sản.

TẠP CHÍ ĐẤT NƯỚC

Hành Trình tự đóng cửa tháng 6/1966, một phần do áp lực của chính quyền tịch thu báo, mà còn có lý do nội tại: Trịnh Viết Đức, ông bầu của Hành Trình phải lên đường nhập ngũ. Đó là lý do tờ *Đất Nước* thay thế Hành Trình. Ban biên tập vẫn với chủ nhiệm là Nguyễn Văn Trung; chủ trương biên tập là Lý Chánh Trung, và Thế Nguyên nay là Thư ký tòa soạn. Thế Nguyên có nhà in, nên có khả năng thay thế Trịnh Viết Đức để lo in tờ *Đất Nước*. Khác với tờ Hành Trình, thành phần ban biên tập cho Đất Nước nay thực sự là một vùng xôi đậu: với khuynh hướng nghiêng về cộng sản như Lý Chánh Trung, Nguyễn Ngọc Lan, Thế Nguyên…[4]

Thêm một sự kiện rất đặc biệt, Nguyễn Văn Trung đã mời được một cây bút chủ lực cho tờ Đất Nước, đó là nhà thơ Nguyên Sa Trần Bích Lan, một Nguyên Sa hoàn toàn mới với thái độ nhập cuộc dấn thân với các bài thơ rất mới lạ như *Tắm*, *Sân Bắn*, hay tập truyện *Vài Ngày làm việc ở Chung Sự Vụ* tức là khu nhà xác của Nghĩa trang Quân Đội. Cùng với Nguyên Sa, còn có nhiều cây bút cộng tác khác với đủ các thành phần và khuynh hướng phức tạp có gốc quân đội VNCH như: Thảo Trường, Du Tử Lê, Đinh Phụng Tiến, Luân Hoán; lẫn lộn với cả thành phần thiên cộng hay cộng sản nằm vùng như Thái Lãng, Ngụy Ngữ, Tôn Thất Lập, Phạm Thế Mỹ, Ngô Kha, Trần Hữu Lục, Nguyễn Trọng Văn, Lữ Phương… Với tờ Đất Nước, miền Nam gần như đã thất thủ trên một mảng truyền thông và báo chí.

TẠP CHÍ TRÌNH BẦY

Tờ *Trình Bầy* xuất hiện vào tháng 08-1970, do Thế Nguyên (còn có bút hiệu khác là Trần Trọng Phủ) làm chủ nhiệm kiêm chủ bút. Tổng thư ký là Diễm Châu (còn có bút hiệu khác là Võ Hồng Ngự). Hoàng Ngọc Biên, phụ trách mỹ thuật cho tờ Trình Bầy. Sang tới Trình Bầy thì Nguyễn Văn Trung không còn có vai trò quan trọng hay ảnh hưởng rõ rệt nào trên nội dung 42 số báo Trình Bầy. Vẫn có tên Nguyễn Văn Trung trong ban biên tập cùng với Lý Chánh Trung, Thanh Lãng, Đỗ Long Vân, Phạm Cao Dương, Nguyên Sa, Nguyễn Khắc Ngữ, Trần Tuấn Nhậm, Diễm Châu, Nguyễn Quốc Thái, Tôn Thất Lập, Thế Nguyên, Hoàng Ngọc Biên, Nguyễn Đồng, Trần Đỗ Dũng, Hoàng Ngọc Nguyên (còn có bút hiệu khác là Thuận Giao), Du Tử Lê, Cao Thanh Tùng.

Diễm Châu, sinh ở Hải Phòng, di cư vào Nam 1954. Quen Thế Nguyên từ trại học sinh di cư Phú Thọ. Diễm Châu tốt nghiệp Đại Học Sư Phạm ban Anh Văn, được tu nghiệp ở Mỹ sau đó trở về Sài Gòn, tìm gặp Hoàng Ngọc Biên thuyết phục cùng làm tờ báo Trình Bầy. Biên đã cùng Diễm Châu, ngồi nhiều tuần lễ bên một vách tường café vỉa hè đường Sương Nguyệt Anh, Sài Gòn, soạn bài Phi lộ với tiêu đề *"Con Đường Đi Tới"* cho số báo ra mắt. Trích dẫn:

... *"Con đường đi tới là con đường mưu cầu một nền hòa bình, trong đó mỗi một người Việt Nam, không kỳ thị ý thức hệ, sẽ có một chỗ đứng xứng đáng với phẩm giá con người trên quê hương mình."*[6]
... *"Không thể có hòa bình vô điều kiện. Một nền hòa bình Việt Nam nhất định sẽ không thể chấp nhận bất cứ một sự hiện diện nào của các lực lượng nước ngoài và đồng thời cũng không thể chấp nhận bất cứ một cơ cấu, một định chế hay một thế lực nào trong nước ngăn cản công cuộc giải phóng con người Việt Nam."* [Hết trích dẫn]

Trình Bầy là một tờ báo thiên tả, phản chiến giữa giông bão của cuộc chiến tranh quốc cộng. Tờ báo đã quy tụ được nhiều cây viết thuộc nhiều khuynh hướng khác nhau thời bấy giờ. Không phải chỉ có ở tờ báo Bách Khoa, Trình Bầy thực sự là một vùng xôi đậu với tên tuổi những nhà văn nhà thơ như Nguyên Sa, Diễm Châu, Hoàng Ngọc Biên, Nguyễn Đăng Thường, Trùng Dương, Thảo Trường, Nguyễn

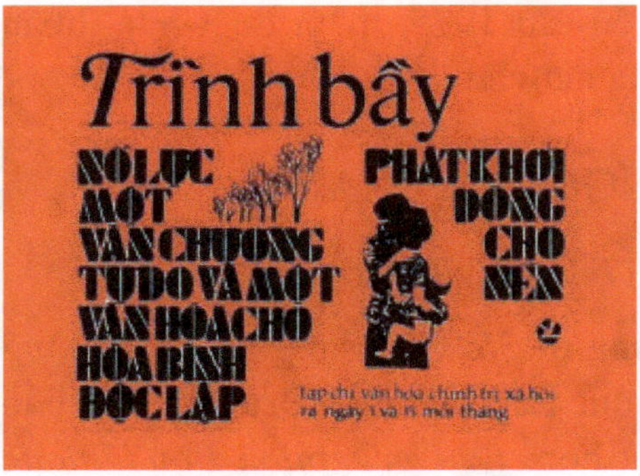

Những mẫu bìa rất mỹ thuật của 42 số báo Trình Bầy đều do Hoàng Ngọc Biên vẽ và thiết kế. Hoàng Ngọc Biên (1938-2019) và Diễm Châu (1937-2006), là hai bạn đồng hành trí tuệ trong Nhóm Trình Bầy, Thế Nguyên (1942-1989) đứng tên Chủ nhiệm. *[tư liệu Ngô Thế Vinh]*

Mộng Giác, Du Tử Lê, Mai Trung Tĩnh, Nguyễn Quốc Thái, Luân Hoán, Trần Hoài Thư, Ngô Thế Vinh... nhiều người xuất thân từ quân đội, bên cạnh đó là những cây bút thiên cộng Ngô Kha, Ngụy Ngữ, Thái Lãng... hay cộng sản như Nguyễn Nguyên – bút hiệu của Nguyễn Ngọc Lương, chủ trương tờ Tin Văn, giống như trường hợp Vũ Hạnh nằm vùng bên tờ báo Bách Khoa.

Trình Bầy hoạt động liên tục trong hai năm 1970-1972, ra được 42 số báo cho tới khi bị đình bản. Để rồi, thực tế sau 30/4/1975 là sự vỡ mộng của những người trí thức thiên tả – theo ngôn ngữ thời thượng thì đó là thành phần thứ ba, trong số đó có Diễm Châu và Hoàng Ngọc Biên. Bởi vì sau thống nhất, không phải chỉ có miền Bắc mà nay là cả một đất nước phải sống trong một định chế bóp nghẹt mọi tự do của con người. Trí thức thiên tả nếu không bị tù đày thì cũng bị trù dập bạc đãi và chỉ là những kẻ đứng bên lề. Cuối cùng họ trở thành những kẻ lưu vong nếu không ở nước ngoài thì cũng ngay trên chính quê hương mình. Diễm Châu sang Pháp 1983, Hoàng Ngọc Biên đi định cư ở Mỹ 1991. Ra hải ngoại rồi, cả Hoàng Ngọc Biên, Diễm Châu và Nguyễn Đăng Thường đều cố giữ sức sống cho cơ sở Trình Bầy. Manchette Trình Bầy đối với họ như hình ảnh một giấc mộng lỡ. Và trong sự thức tỉnh muộn màng, Diễm Châu trở thành rất hữu khuynh cho tới khi anh mất năm 2006. Riêng Thế Nguyên sau 1975, thảm thiết hơn, hoàn toàn bị thất sủng, sau đó chết trong lặng lẽ.

NHỮNG GIÔNG BÃO TRONG TÁCH TRÀ

[1]: PHẠM CÔNG THIỆN VIẾT VỀ NVT 1966

Năm 1961, Nguyễn Văn Trung từ Sài Gòn sang Đại học Công giáo Louvain [Université catholique de Louvain], Bruxelles để bảo vệ luận án tiến sĩ với đề tài Phật học: *La Conception Bouddhique du Devenir, (Essai sur la notion du devenir selon la Stharivanâda).* Nguyễn Văn Trung được đào tạo và lớn lên trong nền tảng học thuật Tây phương thấm đẫm văn minh Thiên chúa giáo, không giỏi chữ Hán, không thông thạo tiếng Sanskrit nên bị hạn chế trong việc tìm tới nguồn tài liệu gốc, kiến thức Phật học của ông chủ yếu dựa vào sách báo tiếng Pháp – được viết theo quan điểm các học giả Tây phương. Đây cũng chính là điểm yếu của Nguyễn Văn Trung và luận án của ông đã là đối tượng cho nhiều nguồn chỉ trích nhất là từ giới Phật giáo.

Đó cũng là nguồn cơn, khởi đầu cho vụ va chạm giữa Phạm Công Thiện và Nguyễn Văn Trung. Câu chuyện không lớn, dù hiểu theo chiều hướng nào, tích cực hay tiêu cực, nhưng cũng nên có trong bài viết này như thêm mấy nét chấm phá về chân dung phức tạp và đa dạng của Nguyễn Văn Trung, người viết ghi lại đây như một "dật sự" văn học, và không thêm vào đó một nhận định riêng tư nào.

Trong loạt bài *Những chặng đường đã qua,* Nguyễn Văn Trung viết: "*Sau đảo chánh 1963, ông Phạm Công Thiện xuất bản cuốn Hố Thẳm Tư Tưởng, dành một chương phê phán luận án tiến sĩ của tôi với một thái độ khinh bỉ, trịch thượng, mạt sát thậm tệ. Cuốn sách bán chạy, dư luận bàn tán sôi nổi vụ "ông Phạm Công Thiện phê phán ông Nguyễn Văn Trung", chờ đợi tôi lên tiếng đối đáp; nhưng cho đến nay tôi vẫn giữ im lặng, không có một lời nói công khai nào…*

Trong sách, ông Thiện đã phủ nhận tất cả các triết gia: "Ngay đến Heraclite, Parmenide và Empédocle, bây giờ tao còn xem thường, tao coi ba tên ấy như là ba tên thủ phạm của nền văn minh hiện đại, chưa nói đến Socrate, đó là một tên ngu dại nhất mà ta đã gặp trong đời sống tâm linh của ta". Ông coi những nghệ sĩ như Goethe Dante như những thằng hề ngu xuẩn. Ông muốn mửa màu đen trên những người làm văn nghệ ở Paris. Còn về J.P. Sartre và S. de Beauvoir, "nếu họ muốn xin gặp tao, tao sẽ không cho gặp mà còn chửi vào mặt họ"... Về Thiền tông "Tao đã gửi Thiền tông vào một phong bì tối khẩn đề địa chỉ của bất cứ ngôi chùa nào trên thế giới. Về dạy học, thời gian tao học ở Hoa kỳ, tao đã bỏ học vì tao thấy những trường Đại học mà tao học như Yale, Columbia chỉ toàn là những nơi sản xuất những thằng ngu xuẩn, ngay đến giáo sư của tao chỉ là những thằng ngu xuẩn nhất đời, tao có thể dạy họ hơn là họ dạy tao... Bây giờ nếu có Phật Thích Ca hay Chúa Giê Su hiện ra đứng giảng trước mặt tao, tao cũng không nghe theo nữa. Tao chỉ dạy tao. Tao là học trò của tao và chỉ có tao làm thầy cho tao. Tao không muốn làm thầy ai hết và cũng không để ai làm thầy tao. Còn các Văn Sĩ ở Sài Gòn, đọc các bài thơ của các anh, tôi thấy ngay sự nghèo nàn của tâm hồn các anh, sự quờ quạng lúng túng, sự lặp đi lặp lại vô ý thức hay có ý thức: trí thức "mười lăm xu", ái quốc nhân đạo "ba mươi lăm xu", triết lý tôn giáo "bốn mươi lăm xu"".

Nếu những đại triết gia, văn hào, thánh hiền còn bị ông coi là những tên ngu xuẩn, và tác phẩm của họ đáng vứt vào cầu tiêu thì tôi bị ông kết án là "tượng trưng cho sự nô lệ, nông cạn phá sản của giới trí thức Việt Nam hiện nay" có gì lạ. Trong thư ngỏ, tôi nói với ông Thiện tôi không hề cảm thấy bị xúc phạm về thái độ mạt sát khinh bỉ của ông, và hơn nữa chấp nhận thái độ phản kháng phủ nhận triệt để của ông với điều kiện: qua đời sống, ông cho thấy ông đã vươn tới một thái độ tâm linh siêu nhiên vượt khỏi mọi giới hạn ngôn từ, khen chê, xưng tụng hay chửi thề. Bày tỏ sự bất nhã, bất kính ngay cả với Phật Chúa chính vì để cho thấy khả năng phản bội của ngôn từ. Xưng tụng tôn thờ mà thực ra là xúc phạm, và nói lời phạm thượng, xúc phạm lại bày tỏ sự tôn kính thực sự…

Tôi gửi thư ngỏ kèm những bức thư ông Phạm Công Thiện gửi cho tôi về tòa soạn báo Đại Học (Huế), nhờ Lê Ngộ Châu chuyển, thay vì tôi có thể đăng công khai. Mấy bữa sau, tôi và ông Thiện gặp nhau ở tòa báo Bách Khoa với sự chứng kiến của anh Lê Ngộ Châu. Trong bữa gặp gỡ đó, ông Thiện thú nhận với tôi đại ý như sau: Tôi viết bài phê bình anh để thỏa mãn những uất ức bất mãn của giới Phật giáo coi anh là tiêu biểu cho trí thức Việt Nam nói chung và trí thức Công giáo nói riêng. Tôi xin hứa với anh sẽ bỏ bài đó trong lần tái bản sách sắp tới. Ông Phạm Công Thiện đã giữ lời hứa. Lần tái bản Hố thẳm tư tưởng sau này, Phạm Công Thiện tự ý bỏ bài phê bình đó…[3]

Phạm Công Thiện đã mất ở tuổi 70 (2011), Nguyễn Văn Trung thì nay cũng đã bước qua tuổi 90, ngồi xe lăn, đôi lần vào rồi ra khỏi viện dưỡng lão. Khi nhắc tới chuyện cũ, có còn nhớ hay không, anh vẫn chỉ đáp lại bằng một nụ cười – của trẻ thơ.

[2]: CHIẾN DỊCH BÃI NHIỆM NGUYỄN VĂN TRUNG 1969

Tình hình miền Nam sau 1963, vô cùng rối ren với những vụ khủng bố, Việt Cộng thảm sát Bác sĩ Lê Minh Trí, Giáo sư Y khoa Trần Anh, Giáo sư Quốc Gia Hành Chánh Nguyễn Văn Bông, nhà báo Từ Chung và ám sát hụt nhà báo Chu Tử, sinh viên Bùi Hồng Sĩ...

Hình trái, từ phải Phạm Công Thiện (1941-2011), Thi Vũ Võ Văn Ái, Ỷ Lan Penelope Faulkner, Võ Phiến (1925-2015) [tư liệu của Viễn Phố]; giữa, bìa cuốn *Hố Thẳm của Tư Tưởng*, Nxb An Tiêm Sài Gòn, 1966. Phạm Công Thiện đã dành nguyên một chương sách đả phá nặng nề *luận án tiến sĩ về đề tài Phật học* của Nguyễn Văn Trung; phải, bìa tập luận án của Nguyễn Văn Trung, có trong một số thư viện với tiêu đề: *La Conception Bouddhique du Devenir*, (Essai sur la notion du devenir selon la Sthaviravâda).

Cũng để hiểu tại sao trong giai đoạn này không ai muốn nhận chức Khoa Trưởng Đại học Văn Khoa. Khoảng 1969, sau khi GS Nguyễn Khắc Hoạch từ chức, Hội đồng Khoa bầu Nguyễn Văn Trung, ông đã can đảm nhận và muốn có một cải cách.

Vì tình trạng Văn khoa cùng với Luật khoa là hai nơi có sĩ số sinh viên đông nhất. Đa số không vào được các trường chuyên môn thì vào hai đại học này. Riêng ở Văn Khoa, theo ghi nhận của GS Nguyễn Văn Trung thì số sinh viên hàng năm dao động có khi lên đến cả 100.000*, số nhập học năm dự bị có năm lên đến 3000, nhiều sinh viên chỉ ghi danh nhưng không đi học và chỉ có một nửa số dự thi và một phần tư thi đậu. Số không thi và thi rớt lên đến 75%. *[*Theo một số sinh viên từng học Văn Khoa thời kỳ đó thì cho rằng, các con số nêu trên là quá cao và không đúng với thực tế].*

Và Hội đồng Khoa có nhận định đó là một khủng hoảng bế tắc, cần sự cải tổ. Nhưng bất cứ một dự án cải tổ về chương trình, về văn bằng, về ngạch trật giáo sư, mỗi bước cải cách đều có đụng chạm đến phía này phía kia, nhóm này nhóm nọ là không tránh được.

Trong các khoa, lúc đó có một nhóm sử địa, sinh viên vẫn phải mua cours do mấy sinh viên đứng ra in, lấy 800 đồng một năm. Do muốn chấm dứt tình trạng lạm dụng bán cours đó, Khoa trưởng muốn tổ chức một ban ấn loát riêng của nhà trường, với một giá phải chăng. Vì đụng chạm tới quyền lợi của họ, ông đã bị nhóm sinh viên này phản ứng dữ dội, lại được thêm tờ báo *Con Ong* số 87 bên ngoài hỗ trợ, mạt sát các GS Nguyễn Văn Trung, Bùi Xuân Bào, Thanh Lãng thậm tệ. Nguyễn Văn Trung còn bị nhóm sinh viên Sử Địa đòi bãi nhiệm việc dạy học ở Sài Gòn, khiến Linh Mục Cao Văn Luận phải trực tiếp can thiệp, Nguyên Sa Trần Bích Lan bênh vực Nguyễn Văn Trung phản đối bằng cách từ nhiệm dạy ở Văn Khoa.

Lúc đó, chỉ có hai người được báo Con Ong khen là GS Lý Chánh Trung và Lê Trung Nhiên. Lý Chánh Trung đã từ chối nhận lời khen này. Lý Chánh Trung viết: *"Trong một số báo như vậy, giữa những lời chửi bới, tôi cảm thấy nhục nhã khi được các anh khen, cũng như tôi sẽ cảm thấy nhục nhã nếu được báo Con Ong ca ngợi."* Đồng thời, Lý Chánh Trung cho rằng các sinh viên có quyền phản biện nhưng không

Hội đồng Khoa Đại học Văn Khoa Sài Gòn, thời gian khoảng 1969, từ trái GS Vũ Khắc Khoan (1917-1986), GS Bùi Xuân Bào (1916-1991), GS Lê Văn (?), [người thứ 4 không nhận ra], GS Nguyễn Văn Trung. [GS Bùi Xuân Bào, GS Lê Văn là do GS Lê Xuân Khoa nhận diện]

có quyền dùng giọng điệu như Con Ong viết về các thầy của các anh rằng: *"Họ rúc đầu vào mu rùa, tối mắt vì cái lá đa."* Không ai có thể chấp nhận được điều đó. Bài viết của Lý Chánh Trung có nhan đề: *"Giông tố trong một tách trà hay là cuộc khủng hoảng Văn khoa",* bài được đăng trên báo Tiếng nói Dân tộc ngày 26-11-1969. Sau đó, mọi "*tiếng động và giận dữ*" cũng tạm lắng xuống, nhưng các đợt sóng ngầm thì không.[4]

Hội Đồng khoa cùng với Khoa trưởng Nguyễn Văn Trung vẫn quyết tâm các bước cải tổ Đại học Văn khoa. Bản đề nghị cải tổ có được 28 thành viên Hội đồng khoa ký tên và chỉ hai tuần sau, Bộ trưởng Quốc gia Giáo dục ký ban hành quy chế mới.

[3]: KẺ RỐI ĐẠO VỚI ĐỨC TIN

Nguyễn Văn Trung là người gốc Công giáo, nhưng ông bị người đồng đạo tố cáo, lên án là kẻ "rối đạo" hoặc mạnh mẽ hơn nữa kết tội ông là kẻ phản đạo, thân Cộng hoặc là Cộng sản.

Những người Phật giáo thì lại không tách ông ra khỏi khối Công giáo, xem những gì Nguyễn Văn Trung viết liên quan đến Phật giáo đều mang quan điểm Thiên Chúa giáo, có tính chất xuyên tạc, đả kích nhằm triệt hạ Phật giáo.

Trước 1963, giai đoạn chín năm Đệ Nhất VNCH, giới công giáo bảo thủ đứng đầu là TGM Ngô Đình Thục sẵn có đố kỵ với Nguyễn Văn Trung, nên khi TGM Ngô Đình Thục ra Huế, Đức Cha đã yêu cầu Tổng trưởng Giáo dục lúc bấy giờ là Trần Hữu Thế, đuổi ông Trung ra khỏi Huế. Cả Viện trưởng Đại Học Đà Lạt cũng bị ảnh hưởng, LM Nguyễn Văn Lập đã không cho mời ông Trung. Như vậy sẽ không ngạc nhiên khi suốt bốn khóa Đại học Sư phạm ban Triết chương trình ba năm của Viện Đại Học Đà Lạt – theo nhà báo Phạm Phú Minh, tốt nghiệp Đại học Sư Phạm Triết Đà Lạt khóa IV, cho biết là đã không có một giờ giảng dạy nào của Nguyễn Văn Trung, trong khi đó người đồng nhiệm với ông Trung là Lý Chánh Trung thì vẫn được ưu đãi đặc biệt.

"Trong cuộc đời cầm bút của tôi gần 50 năm, đặc biệt thời kỳ 1955-1975, tôi đã viết khá nhiều, nhưng bị phê bình, đả kích, mạ lỵ, mạt sát cũng khá nhiều. Có lẽ tôi thuộc số ít nhà cầm bút ở miền Nam là kẻ bị cáo trạng nhiều hơn cả, từ tất cả các bên, các giới xã hội, chính trị, tôn giáo trong một tình cảnh VN bị phân chia thành hai miền thù địch chiến tranh và riêng miền Nam có phân hóa đố kỵ giữa các phe phái, giới nhóm với nhau. Tôi còn giữ được hầu hết sách báo phê bình đả kích tôi, góp lại thành một tập trên 500 trang mang tựa đề: "Người cầm bút, kẻ bị cáo".

… Chẳng hạn có người lên án tôi là người chống Cộng tinh vi hay ngược lại tôi là người Cộng Sản, thân Cộng, có những lời nói hành động có lợi cho Cộng Sản.

… Trong ý định nhìn lại những chặng đường đã đi qua, nghĩa là những gì tôi viết liên quan đến các giới Việt Nam, tôi không phiền trách tố cáo lại ai, để phân trần tự biện minh, mà chỉ cố gắng tìm hiểu phần trách nhiệm của tôi đã gây ra mọi sự do chính những lựa chọn căn bản có ý thức của tôi và nhất là do những lệch lạc hay thiếu sót đã không thực hiện đúng, đầy đủ của những lựa chọn đó…" [3]

[4]: CÔNG TÁC TRÍ VẬN HẢI NGOẠI

Ra hải ngoại rồi, Nguyễn Văn Trung cũng vẫn gặp những rắc rối. Sự kiện ra nước ngoài mà vẫn hay đi đây đi đó (nhiều lần sang Hoa Kỳ, Pháp, về Việt Nam) tạo ra nghi ngờ ông được *"cử đi công tác trí vận"*, vì một người không đi làm, không hưởng trợ cấp nào, tại sao có tiền mà đi?… Lúc đó, Đức Ông Hoài, phụ trách Phong Trào Giáo Dân ở hải ngoại, một chức do Roma đặt ra, viết tâm thư trong đó có nhắc đến Nguyễn Văn Trung, khẳng định ông Trung được cộng sản sai đi. Tâm thư chỉ phổ biến trong nội bộ Công giáo. Người Công giáo đi hồi 75 chỉ nghe tiếng Nguyễn Văn Trung là người hay phê phán, đả kích giáo hội, đặc biệt về hai điều: liên hệ với chế độ thực dân, mất gốc về văn hóa…"[3]

Trước và sau 1975, kể cả ở hải ngoại, những ai quen biết với giáo sư Nguyễn Văn Trung cũng biết rằng chưa bao giờ ông là người giàu có, nếu không muốn nói là có một đời sống khá đạm bạc. Ông đã từng từ chối căn nhà cấp cho giới giáo sư đại học ở Thủ Đức. Nếu muốn, Nguyễn Văn Trung vẫn có thể có một cuộc sống khá giả hơn.

Chuyện đi đây đi đó của Nguyễn Văn Trung từ khi ra hải ngoại: ông vẫn về lại Việt Nam, ông còn một người con gái lớn có gia đình sinh sống ở Việt Nam. Thực ra, những chuyến đi Mỹ hay đi Pháp, vé máy bay di chuyển, nơi ăn chốn ở là do bạn bè hay đám học trò cũ giúp ông.

Một trong những thư tay từ Montreal viết ngày 7-8-2004, Nguyễn Văn Trung tâm sự: *Anh Vinh thân, Tôi đi hơn 2 tháng về Sài Gòn. Mới trở lại Montréal hôm 4/8/2004. Kỳ này sang Cali sẽ liên lạc gặp Vinh. Có nhiều thông tin và đề nghị sau chuyến về nước. Tôi đợi đầu tháng 9, chích một mũi thuốc chống ung thư prostate tái phát, đây là mũi thứ hai, Lupron Dépôt, 1500 đôla – may có chính phủ trả.*

Tôi hay đi đây đi đó, đều do bạn bè, sinh viên cũ lo mua vé cho. Bạn bè ở Cali tôi đã nhờ nhiều trong những chuyến đi trước. Ngại xin họ lần này, anh Vinh có thể chia sẻ việc mua vé gửi cho tôi trong một chuyến. Từ sau 75, tôi viết nhiều biên khảo về văn hóa VN, chưa in được vì không có tài chánh, chỉ có những bản chụp photocopy có thể tặng anh Vinh 1, 2 tập. Thân mến, và mong gặp. Nguyễn Văn Trung.

Trong một thư khác, ông viết: *"Tôi chưa dự định đi Cali lần nữa, vì bây giờ tôi bận quét nhà, làm bếp, giặt giũ… do cô nhà tôi – vợ ông Trung, phải về Sài Gòn giúp một cháu sắp sinh con, ở lại bên đó chắc phải một năm."*

Cảnh sống *"hàn nho phong vị phú"* như vậy, mà ông được gán cho sứ mạng Cộng sản gửi ông đi cho công tác trí vận hải ngoại. Một người bạn biết và hiểu ông Trung đã nhận định: *"Cuộc đời của ông Trung nhiều lận đận lắm cho cả đến bây giờ, người ta – các nhóm chống cộng cực đoan, vẫn tẩy chay bằng cách cô lập ông ấy."* Và dĩ nhiên, người Cộng sản cũng chẳng tin gì Nguyễn Văn Trung.

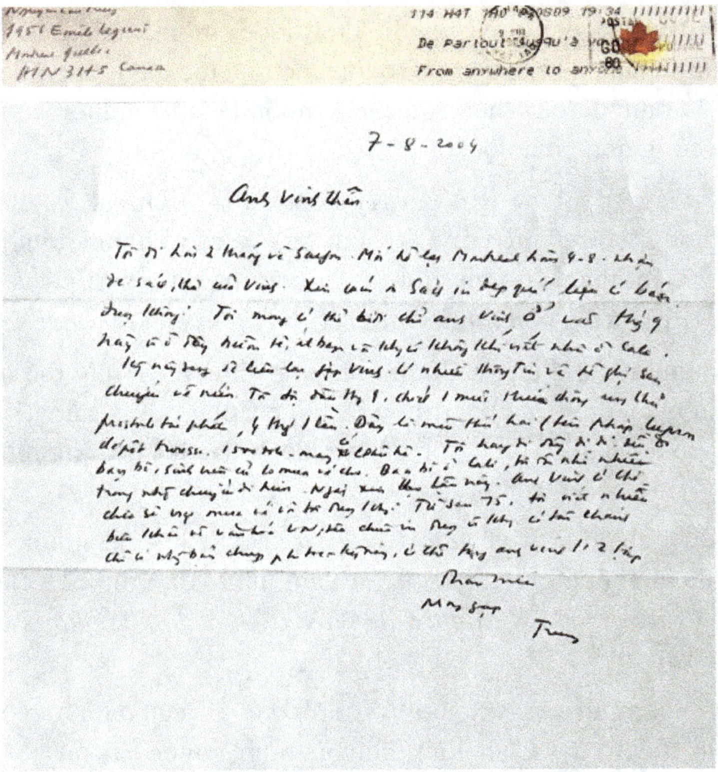
7-8-2004

Anh Vinh thân

Thân mến

Trung

Thư tay Nguyễn Văn Trung gửi Ngô Thế Vinh viết ngày 7/8/2004. *[tư liệu Ngô Thế Vinh]*

Trong cuốn *Nhận Định VII* chưa xuất bản, với nội dung hai chương đầu, Nguyễn Văn Trung đưa ra một nhận định rốt ráo: *"Tôi coi đảng Cộng sản như một tổ chức tôn giáo, lý thuyết Cộng sản như một lý thuyết tôn giáo. Theo lối nhìn của tôi về triết học và tôn giáo thì đảng Cộng sản là một tổ chức chính trị mang tính cách tôn giáo… cái lầm than của đảng Cộng sản nằm ở cái cao cả của nó, là vì thế."*

NGUYỄN VĂN TRUNG VÀ NHỮNG BƯỚC LỠ

Nhưng trong suốt hơn 40 năm cầm bút, trong các phát biểu, trong một số những bài phê bình và nhận định, Nguyễn Văn Trung cũng đã phạm phải những bước đi quá đà – nếu không muốn nói là thiên lệch và cả sai lầm và ông đã là đối tượng cho nhiều chỉ trích như:

- Chữ quốc ngữ với Alexandre de Rhodes thời kỳ đầu Pháp thuộc, với những thành quả đóng góp to lớn cho dân tộc đã bị ông phủ nhận, cho đó là mưu đồ của thực dân Pháp muốn tách rời người Công giáo ra khỏi cộng đồng dân tộc.

- Trường hợp Trương Vĩnh Ký rồi tới Phạm Quỳnh và chủ đích Nam Phong, với vụ án Truyện Kiều, ông tố cáo Phạm Quỳnh là tay sai của Pháp nhằm ru ngủ giới thanh niên trí thức thời đó với khẩu hiệu *"Truyện Kiều còn thì tiếng ta còn, tiếng ta còn thì nước ta còn"*.

- Những nhận định về Cộng sản, Nguyễn Văn Trung thú nhận là có nhiều nhận định của ông trước 1975 về Cộng sản là sai và ông sẵn sàng từ bỏ nó. Chỉ có điều trong các bước sai lạc lúc đó, ông luôn luôn cho rằng ông có sự trung thực.

- Khi nghiên cứu về *Lục Châu Học*, rồi nhìn lại những chặng đường đã qua, ông biết nhận các sai lầm, như với định kiến cho rằng *"người Công giáo Việt Nam có liên hệ với thực dân đế quốc và cả lai căng về văn hóa"*.

Khi biết mình sai, Nguyễn Văn Trung đã có can đảm tự phủ nhận các luận điểm cũ và hết lòng chứng minh ngược lại qua các biên khảo, bài viết về sau này như: *Vấn Đề Công Giáo Đặt Cho Dân Tộc" (1988), Đạo Chúa Ở Việt Nam (1999)…*

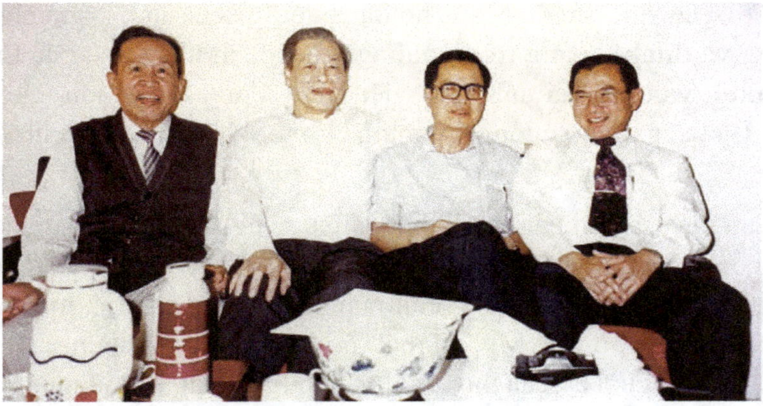

Nguyễn Văn Trung tới thăm GS Trần Ngọc Ninh (tháng 7/1994), từ phải: Ngô Thế Vinh, Nguyễn Văn Trung, Trần Ngọc Ninh, Võ Phiến (1925-2015). Sau chính biến 1.11.1963, Nguyễn Văn Trung đã cùng với GS Trần Ngọc Ninh, GS Ngô Gia Hy (1916-2004) ra tờ *Tìm Hiểu* in ronéo, quan tâm tới những vấn đề chính trị xã hội và có thể nói *Tìm Hiểu* là tiền thân của tập san *Hành Trình* sau này, với phương châm: "*Làm cách mạng xã hội không cộng sản*". *[tư liệu Ngô Thế Vinh]*

Đúng như Nguyễn Văn Trung đã từng nói: "*với một lý tưởng là phải tìm kiếm không ngừng, bằng cách tự phủ nhận, bất mãn với quãng đường mình vừa qua*".[1] Nguyễn Văn Trung biết phục thiện và sẵn sàng nhìn nhận những sai lầm trong quá khứ.

Nhưng Nguyễn Văn Trung cũng than phiền là cho dù đã sửa sai như vậy nhưng ông vẫn cứ tiếp tục bị chỉ trích từ nhiều phía về những luận điểm cũ mà ông phát biểu trước kia.

MỘT CHÚT RIÊNG TƯ

Hình ảnh đầu tiên của Nguyễn Văn Trung thời rất trẻ mà tôi gặp là nơi hành lang trường Quốc Học Huế khoảng 1957, khi ấy Nguyễn Văn Trung mới 27 tuổi có nét mặt của một thư sinh mặt trắng với cặp kính cận dày, ăn mặc giản dị với sơ mi trắng, quần màu sậm, mang dép săng-đan – lúc đó, trông Nguyễn Văn Trung không khác với đám học sinh đang ở năm cuối bậc trung học. Anh Trung hơn tôi ngót một giáp.

Tôi vẫn đọc và theo dõi những bước đi của anh Nguyễn Văn Trung và thỉnh thoảng trong những hoàn cảnh khác nhau của miền Nam, tôi vẫn gặp lại anh. Khi viết cuốn Vòng Đai Xanh vào thập niên 1960s, anh là nguồn cảm hứng cho tôi khi sáng tạo ra nhân vật Hoàng Thái Trung.

Sau này, ra đến hải ngoại, bao nhiêu năm sau gặp lại vẫn là hình ảnh của một Nguyễn Văn Trung của thập niên 1950s. Vẫn sơ mi trắng, quần màu sậm, không còn mang dép săng-đan mà mang giày do khí hậu lạnh ở Bắc Mỹ, và mái tóc anh đã nhuốm thêm màu thời gian. Vẫn nụ cười ấy của thời trai trẻ, anh hào hứng kể lại những ngày tháng cũ, anh Trung bật mí cho biết hiện anh còn giữ một danh sách in ronéo cảnh cáo và lên án tử hình một số sinh viên các phân khoa mà ông gác dan trường Đại học Văn khoa Sài Gòn trao cho anh, trong danh sách đen ấy có Ngô Thế Vinh, và anh hỏi tôi có muốn không, anh có thể tặng tôi một bản. Anh Trung còn kể khi về Sài Gòn hồi 1995, khi gặp mấy sinh viên cũ cho biết Bùi Hồng Sĩ có về Việt Nam và gặp lại người ám sát hụt anh. Sang Hoa Kỳ, khi gặp lại Bùi Hồng Sĩ, anh ấy xác nhận có về gặp người đã giết hụt anh. Anh Trung cho biết đã không hỏi thêm vì tôn trọng sự gặp gỡ này và muốn để cho những người trong cuộc thuật lại sự hòa giải giữa họ.

Nhắc lại lần gặp anh ở California năm 1995, Nguyễn Văn Trung viết: *"Tôi cũng gặp lại BS Ngô Thế Vinh, sau 1975 đi học tập cải tạo rồi được đi Hoa Kỳ."*

Nguyễn Văn Trung đưa ra quan điểm hậu thuẫn "về giúp Việt Nam về y tế", anh đã đụng ngay vào một vùng rất nhạy cảm, gợi lại nỗi đau của một tập thể chống Cộng tỵ nạn, đặc biệt là với Y giới ở hải ngoại.

Nguyễn Văn Trung khi viết về 20 năm văn học ở hải ngoại, cũng đã gây ra một cuộc tranh luận gây xôn xao về đề tài *"Văn Học Hải Ngoại"*, *"Văn Học và Chính Trị"* trên tạp chí Văn Học 112, 113, 124 (1995-1996) do nhà văn Nguyễn Mộng Giác làm chủ bút. [2]

Cũng dễ hiểu vì sao, Nguyễn Văn Trung bị gán cho nhãn hiệu là được Cộng sản gửi đi làm *"công tác trí vận ở hải ngoại"*. Ông gần như bị cô lập và rồi cả rơi vào quên lãng.

Cũng sau bao nhiêu năm (1994) gặp lại, bất ngờ anh Nguyễn Văn Trung hỏi tôi: *"nhân vật Hoàng Thái Trung trong Vòng Đai Xanh, có phải Vinh viết về "moa" không?"* Tôi chỉ cười, không xác nhận hay phủ nhận trước câu hỏi của anh Trung. Và nay nhân bài viết về *Chân Dung Văn Hóa Nguyễn Văn Trung*, gửi tới bạn đọc đoạn trích dẫn trong *Vòng Đai Xanh* [Nxb Thái Độ, Sài Gòn 1970], Chương 17, khung cảnh là cố đô Huế sôi động gần như vô chính phủ, với nhóm sinh viên tranh đấu đang chiếm đài phát thanh ở những năm 1960s, với một nhân vật hư cấu có tên Hoàng Thái Trung.

VÒNG ĐAI XANH / CHƯƠNG 17

Và nhân vật Hoàng Thái Trung / trích dẫn

…

Vy dẫn tôi vào phía trong Đài phát thanh [Huế]. Đủ các lãnh tụ sinh viên và thành phần Ủy ban tranh đấu đang làm việc rộn rịp ở đó. Trên một chiếc bàn vuông dài, bừa bãi những tài liệu và báo chí. Mọi tư tưởng được tự do phóng thả: tư bản luận, chủ nghĩa Mác-xít, tinh thần quốc gia dân tộc, triết lý Phật giáo. Những điều vừa tìm thấy ở sách vở, cả những suy tư và khám phá mới đều được nói ra. Đài phát thanh bấy lâu vẫn bị chủ lực sinh viên chi phối nắm giữ. Không khí làm việc thật hứng khởi và đầy vẻ cách mạng. Những bài viết ra đều rất ít sửa chữa và đem phát thanh ngay: những ý kiến trái ngược nhau trên cùng một quan điểm cũng bởi tại chỗ đó. Làm sao Sài Gòn có thể phán quyết về họ khi không cùng ở trong những điều kiện sinh hoạt như thế. Và đây cũng là một trường hợp trong rất nhiều trường hợp khó xử của tướng Thuyết. Tôi đặt vấn đề đó ra với Vy, có lẽ hắn cũng ý thức được những khó khăn, hắn đưa ra một quan điểm chiết trung:

- Vấn đề cho cả hai phía là đừng bao giờ đẩy nhau vào sát chân tường, chính tôi cũng đã nói với các anh em trong Ủy ban nhưng phần lớn họ thì quá trẻ và quá nhiều hăng hái, thật khó mà bảo họ *đừng tiến tới.*

Tôi ở lại nói chuyện với bọn họ đến xế chiều, sau đó Vy rủ tôi xuống tắm dưới sông Hương. Buổi tối về nhà Vy, cùng với tôi có một nhạc sĩ nổi danh về dân ca. Căn nhà cổ xưa ba gian nhoi giữa một vườn cỏ hoang mọc tới gối. Trong nhà đã tối thui ngay từ chạng vạng, không có điện không có những tiện nghi tối thiểu của một xã hội văn minh. Ngoài những sách vở, Vy như đã không sống trong cái thời đại của mình. Tôi không thể hiểu được cái mức độ ẩn nhẫn để hắn có thể sống trong cái tịch mịch của côn trùng và cỏ cây bên một dòng sông phẳng lặng như tờ. Mới chín giờ mà tưởng như đã rất khuya, hai chúng tôi nói chuyện tới gần bốn giờ rưỡi sáng. Ở phần của giấc ngủ còn lại tôi nghe xa gần như trong giấc mơ tiếng ếch nhái và những cơn sóng nhỏ do một chiếc thuyền nào đó vừa đi qua vỗ róc rách vào những tảng đá trong bờ.

Buổi sáng hôm sau tại đại hí viện, tướng Thuyết đã đọc một bài diễn văn tuyệt tác trước một đại hội đông đảo sinh viên. Bài diễn văn đã phải ngắt đi nhiều lần bằng những tràng pháo tay rung chuyển cả nhà hát lớn. Với đề tài *triết lý hai cuộc cách mạng*, ông Tướng đã thành công trong mục đích khích động máu nóng của tuổi trẻ và giải quyết được những mâu thuẫn nội tại giữa những khó khăn éo le của thực tế. Sự xuất hiện của ông Tướng sẽ thật hoàn hảo đúng như dự liệu của nhà văn nếu không có những bộ sắc phục của đám Cảnh sát Dã chiến bố trí quanh nhà hát lớn. Đang từ những phút cảm tình hoan hô chuyển ngay sang cái không khí công kích căng thẳng là điều không ai có thể ngờ. Ông Tướng giận dữ, đám sinh viên phẫn uất, cả hai bên đều bị tự ái tổn thương khó mà cứu vãn và ngay sau đó Đại hội bị giải tán trước con mắt buồn rầu của nhà văn và nhất là ông Giáo sư. Ông Tướng thì lên trực thăng bỏ ngay vào Đà Nẵng, không biết những ngày sắp tới sẽ thế nào. Tôi gặp lại ông Hoàng Thái Trung ở đó. Như một con thoi ông phải dạy cùng một lúc cả ba đại học, hiện tại thì ông đang ở tuần lễ thứ hai ngoài Huế. Khi nhắc tới bài diễn văn của ông Tướng, ông Trung bày tỏ sự khâm phục đối với ngòi bút đượm sinh khí và đầy lửa của nhà văn và cũng lại tỏ ý hoài nghi về vai trò chánh trị tương lai của tướng Thuyết:

- Làm sao anh biết bài diễn văn là của nhà văn?

- Có bài diễn văn nào ông Tướng đọc mà không phải của ông ta, vả lại văn là người, cái bút pháp đặc nhựa lôi cuốn ấy chẳng thể không phải của nhà văn.

Ông Trung hỏi tôi về những cuộc biểu tình ở Sài Gòn. Ông cũng hỏi thăm về tình trạng của nhà sư Pháp Viên với nhiều nỗi lo ngại. Tôi bảo đó cũng là mối quan tâm lớn của tướng Thuyết, đang có vận động cho nhà sư được thả ra và không biết là ngày nào. Ông Trung nhắc tới dự định làm báo ở Huế và hỏi tôi:

- Khi nào anh mới định ra nhận dạy ngoài này? Có lẽ anh em mình tính chuyện ra lại một tờ báo.

- Tôi cũng chưa hứa chắc với bên Mỹ Thuật nhưng có thể là sau Tết.

Tôi cũng thích được ra đây đổi một không khí yên tĩnh và hy vọng vẽ trở lại.

- Có lẽ tất cả phải đi lại từ bước đầu.

Tôi nói với ông Trung về dự định viết một cuốn sách khảo cứu cao nguyên mà quan điểm đưa ra là người Thượng người Kinh có cùng một nguồn gốc. Đó là điều rất trái ý với ông Mục sư. Ông Trung tỏ vẻ tán đồng và có những khuyến khích:

- Vấn đề này được tôi tham khảo với nhiều công phu tìm kiếm, khi phải giảng dạy cho sinh viên ở Văn khoa, tôi cố gắng đưa ra phổ biến những quan niệm mới như thế.

Tôi lại nhắc tới đề nghị của một tờ báo sinh viên về việc thiết lập một Viện Nghiên cứu các Sắc tộc và một phân khoa Nhân Chủng trực thuộc Viện Đại học. Tôi nói:

- Với sự hướng dẫn của giáo sư, sự góp công nghiên cứu của lớp người trẻ hăng hái ở đại học là điều quá cần thiết. Hy vọng năm mười năm sau khi cần tìm biết về vấn đề nhân chủng, khu đại học Nhân văn có thể cung cấp những cuốn sách giá trị do chính người Việt Nam viết.

Ông Trung có vẻ rất quan tâm tới đề nghị này và cũng cho biết bao nhiêu khó khăn đặt ra sau đó. Sáng kiến không thể khởi đầu từ ông khi mà chánh quyền và cả những đồng nghiệp đã cô lập ông, coi ông như thành phần trí thức thiên tả và đối lập. Điều mà ông có thể làm là những cố gắng cá nhân vùng vẫy.

Buổi tối về nhà ông Trung và ở lại trong cư xá giáo sư đại học trên Bến Ngự. Từ một lầu ba căn phòng có một cửa trông ra sông. Bên kia cầu dốc Nam Giao như chìm sâu vào bóng đêm âm u. Tiếng côn trùng rên rỉ đều đều, tiếng cạp muối của những con ễnh ương dưới sông chỉ gợi nỗi nhớ của những trang lịch sử ảm đạm buồn rầu. Làm sao người ta có thể nung chí trong sự nẫu nà như vậy để mà trở thành phi thường như bộ óc của nhà sư Pháp Viên. Tôi cũng liên tưởng tới cái vẻ hứng chịu của những người đàn ông Huế qua lối nhìn cay đắng của Nguyện. Lúc này thì tôi đang nghĩ và nhớ tới Nguyện với thiết tha và hy vọng. Một mai tôi ra đây, ở một căn phòng như vậy, liệu con sơn ca có nghỉ cánh bay để sống những ngày giờ hạnh phúc. Trong óc tôi lại hiện rõ khuôn mặt rạng rỡ của Nguyện nổi bật trên một nền thật tăm tối. Với không khí này tôi hy vọng vẽ trở lại. Ở một căn phòng đầy sách báo bừa bãi tôi hỏi ông Trung:

- Sao anh không đem chị theo, có bàn tay người đàn bà đời sống cũng trở nên dễ chịu.

- Thì dĩ nhiên rồi nhưng phải cái tôi dạy nhiều nơi, chỗ ở ngoài này cũng chưa nhất định, nhà tôi lại bận con nhỏ nên cũng muốn thu xếp ở luôn trong đó. Nếu đời sống có nhiều ân hận thì phải kể trong đó chuyện tôi lấy vợ sớm.

Câu chuyện của ông Trung khiến tôi có cảm tưởng ông sống trong một cảnh gia đình không có hạnh phúc. Tôn trọng đời sống riêng tư của ông, tôi không nói ra những thắc mắc. Vừa rót dòng cà phê nóng vào từng chiếc ly sứ trắng, ông Trung nói:

- Trí tuệ tôi lúc này bị ngưng trệ, ngòi bút đuổi chạy một cách khó khăn. Nhìn lại những gì đã viết tôi chỉ thấy co quắp buồn chán, lẽ ra tôi phải biết sớm hơn để ngừng lại ở đó. Tất cả vấn đề phải duyệt xét lại, xét lại từ đầu để tìm ra những đường hướng mới.

Dưới con mắt của đám sinh viên trẻ, ông Trung được coi như thần tượng, một trí thức dấn thân, chữ của ông Trung. Vậy mà ông cũng có những nỗi băn khoăn thất vọng. Ông Trung cô đơn trong sự yêu mến của nhiều người khác. Đôi mắt sáng và buồn của ông soi qua một làn kính trắng dày, trông ông Trung trơ trọi như một ảnh tượng đẫm nét bơ vơ trong một không gian bạc màu. Tôi muốn kéo ông ra khỏi cái vũng nhiều buồn thảm khi nói tới đám nhà báo sinh viên vẫn thường chỉ trích ông. Đi vào nhận định, ông Trung luôn luôn giữ nguyên phong độ sắc bén:

- Tôi đã nói là tất cả vấn đề phải duyệt xét lại, xét lại từ đầu. Tôi tự thấy có trách nhiệm là đã gây một sức đề kháng và chống đối tiêu cực trong quần chúng. Cái lối chống đối để khỏi phải xây dựng đó chính là một trở ngại cho những mục tiêu xây dựng quốc gia. Tôi đã tới thăm tòa soạn của họ, biết rõ cái không khí sinh hoạt dân chủ phóng túng của những cây bút tài tử này và hiểu rõ họ có thể đi tới đâu. Tôi thì vẫn thích những tay nhà báo này, tôi có ý nghĩ họ như một chất men cho những sinh hoạt quốc gia.

Ông Trung bảo:

- Nhận đối thoại với họ là không biết sẽ đưa mình tới đâu, nhiều khi tôi cũng thấy rát mặt vì họ chỉ trích nhưng tôi hiểu họ thêm hơn sau đó. Vả lại né tránh theo tôi cũng là một khuyết điểm lớn của giới đàn anh, như con đà điểu chúi đầu xuống cát nhưng rồi vẫn phải đối đầu với mọi sự thật.

Những giọt cà phê đã bắt đầu nguội lạnh và để lại một dư vị đắng trên đầu lưỡi. Giọng ông Trung lúc nào cũng giữ được vẻ tha thiết, ông nói với họ mà như độc thoại với nội tâm của chính mình và ông thì cũng đang tìm kiếm loay hoay như chính bọn họ. Lập trường của ông đã có những dấu hiệu thay đổi và nghiêng về một lựa chọn. Ông Trung có vẻ hết kiên nhẫn, sức mạnh ông là ở tư tưởng ngòi bút mà xem ra sau này ông lại tin vào hiệu quả của hành động. Cũng như Kux nhận định, sức mạnh Phật giáo không ở nơi khí giới bạo động mà xem ra đám môn đồ lại muốn đi tới cái đích đó.

Có vợ chồng ông giáo sư luật khoa sang chơi, tôi đã có lần gặp ông trong nhóm cố vấn ông Tướng. Chúng tôi nói đủ mọi chuyện đến thật khuya. Khi vào giường ngủ mỗi thớ thịt đều tê mỏi, tâm hồn cũng tê mỏi, tôi không còn muốn làm thêm một cử động nào nữa. Buổi sáng tôi trở dậy rất sớm khi bầu trời còn đầy sương. Lao xao những tiếng động trên mặt sông và dưới bến. Của những người đàn bà gồng gánh đi chợ, của những cô gái Huế xuống sông gánh nước. Từ cửa sổ nhìn xuống những lá cây ướt rũ sương, dưới bến những người con gái áo trắng đang ngồi giặt vui vẻ nói chuyện hay se sẽ cất lên tiếng hát. Phía Từ Đàm xa xa vẳng lại tiếng chuông chùa ru êm ả những đám mây và làm bặt cả những tiếng chim ca hót. Có lẽ Nguyện sẽ nghe tôi ra sống ở đây ít lâu, trong cái u tịch của thế giới lăng tẩm này để tìm lại không khí cho hội họa và hạnh phúc.

[VĐX _ NGÔ THẾ VINH]

NGUYỄN VĂN TRUNG NGƯỜI ĐỨNG NGOÀI NẮNG

Người đứng ở ngoài nắng – là cụm từ Mai Thảo khi viết về Nhật Tiến, nhưng vẫn hoàn toàn đúng với Nguyễn Văn Trung. Với khung cảnh văn hóa miền Nam sau 1954 đã là một vận hội để Nguyễn Văn Trung bay bổng trong sự nghiệp, trải qua hơn bốn thập niên cầm bút của một trí thức dấn thân, Nguyễn Văn Trung đã nhìn nhận là *"Không có Việt Nam Cộng Hòa không có Nguyễn Văn Trung hay sự nghiệp văn hóa của một người trí thức cầm bút."*

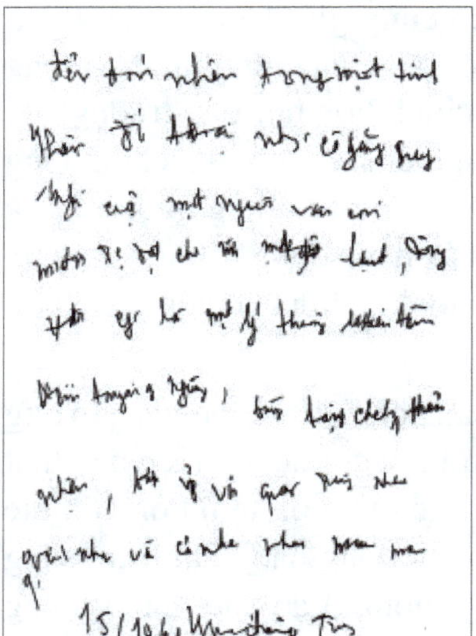

Hình trái, những dòng chữ viết khó khăn của Nguyễn Văn Trung thời điểm 15/10/2021: *"… để đón nhận trong một tinh thần đối thoại những cố gắng suy nghĩ của một người vẫn ước muốn tự đặt cho mình một kỷ luật đồng thời cũng là một lý tưởng là phải tìm kiếm không ngừng, bằng cách tự phủ nhận, bất mãn với quãng đường mình vừa qua và cứ thế mãi mãi…"* [1] Cùng bạn độc giả, mở đầu cuốn *Lược Khảo Văn Học I*; dưới trái, chữ ký của Nguyễn Văn Trung 1969, khi là Khoa trưởng Đại học Văn Khoa Sài Gòn; dưới phải, mẫu chữ ký 2021 khi đã là lưu dân sống ở Montréal, Canada. Từ 2011, Nguyễn Văn Trung hầu như không còn đọc hay viết được gì, do mắt yếu và tay run – đam mê một thời mà nay không còn theo đuổi được nữa. *[tư liệu Nguyễn Quốc Linh]*

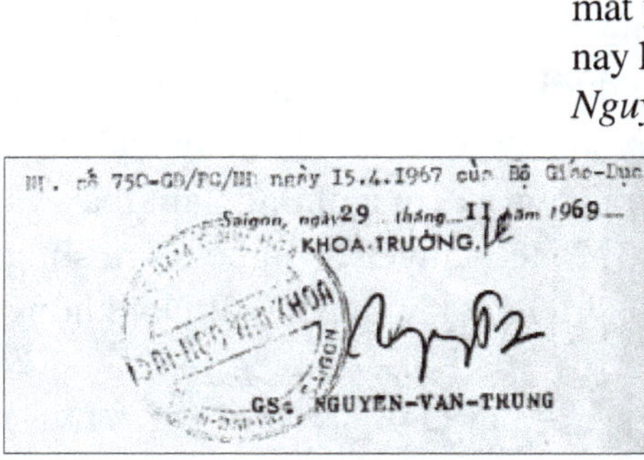

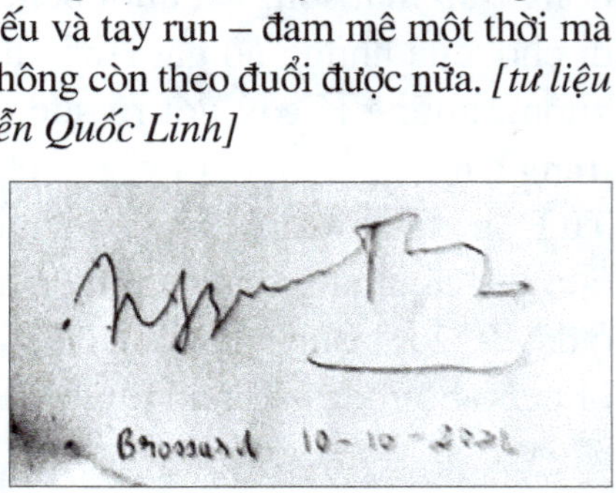

Vẫn với quan niệm: *"Người trí thức không phải là người có kiến thức đại học hoặc sau đại học, mà là một người có kiến thức chuyên sâu nhờ đọc sách và kinh nghiệm tiếp xúc. Thực ra, điều cốt yếu đáng nói không phải là vốn kiến thức, mà là thái độ trí thức đối với các vốn ấy và, nhất là, đối với những vấn đề cuộc sống trước mặt đặt ra."*[3]

Và trong cuộc hành trình trí thức ấy, những điều Nguyễn Văn Trung viết luôn luôn mở ra các cuộc tranh luận – mà anh gọi là đối thoại, từ đó cũng đã tạo ra không thiếu những chỉ trích và cả lên án gay gắt từ mọi phía. Phật giáo hay Công giáo, Cộng sản hay Quốc gia, giữa Chiến tranh và Hòa bình hay với thành phần thứ Ba, Nguyễn Văn Trung luôn luôn đã phải trả giá cho những điều anh phát biểu – giữa hỗn mang của thời cuộc, không có trắng và đen mà chỉ là trong một vùng xám giữa đúng và sai – nhưng có điều chắc chắn đó là tiếng nói lương tâm trong chọn lựa dấn thân của Nguyễn Văn Trung. Anh cất lên tiếng nói cho những điều mà lúc đó anh thực tâm tin tưởng, và anh đã phải chịu nhiều ngộ nhận và oan khiên đến cả vùi dập.

Bức hình chụp GS Nguyễn Văn Trung với gia đình người con trai út Nguyễn Quốc Linh trong dịp Tết Tân Sửu 2021. Hai vợ chồng Nguyễn Quốc Linh bấy lâu chăm sóc bố mẹ già và sau khi mẹ mất, Nguyễn Quốc Linh vẫn là người con trực tiếp phụng dưỡng chăm sóc Bố Trung. *[photo từ album gia đình Nguyễn Quốc Linh]*

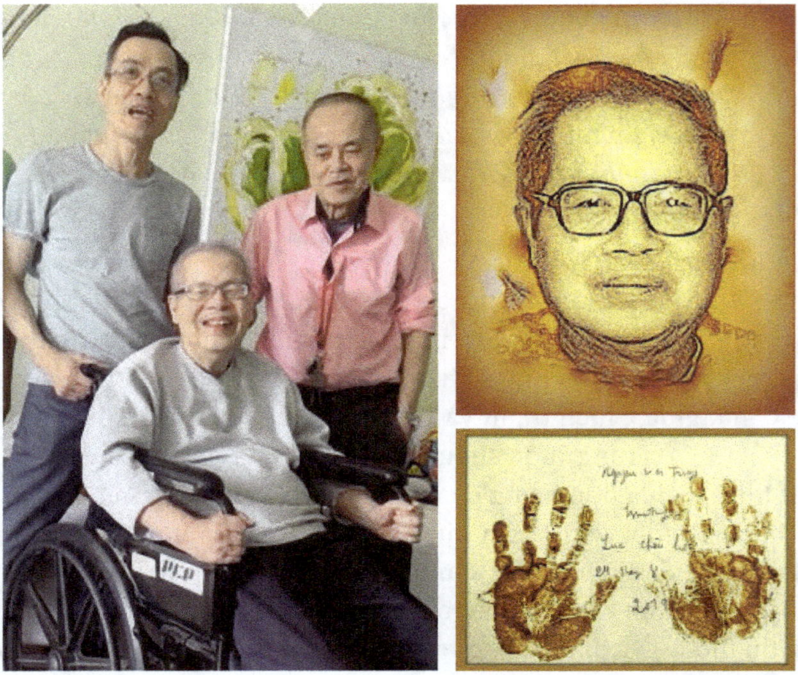

Hình trái, Nguyễn Văn Trung nay ngồi xe lăn, sống với người con trai út. Trong hình, hàng đứng từ phải, Nguyễn Văn Lục em Nguyễn Văn Trung và một người cháu Anh Trung. *[photo by Nguyễn Quốc Linh, ngày 10/10/2021]*; phải trên: Nguyễn Văn Trung, ký họa của Phan Nguyên; phải dưới: dấu tay và thủ bút của Nguyễn Văn Trung, Montréal Canada 24/08/2019: Lục Châu Học là công trình nghiên cứu đồ sộ cuối đời của Nguyễn Văn Trung, được ông còn nhớ tới và hãnh diện. *[tư liệu Phan Nguyên, E.E.]*

Được sống với niềm đam mê viết của mình, trải qua nhiều thập niên cầm bút, với bao nhiêu là hào hứng nhưng cũng là những chặng đường bầm dập và lận đận của Nguyễn Văn Trung cho tới cuối đời. Nay tới tuổi 91, trong sự quên lãng, anh đang rũ bỏ ký ức không còn nhớ, không còn ham muốn tích lũy thêm bất cứ một điều gì. Anh luôn luôn cười và như một *"lão ngoan đồng"*, anh đang hồn nhiên trở lại sống như một đứa trẻ.

California, 1995 – 2021

Tham Khảo:

1/ Nguyễn Văn Trung, *Lược Khảo Văn Học, I Những vấn đề tổng quát* (Nam Sơn 1963), *II Ngôn ngữ văn chương và kịch* (Nam Sơn 1965), *III Nghiên cứu và phê bình văn học* (Nam Sơn 1968). Nxb Tổng Hợp TP HCM tái bản, 2018

2/ Nguyễn Văn Trung, *Văn Học Hải Ngoại*. Văn Học, số 112, tháng 8/1995. Mai Kim Ngọc, *Văn Học và Chính trị, nhân đọc Văn Học Hải Ngoại của Nguyễn Văn Trung*. Văn Học, số 113, tháng 9/1995. Nguyễn Văn Trung, *Trao đổi với nhà văn Mai Kim Ngọc*. Văn Học, số 124, tháng 8/1996

3/ Nguyễn Văn Trung, *Nhìn lại những chặng đường đã đi qua. Kỳ 1: tha thứ và xin tha thứ. Kỳ 2: những lựa chọn căn bản. Kỳ 3: nhìn nhận lại diện mạo một nền văn học. Kỳ 4: Ông Phạm Công Thiện. Kỳ 5: Văn hóa văn nghệ trong vòng tay chính trị*. Thông Luận, 04/09/2007

4/ Nguyễn Văn Lục, *Tóm Lược về sự hình thành của Tạp chí Đại Học* [10/2015]. *Về các tờ báo Hành Trình, Đất Nước và Trình Bầy, Phần I* [27/03/2015] & *Phần II* [28/03/2015], Đàn Chim Việt Online.

5/ Võ Phiến, *Văn Học Miền Nam Tổng Quan. Giai đoạn 1954-1963, Đại Học với Nguyễn Văn Trung*. Nxb Văn Nghệ Hoa Kỳ, 1987

6/ Ngô Thế Vinh, *Tuyển tập I Chân dung Văn Học Nghệ Thuật & Văn Hóa. Hoàng Ngọc Biên, với con đường tiểu thuyết mới và thời gian tìm thấy lại.* Việt Ecology Press xuất bản 2017. Vòng Đai Xanh, Nxb Thái Độ, 1970

DOHAMIDE
GIẤC MƠ CHÀM
VÀ BANGSA CHAMPA

Hình từ trái, cây bút chuyên khảo văn minh Champa trên tạp chí Bách Khoa Dohamide, chủ nhiệm Bách Khoa Lê Ngộ Châu, Ngô Thế Vinh, nhà văn Võ Phiến. *[hình chụp 1994 tại Little Saigon, tư liệu Ngô Thế Vinh]*

TIỂU SỬ

Dohamide, người gốc Chăm, sinh năm 1934 tại làng Katambong, Châu Đốc (An Giang), có thêm ba bút hiệu nhưng ít được biết đến: Linh Phương, Châu Giang Tử, Châu Lang. Khi Dohamide có bài viết đầu tiên "*Người Chàm tại Việt Nam ngày nay*" đăng trên tạp chí Bách Khoa năm 1962, Chủ nhiệm Lê Ngộ Châu đã giới thiệu anh với độc giả như sau:

"Bạn Dohamide, tác giả loạt bài sau đây, là người gốc Chàm, sanh tại làng Katambong, Châu Đốc (An Giang). Bạn đã có can đảm thoát ly những ràng buộc khắt khe của tập tục địa phương để lên thủ đô Sài Gòn vừa đi làm nuôi gia đình vừa đi học, và hiện nay bạn đã tốt nghiệp ở Học Viện Quốc Gia Hành Chánh. Ngoài tiếng Chàm là tiếng mẹ đẻ, bạn Dohamide biết nói và viết các thứ tiếng Việt, Pháp, Anh, Á Rập, Mã Lai, Cam Bốt, những thứ tiếng này đã giúp bạn Dohamide rất nhiều trong những thiên khảo cứu như trình bày với bạn đọc." [Bách Khoa, số 135, 15/8/1962]

*

Dohamide và người em Dorohiêm, cả hai *"đã sanh ra và lớn lên tại một thôn ấp người Chăm theo tôn giáo Islam hệ Sunni Imam Shafi'y, vốn là hậu duệ của Vương quốc Champa lưu vong từ miền Trung Việt Nam ngày nay. Do vào thời vua Minh Mạng áp dụng một chính sách đối xử khắc nghiệt tàn sát người Chàm, họ phải đào thoát sang định cư bên đất Kampuchea và mãi về sau này, do có chính sách chiêu dụ của nhà Nguyễn, một số đã trở về tái định cư tại vùng Tây Nam Đồng Bằng Sông Cửu Long. Trên vùng đất mới này, có 7 làng Chăm đã được thành lập, (con số 7 có ý nghĩa thiêng liêng với người Chàm), trong đó, ngôi làng chúng tôi có từ thời thuộc Pháp, lấy tên là làng Katambong tức Koh Ta-boong thuộc tỉnh Châu Đốc.*

Koh tiếng Chàm có nghĩa là cồn hay cù lao, Ta-boong là cây gậy, ngụ ý hình dáng cù lao này giống như một cây gậy." Koh Ta-boong nguyên là một cồn cát, do phù sa từ sông Mekong tạo nên dọc theo một bên bờ sông Hậu, hàng năm đều có lụt với mùa *"nước nổi, nước giựt"* và hiện tượng bên lở bên bồi. Làng Katambong nằm phía bên bồi, nay là một ấp lấy tên Việt Nam là Khánh Mỹ thuộc xã Khánh Hòa, huyện Châu Phú, tỉnh An Giang.

"Ngoài ra còn có 6 làng người Chăm khác là Mat Chruk, Koh Kaboak, Plây Kênh, Plao Ba, Koh Ghoi / Koh Kaghia, Sabâu, với địa danh Việt tương ứng là Châu Giang, Đa Phước, Châu Phong, La Ma

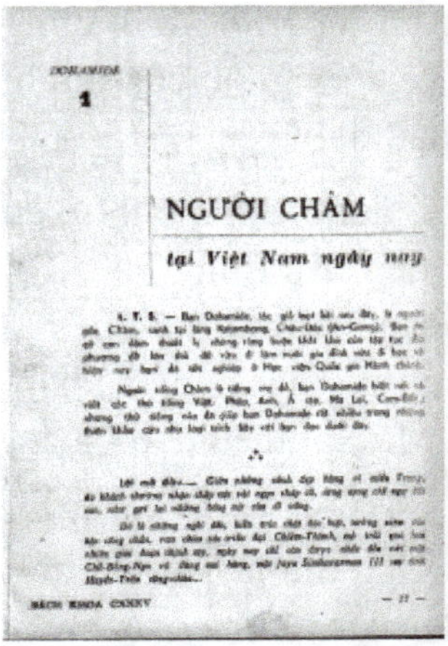
1

NGƯỜI CHÀM

tại Việt Nam ngày nay

BÁCH KHOA CXXXV

Lời Tòa Soạn của chủ nhiệm Lê Ngộ Châu giới thiệu Dohamide, tác giả bài viết đầu tiên *"Người Chàm tại Việt Nam ngày nay"* trên tạp chí Bách Khoa, số 135, 15/8/1962.

hoặc Vĩnh Trường, Bún Lớn hoặc Bún Bình Thiên, Đồng Cô Kỵ... với địa thế không liền nhau." [1]

Làng Katambong là một xã hội Chăm thu nhỏ và khép kín. Người Việt bên kia sông thì quen gọi họ là Chà Châu Giang, trong khi người Chàm thì vẫn gọi người Việt là "Yuôn", tuy sống kế cận nhưng họ thuộc hai nền văn minh khác nhau: một bên là nền văn minh cầm đũa (civilisation de la baguette), một bên là nền văn minh ăn bốc.

Thân phụ anh Dohamide là một trong hai vị giáo làng trong 7 làng Chăm địa phương, một mình ông phải phụ trách luôn cả ba lớp: đồng ấu / cours enfantin, dự bị / cours préparatoire và sơ đẳng / cours élémentaire, học đến đó là hết lớp; muốn tiếp tục học thêm thì phải ra trường tỉnh nhưng hầu hết các học sinh Chăm trong làng Katambong đều nghỉ học và sau đó chỉ đến trường để được dạy thêm kinh sách giáo lý Islam.

QUA SÔNG THĂM CỒN TƠ LỤA LÀNG ĐA PHƯỚC:

Năm 1943, đã 9 tuổi, như một trường hợp hiếm hoi, Dohamide được thân phụ khuyến khích ra trường tỉnh học tiếp lớp nhì / cours moyen. Đi học hàng ngày, phải qua sông bằng xuồng. Ra tỉnh, được tiếp xúc với một xã hội xa lạ giữa những người Yuôn / Kinh, cũng là lúc Dohamide bắt đầu có những thắc mắc về cội nguồn của mình. Bangsa Champa, tìm về cội nguồn, có lẽ bắt đầu từ đây.

Năm 1948, sau bậc tiểu học, Dohamide lại được cha mẹ thu xếp cho đi tàu sông rời quê nhà lên Sài Gòn học tiếp bậc trung học. Tại *Hòn Ngọc Viễn Đông*, Dohamide được tiếp cận với một xã hội mở rộng gồm nhiều sắc tộc, không phải chỉ có người Việt, người Pháp, người Hoa mà còn có cả người Ấn Độ, người Mã Lai theo đạo Islam, họ làm ăn rất thành công và giàu có.

Nhưng cảnh sống đạm bạc của Dohamide vẫn thu hẹp trong một khu xóm lao động Nancy nghèo nàn, gồm những căn nhà cây vách ván lụp xụp thuộc quận 2. Dohamide sống chung với mấy gia đình Chăm cũng đến từ Châu Đốc, họ lên Sài Gòn kiếm sống bằng cách làm thuê, buôn bán nhỏ rải rác nhưng vẫn tìm đến với nhau để gần gũi nương tựa, lâu dần cũng hình thành được một mô thức jam'ah / cộng đồng. Để duy trì đức tin, họ tạo được riêng một giáo đường / masjid khởi đầu chỉ là căn nhà gỗ nhỏ thô sơ nhưng đó vẫn là nơi để duy trì những sinh hoạt xã hội tôn giáo y khuôn như tại quê nhà khiến chàng trai Dohamide tuy sống thiếu thốn nhưng vẫn cảm thấy được ấm lòng.

Năm 1953, xảy ra một trận hỏa hoạn tại khu Nancy đã khiến cho cộng đồng người Chăm đang sinh sống ở đây bị trắng tay. Cố gắng xây dựng lại, chưa được bao lâu lại xảy ra vụ Bình Xuyên 1955, xóm Nancy một lần nữa lại bị thiêu rụi. Điều tiếc nuối nhất với Dohamide là bao nhiêu ghi chép về lịch sử Champa từ Thư viện Việt Nam cũng thành tro than. Dohamide viết: *"Nhưng dầu sao, qua quá trình lần mò ghi chép, ít nhất tôi cũng có được trong đầu một ý niệm tổng quát sơ khởi về Bangsa Champa gốc nguồn và biết được những sự kiện căn bản bao quanh người Chăm Châu Đốc, trong đó có bản thân tôi."* [1]

Tuy nghèo xác xơ, nhưng những người Chăm này vẫn cố bám đất, từng bước xây dựng lại đời sống mới. Do thấy rõ được nhu cầu phải liên hệ với xã hội bên ngoài, Dohamide được mấy vị trưởng thượng đề nghị anh mở lớp dạy chữ Việt cho các đồng tộc Chăm. Qua lớp học này, qua ngôn ngữ Việt, ý niệm về cội nguồn Bangsa Champa được đánh thức dậy. Số người Chăm Châu Đốc lên sống ở Sài Gòn ngày

Hình trái (trang bên), Người viết đến thăm giáo đường Mubarak (có nghĩa là được ban ân phước) của người Chăm Islam ở làng Đa Phước, Châu Đốc; công trình kiến trúc nguy nga này được hoàn tất từ 1992 do tiền từ các cộng đồng Chăm hải ngoại gửi về, cả được hậu thuẫn rất mạnh từ các nước Hồi giáo nhất là Mã Lai; hình trên, ngôi nhà sàn ngói đỏ của người Chàm trên Cồn Tơ Lụa An Giang, Châu Đốc, mùa lũ nước có thể ngập tới sàn nhà. *[photo by Nguyễn Kỳ Hùng]*

Hình trái, Người viết đứng bên một khung dệt lụa cổ truyền, nghề này vẫn được duy trì, và đã gắn bó những người phụ nữ Chàm với gia đình trong một xã hội khép kín; phải, Tác giả bế em bé Chàm tên Karim từ tay mẹ của em. *[photo by Nguyễn Kỳ Hùng]*

càng nhiều, không phải chỉ ở khu xóm Nancy, nay lan ra các xóm lao động khác như Hòa Hưng, Phú Nhuận… dần dà họ kết nối lại được thành những jam'ah / cộng đồng nhỏ, nhưng xóm Nancy vẫn là khu sinh hoạt trung tâm. Và nơi đây cũng là cái nôi cho Hiệp hội Hồi giáo Việt Nam được hình thành vào năm 1959.

Xong chương trình Tú tài I, Dohamide chọn thi vào học Ban Tham sự Đặc biệt Cao Nguyên chương trình 2 năm (dành cho người sắc tộc thiểu số) thuộc Học Viện Quốc Gia Hành Chánh và cũng là lần đầu tiên trong đời Dohamide được gặp một số bạn đồng khóa thuộc các sắc tộc Tây nguyên như Ê-đê, Churu, Jarai, Bahnar… và cả những người thiểu số Thái, Tày, Nùng di cư từ miền Bắc vào. Và đặc biệt hơn nữa, Dohamide còn có được hai người bạn Chăm tới từ Phan Rang, nhưng với cảm giác đau xót là họ không thể hiểu nhau bằng ngôn ngữ Chăm, vốn gốc là tiếng mẹ đẻ của mình, và cả ba không có cách nào khác hơn là phải dùng tiếng Việt pha với tiếng Pháp để trao đổi chuyện trò.

Dohamide tốt nghiệp Thủ khoa Ban Cao Nguyên (1958). Khi có thêm Tú tài II, Dohamide được học tiếp lên Ban Đốc sự Hành chánh Khóa 7 chương trình 3 năm, Học Viện Quốc Gia Hành Chánh (1959-1962). Sau khi tốt nghiệp, Dohamide được bổ nhiệm làm việc trong ngạch hành chánh công quyền.

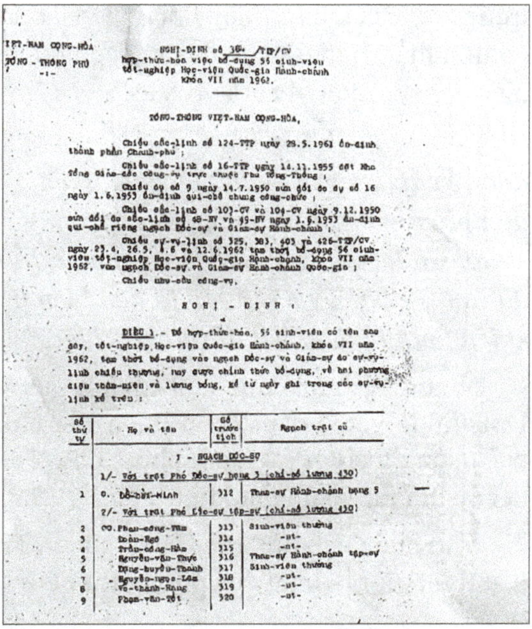

VIỆT-NAM CỘNG-HÒA
TỔNG - THỐNG PHỦ
-:-

NGHỊ-ĐỊNH số 36* /TTP/CV
hợp-thức-hóa việc bổ-dụng 56 sinh-viên
tốt-nghiệp Học-viện Quốc-gia Hành-chánh
Khóa VII năm 1962.

TỔNG-THỐNG VIỆT-NAM CỘNG-HÒA,

Chiếu sắc-lệnh số 124-TTP ngày 29.5.1961 ấn-định thành phần Chánh-phủ ;

Chiếu sắc-lệnh số 16-TTP ngày 14.11.1955 đặt Nha Tổng Giám-đốc Công-vụ trực thuộc Phủ Tổng-Thống ;

Chiếu dụ số 9 ngày 14.7.1950 sửa đổi do dụ số 16 ngày 1.6.1953 ấn-định qui-chế chung công-chức ;

Chiếu sắc-lệnh số 103-CV và 104-CV ngày 9.12.1950 sửa đổi do sắc-lệnh số 48-NV và 49-NV ngày 1.6.1953 ấn-định qui-chế riêng ngạch Đốc-sự và Giám-sự Hành-chánh ;

Chiếu sự-vụ-lệnh số 325, 383, 403 và 426-TTP/CV ngày 23.4, 26.5, 8.6 và 12.6.1962 tạm thời bổ-dụng 56 sinh-viên tốt-nghiệp Học-viện Quốc-gia Hành-chánh, khóa VII năm 1962, vào ngạch Đốc-sự và Giám-sự Hành-chánh Quốc-gia ;

Chiếu nhu-cầu công-vụ,

NGHỊ - ĐỊNH :

ĐIỀU 1.- Để hợp-thức-hóa, 56 sinh-viên có tên sau đây, tốt-nghiệp Học-viện Quốc-gia Hành-chánh, khóa VII năm 1962, tạm thời bổ-dụng vào ngạch Đốc-sự và Giám-sự do sự-vụ-lệnh chiếu thượng, nay được chính thức bổ-dụng, về hai phương diện thâm-niên và lương bổng, kể từ ngày ghi trong các sự-vụ-lệnh kể trên :

Số thứ tự	Họ và tên	Số trước tịch	Ngạch trật cũ
	I - NGẠCH ĐỐC-SỰ		
	1/- Với trật Phó Đốc-sự hạng 3 (chỉ-số lương 430)		
1	Ô. Đỗ-Hải-Minh	312	Tham-sự Hành-chánh hạng 5
	2/- Với trật Phó Đốc-sự tập-sự (chỉ-số lương 430)		
2	CC. Phan-công-Tâm	313	Sinh-viên thường
3	Đoàn-Ngô	314	-nt-
4	Trần-công-Hàm	315	-nt-
5	Nguyễn-văn-Thực	316	Tham-sự Hành-chánh tập-sự
6	Đặng-huyền-Thành	317	Sinh-viên thường
7	Nguyễn-ngọc-Lâm	318	-nt-
8	Võ-thành-Hưng	319	-nt-
9	Phạm-văn-Tốt	320	-nt-

Từ năm 1956, do chính sách có từ thời Đệ nhất Việt Nam Cộng Hòa, quy định Việt Nam hóa tên họ các sắc dân thiểu số; theo anh Nguyễn Đắc Điều (Đốc sự Khóa 6), thì anh Dohamide không tự chuyển tên mình sang tiếng Việt, nhưng khi danh sách tốt nghiệp Đốc sự Khóa 7 (1962) trình lên Tổng Thống Ngô Đình Diệm thì tên Dohamide đã trở thành "Đỗ Hải Minh". [Nghị định bổ nhiệm đính kèm]

Năm 1964, Dohamide lập gia đình với cô giáo người gốc Việt Phan Thị Hoàng Hoa, lúc đó đang dạy học ở một trường

Hình trên, Nghị định của Tổng Thống Việt Nam Cộng Hòa hợp thức hóa việc bổ dụng 56 sinh viên tốt nghiệp Học Viện Quốc Gia Hành Chánh Khóa VII năm 1962, tên Dohamide đã chính thức đổi thành Đỗ Hải Minh qua Nghị định này. *[tư liệu Nguyễn Đắc Điều]*; dưới, Dohamide nay có tên Đỗ Hải Minh (người đứng ngoài cùng từ trái) tốt nghiệp Khóa VII Ban Đốc Sự Học Viện Quốc Gia Hành Chánh 1962. *[album gia đình anh chị Dohamide]* trung học Gia Định. Cũng khi đó Dohamide được một vài bô lão Chăm có tinh thần Bangsa cực đoan nhắc nhở anh, việc vua Chăm Pô Rômê ngày xưa đã chết vì cưới vợ Việt.

Là người Chăm, không thể không bị xúc động thấm thía khi được đọc về câu chuyện – dù biết rõ nội dung mang nặng tính huyền thoại dân gian – vị vua Champa đã say mê sắc đẹp mỹ nhân Yuôn (là tên người Chàm và người Khmer gọi người Việt), để rồi chính nàng Yuôn đã ra tay đốn cây Krêk vốn là tiêu biểu linh hồn Vương quốc Champa khiến phải bị địch bắt đi và chết thảm.

Nhưng rồi một đám cưới Chăm-Việt vẫn cứ diễn ra. Chú rể Chăm Dohamide và cô dâu Yuôn Phan Thị Hoàng Hoa sau này đã có một cuộc sống lứa đôi rất hạnh phúc, họ có được ba con: hai trai, một gái là con út đều thành đạt khi tới tuổi trưởng thành.

Vào giai đoạn đó, trên Cao Nguyên Trung Phần đang dấy lên cuộc đấu tranh đòi ly khai của phong trào BAJARAKA (là chữ viết tắt của

Sau đại đăng khoa là tiểu đăng khoa: chú rể Chăm Dohamide với chiếc áo the đen, trao nhẫn cưới trong đám cưới với cô giáo Việt Phan Thị Hoàng Hoa, ngày 24.5.1964 trước khi đi Mỹ du học. *[album gia đình anh chị Dohamide]*

4 sắc tộc Thượng lớn: BAhnar, JArai, RhAdé và KAho), họ phản đối chính sách phân biệt đối xử người Thượng của chính quyền Việt Nam Cộng Hòa. BAJARAKA được coi là tiền thân của tổ chức FULRO về sau này.

Mặt Trận FULRO (tiếng Pháp: Front Unifié de Lutte des Races Opprimées) không chỉ bao gồm các sắc dân Thượng Tây Nguyên, mà được mở rộng kết hợp thêm với: (1) Mặt trận Giải phóng Champa (Front de Libération du Champa, FLC) tức FULRO Chăm, do Les Kosem (một tướng nhảy dù người Khmer gốc Chăm) lãnh đạo. (2) Mặt trận Giải phóng Kampuchea Krom của nhóm người Việt gốc Miên sống ở vùng Tây Nam Nam bộ (Front de Libération du Kampuchea Krom, FLKK) tức FULRO Khmer, do Chau Dera làm đại diện, để thành lập một tổ chức thống nhất gọi là FULRO: Mặt trận Thống nhất Đấu tranh của các Sắc tộc bị Áp bức

Do những biến động trên, Bộ Nội vụ VNCH lúc đó đã không bổ nhiệm những khóa sinh sắc tộc tốt nghiệp vào các nhiệm sở trên vùng Tây Nguyên. Dohamide ra trường được bổ nhiệm vào chức vụ không liên hệ gì tới Nha Thượng Vụ, riêng Dorohiêm, thì bị đưa ra vùng địa đầu Quảng Trị một thời gian 5 năm trước khi được về Sài Gòn làm chuyên viên văn hóa giáo dục các sắc tộc thiểu số.

Do Dohamide là thành phần người Chăm hiếm hoi có học, anh đã vận động và thành lập được một Hiệp Hội Chàm Hồi giáo Việt Nam từ 1959. Năm 1964, Dohamide được đề cử là Đại biểu Islam Việt Nam đầu tiên tham dự Hội nghị các nước Islam Đông Nam Á và Viễn Đông tại Kuala Lumpur, Malaysia.

Năm 1972, anh đại diện Việt Nam tham dự Hội nghị Islam Thế giới tại Thánh địa Mecca, Ả Rập Saudi. Và cũng từ đây, Dohamide đã xây dựng được mối quan hệ chính thức giữa cộng đồng Chăm Islam nhỏ bé ở Việt Nam với Liên Minh Islam Thế Giới.

MỐI DUYÊN BÁCH KHOA

Và rồi không ai khác hơn, cũng chính là chủ nhiệm Lê Ngộ Châu, người có mắt xanh đã tìm ra và giới thiệu Dohamide trên báo Bách Khoa, và có thể nói Dohamide là người Chăm đầu tiên trở thành một

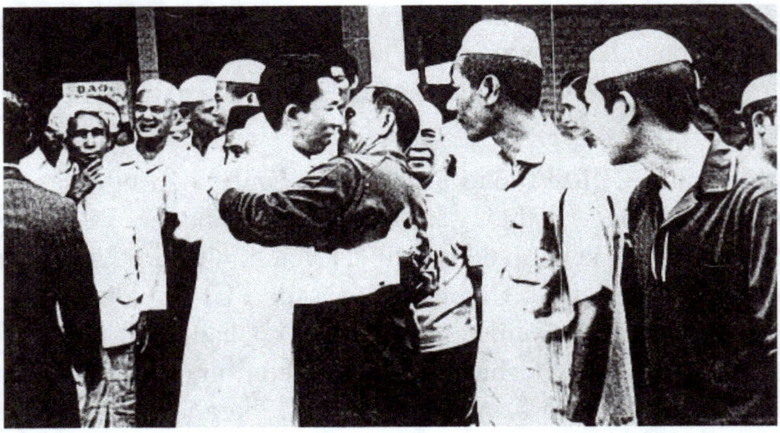

Ngày 13.4.1974, cộng đồng Chăm nồng nhiệt chào đón Dohamide trở về Sài Gòn sau một Hội nghị Quốc tế Hồi giáo tại thánh địa Mecca. *[album gia đình anh chị Dohamide]*

tên tuổi quen thuộc với độc giả Bách Khoa từ thập niên 1960s, do loạt bài chuyên khảo về lịch sử và văn minh Champa.

Buổi đầu, Dohamide chập chững cầm bút tập viết các bài phóng sự tiếng Việt về người Chàm được chủ nhiệm Tam Mộc cho đăng trên nhật báo Buổi Sáng, tuần báo Thế Giới tại Sài Gòn. Dohamide khai thác đề tài *"nghề chài rà của người Chàm Châu Đốc"* do truyền thống của dân tộc Champa thời cổ rất giỏi nghề đi biển và chài lưới. Loạt bài được đón nhận hào hứng, Dohamide còn được đám độc giả Chăm bình dân yêu cầu khai thác thêm về đề tài *"bùa ngải Chà Châu giang"*. Đây cũng là dịp để cộng đồng nhỏ bé Chàm Châu Đốc trong khu xóm nghèo Nancy mới vừa học tiếng Việt đua nhau mua báo để được hiểu thêm về sinh hoạt nơi quê nhà.

Trong thời gian học chương trình Đốc sự tại Học Viện Quốc gia Hành Chánh, Dohamide có dịp được làm việc với GS Phó Viện trưởng Nghiêm Đằng và sau đó anh được giới thiệu với Giáo sư Nghiêm Thẩm là bào đệ của ông. GS Nghiêm Thẩm lúc đó là Giám đốc Viện Khảo cổ Sài Gòn, cũng là Giáo sư ngành nhân chủng học tại Đại học Văn Khoa. Nhờ cơ duyên ấy Dohamide được dịp tham khảo thêm các tài liệu của Viện Khảo cổ và Hội Nghiên cứu Đông Dương (Société des Études Indochinoises).

Vào cuối năm 1962, Dohamide đã hệ thống hóa được các ghi chép và viết loạt bài *"Người Chàm tại Việt Nam ngày nay"*. Loạt bài này tình cờ được ông Nguyễn Ngọc Nê, là một chuyên viên trong đoàn cố vấn Đại học Michigan đọc và lấy làm thích thú nên đề nghị chuyển tới tạp chí Bách Khoa, nơi anh Lê Ngộ Châu đang là chủ nhiệm kiêm chủ bút. Lê Ngộ Châu rất bén nhạy, thấy ngay đây là một *"viên ngọc ẩn thạch"*, nên đã mời ngay Dohamide tới gặp tại tòa soạn Bách Khoa, 160 Phan Đình Phùng, Sài Gòn. Chẳng mấy chốc, hai người trở thành đôi bạn tâm giao. Bách Khoa cũng là nơi tạo điều kiện cho Dohamide gặp gỡ trao đổi với các cây bút nổi tiếng khác như nhà văn Bình Nguyên Lộc tác giả một cuốn sách gây nhiều tranh cãi *"Nguồn gốc Mã Lai của dân tộc Việt Nam"*, học giả Nguyễn Văn Hầu nổi tiếng với các bài chuyên khảo về Nam kỳ lục tỉnh, vùng Thất Sơn Châu Đốc và cả học giả Nguyễn Hiến Lê về sau này.

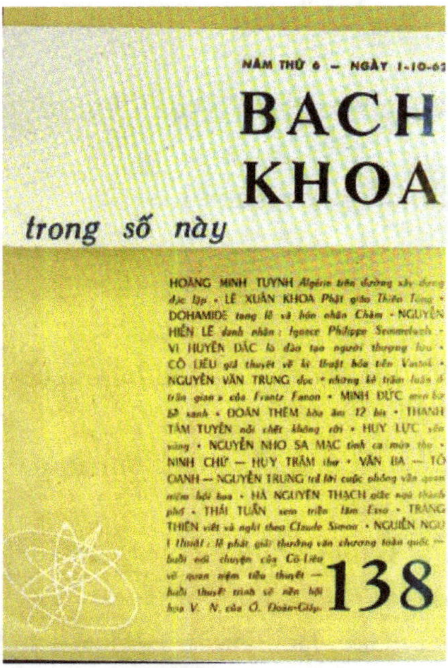
NĂM THỨ 6 — NGÀY 1-10-62

BACH KHOA

trong số này

HOÀNG MINH TUYNH *Algérie trên đường xây dựng độc lập* • LÊ XUÂN KHOA *Phật giáo Thiền Tông* • DOHAMIDE *tang lễ và hôn nhân Chàm* • NGUYỄN HIẾN LÊ *danh nhân: Ignace Philippe Semmelweis* • VI HUYỀN ĐẮC *lò đào tạo người thượng lưu* • CÔ LIÊU *giả thuyết về kỹ thuật hỏa tiễn Vostok* • NGUYỄN VĂN TRUNG *đọc «những kẻ trầm luân ở trần gian» của Frantz Fanon* • MINH ĐỨC *men bờ bể xanh* • ĐOÀN THÊM *hòa âm 12 bis* • THANH TÂM TUYỀN *nối chết không rời* • HUY LỰC *vàng* • NGUYỄN NHO SA MẠC *tình ca mùa thu* • NINH CHỮ — HUY TRÂM *thơ* • VĂN BA — TÔ OANH — NGUYỄN TRUNG *trả lời cuộc phỏng vấn quan niệm hội họa* • HÀ NGUYÊN THẠCH *giấc ngủ thành phố* • THÁI TUẤN *xem triển lãm Esso* • TRÀNG THIÊN *viết và nghĩ theo Claude Simon* • NGUIỄN NGU Í *thuật: lễ phát giải thưởng văn chương toàn quốc — buổi nói chuyện của Cô Liêu về quan niệm tiểu thuyết — buổi thuyết trình về nền hội họa V. N. của Ô. Đoàn-Giáp.*

138

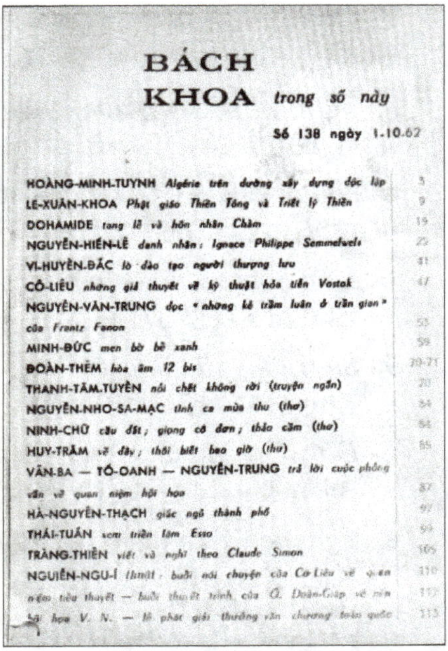
BÁCH KHOA *trong số này*

Số 138 ngày 1.10.62

HOÀNG-MINH-TUYNH *Algérie trên đường xây dựng độc lập*	3
LÊ-XUÂN-KHOA *Phật giáo Thiền Tông và Triết lý Thiền*	9
DOHAMIDE *tang lễ và hôn nhân Chàm*	19
NGUYỄN-HIẾN-LÊ *danh nhân: Ignace Philippe Semmelweis*	25
VI-HUYỀN-ĐẮC *lò đào tạo người thượng lưu*	41
CÔ-LIÊU *những giả thuyết về kỹ thuật hỏa tiễn Vostok*	47
NGUYỄN-VĂN-TRUNG *đọc «những kẻ trầm luân ở trần gian» của Frantz Fanon*	53
MINH-ĐỨC *men bờ bể xanh*	59
ĐOÀN-THÊM *hòa âm 12 bis*	70-71
THANH-TÂM-TUYỀN *nối chết không rời (truyện ngắn)*	73
NGUYỄN-NHO-SA-MẠC *tình ca mùa thu (thơ)*	84
NINH-CHỮ *cấu đất; giọng cô đơn; thảo cầm (thơ)*	84
HUY-TRÂM *về đây; thôi biết bao giờ (thơ)*	85
VĂN-BA — TÔ-OANH — NGUYỄN-TRUNG *trả lời cuộc phỏng vấn về quan niệm hội họa*	87
HÀ-NGUYÊN-THẠCH *giấc ngủ thành phố*	97
THÁI-TUẤN *xem triển lãm Esso*	99
TRÀNG-THIÊN *viết và nghĩ theo Claude Simon*	105
NGUIỄN-NGU-Í *thuật: buổi nói chuyện của Cô Liêu về quan niệm tiểu thuyết — buổi thuyết trình của Ô. Đoàn-Giáp về nền hội họa V. N. — lễ phát giải thưởng văn chương toàn quốc*	110 / 112 / 113

Bìa số báo Bách Khoa 138 (1/10/1062) và bài viết "tang lễ và hôn nhân Chàm" tr.19-21 của Dohamide. *[nguồn: thư viện Người Việt Online]*

Tiếp tục được sự khuyến khích và gợi ý các đề tài từ chủ nhiệm Lê Ngộ Châu, Dohamide đã viết được một loạt 36 bài trong bộ báo Bách Khoa 426 số, [cộng thêm hai bài trao đổi của hai học giả Nguyễn Văn Hầu và nhà văn Bình Nguyên Lộc]. Dohamide trở thành nổi tiếng như là một nhà văn hóa Chăm của tạp chí Bách Khoa.

Toàn bộ 426 số báo Bách Khoa nay đã được số hóa (digitized) và hoàn tất ngày 15/10/2017. Đây là công trình sưu tập của chị Phạm Lệ Hương một thủ thư lâu năm và anh Phạm Phú Minh chủ bút Diễn Đàn Thế Kỷ, nay được lưu trữ và phổ biến miễn phí trên Thư Viện Người Việt Online và độc giả có thể đọc tất cả các bài viết của anh Dohamide trên tạp chí Bách Khoa với link: https://www.nguoi-viet.com/ThuVienNguoiViet/BachKhoa.php

1- *Người Chàm tại Việt Nam ngày nay*. Dohamide. Bách Khoa, số 135 (15/8/1962), tr. 27-32

2- *Giới lãnh đạo thôn ấp Chàm ở Việt Nam*. Dohamide. Bách Khoa, số 136 (1/9/1962), tr. 9-13

3- *Cuộc sống gia đình của người Chàm*. Dohamide. Bách Khoa 137 (15/9/1962), tr. 11-16

4- *Tang lễ và hôn nhân Chàm*. Dohamide. Bách Khoa 138 (1/10/1962), tr. 19-21

5- *Người Chàm Châu Đốc*. Dohamide. Bách Khoa 139 (15/10/1962), tr. 15-18

6- *Sinh hoạt xã hội của người Chàm Châu Đốc*. Dohamide. Bách Khoa 140 (1/11/1962), tr. 17-22

7- *Sự trưởng thành của thanh thiếu nữ Chàm*. Dohamide. Bách Khoa 141 (15/11/1962), tr. 17-24

8- *Đời sống gia đình của người Chàm Châu Đốc*. Dohamide. Bách Khoa 142 (1/12/1962), tr. 31-34

9- *Tang lễ và tín ngưỡng của người Chàm Châu Đốc*. Dohamide. Bách Khoa 143 (15/12/1962), tr. 21-26

10- *Tín ngưỡng của người Chàm Châu Đốc*. Dohamide. Bách Khoa 144 (1/1/1963), tr. 25-28

11- *Một vài nhận xét về người Chàm tại Việt Nam ngày nay: Sự hiện tồn của ngôn ngữ Chàm*. Dohamide. Bách Khoa 145 (15/1/1963), tr. 63-69

12- *Một vài nhận xét về người Chàm tại Việt Nam ngày nay: Viễn ảnh cuộc sống xã hội*. Dohamide. Bách Khoa 146 (1/2/1963), tr. 19-23

13- *Vài vấn đề của cộng đồng người Chàm tại Việt Nam*. Dohamide. Bách Khoa 147 (15/2/1963), tr. 15-20

13- *(13b) -- Nhân loạt bài người Chàm tại Việt Nam hiện nay của ông Dohamide, góp ý về: Bước phiêu lưu của người Chàm Châu Đốc*. Nguyễn Văn Hầu. Bách Khoa 153 (15/5/1963), tr. 33-39

14- *Kỷ nguyên Hồi giáo*. Dohamide. Bách Khoa 181 (15/7/1964), tr. 13-17

15- *Hồi giáo trong buổi sơ khai*. Dohamide. Bách Khoa 182 (1/8/1964), tr. 19-27

16- *Kinh Cu-ran trong sinh hoạt của người Hồi giáo*. Dohamide. Bách Khoa 183 (15/8/1964), tr. 31-38

17- *Nguyên tắc hành đạo của Hồi giáo*. Dohamide. Bách Khoa 184 (1/9/1964), tr. 53-57

18- *Nguyên tắc hành đạo của Hồi giáo / cầu nguyện: sgo-lab*. Dohamide. Bách Khoa 185 (15/9/1964), tr. 21-29

19- *Nguyên tắc hành đạo của Hồi giáo: Hành hương Mecca*. Dohamide. Bách Khoa 186 (1/10/1964), tr. 29-35

20- *Tập tục của người Hồi giáo 1*. Dohamide. Bách Khoa 187 (15/10/1964), tr. 47-50

21- *Tập tục của người Hồi giáo 2*. Dohamide. Bách Khoa 188 (1/11/1964), tr. 25-33

22- *Gia đình người Hồi giáo*. Dohamide. Bách Khoa 189 (15/11/1964), tr. 37-42

23- *Nghĩa vợ chồng trong gia đình Hồi giáo*. Dohamide. Bách Khoa 190 (1/12/1964), tr. 23-27

24- *Giá thú Hồi giáo*. Dohamide. Bách Khoa 191 (15/12/1964), tr. 25-30

25- *Hồi giáo ở nước ngoài và ở Việt Nam*. Dohamide. Bách Khoa 192 (1/1/1965), tr. 31-35

26- *Hồi giáo tại Việt Nam*. Dohamide. Bách Khoa 193-194 (15/1/1965), tr. 53-59

27- *Cuộc sống núi rừng Cao nguyên: sắc tộc Jeh, một năm tắm một lần*. Dohamide. Bách Khoa 380 (1/11/1972), tr. 19-22
28- *Thân phận người sơ khai*. Dohamide. Bách Khoa 387 (15/2/1973), tr. 47-53
29- *Thảm trạng da đỏ*. Dohamide. Bách Khoa 393 (23/6/1973), tr. 23-31
30- *Những khuôn mặt sầu chai đá của châu Mỹ la tinh*. Dohamide. Bách Khoa 395 (8/8/1973), tr. 35-41
31- *Thử bàn lại với nhà văn Bình Nguyên Lộc về "người Châu giang"*. Dohamide. Bách Khoa 396 (30/8/1973), tr. 23-30
31- *(31b) -- Về người Châu Giang: trả lời ông Dohamide trên Bách Khoa 396*. Bình Nguyên Lộc. Bách Khoa 398 (1/10/1973), tr. 43-46]
32- *Những hiện tượng huyền bí trong tập tục Chàm*. Dohamide. Bách Khoa 405 (15/2/1974), tr. 13-16, tr. 83-86
33- *Đi vào hội nghị Hồi giáo Mecca và kiểm điểm một chuyến đi*. Dohamide. Bách Khoa 411 (1/7/1974), tr. 43-54
34- *Thế lực dầu lửa 1*. Dohamide. Bách Khoa 418 (20/11/1974), tr. 13-18
35- *Thế lực dầu lửa 2*. Dohamide. Bách Khoa 419 (15/12/1974), tr. 15-22
36- *Sự thức tỉnh của các nước sản xuất dầu*. Dohamide. Bách Khoa 420 (1/1/1975), tr. 43-53
…

Loạt bài trên báo Bách Khoa là những tài liệu cơ bản cho tập sách "Dân tộc Chàm Lược Sử" xuất bản năm 1965 với lời tựa giới thiệu của giáo sư Nghiêm Thẩm, như *"mở ra một cánh cửa sổ cho người Chăm có một tầm nhìn tổng hợp về lịch sử dân tộc gốc nguồn của mình"*.

Do có được sự quan tâm của ông Sabarudine Cik, nguyên quyền Đại sứ Malaysia tại Việt Nam lúc đó, cuốn sách này cũng đã được dịch sang tiếng Anh *"A Condensed History of Cham People"* xuất bản ở Malaysia năm 1969. [1]

DU HỌC MỸ: DIỆN KIẾN CỰU TỔNG THỐNG TRUMAN

Với thành tích học vấn xuất sắc, Dohamide nhận được học bổng đi du học Mỹ, lấy bằng Cao học M.A. về Chánh trị học tại Đại học Kansas, Hoa Kỳ (1967).

Điều cực kỳ lý thú và không bao giờ quên đối với chàng sinh viên người Chăm Dohamide khi được gặp vị cựu Tổng Thống Hoa Kỳ Harry S. Truman, sinh quán tại Kansas mà ai cũng biết là vị Tổng Thống đã chấm dứt cuộc Thế Chiến thứ Hai năm 1945 bằng quyết định ném hai trái bom nguyên tử xuống Nhật Bản.

Dohamide được diện kiến cựu Tổng Thống Hoa Kỳ Harry S. Truman tại Kansas City 1966.
[album gia đình anh chị Dohamide]

Sau đây là những dòng chữ của chính Dohamide ghi lại cuộc gặp gỡ đầy xúc cảm và nhớ đời với vị cựu Tổng Thống lừng lẫy của lịch sử Hoa Kỳ:

"Có một sự việc khiến tôi – Dohamide, vô cùng phấn khởi đồng thời cũng rất hồi hộp. Đó là dịp duy nhứt trong đời tôi đột nhiên được mời, với tánh cách là một đại biểu sinh viên Việt Nam, đến một khách sạn sang trọng ở thành phố Kansas tham dự buổi tiếp xúc của cựu Tổng Thống Harry S. Truman.

Để buổi gặp có ý nghĩa, mỗi sinh viên được dặn chào mừng vị cựu Tổng Thống bằng tiếng nói mẹ đẻ và tự giới thiệu tên họ, tên đất nước mình. Được mở cửa đưa vào phòng tiếp kiến, tôi đã mở lời chào mừng bằng tiếng Việt, và làm như lời nhắc của ban nghi lễ trong phần tự giới thiệu, nhưng không hiểu sao sau khi nói tên nước Việt Nam xong thì mường tượng như một bản năng chợt đến, tôi lại thêm "gốc

Chàm"! Do đó đáp câu hỏi của Tổng Thống liền sau đó tôi đã phải cố gắng vận dụng tiếng Anh vốn hãy còn nặng giọng phát âm tiếng Pháp, lấy hết sức bình sinh làm rõ gốc nguồn Chàm này, và phương cách cho dễ hiểu nhứt không gì hơn là lấy trường hợp người da đỏ mà người Mỹ quen gọi là "Indian" có mặt tại các khu dành riêng (reservation) hiện có tại đất Kansas này, để so chiếu ra hình dung một người Chàm tại Việt Nam. Và quả nhiên, hiệu nghiệm, ông cựu Tổng Thống nói ngay là tại tiểu bang Kansas này có các nhóm người Indian cư ngụ và nhấn mạnh chánh phủ liên bang Hoa Kỳ tôn trọng nền văn hóa cổ truyền của họ...

Đi bách bộ trên con đường ngắn vào nhà trọ, tôi nôn nao ước phải chi có một đồng tộc Chăm bên cạnh ngay lúc đó, để cùng chia sẻ niềm xúc động đang dâng tràn trong người, sau buổi diện kiến có nói lên được từ "Champa" thân thương này…" [1]

Sau đó, Dohamide đã được một vị mạnh thường quân Mỹ giàu có bảo trợ cho về sống ở một nông trại mênh mông bát ngát của tiểu bang Kansas, và cả giúp cho Dohamide được đi thăm các khu dành riêng cho người da đỏ cùng các cơ sở dạy nghề dành cho các sắc dân thiểu số này tại một địa điểm lân cận.

TRỞ VỀ VIỆT NAM

Học xong chương trình Cao học / Master về Chánh trị học tại Đại học Kansas, Hoa Kỳ (1967), Dohamide trở về Việt Nam, trở lại với cuộc đời công chức nhưng công việc lại không liên quan gì tới ngành phát triển sắc tộc mới hình thành.

Sẵn có mối quan hệ chặt chẽ với giới chức Mỹ, lại thông thạo nhiều ngoại ngữ, Dohamide được ông Châu Kim Nhân lúc đó đang là giám đốc Cơ quan Tiếp Vận Trung Ương, mời về hợp tác, sau này với chức vụ Phó Giám đốc. Tại đây, Dohamide đã cùng với các bạn đồng sự vượt qua được mọi nghi kỵ khó khăn, và đã tạo được mối giao hảo tốt đẹp giữa cơ quan Tiếp Vận Trung Ương VNCH và cơ quan Tiếp vận Viện trợ Mỹ USAID / Logistics (U.S. Agency for International Development) thời bấy giờ. [5]

GIAI ĐOẠN SAU 1975

Ngạch Đốc sự Quốc Gia Hành chánh được xem như thuộc thành phần quân cán chính cao cấp của chánh quyền cũ nên sau 1975, Dohamide và cả người em Dorohiêm đều phải đi trình diện tập trung cải tạo. Ban đầu là các trại giam ở miền Nam, sau đó từ trại giam Long Thành, Dohamide bị tống lên một đoàn xe bít bùng chở thẳng ra bến Tân Cảng, đổ xuống hầm con tàu Sông Hương, cùng với mấy ngàn tù nhân khác, trải qua hơn hai ngày đêm trên biển khơi ra tới Cảng Hải Phòng, để rồi từ đây Dohamide lần lượt chuyển qua các trại lao động khổ sai ngoài miền Bắc ngót 10 năm. Dohamide cũng không thể quên được vụ chạy giặc biên giới trong Cuộc Chiến Việt Trung 1979, xuống các tỉnh Trung du. Dù ở trại nào, thì tình cảnh cũng giống như mọi tù nhân khác, với ăn không đủ no đói không đủ chết, rét lạnh do quần áo không đủ mặc, và bệnh tật thì không thuốc men nhưng may mắn là Dohamide và cả người em Dorohiêm, ở tù lâu hơn, vẫn còn sống sót.

Năm 1984, từ trại tù miền Bắc, Dohamide được chuyển về Nam và sau đó được tha về ở tuổi đã ngoài 50, tóc đã nhuốm bạc với sức khỏe suy yếu. Điều mà Dohamide coi như diễm phúc là được thấy lại đầy đủ ba đứa con bên cạnh mẹ chúng, tuy tất cả đều ốm o do thiếu ăn. Vợ anh, một cô giáo Việt dạy sử địa đã phải một mình hy sinh bươn chải nuôi nấng ba con, và trong suốt mười năm tù đày ấy, chị Dohamide Phan Thị Hoàng Hoa chỉ có thể ra Bắc "thăm nuôi" chồng có một lần. Rồi Dohamide chạnh nhớ tới lời khuyên năm xưa của một vài vị bô lão Chăm nhắc nhở anh sự việc vua Pô Rômê ngày xưa đã chết vì cưới vợ Việt. Nhưng nay anh vẫn còn sống, vẫn còn nguyên vẹn một mái ấm gia đình để trở về trong khi một số bạn tù Việt của anh thì có người lại không may mắn vì người bạn đời đã sang ngang.

Vẫn Tình Nghĩa Bách Khoa

Tuy chưa hết thời gian quản chế, Dohamide một hôm đi bộ trên đường Phan Đình Phùng, tìm tới tòa soạn Bách Khoa thăm anh chị Lê Ngộ Châu. Sau ngót 10 năm gặp lại nhau, tay bắt mặt mừng, vẫn vui vẻ như thuở nào. Sau đó vài ngày, Dohamide được anh chị Lê Ngộ

Châu "bồi dưỡng" *(chữ của Việt Cộng từ trong tù cải tạo)* cho một bữa ăn thịt bò nhúng dấm mà Dohamide bảo là vào đúng cơn thèm của một người vừa mới được trở lại với đời thường. Chị Lê Ngộ Châu, vẫn tinh tế như bao giờ, biết rõ Dohamide có đạo Islam không ăn được các món thịt heo.

Dohamide viết: *"Tôi ghi lại đây bữa cơm này không phải chỉ vì cái ngon lâu ngày mới được thưởng thức lại, mà là vì cũng nhân bữa cơm này, tôi được gặp lại học giả khả kính Nguyễn Hiến Lê, người mà tôi đã học hỏi được rất nhiều, trước năm 1975, trên con đường tự học về những gì bản thân ưa thích, trong đó, có việc tìm hiểu về Bangsa Champa cội nguồn.*

Trong buổi gặp này, bác Nguyễn Hiến Lê vẫn nhắc nhở, dù có thế nào, cũng đừng bỏ cuộc, cố gắng với sức mình và cùng khuyên anh chị em trẻ người Chăm quan tâm nghiên cứu thêm về Champa để đóng góp tiếng nói của chính người Chăm trong các vấn đề liên hệ tới cội nguồn cùng nền văn minh Champa." Đây cũng là lần gặp cuối cùng trước khi bác Nguyễn Hiến Lê qua đời ngày 22/12/1984". [1]

Hội Nhập hay Đi Kinh Tế Mới

Ra tù rồi, nhưng vẫn còn bị quản chế. Để khỏi phải đi vùng kinh tế mới, do là một chuyên viên, Dohamide xin vào làm trong Công ty xuất nhập khẩu Cholimex ở quận 5 Sài Gòn. Giám đốc Cholimex là một người gốc Hoa, nguyên là nhà thầu chuyên chở cho Nha Tiếp Vận thời VNCH, đã biết anh Dohamide từ thời ấy. Cũng tại đây, Dohamide gặp lại một số anh em chuyên gia cũ như Trần Bá Tước, Huỳnh Bửu Sơn, Hồ Xích Tú…

Không lâu sau đó, cũng qua giới thiệu của các bạn cũ, Dohamide được mời tham gia sinh hoạt *"Nhóm Thứ Sáu trong tổ tư vấn kinh tế"* của Thủ tướng Võ Văn Kiệt. Dohamide đã góp nhiều công sức để hình thành cơ quan Quản trị Đầu tư IMC / Investment Management Inc. và cùng các bạn đồng sự đã xây dựng được dự án liên doanh Khu chế xuất Tân Thuận. [4]

NHỮNG NĂM Ở HẢI NGOẠI

Chín năm sau khi ra tù, phải đến tháng 3/1993, qua bao nhiêu thủ tục giấy tờ phức tạp, qua chương trình H.O. / Humanitarian Operations, Dohamide cùng gia đình được xuất cảnh sang Mỹ. Nơi đến định cư đầu tiên là thị xã Frankfort thủ phủ của tiểu bang Kentucky, do Dohamide đã được một người Mỹ quen anh trước 1975 bảo trợ, chu đáo lo cho gia đình anh nơi ăn chốn ở buổi ban đầu.

Khi được tin Dohamide tới Mỹ, bà con đồng tộc Chăm từ các địa phương khác rất vui mừng. Dohamide đã được họ tới tấp gọi điện thoại hỏi thăm, có anh em còn mua vé máy bay tạo cơ hội cho Dohamide được đi thăm các tiểu bang có cộng đồng người Chăm sinh sống: từ miền đông Washington DC, New York, tới Chicago sang các tiểu bang miền Tây như Washington qua các thành phố Seattle, Olympia, tới California: Sacramento, San Jose, Santa Ana… Đi đến đâu Dohamide cũng thấy sự hình thành lớn mạnh của những cộng đồng Chăm hải ngoại, có nơi quy tụ được tới hơn 300 gia đình Chăm, sinh hoạt đủ các ngành nghề. Điều đáng nói là các bậc cha mẹ nay đã nhìn xa trông rộng, biết đầu tư vào sự học cho con cái, một số đã tốt nghiệp bậc Đại học, nhưng vẫn cố gắng giữ những tập tục cổ truyền từ bên nhà.

Đám thanh niên Chăm nhiều nhiệt huyết, vừa có cố gắng hội nhập vào dòng chính *mainstream* Hoa Kỳ, vừa có ý thức bảo tồn văn hóa Champa, và họ đã tổ chức được một *"Liên minh người Chăm Tị nạn – Cham Refugee League"*.

Các cộng đồng Chăm hải ngoại cũng đã thiết lập được những giáo đường / masjid riêng trên một số thành phố tại Hoa Kỳ, như: Seattle, Olympia, Sacramento, Pomona, Santa Ana… Nay do có thêm điều kiện tài chánh, nhiều người Chăm tại hải ngoại đã thực hiện được "giấc mơ làm haji", đi hành hương sang tận thánh địa Mecca.

Cuối cùng gia đình Dohamide đã chọn về định cư tại Nam California nắng ấm như vùng đất lành chim đậu. Sau một thời gian ổn định được cuộc sống trên vùng đất mới, bắt đầu từ 2004 Dohamide đã có những chuyến về thăm Việt Nam, như một tiếp tục cuộc hành trình Bangsa Champa, tìm về cội nguồn.

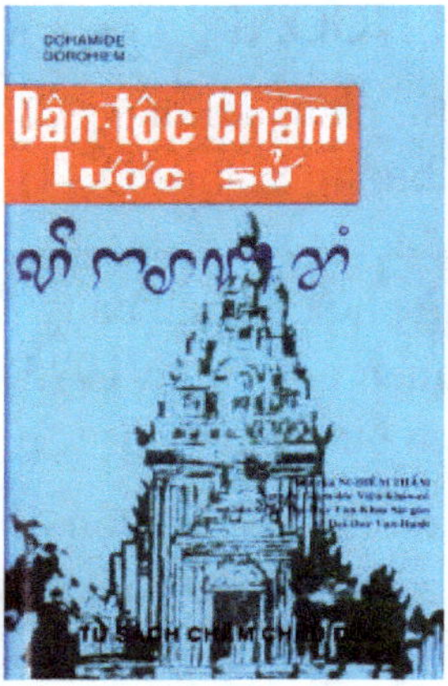

Bìa cuốn sách *Dân tộc Chàm lược sử*, đồng tác giả Dohamide, Dorohiêm, do Hiệp Hội Chàm Hồi Giáo Việt Nam in lần thứ nhất, Sài Gòn 1965; phải, Bìa trước và sau cuốn sách *Dân tộc Chàm lược sử*, do Tủ sách Chăm Châu Đốc tái bản tại Hoa Kỳ 2016. Hình ảnh nơi bìa sau, người đứng là Dohamide Đại biểu Chăm Hồi Giáo Việt Nam đang phát biểu ý kiến tại Hội nghị các nước Hồi giáo Đông Nam Á và Viễn Đông, họp tại Kuala Lumpur, Malaysia tháng 2/1964. *[tư liệu Phạm Lệ Hương]*

CÁC SÁCH XUẤT BẢN

Văn Hóa:

1- Dân tộc Chàm lược sử. Dohamide, Dorohiêm, Hiệp Hội Chăm Hồi Giáo Việt Nam in lần thứ nhất, Sài Gòn 1965. Tủ sách Chàm Châu Đốc tái bản lần 2 tại California, Hoa Kỳ 2016.

2- Bangsa Champa: tìm về một cội nguồn cách xa. Dohamide, Dorohiêm, SEACAEF [Southeast Asian Culture and Education Foundation] & VIET FOUNDATION [Volunteers for the Integration of Ethnic Traditions], California, Hoa Kỳ 2004.

Bangsa Champa là một tác phẩm biên khảo nhưng khác với cuốn Dân tộc Chàm lược sử, các chương viết trong sách có tính cách ghi chép về văn hóa, tìm về cội nguồn và cuộc sống của dân tộc Chăm, đôi khi là các đoạn hồi ký mô tả đời sống của các nhóm người Chăm đang sống rải rác đây đó tại Việt Nam và cả ở hải ngoại.

Bangsa Champa: tìm về một cội nguồn cách xa, đã được tổ chức ra mắt tại hội trường báo Người Việt, trên con đường báo chí Moran, Little Saigon, ngày 8/1/2005 do Bác sĩ Phạm Gia Cổn *thành viên sáng lập Viet Foundation [Volunteers for the Integration of Ethnic Traditions]* điều phối, có thêm phần trình diễn văn nghệ Chăm, do Dorohiêm phụ trách, trên một sân khấu có hình ngọn Tháp Chàm uy nghi cổ kính. Một buổi ra mắt sách rất thành công trong một hội trường có sức chứa 300 người chật hết chỗ.

Buổi ra mắt sách *Bangsa Champa* tại hội trường báo Người Việt; trái, Tác giả Dohamide chào mừng quan khách, phải: Bác sĩ Phạm Gia Cổn, thành viên sáng lập Viet Foundation [Volunteers for the Integration of Ethnic Traditions], người điều phối chương trình ra mắt sách ngày 8/1/2005 tại hội trường nhật báo Người Việt, Little Saigon. *[tư liệu Phạm Gia Cổn]*

Chương trình văn nghệ Chăm do Dorohiêm tổ chức trong buổi ra mắt sách *Bangsa Champa* với các vũ điệu Chàm trước hình một Tháp Chàm cổ kính và uy nghi. *[tư liệu Phạm Gia Cổn]*

Người Chăm Châu Đốc, là một công trình biên khảo thứ ba của Dohamide và Dorohiêm có nội dung đi sâu vào tập tục truyền thống người Chăm Châu Đốc, tác phẩm còn đang dở dang thì Dorohiêm bất ngờ bị đột quỵ mất ngày 5/1/2019; và nay, ngày 8/11/2021, Dohamide

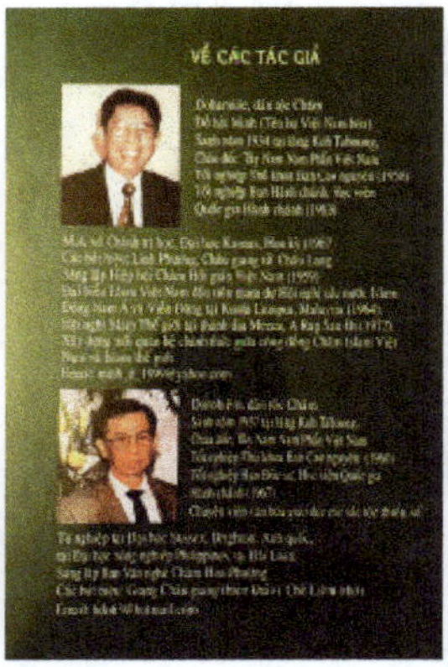

Bìa cuốn sách *Bangsa Champa: tìm về một cội nguồn cách xa*; Dohamide, Dorohiêm là đồng tác giả; do SEACAEF & VIET FOUNDATION, California, Hoa Kỳ xuất bản 2004; cả hai cuốn sách trên vẫn bị cấm xuất bản tại Việt Nam cho tới nay; phải, hai anh em Dorohiêm (mất ngày 3/1/2019), Dohamide (mất ngày 8/11/2021). *[tư liệu Phạm Phú Minh, photo by Ngô Thế Vinh]*

Dohamide đang cắt chiếc bánh *Bangsa Champa* trong một buổi ra mắt sách bỏ túi tại nhà họa sĩ Nguyễn Đình Thuần, Santa Ana 2018; từ trái, Nguyễn Đình Thuần, Dorohiêm, Nguyễn Quốc Thái, Dohamide, Phan Thị Lệ. *[photo by Ngô Thế Vinh]*

cũng đã trở thành *"người trăm năm cũ"*, và tất cả chỉ còn là *những trang bản thảo.*

Ngoài những buổi ra mắt sách chính thức, còn phải kể tới những buổi gặp gỡ *"ra mắt sách bỏ túi"* với các nhóm bạn quý mến anh Dohamide.

Tôn Giáo:

1- *Sự nghiệp Nabi Muhammad* (1994)

2- *Đạo Islam: đức tin và các ứng dụng*. Hammuđah Abđalali, Dohamide Abu Talib. Tủ sách tìm hiểu Islam, California 1995

3- *Xóa tan các ngờ vực về Islam*. Dohamide Abu Talib, The Islamic Society of Indochina, Inc. California, Hoa Kỳ 2013.

DOHAMIDE VÀ INRASARA

Trong cuốn Bangsa Champa, nơi Chương 8, khi giới thiệu chân dung những đứa con ưu tú của Champa, Dohamide đã giới thiệu Phú Trạm, bút hiệu Inrasara đang sống trong nước, như một học giả Chăm đầy triển vọng đang vươn lên.

Hình từ trái, Dorohiêm, Phạm Phú Minh, Dohamide, Hoàng Xuân Trường, Phạm Gia Cổn, Tôn Nữ Thu Nga, Song Thao, Phùng Minh Tiến, Thành Tôn, Nguyễn Mạnh Trinh. Ba người trong hình, Dorohiêm (2019), Dohamide (2021), Nguyễn Mạnh Trinh (2021) nay đã là Người Trăm Năm Cũ. *[hình chụp tại Cafe Factory, Little Saigon 3/2018, tư liệu Phạm Phú Minh]*

Hình bìa cuốn sách *"Xóa tan các ngờ vực về Islam"*, do Dohamide Abu Talib dịch từ bản Anh Ngữ: *"Clear your doubts about Islam"*, Saheeh International, Saudi Arabia; do The Islamic Society of Indochina, Inc. California, Hoa Kỳ xuất bản 2013. *[tư liệu Ngô Thế Vinh]*

Dohamide viết:

"Đặc biệt nhứt và sáng chói nhứt, có thể nói là Inrasara, là một học giả say sưa dấn thân vào sự nghiệp nghiên cứu văn hóa Chăm được thể hiện qua văn học Chăm là công trình nghiên cứu xuất sắc, có giá trị lịch sử, nội dung soi rọi và khai thác một cách có hệ thống kho tàng văn học Champa từ lâu đã được một vài học giả Pháp quan tâm tìm hiểu nhưng chỉ mới tiếp cận được từng mảnh tản mác rời rạc. Công trình nghiên cứu văn học Chăm của Inrasara đã mang đến niềm tự hào chung cho Bangsa Champa.

Độc đáo nhứt là Inrasara đã đơn thân độc mã hình thành và ấn hành tập san chuyên đề xuất bản định kỳ, lấy tên Tagalau. Đóng góp quý báu của Inrasara là đã làm cho tập san Tagalau thành một nơi gặp gỡ của các cây bút người Chăm từ những ngành nghề khác nhau, cùng chung một tâm huyết, thể hiện các suy tư đa dạng và nhận định độc đáo của mình xuất phát từ trong lòng xã hội Chăm.

... Inrasara, nhà thơ đồng thời là học giả trẻ người Chăm mà tiềm năng sáng tạo phong phú và cao sâu đang độ bừng lên trong dòng chánh lưu của xã hội Việt Nam đương thời." [1]

Và đây là những dòng đầy hoài niệm, Phú Trạm Inrasara viết về hai anh em Dohamide, Dorohiêm:

"Vào Đệ Thất trường Pô-Klong, cuốn sách đầu tiên tôi đọc là Dân tộc Chàm lược sử. Không biết từ đâu nó rơi vào tay tôi, để tôi dính luôn vào nó. Ở nhà quê có đâu sách mà đọc, vậy là cứ nhai đi nhai lại đến thuộc lòng. Năm 1992, vào Sài Gòn làm việc, tôi đạp xe qua gặp ngay anh. Lần nữa, trước khi qua Mỹ, anh mời tôi sang nhà. Anh kiệm lời, tôi thì ít nói, thế nên chúng tôi gần như không nói gì nhiều. Chỉ nhớ anh dặn tôi trau giồi sinh ngữ, văn hóa và lịch sử dân tộc, và gửi gắm tâm sự: Cần nhiều tấm lòng và thái độ hơn nữa để giúp hai bộ phận Chăm [Đông và Tây] xích lại gần nhau. Thời gian sau đó chúng tôi thường xuyên trao đổi sách vở, thư từ. Khoảng 2004 anh về Việt Nam ghé nhà tôi tại quận Tư, anh em hàn huyên chuyện tình cảm mà không nói gì khác. Tiếc, tôi đã không có lấy tấm ảnh chung trong khi máy ảnh ở nhà sẵn đó! Đó là lần cuối chúng tôi gặp mặt nhau."[6]

Những đứa con ưu tú của sắc tộc Chăm; trái, Dohamide sinh năm 1934, Dorohiêm sinh năm 1937, cả hai sinh ra và lớn lên ở làng Katambong, Châu Đốc thuộc Đồng Bằng Sông Cửu Long; phải, Phú Trạm sinh năm 1957, (sau hơn một thế hệ, 23 năm), sinh ở tỉnh Ninh Thuận, Trung Phần Việt Nam, bút hiệu Inrasara, được Dohamide nhận định: *"Inrasara là một nhà thơ Chăm nổi tiếng, một học giả dấn thân vào nghiên cứu văn hóa Chăm với các công trình nghiên cứu xuất sắc, có giá trị lịch sử, nội dung soi rọi và khai thác một cách có hệ thống kho tàng văn học Champa, đã là niềm tự hào chung cho Bangsa Champa".* [1]

Với tác phẩm thứ hai "Bangsa Champa, Tìm về một cội nguồn cách xa", Inrasara viết tiếp:

"Tôi muốn mượn lời Henry Miller để nói về công trình này: đây không phải là tác phẩm, đụng đến nó là bạn đụng đến con người. Bangsa Champa nói lên đầy đủ con người Dohamide – Dorohiêm: Đứa con của Đất, yêu tha thiết quê hương, đau đáu nỗi niềm dân tộc, làm tất cả những gì có thể để mang quê hương đến với mỗi đứa con Chăm, và mang Chăm về hội lại một quê chung." [6]

MỘT CHÚT RIÊNG TƯ

Văn kỳ thanh, tôi biết anh Dohamide từ hồi báo Bách Khoa, sau này thân thiết với anh là do có cùng mối quan tâm tới các sắc dân thiểu số: vấn đề người Thượng ở Tây Nguyên, người Chàm Phan Rang Phan Rí ở miền Trung, người Chăm Islam ở Châu Đốc, Tây Ninh và Cambodia. Từ thời làm báo sinh viên Y khoa Tình Thương và sau đó trong thời gian quân ngũ, tôi đã có dịp tìm hiểu thêm và cả tiếp cận với những sắc dân thiểu số.

Dohamide có đọc cuốn *Vòng Đai Xanh*, và sau này là hai cuốn sách Mekong của tôi. Tôi thì đọc các bài viết và hai tác phẩm về văn hóa Chăm của anh. Chính anh Dohamide đã viết một bài tựa có lẽ là hay nhất cho cuốn *Cửu Long Cạn Dòng Biển Đông Dậy Sóng* trong dịp tái bản 2014.

Vào thập niên 1990, anh Dohamide có được đọc bản thảo một bài viết của tôi *"Những Đứa Con của Núi Rừng"*, và sau này khi Vòng Đai Xanh tái bản lần thứ ba (2018), có thêm bài viết này nhưng với các thông tin mới được cập nhật, với nhan đề *"Người Thượng Đôi Bờ"*.

Từ Vòng Đai Xanh 1970
tới Người Thượng Đôi Bờ 2017

Tin VOA, 15/ 03/ 2017. *6 người Thượng ở Tây Nguyên xin tị nạn với lý do bị đàn áp chính trị và tôn giáo vừa bị trả về Việt Nam hôm thứ Ba, sau khi Campuchia bác đơn xin tị nạn của họ. Cambodia Daily cho hay trong 6 người, có một bé gái dưới 10 tuổi. Nhóm người này đã được các giới chức Cao ủy Tị nạn Liên Hiệp Quốc*

(UNHCR) hộ tống qua biên giới để trở về Việt Nam, theo lời ông Sok Sam An, Phó chỉ huy trạm kiểm soát biên giới O'yadaw ở tỉnh Ratanakiri, Campuchia... Trong khi đó, Cambodia Daily dẫn lời người đứng đầu Dịch vụ Tị nạn Jesuit, tổ chức hỗ trợ người Thượng ở Phnom Penh, cho biết hiện vẫn còn 143 người đang chờ quyết định về số phận của họ. Làn sóng người Thượng mới nhất vượt biên sang tỉnh Ratanakiri bắt đầu vào cuối năm 2014. Nhưng làn sóng này đã chậm lại sau khi xảy ra hàng chục vụ trục xuất trở về Việt Nam. Cho tới nay, chỉ có 13 người Thượng được cấp quy chế tị nạn và tới Philippines vào tháng 5, trong khi hàng chục người khác bị trả về Việt Nam. [hết lược dẫn]

NGƯỜI THƯỢNG Ở VIỆT NAM

Người Thượng là tên gọi chung cho khoảng 29 sắc dân bộ lạc sinh sống trên vùng Cao nguyên Trung phần Việt Nam, nói nhiều thứ ngôn ngữ, mặc nhiều thứ y phục, chủ yếu sống bằng du canh và săn bắn. Họ quen sống trên những ngôi nhà sàn, nuôi thêm các loại gia súc: trâu bò heo gà. Ngày nay tại một số ít buôn bản, người Thượng vẫn còn giữ được những nghi thức sinh hoạt bộ lạc cổ truyền, rất hấp dẫn và thu hút du khách.

Trước các cuộc chiến tranh, có thể nói người Thượng có một cuộc sống xa xôi cách biệt hẳn với người Kinh ở đồng bằng. Nhưng cuộc sống thanh bình ấy hầu như đã bị kết thúc kể từ Thế Chiến Thứ Hai.

Với cuộc chiến tranh Việt Pháp chín năm, lần đầu tiên người Thượng đã phải thật sự va chạm với thế giới bên ngoài. Cuộc chiến ấy kết thúc với sự thất trận của người Pháp. Hiệp định Genève chia đôi Việt Nam và chánh quyền miền Nam được giao cho quyền kiểm soát cả một vùng Cao nguyên Trung phần rộng lớn với khoảng 1,5 triệu người Thượng thuộc nhiều bộ lạc khác nhau sống rải rác trong các vùng rừng núi phía đông dãy Trường Sơn. Ý thức được tầm quan trọng chiến lược của vùng địa bàn Cao nguyên, ngay từ những tháng đầu tiên, chánh phủ Sài Gòn đã tung ra hàng loạt các nỗ lực đồng hóa người Thượng vào đời sống xã hội người Việt mà không kể gì tới những sắc thái văn hóa đặc thù của riêng họ. Quy chế Hoàng Triều

Cương Thổ riêng biệt dành cho người Thượng có từ thời vua Bảo Đại, đã bị ông Diệm hủy bỏ (từ tháng 3/1955). Có nghĩa là không còn chính sách đãi ngộ và tôn trọng quyền lợi đặc biệt của những người thiểu số. Với chính sách Dinh điền, hàng chục ngàn người dân công giáo di cư từ miền Bắc đã được đưa lên Cao nguyên định cư, xâm phạm cả những vùng đất đai màu mỡ đã từng là sở hữu của người Thượng qua nhiều thế hệ. Cộng thêm với vô số những lỗi lầm khác của chánh quyền thời bấy giờ, như ra lệnh đóng các tòa án phong tục Thượng, ngăn cấm các thổ ngữ và hạn chế số người Thượng có khả năng và có học tham gia vào các cơ cấu hành chánh. Thái độ bất mãn và không hợp tác của người Thượng và cả chống đối nữa là điều rất dễ hiểu.

Vào đầu thập niên 1960, cùng với sự tham dự trực tiếp của người Mỹ vào cuộc Chiến Tranh Việt Nam – tình cảnh của người Thượng hầu như đã hoàn toàn đổi khác. Người Thượng đã tiếp đón người Mỹ bằng vòng tay rộng mở, với những ràng buộc gắn bó nảy nở từ cả hai phía. Các cố vấn Mỹ cần người Thượng giúp đỡ họ thu thập các tin tức tình báo về sự xâm nhập và di chuyển của quân đội cộng sản. Trong khi đó người Thượng lại tin tưởng rằng, những người bạn Mỹ có thể bảo vệ họ chống lại sự đe dọa từ cả hai phía người Việt, [dù là cộng sản hay không], hơn thế nữa cả bảo đảm nền tự trị của họ một mai khi cuộc chiến tranh chấm dứt.

Và trong suốt cuộc Chiến Tranh Việt Nam, người Thượng luôn luôn là nạn nhân kẹt giữa các thế lực tranh chấp. Khoảng năm 1972, giới quân sự Mỹ ước lượng rằng đã có khoảng 200 ngàn người Thượng bị chết trong các cuộc giao tranh, với khoảng 80 phần trăm buôn ấp có tự lâu đời hoàn toàn bị phá hủy và những bản đồ sắc tộc đã chẳng còn mang một ý nghĩa nào.

Đến năm 1975, bối cảnh chánh trị và quân sự Việt Nam càng ngày càng suy thoái. Sau biến cố mất Ban Mê Thuột, bằng một quyết định sai lầm có tính cách chiến lược của ông Thiệu khi bỏ Cao nguyên, với hậu quả là một cuộc di tản đẫm máu, kéo theo sự tan rã hoàn toàn của chánh quyền Sài Gòn.

Dưới chế độ cộng sản mới, hàng ngàn người Thượng do bị nghi ngờ đã sát cánh chiến đấu với người Mỹ, bị hành hạ tù đày trong các trại cải tạo, một số lãnh tụ Thượng bị hành quyết và những người dân Thượng sống trong các buôn bản cũng bị kiểm soát rất chặt chẽ khiến cuộc sống của họ ngày càng khốn khổ và trở nên bi đát hơn.

Một số người Thượng khác đã chọn cầm vũ khí, tìm tự do trong rừng sâu, chống lại chế độ mới. Nhưng họ đã bị tổn thất nặng nề do nhà nước Hà Nội có hỏa lực nhiều lần mạnh hơn. Nhóm người Thượng này đã phải chạy sang Lào rồi Cam Bốt, cuối cùng cho dù kiệt sức, họ cũng thoát được sang Thái Lan. Qua bao nhiêu vận động và thủ tục, lần đầu tiên có một nhóm đông đảo 213 người Thượng được vào Mỹ và cuối cùng đi định cư ở tiểu bang North Carolina, nơi có những người bạn cựu chiến binh Mũ Xanh Mỹ chờ đón và giúp đỡ họ.

Vẫn tại Việt Nam, với không ngừng các đợt di dân lên Cao nguyên, cho tới năm 2000, dân số trên các tỉnh Tây nguyên đã tăng vọt lên tới con số 4 triệu, mà đa số lại là người Kinh đến từ đồng bằng. Chỉ còn khoảng 1 triệu người Thượng với ngót 30 sắc tộc bao gồm 6 bộ lạc lớn chính như: Jarai (320 ngàn), Rhadé (258 ngàn), Bahnar (181 ngàn), Koho (122 ngàn), Mnong (89 ngàn) và Stieng (66 ngàn). Và người Thượng nay trở thành thiểu số trên chính vùng đất đai vốn là quê hương của họ.

Với áp lực di dân khổng lồ và ồ ạt của người Kinh [do chính sách của Nhà nước cộng sản hoặc từ các cuộc di dân tự phát], người Thượng hầu như không còn có được một khoảng không gian sinh tồn, họ không có cách nào duy trì được nếp sinh hoạt du canh truyền thống vì họ đã hoàn toàn bị tước đoạt quyền kiểm soát đất đai trước đây là của họ. Họ phải chấp nhận sinh sống trên từng mảnh vườn nhỏ, làm thuê trên những vùng trồng trà hay cà phê của người Kinh; họ cảm thấy bị kỳ thị và bị bóc lột ngay trên vùng đất đai vốn là của tổ tiên họ.

Tôn giáo nguyên thủy của người Thượng là đa thần và thờ cúng những vật linh, với nhiều nghi thức thường thấy như cảnh giết trâu hay súc vật khác trong các buổi tế lễ. Nếp sinh hoạt ấy vẫn còn được duy trì nơi một số ít buôn bản Thượng ở Việt Nam.

Nhưng cũng do có các đoàn truyền giáo Tây phương [Pháp và Mỹ] hoạt động rất mạnh trên Cao nguyên từ những thập niên 1930, càng ngày càng có đông số người Thượng theo đạo Tin lành, một số khác ít hơn theo đạo Thiên Chúa [có khoảng 150 ngàn theo đạo Thiên Chúa].

Trong số một triệu người Thượng ở Cao nguyên hiện nay, ước định có khoảng hơn 300 ngàn người theo đạo Tin lành -- hay còn được gọi là Tin Lanh Dega*. Từ thập niên 1990, theo nhận định của Human Rights Watch, Tin Lanh Dega trở nên càng ngày càng hấp dẫn đối với người Thượng không phải chỉ có thuần đức tin tôn giáo mà nó còn được kết hợp với khát vọng độc lập và niềm kiêu hãnh về văn hóa. Đó như một kết hợp chánh trị và tôn giáo khá tinh vi. Trong những buổi lễ rao giảng đạo cùng một lúc cầu nguyện cho một quê hương độc lập không phải là hiếm có.

[* Dega có nguồn gốc từ tiếng Rhadé: Anak Ede Gar có nghĩa là Những Đứa Con của Núi Rừng – một từ ngữ đã được người Thượng chính-trị-hóa / politicized để chỉ chung cho các nhóm sắc dân thiểu số sống trên Cao nguyên. Nhiều người Thượng không muốn dùng từ Montagnard vì cho đó là sản phẩm của thời thực dân Pháp. Giới quân sự Mỹ trên Cao nguyên trong thời Chiến Tranh Việt Nam gọi họ là Yard, được người Thượng chấp nhận dễ dàng hơn nhưng đó cũng chỉ là một từ rút ngắn từ chữ Montagnard].

NGƯỜI THƯỢNG Ở MỸ

Vào thời điểm 1975, hầu như không có người Thượng nào có cơ hội di tản khỏi Việt Nam cho dù trước đó họ đã cộng tác rất chặt chẽ với người lính Mũ Xanh Mỹ trong suốt cuộc Chiến Tranh Việt Nam.

Trước 1986, chỉ có khoảng không quá 30 người Thượng sống rải rác trên đất nước Mỹ. Tới khoảng năm 1987, mới có một đợt những người Thượng tị nạn đầu tiên từ Thái Lan tới Mỹ. Họ khoảng 200 người đa số là đàn ông, được đưa tới định cư tại tiểu bang North Carolina.

Vào tháng 12/1992, thêm một nhóm khoảng 402 người Thượng từ Tây nguyên vượt biên sang các tỉnh Mondulkiri và Ratanakiri bên Cam Bốt. Giữa hai lựa chọn phải trở về Việt Nam hay được phỏng vấn cho đi định cư tại Mỹ, đa số đã chọn giải pháp thứ hai: họ gồm 269 đàn ông, 24 phụ nữ và 80 trẻ em.

Cho tới năm 2000, con số người Thượng ở Mỹ tiếp tục gia tăng. Họ bao gồm từng nhóm nhỏ người Thượng vào Mỹ, hoặc với tính cách tị nạn sau khi được ra khỏi các trại cải tạo của nhà cầm quyền cộng sản Việt Nam, hoặc được đi theo các diện đoàn tụ ODP [Orderly Departure Program], hoặc theo diện con lai [thường cha là lính Mỹ, mẹ là những người đàn bà Thượng bị bỏ rơi lại từ cuộc Chiến Tranh Việt Nam trước đây], hầu hết cũng đều được đưa tới định cư tại North Carolina.

Theo thống kê dân số năm 2000, riêng tại tiểu bang North Carolina đã có khoảng hơn 3000 người Thượng, nơi định cư đông nhất của người Thượng bao gồm khoảng 2000 người ở Greensboro, 700 ở vùng Charlotte, 400 ở Raleigh.

Vào tháng 2/2001, tại Việt Nam lại xảy ra biến cố gây nhiều tiếng vang trong giới truyền thông quốc tế và cả tạo phản ứng từ các tổ chức bảo vệ nhân quyền: nhiều ngàn người Thượng đã đồng loạt biểu tình trên các tỉnh Cao nguyên đòi độc lập, đòi lại đất đai của tổ tiên và đòi quyền tự do tôn giáo. Và cũng là điều khiến mọi người khá ngạc nhiên là các phương tiện *high-tech* đã được người Thượng bên trong cũng như bên ngoài vận dụng rất hữu hiệu trong cuộc tranh đấu của họ, như

Nhóm người Thượng vượt biên bằng đường bộ từ Việt Nam sang tỉnh Ratanakiri, Cam Bốt 22/07/2004 *[nguồn: Reuters]*

14 em học sinh Thượng trên đất Mỹ, tại trường học Brookstones, vùng Westerly Hills, Charlotte, North Carolina *[nguồn: http://brookstoneschools.blogspot.com16.09.2014]*

liên lạc điều hợp bằng cellular phone, email và thông tin nhanh chóng qua các mạng lưới Internet. Nhà nước cộng sản Việt Nam đã thẳng tay trấn áp mạnh mẽ khiến ngót một ngàn người Thượng phải chạy sang Cam Bốt. Một số đã bị quân đội cộng sản Việt Nam truy lùng và cưỡng bách trở lại Việt Nam. Phủ Cao Ủy Tị nạn Liên Hiệp quốc [UNHCR] đã phải can thiệp, và đa số đã bày tỏ nguyện vọng không muốn trở lại Việt Nam. Cuối cùng vào năm 2002, thêm số 900 người Thượng nữa được nhận vào Mỹ và cũng được tới định cư tại North Carolina. Tưởng cũng nên nhắc lại ở đây về một tình cảm chia sẻ ấm áp của cộng đồng người Việt sống tại Nam California đối với đợt những người Thượng mới tới này bằng buổi đón tiếp họ ở phi trường và một số hiện kim tượng trưng đã được quyên góp.

Những người Thượng tới Mỹ sớm trước hoặc sau, tất cả đều có mẫu số chung là những khó khăn của bước đầu hội nhập với một môi trường và cảnh vực hoàn toàn xa lạ với họ. Cho dù từ những bộ lạc sắc tộc khác nhau nhưng họ đều xuất thân từ vùng rừng núi Cao nguyên Trung phần Việt Nam. Ngôn ngữ của các nhóm sắc tộc Thượng này có gốc gác từ hai nhóm Mon-Khmer và Malayo-Polynesian. Đông nhất là người sắc tộc Rhadé.

Tưởng cần nên nhấn mạnh ở đây là những người Thượng Tây nguyên có nguồn gốc chủng tộc khác hẳn và không có liên hệ gì với người Hmong ở Lào sống phía tây dãy Trường Sơn và các sắc tộc thiểu số khác trên vùng thượng du miền Bắc Việt Nam.

Với những người Thượng đã vào Mỹ, đa số theo đạo Tin lành, một số khác khoảng một ngàn người theo đạo Thiên Chúa. Các nhà thờ và trường đạo dần dà trở thành định chế sinh hoạt xã hội của người Thượng sinh sống ở Mỹ.

Cũng như với những người Chăm [sống ở Việt Nam hay bên Cam Bốt] khi chọn theo đạo Hồi, cho dù đó không phải là đạo gốc của họ, người Thượng khi chọn theo đạo Tin lành, đối với họ có ý nghĩa như tìm tới một sự cứu rỗi, xác định và tìm lại một thứ căn cước chủng tộc đang bị tiêu vong và giúp họ sống còn với đầy đủ nhân phẩm và cả bảo tồn văn hóa.

Đời sống gia đình và xã hội của người Thượng khi còn ở Việt Nam, giữ nét mẫu hệ, con cái mang họ mẹ. Người đàn bà đóng vai chủ động và quán xuyến mọi chuyện trong gia đình và thường chọn chồng trong cùng một sắc tộc với mình.

Nhưng với những người Thượng di cư vào Mỹ thì nếp sống ấy đã thật sự phải thay đổi: dù là đàn ông hay đàn bà thì cũng phải cùng nhau chia sẻ công việc trong gia đình và ngoài xã hội, và đã có những cuộc hôn nhân giữa các sắc tộc khác nhau, bắt nguồn từ một nét rất đặc thù của cộng đồng người Thượng trên đất Mỹ, đó là tình trạng *"trai thừa gái thiếu"*, nên đã có nhiều cuộc hôn nhân giữa người đàn ông Thượng với các phụ nữ thuộc ngoài chủng tộc như với người Lào, Cam Bốt, Việt Nam và ngay cả với người Mỹ.

Với thế hệ thứ nhất người Thượng tới Mỹ thường gặp rất nhiều khó khăn trong vấn đề hội nhập, do trình độ hiểu biết rất hạn chế lại thêm sự khác biệt quá lớn về phong tục và văn hóa nên đã có những va chạm với cộng đồng địa phương là điều không thể tránh, ví dụ như những vi phạm thường xuyên luật lệ ở Mỹ như say rượu lái xe, chạy xe không có bảo hiểm, các sinh hoạt nhà cửa vệ sinh thiếu tiêu chuẩn như cảnh phơi thịt cá khô trước nhà, đem bày hết đồ đạc cả ra ngoài sân…

Họ phải chấp nhận làm những công việc tay chân nặng nhọc trong các hãng xưởng, cả vợ và chồng đều phải đi làm, có người phải làm hai *jobs* với đồng lương tối thiểu để trả tiền nhà và nuôi đám con cái ăn học.

Với những người Thượng trẻ thuộc thế thệ thứ hai, họ có khả năng thích nghi mau chóng với nếp sống Mỹ quốc, từ trang phục cho tới cách ăn uống *fast food*, nói thông thạo tiếng Anh và được tới trường đi học.

Nếu lớp người trẻ này được hướng dẫn và không bị lạc lối, số có học sẽ có khả năng trở thành tầng lớp lãnh đạo Cộng Đồng Người Thượng Đôi Bờ trên đất Mỹ và trên đất Việt trong tương lai.

NGÔ THẾ VINH
California, 12/2003 cập nhật 03/2017

Đọc xong Vòng Đai Xanh và bản thảo bài viết *"những đứa con của rừng núi"*, anh Dohamide viết thư cho tôi:

Hình trái, *Vòng Đai Xanh*, Nxb Thái Độ xuất bản lần đầu tiên tại Sài Gòn 1970, phải, *Vòng Đai Xanh - The Green Belt* Bilingual Edition Việt Ecology Press xuất bản 2020 tại Hoa Kỳ với bài viết "Những đứa con của rừng núi" hay "Người Thượng đôi bờ".

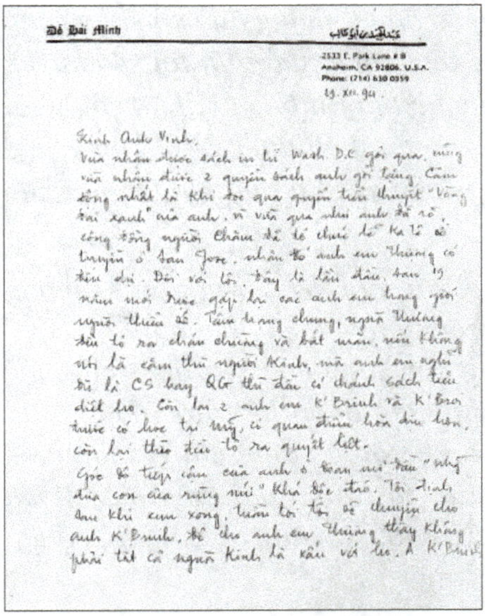
Đỗ Hải Minh
2533 E. Park Lane # B
Anaheim, CA 92806, U.S.A.
Phone: (714) 630 0359
29. XII. 94.

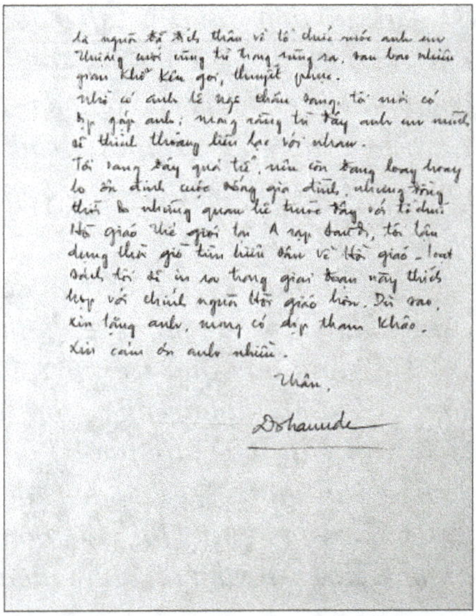
Dohamide

Thư anh Dohamide Đỗ Hải Minh gửi Ngô Thế Vinh, viết ngày 29.12.1994.
[tư liệu Ngô Thế Vinh]

Đỗ Hải Minh
2533 E. Park Lane # B
Anaheim, CA 92806, U.S.A
29 – XII – 1994

Kính Anh Vinh,

Vừa nhận được sách in từ Washington D.C. gởi qua, cũng vừa nhận được 2 cuốn sách anh gửi tặng. Cảm động nhất là khi đọc qua quyển tiểu thuyết "Vòng Đai Xanh" của anh, vì vừa qua như anh đã rõ, cộng đồng người Chăm đã tổ chức lễ Katê cổ truyền ở San Jose, nhân đó anh em Thượng có đến dự. Đối với tôi, đây là lần đầu, sau 19 năm mới được gặp lại các anh em trong giới người thiểu số. Tâm trạng chung, người Thượng đều tỏ ra chán chường và bất mãn, nếu không nói là căm thù người Kinh, mà anh em nghĩ dù là Cộng Sản hay Quốc Gia thì đều có chánh sách tiêu diệt họ. Còn lại hai anh em K'Brink và K'Broi trước có học tại Mỹ, có quan điểm hòa dịu hơn, còn lại thì đều tỏ ra quyết liệt.

Góc độ tiếp cận của anh ở đoạn mở đầu "những đứa con của rừng núi" khá độc đáo. Tôi định sau khi xem xong, tuần tới tôi sẽ chuyển cho anh K'Brink, để cho anh em Thượng thấy không phải tất cả người Kinh là xấu với họ. Anh K'Brink là người đích thân về tổ chức rước anh em Thượng cuối cùng từ trong rừng ra, sau bao nhiêu gian khổ kêu gọi, thuyết phục.

Nhờ có anh Lê Ngộ Châu sang, tôi mới có dịp gặp anh; mong rằng từ đây anh em mình sẽ thỉnh thoảng liên lạc với nhau.

Tôi sang đây quá trễ, nên đang còn loay hoay lo ổn định cuộc sống gia đình, nhưng đồng thời do những quan hệ trước đây với tổ chức Hồi giáo Thế giới tại Ả Rập Saudi, tôi tận dụng thì giờ tìm hiểu sâu về Hồi giáo – loạt sách tôi sẽ in ra trong giai đoạn này thích hợp với chính người Hồi giáo hơn. Dù sao, xin tặng anh, mong có dịp tham khảo. Xin cám ơn anh nhiều.

Thân,
Dohamide

Hội nghị về Champa 2017 tại San Jose, California, để tưởng nhớ 185 năm Vương Quốc Champa bị xóa tên.

NHỮNG CỘI NGUỒN BẤT AN

Dohamide với suốt một cuộc đời đau đáu đi tìm về cội nguồn, chỉ mong sao phục hồi được nền văn hóa Champa như một căn cước của dân tộc Chăm nhưng rồi cuối đời Dohamide cũng phải đứng trước những *"Cộng đồng Chăm Đôi bờ"*.

Ý thức về nhu cầu hòa nhập vào xã hội Việt Nam, Dohamide có cách nhìn ôn hòa, rộng mở và tin tưởng vào con đường văn hóa. Anh ao ước hai tập sách Dân tộc Chàm Lược sử cũng như tập Bangsa Champa được phổ biến rộng rãi trong các thế hệ thanh niên Chăm không chỉ ở hải ngoại mà cả ở trong nước, *để họ không bị lôi cuốn vào phong trào "hận thù mất nước"*, đang được nhóm đồng tộc Chăm cực đoan Champaka khích động theo chủ thuyết *"dân tộc bản địa"* – như một khuynh hướng phục quốc và ly khai, với những vận động quốc tế, họ kéo nhau đi trình diễn cả ở diễn đàn Liên Hiệp Quốc ở Genève.

Po Dharma (1945-2019) nguyên chiến sĩ FULRO, du học Pháp 1972, tốt nghiệp tiến sĩ Đại học Sorbonne về Lịch sử và Văn Bản Học 1986, là thành viên khoa học Trường Viễn Đông Pháp (École française d'Extrême-Orient), Po Dharma là bộ óc trí tuệ của tổ chức IOC – Champa, nêu chủ thuyết "dân tộc bản địa" và đòi quyền tự trị cho sắc tộc Chăm.

Họ phủ nhận hướng đi theo con đường hòa bình của Dohamide, và cho rằng Dohamide đã thỏa hiệp nếu không muốn nói là đầu hàng. Điều ấy khiến Dohamide vô cùng nặng lòng vào những năm cuối đời.

Người viết vẫn có những trao đổi với anh Dohamide và cả hai cùng nhau đồng ý rằng: chừng nào Việt Nam chưa là một đất nước dân chủ, chưa có một chính sách đối xử hợp lý, công bằng và nhân đạo với các sắc dân thiểu số, thì mọi cội nguồn bất an – roots of unrest, vẫn còn đó. Sự ổn định bằng trấn áp như hiện nay không phải là giải pháp dứt khoát và lâu dài cho một quốc gia phát triển trong bối cảnh toàn cầu theo một chiều hướng bền vững.

SALAMAT: LỜI CHÚC ĐẦU NĂM

Dohamide là một khuôn mặt đa diện và cả rất bí ẩn, anh hoạt động không mỏi mệt trong rất nhiều lãnh vực từ tuổi thanh xuân cho tới những năm cuối đời: từ trong bộ máy chính quyền VNCH, với người Mỹ qua USAID, CORP, Air America, với nhà nước Cộng Sản sau 1975, với tư cách là thành viên Nhóm Nghiên Cứu Thứ Sáu, cùng những liên hệ với thế giới Hồi giáo nhưng đi xa hơn cả vấn đề tôn giáo.

Với người viết, trong sự tin cậy, Dohamide đã cởi mở với mọi điều, kể cả những điều mà anh gọi là tế nhị và rất nhạy cảm. Bài viết này chỉ với trọng tâm là một Chân Dung Văn Hóa của Dohamide; riêng với những phần khác vẫn trong một vùng xám, người viết xem như *"ngoài phần ghi chép – off records"* để được Anh giữ và mang đi, chôn sâu dưới mảnh đất không phải là ngôi làng Koh Ta-boong, ở Đồng Bằng Sông Cửu Long nơi anh đã được sinh ra và lớn lên – mà là trên lục địa Mỹ châu, nơi Anh chọn để thực sự được an nghỉ.

Một cái Tết cuối cùng trước đại dịch Covid-19, tới với anh Dohamide; sau lần mổ óc ở UCLA, anh Dohamide vẫn rất minh mẫn nhưng hoàn toàn mất thính giác, và cuộc nói chuyện trao đổi phải qua "bút đàm". *[photo by Phan Nhật Nam]*

Một năm cũ 2021 lại sắp qua đi, gửi tới anh Dohamide, anh Dorohiêm bài viết này với tấm lòng tưởng nhớ, vẫn như thông lệ hàng năm khi tới thăm anh, không quên gửi tới anh câu chúc Tết tiếng Chăm:

Salamat Thun BaHâu
Chúc mừng Năm Mới

Từ Cồn Tơ Lụa 2000
tới Little Saigon 2021

Tham Khảo:

1/ Dohamide, Dorohiêm. *Dân tộc Chàm Lược sử.* Saigon 1965. Bangsa Champa, SEACAEF & VIET Foundation 2004

2/ Dohamide (Đỗ Hải Minh): *Điểm Sách Rie Nakamura 2020 Về Dân Tộc Chăm* https://www.diendantheky.net/2020/09/dohamide-o-hai-minh-iem-sach-rie.html

3/ Dohamide. *Vĩnh biệt Em Dorohiêm* http://thatsonchaudoc.com/banviet2/Dohamide_DoHaiMinh/GopNhat/BK_VinhBietEmDorohiem.htm

4/ *Về hai người bạn Chàm của tôi*. Lê Văn Cẩn – ĐS 10 QGHC. 8.1.2019 http://thatsonchaudoc.com/banviet2/TruyenSuuTam/BK_VeHaiNguoiBanChamCuaToi.htm

5/ *Vài Hàng Luyến Tiếc Bạn Đồng Môn Mới Ra Đi.* Trần Ngọc Tôn http://thatsonchaudoc.com/banviet2/TruyenSuuTam/BK_TranNgocTonLuyenTiecDoHaiMinh.htm

6/ *Urang Cham*. Dohamide và Dorohiêm. Inrasara http://inrasara.com/2021/11/10/urang-cham-dohamide-va-dorohiem

LÊ NGỌC HUỆ VÀ MAI CHỬNG VỚI QUẦN THỂ TƯỢNG MƯỜI LĂM SỰ MẦU NHIỆM MÂN CÔI NHÀ THỜ ĐỨC MẸ LA VANG

Linh Đài với Ba Cây Đa cao 20 mét tượng trưng cho Ba Ngôi được dựng nơi Đức Mẹ đã hiện ra, với tượng Đức Mẹ bồng Chúa Hài Đồng.

Có người cho rằng đây là tác phẩm của Kiến trúc sư Ngô Viết Thụ nhưng chi tiết khắc trên đá nơi sau chân tượng gốc ghi là của Điêu khắc gia Nguyễn Văn Thế, ông cũng là tác giả công trình tượng đài Hai Bà Trưng Công Viên Mê Linh Sài Gòn, đã bị phá sập sau biến cố 1963.[5]

*

PHAN NHẬT NAM VỀ LA VANG VỚI NGÔ THẾ VINH

Con Đường Buồn Tênh / Street Without Joy, Dọc đường số 1, Đại Lộ Kinh Hoàng, Con Sông Bến Hải, Cây Cầu Hiền Lương, ngược về quá khứ, qua hai cuộc chiến tranh Việt Pháp, Quốc Cộng Nam Bắc, ngược dòng thời gian xuyên suốt con đường lịch sử đầy xác chết, đẫm máu và nước mắt, bằng cách này hay cách khác, thế hệ tuổi trẻ chúng tôi trong *chiến tranh hay hòa bình* cũng đã hơn một lần đi qua và chẳng thể nào quên.

Và trong chuyến đi này, Phan Nhật Nam cũng đã đến La Vang với tôi qua một hồi cảnh / *flashback* với hồi chuông báo tử hay sám hối / *For Whom The Bell Tolls*, với lời ai điếu hay cả lời nguyền… Những hồi chuông từ nơi tháp cổ mang đầy thương tích ấy vẫn như còn ngân và vang xa, vươn xa tới 9 cây số của *Đại Lộ Kinh Hoàng* để xoa dịu vỗ về và là nguồn an ủi cho linh hồn của vô số những người dân lành đã chết oan khiên trong Mùa Hè Đỏ Lửa 1972…

Ngày đầu tháng 7, 1972… Anh đang ở trên Quốc lộ 1 cây số 9 từ Quảng Trị kế đến, vùng thôn Mai Đẳng, xã Giáp Hậu, quận Hải Lăng cảnh tượng trước mặt, chỉ có thể im lặng, chỉ có thể nghiến răng, bặm môi, dù răng vỡ, môi chảy máu tươi, mắt mờ nhạt. Không biết gì khi thân thể đang sụp xuống, co quắp, luống cuống với cảnh tượng tàn khốc trước mặt. Trời ơi! Hình như có tiếng kêu mơ hồ dội ngược trong ngực, sâu trong cổ họng, nơi óc não, hay chỉ là ảo giác khi mất hết khả năng kiểm soát. Anh không là người đang sống, vì sống là sống cùng với người sống, chia sẻ vui buồn, đau đớn lo âu với người sống. Nhưng bây giờ chung quanh, trước mặt chỉ còn một cảnh tượng, một vũng lầy – Chết. Chỉ Sự chết bao trùm vây chặt, che kín, chụp xuống…

Sự Chết trên 9 cây số đường này là 9 cây số trời chết, đất chết, chết trên mỗi hạt cát, chết trên đầu ngọn lá, chết vương vãi từng mảnh thịt, chết từng cụm xương sống, khúc xương sườn, chết lăn lóc đầu lâu, chết rã rời từng bàn tay cong cong đen đúa…

Làm được gì bây giờ? Tại 9 cây số đường chết của Quảng Trị ở Việt Nam không thể dùng danh từ "xác chết" nữa, vì nơi đây chết tan nát, chết tung tóe, chết vỡ bùng… Chết quá cái chết. Không còn được là "người chết" trên đoạn đường kinh khiếp của một chốn quê hương: Quảng Trị.

Đến La Vang thượng, anh xuống xe đi bộ vào La Vang Chính Tòa, nơi đơn vị bạn, Tiểu Đoàn 11 Dù đang chiếm giữ. Hai cây số đường đất giữa ruộng lúa xanh cỏ, anh đi như người sống sót độc nhất sau trận bão lửa đã đốt cháy hết loài người. Đường vắng, trời ủ dông, đất dưới chân mềm mềm theo mỗi bước đi, gió mát và không khí thênh thang. Ngồi xuống vệ đường bỏ tay xuống ao nước kỳ cọ từng ngón một – Anh muốn tẩy một phần sự chết bao quanh?

Đi vòng vòng ở sân Tiểu Vương Cung Thánh Đường, nhìn dãy tượng Thiên Thần gãy đổ, tượng Đức Mẹ lỗ chỗ mảnh đạn, hàng dương liễu cháy xám… Bây giờ sau khi qua 9 cây số chết, lòng cứng, não trơ, anh đi xiêu vẹo ngả nghiêng trong bóng nắng và gió nồng ẩm… Bước qua gạch ngói của căn nhà đổ nát, anh đến gác chuông kéo sợi dây… Hai quả chuông quá nặng, phải kéo bằng hai tay… Kính… coong… Tiếng chuông âm u vang động… Vang vào trong núi không nhỉ? Nơi đây là bình nguyên trùng điệp và Trường Sơn bao vây nơi xa… Vắng vẻ quá! Anh nói thật lớn cho chính mình nghe. Chẳng biết nên làm gì? Giựt dây chuông thêm một lần nữa… Kính…coong...coong... vang... La... Vang… Phan Nhật Nam [Tháng 7/1972 - 1/2019] [2]

ĐẾN VỚI NHÀ THỜ ĐỨC MẸ LA VANG

Từ Huế ra đến Quảng Trị mấy ngày đầu năm 2019 là những ngày ủ dột mưa. Sau bài viết: *Đi tìm bức tượng Mẹ và Con, tác phẩm bị lãng quên của Mai Chửng ở Hải ngoại. VOA 07.06.2018,* tôi có ước muốn trở lại thăm Nhà thờ Đức Mẹ La Vang Quận Hải Lăng Quảng Trị, nơi đã từng có một quần thể tượng nghệ thuật tôn giáo của Giáo

Hình trái, Tượng Chúa Giêsu vác Thánh Giá, một trong quần thể tượng 15 Sự Mầu Nhiệm Mân Côi của Lê Ngọc Huệ và môn sinh Mai Chửng, bị bom đạn phá sập trong Mùa Hè Đỏ Lửa 1972; phải: TT Nguyễn Văn Thiệu đang quỳ gối cầu nguyện trong Nhà thờ La Vang đổ nát 20.09.1972 sau khi quân lực VNCH tái chiếm Cổ Thành Quảng Trị. *[nguồn: tư liệu LM Nguyên Thanh]*

sư điêu khắc Lê Ngọc Huệ cùng đám môn sinh trong đó có Mai Chửng, Lê Tài Điển, Trần Văn Danh, với chủ đề *Mười Lăm Sự Mầu Nhiệm Mân Côi*.[3]

Đây là một công trình tập thể của nhóm thầy trò trường Cao Đẳng Mỹ Thuật Huế, do Giáo sư Lê Ngọc Huệ lúc đó còn rất trẻ mới 25 tuổi (sinh năm 1936), tốt nghiệp điêu khắc từ trường Mỹ thuật Montpellier (Pháp) mới từ Paris về. Ông cùng với mấy sinh viên khoa điêu khắc tuy ít nhưng tài ba và sau này họ trở thành những tên tuổi như Mai Chửng, Lê Tài Điển, Trần Văn Danh… Thầy trò cùng chung sức thực hiện trong khoảng thời gian hơn hai năm từ 1961 tới 1963 thì gần như hoàn tất.

Theo họa sĩ Lê Tài Điển, hiện ở Pháp, là một thành viên duy nhất trong nhóm môn sinh của GS Lê Ngọc Huệ mà tôi còn liên lạc được qua eMail [ngày 17.01.2019] cho biết: *"Giáo sư Bernard Huệ có giòng máu Pháp Việt, quê ở miền Tây, có một lần ông vắng mặt nhà trường, sau đó ông cho biết có về Hậu Giang để thăm mẹ. La Vang là công trình lớn lao với 12 điêu khắc các thánh... không hoàn thành do biến động... dở dang! Riêng tôi có phụ trách một dự án "non bộ" hiện giữa 12 tượng đài."* (ghi chú của người viết: 15 chứ không phải 12 tượng đài).

Tính tới nay, khoảng thời gian 58 năm đâu đã quá xa, nhưng điều còn nhớ và ghi lại được trên các văn bản thì rất khiêm tốn. Ngay như một tiểu sử chi tiết và các hình ảnh của Lê Ngọc Huệ cũng rất khó kiếm, vì sau chính biến 1963 lật đổ TT Ngô Đình Diệm, GS Lê Ngọc Huệ đã rời Việt Nam trở lại Pháp và không còn để lại đầu mối liên lạc nào nữa.

Ngoài quần thể tượng nghệ thuật tôn giáo *Mười Lăm Sự Mầu Nhiệm Mân Côi* tại Nhà thờ Đức Mẹ La Vang là một công trình lớn có giá trị cao trong lịch sử điêu khắc Việt Nam thì *Trụ Hòa bình* là một tác phẩm cá nhân duy nhất mà Lê Ngọc Huệ còn để lại. Trụ Hòa bình đoạt huy chương Bạc trong cuộc triển lãm Quốc Tế Mỹ Thuật Sài Gòn lần thứ nhất năm 1962 [từ 26-10 đến 15-11-1962] tại Công Viên Tao Đàn gồm 22 quốc gia, là một tác phẩm điêu khắc theo khuynh hướng hiện đại, rất mới so với nền điêu khắc còn non trẻ của Việt Nam thời bấy giờ. Nhưng rồi sau biến cố 30/4/1975 các tác phẩm rất giá trị của Sài Gòn Cũ như *Trụ Hòa bình* của Lê Ngọc Huệ nơi khuôn viên Viện Đại Học Sài Gòn, *Bông Lúa Con Gái* của Mai Chửng ở thành phố Long Xuyên và một số các tượng đài khác đều chung số phận bị những người cộng sản kỳ thị và phá hủy.[1,4]

Tuyển tập *Những Mảng Rời* của Lê Tài Điển, Nxb Biển Khơi ĐKSS, Paris Normandie 2012. *[tư liệu Ngô Thế Vinh]*

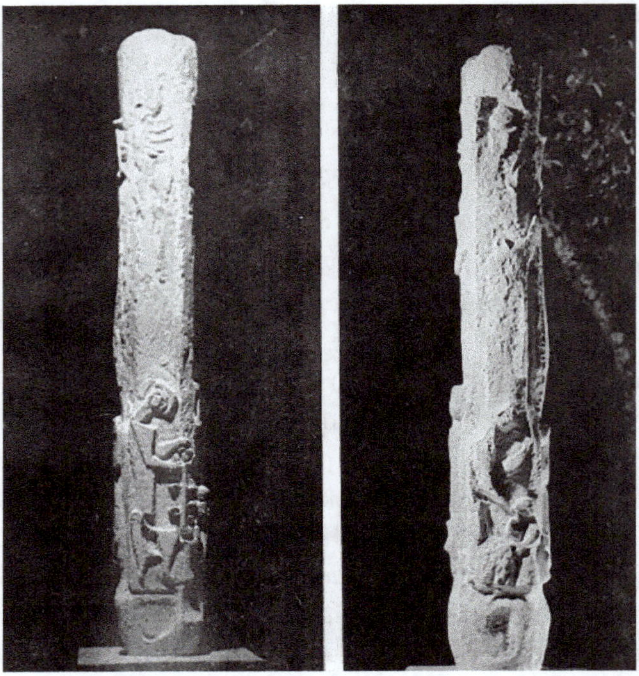

Trụ Hòa Bình (đồng) / *Column of the Peace* (bronze, Anh), *Colonne de la Paix* (bronze, Pháp) của GS điêu khắc Lê Ngọc Huệ, đoạt huy chương Bạc trong cuộc triển lãm Quốc Tế Mỹ Thuật Sài Gòn lần thứ nhất năm 1962 tại Công Viên Tao Đàn gồm 22 quốc gia, là tác phẩm nghệ thuật theo khuynh hướng hiện đại, rất mới so với nền điêu khắc còn non trẻ của Việt Nam thời bấy giờ. Tác phẩm này được trang trọng đặt nơi khuôn viên Viện Đại Học Sài Gòn, nhưng sau 1975 đã bị người cộng sản phá hủy. *[nguồn: Nghệ Thuật Việt Nam Hiện Đại, Nguyễn Văn Phương, Nha Mỹ Thuật Bộ Quốc Gia Giáo Dục VNCH 1962.] [Tư liệu Đinh Cường]* [6]

MỘT CHÚT LỊCH SỬ NHÀ THỜ LA VANG

Đức Mẹ hiện ra ở La Vang 223 năm về trước (1798 - 2021), được coi như phép lạ trong một thời kỳ mà đạo Thiên Chúa bắt đầu bị cấm đoán và bắt bớ tại Việt Nam. La Vang ngày nay được xem như một thánh địa, nơi hành hương quan trọng của giáo dân Việt Nam, ở xã

Hải Phú, huyện Hải Lăng, tỉnh Quảng Trị, thuộc Tổng Giáo phận Huế. Các tín đồ vẫn tin rằng, Đức Mẹ đã hiện ra ở khu vực này vào năm 1798, và một nhà thờ đã được xây dựng gần ba cây đa, nơi Đức Mẹ đã hiện ra và đến năm 1961, nhà thờ Đức Mẹ La Vang được Tòa Thánh tôn phong là *Tiểu Vương Cung Thánh đường La Vang*. [Ba Tiểu Vương Cung Thánh Đường khác của Việt Nam là các nhà thờ: Sở Kiện Hà Nam, Phú Nhai Bùi Chu và Đức Bà Sài Gòn].

Dưới thời vua Cảnh Thịnh tức Nguyễn Quang Toản, con trai thứ của vua Quang Trung nhà Tây Sơn, ra chiếu chỉ cấm đạo năm 1798, để tránh bị nạn, nhiều giáo dân vùng Quảng Trị đã chạy lên vùng đất hẻo lánh này. Có nhiều "dật sự" về nguồn gốc tên La Vang, nhưng có một cách giải thích khá khả tín là khi giáo dân chạy lên vùng đất này thì bị dịch bệnh, lúc bấy giờ Đức Mẹ đã hiện ra và chỉ dẫn cho họ đi tìm một loại lá từ cây vằng – uống vào sẽ chữa khỏi bệnh, "lá vằng" viết không dấu thành La Vang. Sự kiện người hành hương về nơi này có thể mua được "lá vằng", một loại lá dân gian dùng sắc thuốc uống mát và lành, trị được một số bệnh. Khách thập phương đến đây hành hương và cầu xin ơn lành mà người Thiên chúa giáo tin rằng Đức Mẹ sẽ ban ơn như ý nguyện. Đức Mẹ La Vang được biểu tượng bằng một phụ nữ mặc áo dài bế con trong y phục truyền thống Việt Nam.

Theo truyền khẩu, năm 1885 nhà thờ bị đốt và nhóm giáo dân La Vang dựng lại nhà thờ Đức Mẹ trên nền cũ. Năm 1894, Giám mục Caspar Lộc cho xây lại một đền thờ bằng ngói, vì là vùng núi vận chuyển vật liệu khó khăn nên 15 năm mới hoàn thành. Năm 1901, đại hội La Vang đầu tiên được tổ chức vào ngày 08 tháng 08 để mừng khánh thành nhà thờ.

Năm 1924, do ngôi nhà thờ ngói chật hẹp lại hư hại, cho nên một đền thánh La Vang theo đồ án của kiến trúc sư Carpentier được dựng lên và khánh thành năm 1928, nhân dịp Đại hội La Vang 9. Thánh đường này được trùng tu năm 1959. Trong phiên họp ngày 13/4/1961, Hội đồng Giám mục Miền Nam Việt Nam đã quyết định La Vang là *Trung tâm Thánh Mẫu Toàn quốc*. [https://vi.wikipedia.org/wiki/Đức_Mẹ_La_Vang]

Nhà thờ Đức Mẹ La Vang 30.5.1970 vẫn còn nguyên vẹn, Bác sĩ Nguyễn Duy Hảo YK68 cùng LM Tuyên úy đưa anh em thương phế binh từ Tổng Y viện Duy Tân đi hành hương Nhà thờ La Vang. *[tư liệu Bs Nguyễn Duy Hảo]*

Theo Linh Mục Nguyên Thanh, nguyên sĩ quan Tuyên úy của Sư Đoàn Thủy Quân Lục Chiến VNCH, cũng là bạn tù cải tạo từ nhiều năm của người viết và từng viếng La Vang nhiều lần ở các giai đoạn khác nhau thì:

"... Trong Mùa Hè Đỏ Lửa 1972, Công trường Mân Côi bị bom đạn cày xới lỗ chỗ, một số bức tượng trong quần thể 15 Sự Mầu Nhiệm bị tan nát hoặc sứt mẻ trầm trọng. Chỉ còn ba cây đa nhân tạo nơi đài Đức Mẹ là vẫn đứng vững."

Sau chiến tranh, chỉ còn lại di tích tháp chuông cổ từ ngôi Thánh đường La Vang cũ. *[nguồn: daminhvn.net]*

Và từ năm 1995, Công trường Mân Côi, đã được tái thiết từng bước theo nguyên trạng ban đầu với sân cỏ, trồng cây, lối đi cũng là lộ trình kiệu được lát gạch chạy thẳng từ cổng tam quan đến lễ đài, và điều đáng kể là 15 pho tượng Mầu Nhiệm Mân Côi bị hư hại trong Mùa Hè Đỏ Lửa 1972 cũng đã được tu sửa tái tạo.

Chủ đề 15 pho tượng của điêu khắc gia Lê Ngọc Huệ tương ứng với sự chiêm ngắm Mười lăm Mầu Nhiệm Mân Côi gồm: Năm sự Vui, Năm sự Thương và Năm sự Mừng. Chủ đề này đặc biệt thích hợp cho

Hình trên, Nhà thờ cổ Đức Mẹ La Vang trước chiến tranh còn nguyên vẹn; dưới, Ngôi nhà thờ đổ nát qua Mùa Hè Đỏ Lửa 1972, sau đó quân lực VNCH tái chiếm Cổ thành Quảng Trị và khu Nhà thờ La Vang. *[tư liệu LM Nguyên Thanh]*

Hình trái, Nhà Thờ La Vang 1985, tranh màu nước trên giấy dó 41cm x 51cm của họa sĩ Dương Phước Luyến; phải, Nhà thờ La Vang 04.2017, photo by Dương Phước Luyến. *[tư liệu Huỳnh Hữu Ủy]*

Ngày 15/8/2012 lễ đặt viên đá đầu tiên xây dựng Tiểu Vương Cung Thánh Đường La Vang mới, với các góc mái uốn cong như ngôi đình, mang phong cách kiến trúc Việt Nam.

Hình trên, Lễ đài rất lớn ngoài trời với bức tường phù điêu hình Các Thánh Tử Đạo Việt Nam; dưới, Tượng Đức Mẹ Maria ẵm xác Chúa Giêsu.

thánh địa sùng bái Thánh Mẫu nếu so với chủ đề thường thấy trong hầu hết khuôn viên của các nhà thờ là *"Mười bốn Chặng đàng Thánh giá"*.

Mân Côi / Rosary nghĩa là "vòng hoa hồng", mỗi lời kinh Kính mừng Ave Maria như một đóa hồng xinh đẹp sẽ kết thành một Tràng Hoa dâng lên Đức Mẹ. Đọc kinh Kính mừng là sự chiêm nghiệm theo trình tự những mầu nhiệm hay sự kiện chính trong cuộc đời, sự thương khó, cái chết và vinh quang của Chúa Giêsu cùng sự tham dự của Mẹ ngài là Maria.

Trong kinh nguyện Mân Côi đọc mỗi ngày, mười lăm mầu nhiệm được chia thành ba bộ, mỗi bộ trong đó lại có năm đề tài khác nhau để chiêm nghiệm (mỗi đề tài được đọc bằng mười bài kinh Kính mừng). Để bổ sung vào những mầu nhiệm chiêm ngắm này, trong đó người ta lại phối hợp chúng với các đức tính gương mẫu với từng mầu nhiệm (như tính khiêm nhường, bác ái, nghèo khó, thanh sạch…). Dựa vào đó, mỗi "bộ" về hình thể điêu khắc súc tích được cái ý tưởng cốt yếu của từng đề tài:

1. *Năm sự vui:* Chiêm ngắm những khoảnh khắc trong đời Đức Mẹ Maria, đây là những đề tài giàu cảm xúc và thân thiết, như trong cảnh thiên thần truyền tin hoặc tình cảm giữa người nữ với nhau, việc sinh đẻ, tình mẹ con. Điêu khắc chủ yếu dùng những bố cục và đường nét cong đầy nữ tính, hình khối tròn mềm mại hài hòa khi vận dụng đường uốn lượn nhịp nhàng của cử động và y phục.

2. *Năm sự thương:* loạt tượng này chủ yếu dùng những mẫu khối hình học lập thể táo bạo và mãnh liệt thật thích hợp để diễn tả nỗi khắc khoải và thống khổ vừa trong nội tâm và thể xác của Chúa Giêsu trong cuộc khổ nạn, như cảnh cầu nguyện trong vườn cây dầu, cảnh thụ hình và chịu đóng đinh.

3. *Năm sự mừng:* là những đề tài hân hoan, thăng hoa và tôn vinh. Hình khối điêu khắc từ đây ít tính khắc khổ, ngoại trừ pho "Chúa Giêsu sống lại" vẫn giữ phong cách lập thể và biểu hiện để thống nhất với Năm sự Thương, các pho còn lại trở về với hình khối mang tính tượng trưng với đường nét tròn đầy của nữ tính để diễn tả trạng thái viên mãn, nhất là với các bức thể hiện Đức Mẹ.

Tác phẩm của Lê Ngọc Huệ để lại sẽ vẫn còn tỏa sáng lâu dài vì mang những giá trị nghệ thuật và tâm linh thể nghiệm đạo đức Ki-tô giáo và mỹ học đương đại. Quần thể tượng là mười lăm đóa hồng mầu nhiệm - *rosa mystica* - chất chứa nhiều trạng thái cảm xúc từ bi tráng đến thăng hoa của con người vượt cảnh giới thế tục qua sự cứu chuộc của tôn giáo và nghệ thuật, và nằm trong một không gian và thời gian kết tinh của tâm linh qua những thăng trầm của lịch sử. [nguồn: LM Nguyên Thanh]

Sau thời gian gián đoạn, từ năm 1990, chính quyền địa phương cho phép hành lễ trở lại. La Vang trở thành thánh địa quan trọng nhất của người Thiên Chúa giáo Việt Nam, hàng năm có hơn nửa triệu người, cả từ khắp năm châu về hành hương, con số ấy ngày một gia tăng.

TÁC GIẢ TƯỢNG BA CÂY ĐA LÀ AI ?

Theo Chủng sinh Nguyễn An Phong, trong *Kỷ Yếu Kỷ niệm 42 năm Lớp Mẹ Vô nhiễm Khóa Hoan Thiện / HT 67*, viết theo lời kể của Ba anh, ông Nguyễn Văn Nghiêm, người gần như suốt cuộc đời gắn bó với Nhà thờ Đức Mẹ La Vang, thì:

"Được nghe Ba tôi kể một vài điều, nhất là về việc xây cất Ba Cây Đa và các tượng Mười Lăm Sự Mầu Nhiệm. Theo như trang mạng của Địa Phận Huế bây giờ, cũng như trong sách Đức Mẹ La Vang của linh mục Hồng Phúc hoặc lời giải thích của thi sĩ Đình Bảng trong DVD về La Vang đều nói là công trình của kiến trúc sư Ngô Viết Thụ, vị kiến trúc sư lừng danh thế giới với giải Grand Prix de Rome năm 1955… Cậy nhờ đến internet để tìm kiếm, có khá nhiều trang mạng nói về vị kiến trúc sư tài ba này, như ở trang bách khoa: http://en.wikipedia.org/wiki/Ngo_Viet_Thu hoặc http://www.geocities.com/namsonngoviet/NgoVietThu.html.

Đặc biệt, trang mạng sau này của Kiến trúc sư Ngô Viết Nam Sơn là con trai của Kiến trúc sư Ngô Viết Thụ, nói về cuộc đời nghệ thuật của Ba mình. Trang này liệt kê các công trình tiêu biểu như khách sạn, chùa chiền, nhà thờ, chợ búa, trường Đại Học, dinh Độc Lập… nhưng hoàn toàn không nhắc tới công trình La Vang hoặc một công trình điêu khắc nào.

Tuy nhiên, sau lưng bàn thờ Mẹ, nếu để ý, ta có thể thấy khắc mấy hàng chữ nhỏ. Hàng chữ này khắc chìm vào đá, nhưng có ai mới sơn màu đỏ lên:

Hân hạnh phục vụ Linh Đài
Sáng kiến và mô hình: Ô. Nguyễn Văn Thế, điêu khắc sư
Quản lý: LM Trần Văn Tường
Công tác giám thị: Nguyễn Văn Nghiêm, Nguyễn Hữu Mùi
Tạc đá: Huỳnh Phẩm, Nguyễn Mật

Vậy đúng là ông Nguyễn Văn Thế mà tôi còn nhớ. Ông Nguyễn Văn Nghiêm là Ba tôi. Ông Nguyễn Hữu Mùi là thân phụ của linh mục Nguyễn Hữu Hiến (Hoan Thiện 66) … Nhưng đoan chắc Ba Cây Đa là của điêu khắc gia Nguyễn Văn Thế, vì có khắc rõ ràng trên bảng đá." [Hết lược dẫn] [5]

Theo trang mạng tiếng Việt https://vi.wikipedia.org/wiki/Ngô_Viết_Thụ thì: *"KTS Ngô Viết Thụ có vai trò quy hoạch kiến trúc tổng thể khu Thánh địa La Vang Quảng Trị cùng với công trình điêu khắc của "điêu khắc sư" Nguyễn Văn Thế, cũng như ông đã từng quy hoạch cảnh quan Công trường Mê Linh năm 1961 cùng với nhà điêu khắc Nguyễn Văn Thế là tác giả của tượng đài Hai Bà Trưng Sài Gòn."*

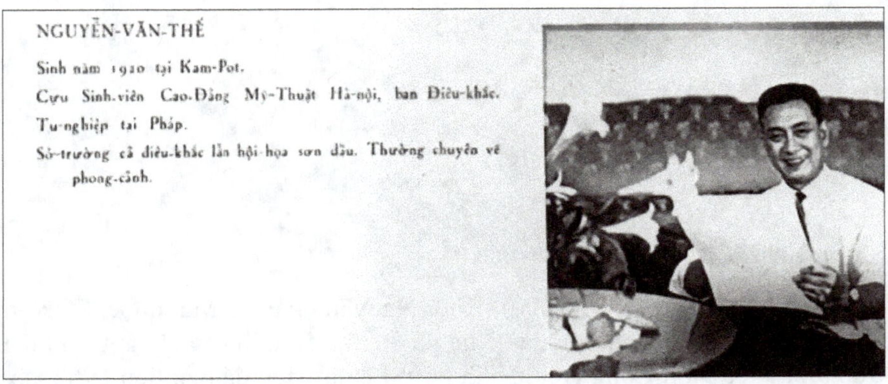
NGUYỄN-VĂN-THẾ

Sinh năm 1920 tại Kam-Pot.

Cựu Sinh-viên Cao-Đẳng Mỹ-Thuật Hà-nội, ban Điêu-khắc.

Tu-nghiệp tại Pháp.

Sở-trường cả điêu-khắc lẫn hội-họa sơn dầu. Thường chuyên vẽ phong-cảnh.

Điêu khắc gia Nguyễn Văn Thế, Đệ Nhị Giải La Mã [Nghệ Thuật Việt Nam Hiện Đại, Nguyễn Văn Phương, Nha Mỹ Thuật Bộ Quốc Gia Giáo Dục VNCH 1962] [6]

Comments Diễn đàn Facebook VOA tiếng Việt, hình do Phương Nguyễn chụp: https://www.voatiengviet.com/a/le-ngoc-hue-nha-tho-duc-me-la-vang/4757727.html

Với sự thận trọng, người viết đã nhờ LM Nguyên Thanh [ngày 18.01.2019], liên lạc với Cha nguyên quản nhiệm Tiểu Vương Cung Thánh Đường La Vang Quảng Trị thì được Cha cho biết, qua các giai đoạn trùng tu kể cả tượng đài Ba Cây Đa, đã không còn những dòng chữ khắc trên đá sau lưng bàn thờ Mẹ, và Cha thì vẫn nghĩ rằng tượng Ba Cây Đa là của KTS Ngô Viết Thụ.

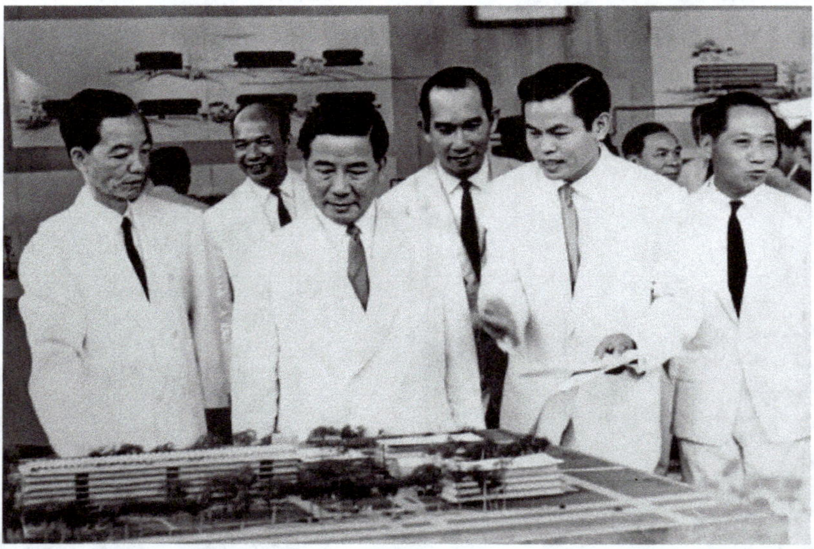

KTS Ngô Viết Thụ (1927-2000), Khôi Nguyên Giải La Mã, được TT Ngô Đình Diệm mời về VN, ông đã để lại nhiều dấu ấn trên các công trình kiến trúc thời Việt Nam Cộng Hòa. Hình trên: Lễ đặt viên đá đầu tiên 1962 xây Trung tâm Giáo dục Y Khoa Sài Gòn; hàng trước từ trái: GS Phạm Biểu Tâm, TT Ngô Đình Diệm, KTS Ngô Viết Thụ, GS Nguyễn Quang Trình. *[tư liệu gia đình GS Phạm Biểu Tâm]*

Người viết chỉ ghi lại những sự kiện và không đưa ra một kết luận nào. Hy vọng trong tương lai gần, sẽ có thêm một tiếng nói của KTS Ngô Viết Nam Sơn con trai KTS Ngô Viết Thụ, để có thể giúp soi sáng một sự kiện có tính cách lịch sử mỹ thuật tôn giáo này.

ĐỨC TGM NGÔ ĐÌNH THỤC VÀ GS LÊ NGỌC HUỆ

Vẫn theo Nguyễn An Phong, trong *Kỷ Yếu Lớp Mẹ Vô nhiễm Khóa Hoan Thiện/ HT 67*, theo lời kể của Ba anh, ông Nguyễn Văn Nghiêm một giai thoại thú vị về Đức Tổng Giám Mục Ngô Đình Thục, [anh TT Ngô Đình Diệm] lúc đó đã 64 tuổi đang cai quản Giáo phận Huế bao gồm cả Quảng Trị, với Giáo sư Điêu khắc Cao Đẳng Mỹ Thuật Huế Lê Ngọc Huệ còn rất trẻ, mới 25 tuổi từ Pháp về:

"Khi vị điêu khắc gia trình Đức Tổng Giám Mục Ngô Đình Thục mô hình các bức tượng Mười Lăm Sự Mầu Nhiệm thì ngài bác ngay. Ngài lấy lý do dân Quảng Trị là những người mộc mạc, quê mùa. Mỗi khi đi viếng Mẹ, làm thế nào để họ có thể cầu nguyện trước những bức tượng "một hòn, một cục" được. Người dân quê cần những bức tượng theo lối tả chân để họ có thể hiểu mà để tâm cầu nguyện. Vị điêu khắc gia đã mất một thời gian khá dài để thuyết phục Đức Tổng. Vì đây là một công trình nghệ thuật tôn giáo quan trọng và lớn lao. Những bức tượng lập khối có những ý nghĩa nhất định… Tượng Mẹ Lên Trời, tà áo Mẹ phồng lên như có gió thổi để chỉ Mẹ được nâng lên trời, cả hồn lẫn xác. Trong khi tượng Chúa Lên Trời thì tự nhiên. Những bắp thịt trên vai của tượng Chúa Ngã Xuống Đất căng lên sức nặng của tội lỗi con người, nhưng khuôn mặt Chúa thì vẫn bình thản, thương yêu… Nghe lời giải thích hợp lý, Đức Tổng đồng ý với điều kiện là trước mỗi bức tượng, ghi những chú giải cần thiết để người dân dễ hiểu. Vị điêu khắc gia từ chối quyết liệt, vì như vậy còn gì là nghệ thuật nữa. Đức Tổng cuối cùng chịu thua, chấp thuận. Tôi cũng nghe kể vị điêu khắc gia này là một giáo sư trường Mỹ Thuật Huế, đã đem theo các môn sinh của mình để thực hiện công trình lớn lao này… Và Mười Lăm Sự Mầu Nhiệm có thể là của điêu khắc gia Bernard Ngọc Huệ và các môn sinh thuộc trường Mỹ Thuật Huế. [hết lược dẫn] [5]

Qua sự kiện này, Huỳnh Hữu Ủy nhà phê bình Nghệ thuật Tạo hình Việt Nam đã phát biểu: *"Tôi lấy làm lạ là một người như Cha Ngô*

LÊ-NGỌC-HUỆ

Sinh năm 1936.

Cựu sinh-viên trường Mỹ-Thuật MONTPELLIER Paris.

Chuyên về Điêu-khắc theo khuynh-hướng tượng-trưng và trừu-tượng.

Điêu khắc gia Lê Ngọc Huệ, Huy chương Bạc Triển Lãm Quốc Tế Mỹ Thuật 1962 [Nghệ Thuật Việt Nam Hiện Đại, Nguyễn Văn Phương, Nha Mỹ Thuật Bộ Quốc Gia Giáo Dục VNCH 1962] [6]

Đình Thục, quen với bầu không khí nghệ thuật cổ điển của Vatican mà lại chấp nhận được những pho tượng trừu tượng biểu hiện ấy của Lê Ngọc Huệ. Âu cũng là một cái may lớn cho chúng ta.”

VÀI TÁC PHẨM ĐIÊU KHẮC CỦA LÊ NGỌC HUỆ

Được trích từ cuốn sách Nghệ Thuật Việt Nam Hiện Đại, tác giả Nguyễn Văn Phương, Nxb Nha Mỹ Thuật Bộ Quốc Gia Giáo Dục VNCH 1962. *[tư liệu của Đinh Cường]* [6]

QUẦN THỂ TƯỢNG MÂN CÔI TRONG SÂN NHÀ THỜ LA VANG

Như đã nói ở trên, quần thể tượng này, được sáng tạo theo sử thi Thiên Chúa giáo với mười lăm sự mầu nhiệm Mân Côi gồm: (a) Năm sự vui, (b) Năm sự thương, (c) Năm sự mừng. Công trình bắt đầu từ 1961 đến 1963 thì được coi như hoàn thành.

Theo Trịnh Cung, điều còn nhớ được, thì nhóm tượng đã được tạo hình và làm khuôn tại trường Cao Đẳng Mỹ Thuật Huế, đến giai đoạn hai, quần thể tượng này được đúc bằng chất liệu granito tại sân nhà thờ La Vang, với xi măng trắng trộn đá nhỏ... Các pho tượng được đặt hai bên con đường lát đá từ cổng tam quan đi vào Quảng trường Mân

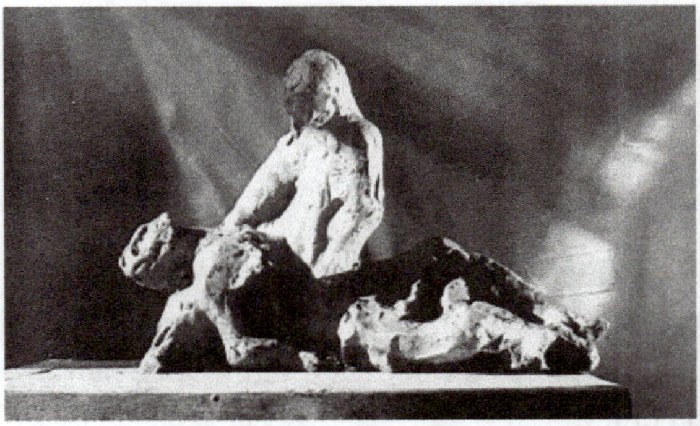

Hình trái, *PIETÀ* (đá) / *The Pietà* (stone, Anh) / *La Pietà* (pierre, Pháp); phải, *SỰ KHỐN CÙNG* (đá) / *The Misery* (stone, Anh) / *La Misère* (pierre, Pháp).[6]

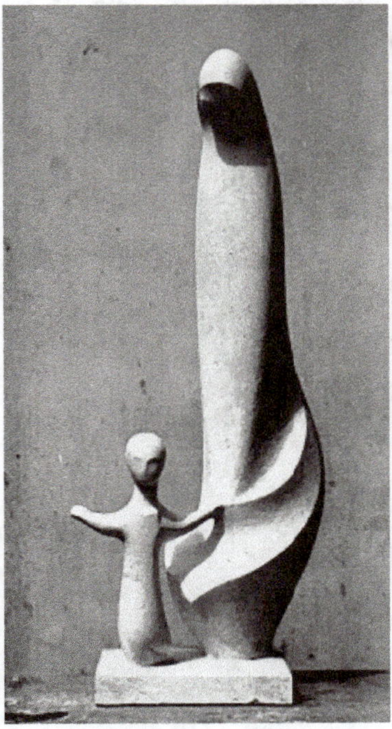

Hình trái, *ĐỨC MẸ ĐỒNG TRINH VÀ CHÚA HÀI ĐỒNG* (thạch cao) / *The Virgin and the Infant* (plaster, Anh) / *La Vierge et l'Enfant* (plâtre, Pháp); phải, *NGUYỆN CẦU* (thạch cao) / *The Imploration* (plaster, Anh) / *L'imploration* (plâtre, Pháp)[6]

Côi, con đường này dẫn đến một lễ đài rất lớn ngoài trời. Ngôi nhà thờ La Vang bị tàn phá trong những trận giao tranh khốc liệt, nhất là trong giai đoạn Mùa Hè Đỏ Lửa 1972 và nhóm quần thể tượng này đã không còn nguyên vẹn.

Mãi đến năm 1995, công trường Mân Côi và 15 pho tượng mầu nhiệm mới được phục hồi, và nay cũng đã gần một phần tư thế kỷ, đã lại có thêm rêu phong nhuốm màu thời gian. Đặc tính của những bức tượng này với những hình khối, có đường nét cách tân nhưng rất đẹp, nhìn theo cả không gian ba chiều.

Dưới đây là mười hai bức hình chụp vội dưới trời mưa chỉ với chiếc *iPhone 8-plus* của chính người viết, có giá trị như những ghi chép. Ba bức hình thiếu, được bổ sung bằng hai hình của Nguyễn Quốc Thái *[Vui V, Mừng I]* và một hình của Phanxipăng *[Mừng III]*, cả ba hình có đánh dấu sao */asterix. Hình được sắp theo trình tự như sau:

Vui I: Thiên thần truyền tin Đức Mẹ thụ thai
Vui II: Đức Mẹ đi viếng bà thánh Ysavé
Vui III: Đức Mẹ sinh Chúa Giêsu
Vui IV: Đức Mẹ dâng Chúa Giêsu vào đền thánh
Vui V: Đức Mẹ tìm được Chúa Giêsu trong đền thánh*
Thương I: Chúa Giêsu cầu nguyện trong vườn cây dầu
Thương II: Chúa Giêsu chịu đội mão gai
Thương III: Chúa Giêsu chịu tội đánh đòn
Thương IV: Chúa Giêsu chịu vác thánh giá
Thương V: Chúa Giêsu chịu chết trên thánh giá
Mừng I: Chúa Giêsu sống lại*
Mừng II: Chúa Giêsu lên trời
Mừng III: Chúa Thánh thần hiện xuống*
Mừng IV: Đức Mẹ hồn xác lên trời
Mừng V: Đức Mẹ được tôn vinh trên trời

Rồi ra, mong có dịp trở lại nơi đây, trong những ngày nắng ráo, với đầy đủ ánh sáng và một chiếc máy hình tốt để có thể có những bức ảnh đẹp, chụp lại được các góc cạnh và ánh sáng sắc bén của mỗi pho tượng tương xứng với giá trị nghệ thuật của mỗi tác phẩm điêu khắc này.

Vui I: Thiên thần truyền tin Đức Mẹ thụ thai

Vui II: Đức Mẹ đi viếng bà thánh Ysavé

Vui III: Đức Mẹ sinh Chúa Giêsu

Vui IV: Đức Mẹ dâng Chúa Giêsu vào đền thánh

Vui V: Đức Mẹ tìm được Chúa Giêsu trong đền thánh *

Thương I: Chúa Giêsu cầu nguyện trong vườn cây dầu

Thương II: Chúa Giêsu chịu đội mão gai

Thương III: Chúa Giêsu chịu tội đánh đòn

Thương IV: Chúa Giêsu chịu vác thánh giá

Thương V: Chúa Giêsu chịu chết trên thánh giá

Mừng I: Chúa Giêsu sống lại *

Mừng II: Chúa Giêsu lên trời

Mừng III: Chúa Thánh thần hiện xuống*

Mừng IV: Đức Mẹ hồn xác lên trời

Mừng V: Đức Mẹ được tôn vinh trên trời

LÊ NGỌC HUỆ MỘT TÀI NĂNG LỚN

Lê Ngọc Huệ khi từ Paris về Việt Nam 1961, lúc đó ông còn rất trẻ mới 25 tuổi, chỉ hơn học trò của ông, Lê Tài Điển sinh năm 1937 một tuổi! Ông tốt nghiệp điêu khắc ở Pháp, khi được mời về dạy trường CĐMT Huế, ông mang theo cả một làn gió mới thổi vào lãnh vực điêu khắc của Việt Nam lúc đó còn non trẻ và cả rất bảo thủ.

Theo Đinh Cường, trong bài viết về Lê Tài Điển đăng trên VOA, và có đăng trong Tuyển tập *"Những mảng rời Lê Tài Điển"*, Nxb Biển Khơi ĐKSS, Paris 2012, thì khi có Mai Lan Phương họa sĩ tốt nghiệp Đại học Mỹ thuật Trang trí ở Paris về thay họa sĩ Tôn Thất Đào, làm giám đốc CĐMT Huế, *"Mai Lan Phương có mời người bạn là Lê Ngọc Huệ, tốt nghiệp điêu khắc Đại học Montpellier về dạy, Lê*

Tài Điển cũng ra học điêu khắc với Lê Ngọc Huệ, một thầy dạy điêu khắc trẻ, đã đem một luồng khí mới về cho trường, đã đào tạo được những điêu khắc gia tài ba như Mai Chửng, Lê Thành Nhơn…" [3]

Tên tuổi Gs Bernard Huệ lúc đó đã thu hút được một số sinh viên đang học điêu khắc tại trường Quốc Gia CĐMT Gia Định ra Huế học như Mai Chửng, Lê Tài Điển, Trần Văn Danh… Với quần thể tượng 15 Sự Mầu Nhiệm trên Quảng Trường Mân Côi Nhà thờ Đức Mẹ La Vang, qua thử thách của thời gian, đã có được một đánh giá phổ quát: Lê Ngọc Huệ trong lãnh vực điêu khắc là một tài năng lớn với thủ pháp tinh tế, đường nét tinh giản nhưng mạnh mẽ, đầy tính tượng trưng và sáng tạo. Chỉ với khoảng thời gian ngắn chưa đầy 3 năm ở Việt Nam, ông đã để lại một công trình nghệ thuật tôn giáo quan trọng và lớn lao, ghi những dấu ấn sâu đậm trong ngành điêu khắc Việt Nam, tạo được sự kết hợp thăng hoa giữa nghệ thuật và tôn giáo.

Quần thể tượng của Lê Ngọc Huệ và môn sinh cũng đã phải thăng trầm với lịch sử, với vận nước và tồn tại cho đến nay đã hơn nửa thế kỷ nhưng vẫn rất mới, rất cách tân mà vẫn rất gần gũi với quần chúng, với tín đồ chiêm ngắm khi hành hương tới vùng đất Thánh La Vang.

Tác giả gửi bài viết này tới các bạn trẻ trong và ngoài nước có quan tâm tới Lịch sử Mỹ Thuật Việt Nam, như gợi ý cho một nghiên cứu, có thể là đề tài hấp dẫn cho một luận án tiến sĩ về Quần thể tượng 15 Sự Mầu Nhiệm Mân Côi, một công trình nghệ thuật tạo hình lớn của nhà điêu khắc tài năng Lê Ngọc Huệ, trước khi các dữ kiện bị phủ mờ bởi lớp bụi thời gian và đi dần vào quên lãng.

Nhà thờ Đức Mẹ La Vang,
Hải Lăng Quảng Trị 01.2019
California 2021

Tham Khảo:

1/ *Đi tìm bức tượng Mẹ và Con, tác phẩm bị lãng quên của Mai Chửng ở Hải ngoại*. Ngô Thế Vinh, VOA 07.06.2018 https://www.voatiengviet.com/a/mai-chung-me-con-bong-lua-ngo-the-vinh/4427236.html

2/ *Mùa Hè Đỏ Lửa*. Phan Nhật Nam, Nxb Sáng Tạo Sài Gòn 1972. Phan Nhật Nam về La Vang với Ngô Thế Vinh, tư liệu cá nhân 07.1968 - 01.2019

3/ *Nghệ sĩ tạo hình nhiều trải nghiệm.* Đinh Cường, Tuyển tập Những mảng rời Lê Tài Điển, Nxb Biển Khơi ĐKSS, Paris Normandie 2012

4/ *Mỹ Thuật Việt Nam, Những Vấn đề Xoay quanh. Trụ Cột Hòa bình, Tác phẩm điêu khắc giá trị bị hắt hủi* [tr 106-108]. Trịnh Cung, C. Xuất bản 2010

5/ *Nhớ nhớ… Quên quên…* Nguyễn An Phong, Kỷ Yếu Lớp Mẹ Vô nhiễm HT/ Hoan Thiện 67. Website Cựu Chủng sinh Huế 2010 http://www.cuucshuehn.net/ht67/pages/nhonhoquenquen.htm

6/ *Nghệ Thuật Việt Nam Hiện Đại*, Nguyễn Văn Phương, Nha Mỹ Thuật Học Vụ Bộ Quốc Gia Giáo Dục VNCH 1962

[Ghi chú: hình tư liệu có ghi nguồn, tất cả hình ảnh còn lại là của người viết]

ĐI TÌM CHÂN DUNG Y SĨ TIỀN TUYẾN NGHIÊM SỸ TUẤN VỚI THÔNG ĐIỆP MÙA XUÂN

Hình trái, Di ảnh Y sĩ Trung úy Nghiêm Sỹ Tuấn, Y sĩ trưởng Tiểu đoàn 6 Nhảy Dù tử trận tại chiến trường Khe Sanh ngày 11/4/1968; phải, Chân dung Nghiêm Sỹ Tuấn qua nét vẽ của Y sĩ Đại úy Lê Văn Công, Quân Y Hiện Dịch khóa 15 YKSG, Virginia, USA 2018. *[size 6 x 20" acrylic on canvas, sưu tập Ngô Thế Vinh]*

Dẫn nhập – Chiến tranh, không phải là chấp nhận hiểm nguy, không phải là chấp nhận giao tranh. Ở một thời khắc nào đó, với người chiến binh, là sự chấp nhận thuần túy và giản đơn cái chết.
La guerre, ce n'est pas l'acceptation du risque, ce n'est pas l'acceptation du combat. C'est, à certaines heures, pour le combattant, l'acceptation pure et simple de la mort. A. de Saint-Exupéry *(Pilote de guerre)*

TIỂU SỬ

Nghiêm Sỹ Tuấn, bút hiệu là Yển Thử, [bút hiệu này chỉ được dùng một, hai lần cho mấy bài thơ 28 Sao trên báo Tình Thương], sinh ngày 7 tháng 2 năm 1937 (tuổi Bính Tý) tại Nam Định, Bắc phần trong một gia đình thanh bạch và đông anh em. Cắp sách tới trường muộn màng ở tuổi 14. Hoàn tất học trình Trung học và Đại học trong khoảng thời gian 14 năm. Những năm học Y khoa, Nghiêm Sỹ Tuấn là Thư ký tòa soạn báo Sinh viên Y Khoa Tình Thương từ số ra mắt tới số 13 [khoảng thời gian từ 01-1964 tới 01-1966] khi Anh ra trường, là tác giả nhiều bài viết sâu sắc, mang nặng những suy tư về các vấn đề văn hóa, xã hội và vận mệnh đất nước.

Nghiêm Sỹ Tuấn tốt nghiệp bác sĩ Y khoa 1965 ở tuổi 28. Không phải là quân y hiện dịch, nhưng Nghiêm Sỹ Tuấn tình nguyện gia nhập binh chủng Nhảy Dù, là một y sĩ tiền tuyến có mặt trên nhiều trận địa khắp bốn vùng chiến thuật, hai lần bị chiến thương, nhưng anh vẫn tình nguyện ở lại đơn vị tác chiến. Anh hy sinh trên chiến trường Khe Sanh sau Tết Mậu Thân, ngày 11 tháng 4 năm 1968 [3], ở tuổi 31 ngay giữa tuổi thanh xuân.

Năm 2010, khi Tập San Y Sĩ Canada thực hiện số báo chủ đề *Tình Thương, Một Thời Nhân Bản* [TSYS số 184, 01/2010], mọi người đều cảm nhận được dấu ấn rất rõ nét của Nghiêm Sỹ Tuấn ngay trong tòa soạn và xuyên suốt trên nội dung tờ báo Tình Thương.

TRẦN HOÀI THƯ PHÁT HIỆN BÀI VIẾT SỚM NHẤT CỦA PHẠM LIÊU VỀ NGHIÊM SỸ TUẤN

Khi Tuyển tập Y Sĩ Tiền Tuyến Nghiêm Sỹ Tuấn ra mắt năm 2019, chi tiết về ngày mất của Nghiêm Sỹ Tuấn vẫn còn là một nghi vấn, khiến BS Nguyễn Thanh Bình viết:

"Trong 15 bài viết về Nghiêm Sỹ Tuấn, có 2 người nói về ngày anh qua đời, thì lại không giống nhau: theo BS Trần Đức Tường, anh Tuấn mất khoảng tháng 4/1968, sau Tết Mậu Thân, theo BS Nguyễn Thanh Giản, anh Tuấn mất ngày 13/08/1968. Anh Trần Mộng Lâm, bạn đồng khóa 1967 của tôi, kể rằng, sau khi học quân sự ở Võ Bị Đà Lạt, chúng tôi về học hành chánh Quân Y tại Sài Gòn, và Lâm được

Hình trái, hình Nghiêm Sỹ Tuấn trên tấm thẻ sinh viên năm thứ ba Đại học Y khoa Sài Gòn niên khóa 1961-1962 [tư liệu BS Đinh Xuân Dũng]; phải, Nghiêm Sỹ Tuấn trông như một Ông Đồ với khăn đóng áo dài trong mấy ngày Tết cùng với các em, Tuấn là anh cả trong một gia đình thanh bạch đông anh em. [*hình chụp năm 1963, album gia đình Nghiêm Mậu, em gái Nghiêm Sỹ Tuấn]*

chỉ định đi canh quan tài của anh Tuấn. Lúc đó có lẽ là tháng 4, và tôi nghĩ anh Tuấn mất vào khoảng đó, vì nếu sau ngày 13/08/1968 thì anh em chúng tôi đều đã đáo nhậm đơn vị rồi.” [1]

Với phát hiện bài viết của Phạm Liêu đăng trên tập san Mũ Đỏ, sau đó được đăng lại trên báo Tiền Phong số 38 (18/12/1968), của nhà văn Trần Hoài Thư năm 2021, thời điểm Nghiêm Sỹ Tuấn mất, không phải là tháng 8/1968 như BS Nguyễn Thanh Giản nhớ, và nay được kiểm chứng từ 3 nguồn khác nhau (từ Phạm Liêu, từ BS Trần Đức Tường và từ BS Trần Mộng Lâm), chúng ta có thể đoan chắc rằng thời điểm mất của Nghiêm Sỹ Tuấn phải là tháng 4/1968.

Phạm Liêu trên báo Tiền Phong – có lẽ là bút hiệu của một người bạn, một đồng môn rất thân thiết với Nghiêm Sỹ Tuấn [có ba người bạn cùng khóa Y khoa 65, cùng trong binh chủng Nhảy Dù là Trang Châu, Trần Đoàn trong nhóm Tình Thương và Đoàn Văn Bá nhưng được biết cả ba đều không phải là Phạm Liêu]. Tác giả Phạm Liêu viết về Nghiêm Sỹ Tuấn: [3]

Con Người

Trầm tĩnh đến độ lạnh nhạt, trông anh giống một nhà tu khổ hạnh hơn một Y sĩ Dù. Nghiêm Sỹ Tuấn sinh ngày 7-2-1937 tại Nam Định Bắc Phần, trong một gia đình trung lưu nho giáo. Được thân sinh dạy vỡ lòng năm lên bảy, mãi đến năm 14 tuổi anh mới thực sự cắp sách đến trường (Dũng Lạc Hà Nội). Bảy năm Trung học và bảy năm Đại học.

1955-58 học-sinh Nghiêm Sỹ Tuấn luôn được xếp ưu hạng trong những môn ngoại ngữ Anh, Pháp, Đức, Hán tự và Việt tại trường Chu Văn An.

Ngay từ thủa thiếu thời, anh đã tỏ một ý chí cương nghị, một sự phục tòng hiếm có. Vâng lời phụ mẫu anh theo học dự bị y khoa (P.C.B) năm 1958 và tốt nghiệp Y Khoa Đại học đường năm 1965.

Hình bìa tuyển tập *Y Sĩ Tiền Tuyến Nghiêm Sỹ Tuấn, Người Đi Tìm Mùa Xuân*. Nxb TSYS Việt Nam Canada & Việt Ecology Press 2019.

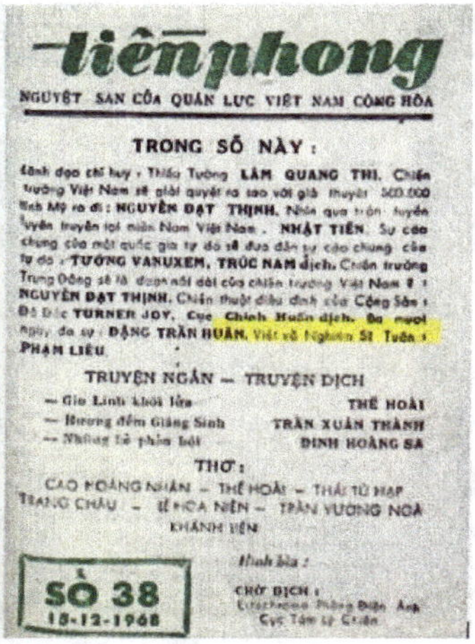

tiền phong

NGUYỆT SAN CỦA QUÂN LỰC VIỆT NAM CỘNG HÒA

TRONG SỐ NÀY :

Lãnh đạo chỉ huy : Thiếu Tướng LÂM QUANG THI. Chiến trường Việt Nam sẽ giải quyết ra sao với giả thuyết 500.000 lính Mỹ ra đi : NGUYỄN ĐẠT THỊNH. Nhìn qua trận tuyến tuyên truyền tại miền Nam Việt Nam : NHẬT TIẾN. Sự cáo chung của một quốc gia tự do sẽ đưa đến sự cáo chung của tự do : TƯỚNG VANUXEM, TRÚC NAM dịch. Chiến trường Trung Đông sẽ là đoạn nối dài của chiến trường Việt Nam ? : NGUYỄN ĐẠT THỊNH. Chiến thuật điều đình của Cộng Sản : Đô Đốc TURNER JOY, Cục Chính Huấn dịch. Ba mươi ngày đa sự : ĐẶNG TRẦN HUÂN. Viết về Nghiêm Sĩ Tuấn : PHẠM LIÊU.

TRUYỆN NGẮN — TRUYỆN DỊCH

— Gio Linh khói lửa — THẾ HOÀI
— Hương đêm Giáng Sinh — TRẦN XUÂN THÀNH
— Những kẻ phản bội — ĐINH HOÀNG SA

THƠ :

CAO HOÀNG NHÂN — THẾ HOÀI — THÁI TÚ HẠP
TRANG CHÂU — LÊ HOA NIÊN — TRẦN VƯƠNG NGOÀ
KHÁNH VÂN

Hình bìa :

CHỜ ĐỊCH :
Cục Tâm Lý Chiến

SỐ 38
15-12-1968

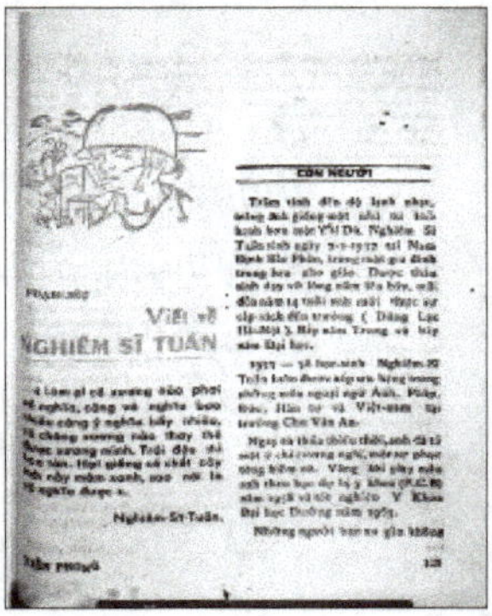

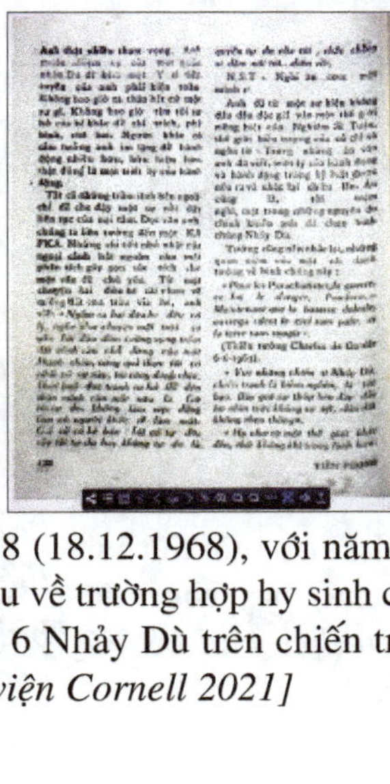

Bìa báo Tiền Phong số 38 (18.12.1968), với năm trang báo có bài viết đầu tiên của tác giả Phạm Liêu về trường hợp hy sinh của Y sĩ Trung úy Nghiêm Sỹ Tuấn, Y sĩ Tiểu đoàn 6 Nhảy Dù trên chiến trường Khe Sanh. *[sưu tập của Trần Hoài Thư, thư viện Cornell 2021]*

Những người bạn xa gần không một ai có thể phủ nhận thiện chí "làm một cái gì cho xứ sở" của anh. Để đóng góp thật sự, để nối liền ý thức và hành động anh đã tình nguyện về Dù. Được thuyên chuyển về Tiểu Đoàn 6 Nhảy Dù, anh đi tham dự hầu hết những cuộc hành quân quan trọng của đơn vị. Là vị Y sĩ đầu tiên hai lần bị thương anh vẫn vui vẻ tái xuất giang hồ.

Nghiêm Sỹ Tuấn viết: "Tôi bắt đầu lội từ 11-8-66. Tới nay đã tham dự 11 cuộc hành quân hay chiến dịch. Dài nhất 78 ngày, ngắn nhất 2 ngày. Có mặt tại đủ bốn Vùng Chiến Thuật. Ba lần ở địa đầu nước An-nam Cộng-hòa.

Một Saut trận ở mật khu Thới Lai Cờ đỏ thuộc Vùng 4. Một lần bị thương cũng ở Vùng 4 trong cuộc đi ngắn nhất, ngắn nhất vì trúng đạn được về, chứ không phải chính nó ngắn có 2 ngày thôi đâu. Hai tháng khập khiễng dưỡng thương ở nhà. Tái xuất giang hồ từ đầu tháng 7/1967. Và bây giờ mừng lễ Giáng sinh ở Dakto, sau khi leo núi xuống đèo 15 ngày ròng rã. Đã lên ăn ngủ trên mấy đỉnh 1416, 1556. Đại khái cũng nhiều mệt nhọc, mà cũng nhiều thích thú". (Trích trong thư gởi bạn đề ngày 28-12-67)

Y sĩ Trung úy Nghiêm Sỹ Tuấn, người thứ hai trong hàng, trước giờ lên máy bay cho một saut nhảy dù bồi dưỡng. *[tư liệu của BS Vũ Khắc Niệm và Trang Châu]*

Trong đơn vị, anh luôn tỏ ra là một quân nhân giàu lòng vị tha bao dung rộng rãi với các quân nhân thuộc hạ, tự xếp mình trong một kỷ luật sắt đá, một thứ kỷ luật tự giác. Qua những bài viết trong Nguyệt san Tình Thương và nhiều tạp chí khác, anh đả kích mọi sự chống đối, dù nhân danh một sự kiện gì. Theo anh chiến tranh không thể tự nó đáng nhờm gớm. Chỉ đáng khinh bỉ những nhân chứng ngoại cuộc chỉ trỏ vô trách nhiệm.

Anh viết:

"Chiến tranh chỉ xấu xa và tàn bạo trong mắt những người đứng xa chỉ trỏ. Cha ông chúng ta khi xưa đã nhất định tiếp tục nó, và đã chiến thắng chắc vì hiểu rằng trật tự và kỷ luật trong sức mạnh con người là một cảnh tự nó đẹp dễ làm cảm động, dễ làm thán phục. Nhất là khi có những sức mạnh bên ngoài đến gây xáo trộn trật tự và kỷ luật ấy".

Tôi trộm nghĩ thứ "trật tự và kỷ luật" trên, anh đã tìm thấy ở các đơn vị Dù. Sự kiện này cắt nghĩa phần nào cho việc lựa chọn một đơn vị sôi động nhất để nối liền nhân sinh quan đã vạch sẵn với hành động nhập cuộc bước xuống cuộc đời của anh. Nghiêm Sỹ Tuấn chủ trương một sự hy sinh tự nguyện, một sự đơn phương chấp nhận sự thể. Từ đấy, cái đẹp đẽ sinh ra, cái dũng sẽ nẩy nở. Kể rằng có một quân nhân thuộc hạ thường mơ ước một ngày nào có thể mua một chiếc máy ảnh giống như cái "Canon" mà Nghiêm Sỹ Tuấn thường mang theo bên mình. Thế rồi trong một cuộc hành quân, người binh sĩ này tử trận. Y sĩ Tuấn về thăm gia đình người xấu số, không quên mang theo chiếc máy hình ngày nào, kính cẩn để trên bàn thờ, rồi im lặng ra về.

Được lệnh về phục vụ tại bệnh viện Đỗ Vinh, Nghiêm Sỹ Tuấn xin tiếp tục theo TĐ 6 Nhảy Dù hành quân tại Khe Sanh.

[Ghi chú của Ngô Thế Vinh: Chi tiết từ chối về phục vụ tại BV Đỗ Vinh là không đúng. Khi Nghiêm Sỹ Tuấn được đề cử đi học khóa giải phẫu một năm, nhưng vì Cục Quân Y không hứa sau khóa học sẽ được về làm việc tại BV Đỗ Vinh thuộc Sư Đoàn Dù, nên NST tiếp tục "súng, xắc" trở về làm Y sĩ trưởng Tiểu đoàn 6 Dù cho tròn chu kỳ hai năm phục vụ ở cấp tiểu đoàn - trích từ Y Sĩ Tiền Tuyến của BS Trang Châu] [1]

Ngày 11/4/1968, tại làng Vei, Đại Đội anh đi theo đụng độ nặng. Những quả 81 của VC nổ long trời xung quanh anh. Hai binh sĩ ở tuyến đầu bị mảnh vào bụng được di tản về toán cứu thương. Y sĩ Tuấn nhảy ra khỏi hầm trú ẩn, trầm tĩnh băng bó hai thương binh, sang nước biển cho họ. Những cử chỉ chậm chạp thong thả. Trong lúc anh đang tiếp nước, một quả tạc đạn rớt ngay trước mặt, những người y tá chung quanh đều bị thương nhưng không chết, chỉ có mình anh trầm tĩnh lìa bỏ cuộc đời như anh đã trầm tĩnh chấp nhận những sự kiện đã xảy ra trong đời anh.

Một Nhân Sinh Quan

Mặc ai nói đông nói tây anh vẫn bình thản đi theo con đường đã vạch. Những người bạn anh kể rằng anh tôn trọng kỷ luật đến độ làm cho những người khác khó chịu. Dưới một bề ngoài trầm lặng, tiềm tàng một nếp sống nội tâm cuồng nhiệt.

Anh thật nhiều tham vọng. Anh muốn nhiệm vụ của một quân nhân Dù đi kèm một Y sĩ tiền tuyến của anh phải kiện toàn. Không bao giờ ta thán bất cứ một sự gì. Không bao giờ tìm tòi sơ hở của kẻ khác để chỉ trích, phê bình, chê bai. Người khác có cảm tưởng anh im lặng để hành động nhiều hơn, hữu hiệu hơn, thật đúng là một triết lý của hành động.

Tất cả những trầm tĩnh bên ngoài chỉ để che đậy một sự nổi dậy liên tục của nội tâm. Đọc văn anh, chúng ta liên tưởng đến một Kafka. Những chi tiết nhỏ nhặt của ngoại cảnh bắt nguồn cho một phân tích gẫy gọn súc tích cho một vấn đề chủ yếu. Từ một chuyện hai đứa bé cãi nhau về miếng đất con trâu vỉa hè, anh viết:

"Ngẫm ra hai đứa bé đều có lý, nghe như chuyện mặt trời xa gần. Tôi đâu dám cuồng vọng trộm đặt mình vào chỗ đứng của một Thánh nhân, song quả thực tôi có phải xử vụ này, tôi cũng đành chịu. Thời buổi đua tranh sơ hở thì đến thân mình còn mất nữa là. Cứ tôi tự do, không làm việc đang làm có người khác sẽ làm mất. Giả sử có kẻ bảo: Tôi có tự do, vậy tôi tự do hay không tự do là quyền tự do của tôi, chắc chẳng ai dám nói tôi... điên rồ".

Nghiêm Sỹ Tuấn "Ngồi ăn cơm một mình"

Anh đã từ một sự kiện không đâu dẫn độc giả vào một thế giới riêng biệt của Nghiêm Sỹ Tuấn, thế giới biểu tượng của cử chỉ và ngôn từ. Trong những áng văn anh đã viết, triết lý của hành động và hành động trong kỷ luật được nêu ra và nhắc lại nhiều lần. Âu cũng là, tôi trộm nghĩ, một trong những nguyên do chính khiến anh đã chọn binh chủng Nhảy Dù.

Dáng dấp Nghiêm Sỹ Tuấn là dáng dấp của một nhà khổ hạnh. Anh chấp nhận tất cả: Ngay những điều bất hạnh có thể xảy ra trong mai hậu khi anh dấn thân. Nhiều người cho những sự hy sinh của anh vô nghĩa, nếu không nói phi lý, anh hiền hòa đáp lại:

"Làm gì có xương nào phơi vô nghĩa, càng vô nghĩa bao nhiêu càng ý nghĩa bấy nhiêu. Vả chăng xương nào thay được xương mình. Trái đậu thì hoa tàn. Hạt giống có chết cây mới nẩy mầm xanh, sao nói là vô nghĩa được."

Anh chấp nhận ngay cả sự chết một mai của mình nếu không nói những áng văn của anh như bản di chúc cuối cùng của một người sắp ra đi. Chấp nhận sự chết để tự dọn mình là một triết lý khổ hạnh, mà ít người bằng tuổi anh đã dám nhận làm chỉ nam cho đời mình. [3]

PHẠM LIÊU
[Nguyệt san Tiền Phong số 38, 15-12-1968]

Tính đến 2021, Nghiêm Sỹ Tuấn mất cũng đã hơn nửa thế kỷ. Sau này mới được biết, sau Nghiêm Sỹ Tuấn, còn có thêm hai người em trai của anh cũng hy sinh trên những trận địa khác. Chỉ riêng gia đình anh đã cống hiến ba người con trong cuộc Chiến Tranh Việt Nam, một hy sinh và mất mát thật vô cùng lớn lao.[1]

Bìa Tập San Y Sĩ Canada số 184, 01/2010, chủ đề Tình Thương, Một Thời Nhân Bản. *[tư liệu Ngô Thế Vinh]*

TÁC PHẨM NGHIÊM SỸ TUẤN

Truyện ngắn

Những Người Đi Tìm Mùa Xuân

Para Bellum

Thơ 28 Sao

Đầu thai tỉnh giấc

Ngụp lặn từ đây

Trở về cát bụi

Sáu Buồn trước tử biệt sinh ly:

Quê Hương, Tuổi Đứng, Bạn Cũ, Người Yêu, Đám Đông, Đất Lạnh

Biên khảo

Ý thức tinh thần Đại học.

[Nghiêm Sỹ Tuấn, Đặng Vũ Vương, Hà Ngọc Thuần]

những người đi tìm
MÙA XUÂN
• sĩ tuấn

Hình trái, Bìa báo Tình Thương số 2 Xuân Giáp Thìn (1964); phải, trang trong với truyện ngắn nổi tiếng *Những Người Đi Tìm Mùa Xuân*, tác phẩm tâm đắc của Nghiêm Sỹ Tuấn. Anh là Thư ký Tòa soạn báo Sinh Viên Y Khoa Tình Thương từ số ra mắt tới số 13, khi anh ra trường và nhập ngũ. *[tư liệu Ngô Thế Vinh]*

Tình Thương và Tuyên Ngôn Leysin
Một Năm Học tập
Niềm đau nỗi khổ: Công cuộc khắc phục đau đớn
Những ám ảnh của chứng nan y: Nan y hay dịch tễ xã hội

Tạp bút

Thịt Chuột và Văn Hóa

Tác phẩm dịch:

Dưới Mắt Thượng Đế, Hans Killian
[Nghiêm Sỹ Tuấn & Nguyễn Vĩnh Đức]:
Tờ di chúc
Phép Lạ
Thiên đường đã mất
Văn Sợi, Người Phụ Tùng
Chết trên bàn mổ / Mors in tabula
Thác chảy trong đầu
Người bệnh tưởng

Hình trái, hình bìa gốc bản tiếng Đức: *Hinter Uns Steht Nur Der Herrgott*; phải, hình bìa bản dịch tiếng Pháp: *Sous le Regard de Dieu* do Robert Laffont xuất bản. *[tư liệu Ngô Thế Vinh]*

Phía bên kia con đường có bóng
Người bạn tốt nhất
Cha tôi
Quyết định to tát

Đất Chẳng Trở Về. Gilberte Sollacaro [Nghiêm Sỹ Tuấn]

Lịch Sử Y Học. Kenneth Walker
[Hà Hợp Nghiêm – Nghiêm Sỹ Tuấn & Hà Ngọc Thuần]

Với lời giới thiệu của Hà Hợp Nghiêm: "*Kenneth Walker là một trong những thủ thuật gia lỗi lạc của Anh quốc. Tốt nghiệp Đại học Cambridge và bệnh viện St. Bartholomew ở Luân Đôn, hội viên Học viện Giải phẫu Hoàng gia, ông nổi tiếng, ngoài y học thuần túy, về những tác phẩm y học và triết học của ông. Ông đã xuất bản: Lịch Sử Y Học và Lịch Sử của Máu. Ngoài ra ông còn cộng tác thường xuyên với nhiều tạp chí y học và khoa học lớn nhất hiện thời. Trong cuốn Lịch Sử Y Học mà chúng tôi [Nghiêm Sỹ Tuấn & Hà Ngọc Thuần] hân hạnh trình bày bản dịch dưới đây với quý vị độc giả, Kenneth Walker đã tóm tắt trong 20 chương, tất cả quá trình tiến hóa của Y học trong hơn 3000 năm, bắt đầu từ những văn minh tối cổ cho đến nền văn minh hiện đại, từ Hippocrates, Galien đến Pasteur, Fleming, cả một truyền thống lấy phụng sự làm động cơ, lấy lý trí làm hướng đạo, luôn luôn cố gắng cho đời thêm tươi đẹp, đáng sống.*"

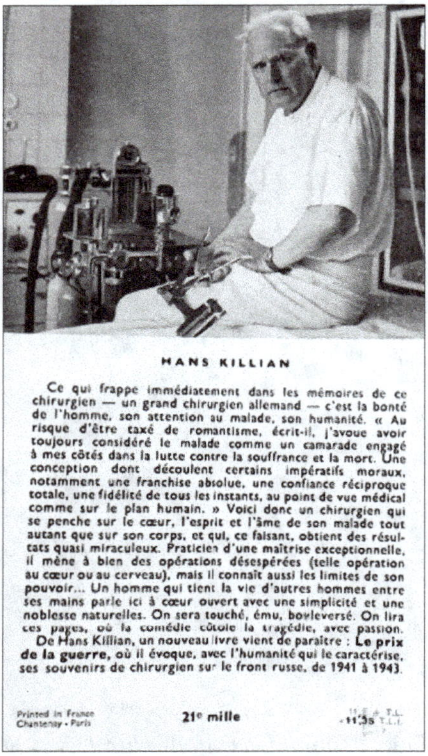

Hình bìa sau bản dịch tiếng Pháp: *Sous le Regard de Dieu*

Bìa cuốn *Lịch Sử Y Học* của Kenneth Walker (1882-1966), Nxb Hutchinson, London 1954, được Nghiêm Sỹ Tuấn và Hà Ngọc Thuần dịch với bút hiệu chung Hà Hợp Nghiêm, đăng từng kỳ trên báo Tình Thương (dưới) từ số ra mắt 01.1964. *[tư liệu Ngô Thế Vinh]*

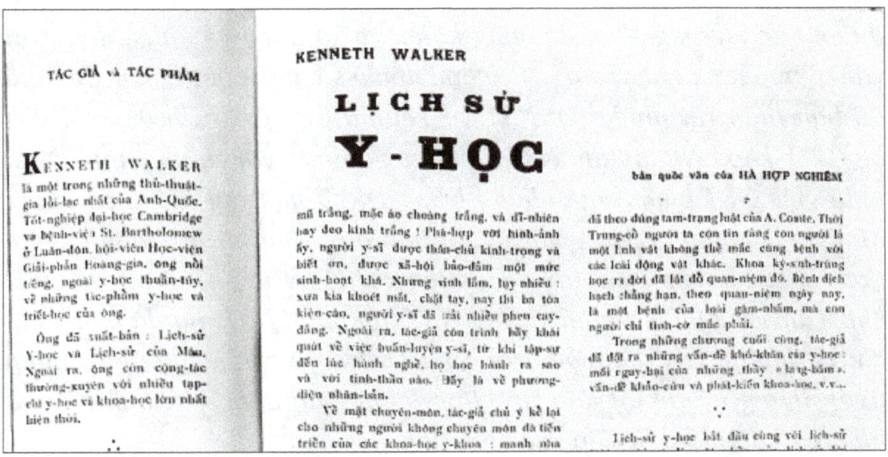

TÁC GIẢ và TÁC PHẨM

KENNETH WALKER là một trong những thủ-thuật-gia lỗi-lạc nhất của Anh-Quốc. Tốt-nghiệp đại-học Cambridge và bệnh-viện St. Bartholomew ở Luân-đôn, hội-viên Học-viện Giải-phẫu Hoàng-gia, ông nổi tiếng, ngoài y-học thuần-túy, về những tác-phẩm y-học và triết-học của ông.

Ông đã xuất-bản : Lịch-sử Y-học và Lịch-sử của Máu. Ngoài ra, ông còn cộng-tác thường-xuyên với nhiều tạp-chí y-học và khoa-học lớn nhất hiện thời.

∴

KENNETH WALKER

LỊCH SỬ Y-HỌC

bản quốc văn của HÀ HỢP NGHIÊM

mũ trắng, mặc áo choàng trắng, và dĩ-nhiên hay đeo kính trắng ! Phù-hợp với hình-ảnh ấy, người y-sĩ được thân-chủ kính-trọng và biết ơn, được xã-hội bảo-đảm một mức sinh-hoạt khá. Nhưng vinh lắm, lụy nhiều : xưa kia khoét mắt, chặt tay, nay thì ba tòa kiện-cáo, người y-sĩ đã trải nhiều phen cay-đắng. Ngoài ra, tác-giả còn trình bày khái quát về việc huấn-luyện y-sĩ, từ khi tập-sự đến lúc hành nghề, họ học hành ra sao và với tinh-thần nào. Đấy là về phương-diện nhân-bản.

Về mặt chuyên-môn, tác-giả chú ý kể lại cho những người không chuyên môn đà tiến triển của các khoa-học y-khoa : manh nha đã theo đúng tam-trạng luật của A. Comte. Thời Trung-cổ người ta còn tin rằng con người là một linh vật không thể mắc cùng bệnh với các loài động vật khác. Khoa ký-sinh-trùng học ra đời đã lật đổ quan-niệm đó. Bệnh dịch hạch chẳng hạn, theo quan-niệm ngày nay, là một bệnh của loài gậm-nhấm, mà con người chỉ tình-cờ mắc phải.

Trong những chương cuối cùng, tác-giả đã đặt ra những vấn-đề khó-khăn của y-học : mối nguy-hại của những thầy « lang-băm », vấn-đề khảo-cứu và phát-kiến khoa-học, v.v...

∵

Lịch-sử y-học bắt đầu cùng với lịch-sử

CÙNG ĐI TÌM LẠI CHÂN DUNG NGHIÊM SỸ TUẤN

Năm Nghiêm Sỹ Tuấn tử trận, cũng là năm lớp Y khoa 68 ra trường. Tính đến nay, qua hơn nửa thế kỷ, trải qua rất nhiều hoàn cảnh và những thử thách khác nhau, với bao nhiêu biến động và thăng trầm của đất nước, có thể nói các bạn của Nghiêm Sỹ Tuấn là những người sống sót, và để rồi chẳng thể ngờ rằng nay vẫn còn có dịp nhìn về một chặng đường quá khứ, tìm lại khoảng thời gian đã mất.

ĐẶNG VŨ VƯƠNG, nguyên trưởng ban Quan điểm báo SVYK Tình Thương hồi tưởng:

"Viết về báo Tình Thương sẽ thiếu sót nếu không viết về Nghiêm Sỹ Tuấn [NST]. Ít hay nhiều báo Tình Thương đã ghi dấu ấn trên những người viết năm xưa và có thể ít hay nhiều đã ảnh hưởng đến hướng cuộc đời của nhiều người sau này. Tôi nghĩ rằng NST đã để lại dấu ấn trên nhiều anh em báo Tình Thương. Riêng tôi, tôi vẫn coi thời gian được làm bạn với NST và cùng viết báo Tình Thương là một trong những giai đoạn may mắn và quý báu nhất của đời tôi. Tôi với NST có rất nhiều khác biệt để thành bạn thân nhưng viết báo Tình Thương đem lại cho 3 chúng tôi (Đặng Vũ Vương, Nghiêm Sỹ Tuấn, Hà Ngọc Thuần) sự quý mến và tôn trọng nhau qua bao nhiêu sự trao đổi tư tưởng và theo đuổi lý tưởng và đặc biệt nơi NST tôi tìm thấy mẫu người "Renaissance man" của Tây phương đóng khung bằng tư tưởng và phong cách của một nhà Nho thời xưa. NST giỏi chữ Hán, thông văn chương Việt, có năng khiếu và sở thích về nhiều môn (thi văn, âm nhạc, nghệ thuật…) và đọc nhiều sách triết học. Tôi còn nhớ đã bàn luận rất nhiều với NST về Teilhard de Chardin thời tôi viết bài về Y khoa Nhân bản. NST chỉ cần chứng tỏ với chính mình và tôi nghĩ việc NST chọn binh chủng Nhảy Dù là một thử thách cá nhân. Mất NST, chúng ta mất một người bạn quý, một kẻ sĩ (trong trường hợp NST kẻ sĩ gồm Scholar + Gentleman + Physician). Trong bài viết cho Tập san Quân Y năm xưa về NST, tôi đã ví NST như là một "sao chổi" thoáng bay qua vòm trời Tình Thương, tuy nhẹ nhàng và ngắn ngủi nhưng đã để lại dấu tích lâu dài và sâu đậm trên bạn hữu và những ai đã một lần tiếp xúc với Tuấn.

Nghiêm Sỹ Tuấn giỏi chữ Hán, tiếng La Tinh, anh có năng khiếu về ngoại ngữ: tiếng Pháp, tiếng Anh, anh còn học thêm cả tiếng Đức cùng với Trần Xuân Dũng ở Goethe-Institut Saigon. Khi cùng dịch tác phẩm Dưới Mắt Thượng Đế của Hans Killian, Nguyễn Vĩnh Đức chủ yếu dịch từ bản tiếng Pháp Sous le Regard de Dieu của Max Roth, trong khi Nghiêm Sỹ Tuấn còn cẩn trọng tham khảo thêm từ bản gốc tiếng Đức Hinter Uns Steht Nur Der Herrgott.

Cho dù đã vô cùng bận rộn với học trình bảy năm Y khoa, từ phòng thí nghiệm tới giảng đường cho tới các bệnh viện, Nghiêm Sỹ Tuấn vẫn dành thời gian cho các sở thích về nhiều bộ môn nghệ thuật: thơ nhạc họa và ngoài sách Y khoa, anh đọc nhiều sách Triết học.

Hình chụp năm 1963 tại một bệnh viện Sài Gòn, thuộc khóa Y khoa 1959-1965; hàng ngồi, từ trái: Đỗ Thức Diêu, Nguyễn Văn Lâm, Nguyễn Ngọc Trân, Đinh Xuân Dũng, Lê Khắc Minh, Huỳnh Ngọc Phương; hàng đứng, từ trái: Trần Tiễn Huyến, Nghiêm Sỹ Tuấn, Huỳnh Trúc Lâm, Trần Bá Cơ, Nguyễn Hoàng Hải, Tôn Thất Chiểu, Nguyễn Tiến Hải, Dương Hữu Thành, Đinh Hà, Lê Hữu Lộc, Nguyễn Anh Tuấn, Ngô Thanh Quế. (riêng trong nhóm này thì đã có: Nghiêm Sỹ Tuấn, Đỗ Thức Diêu, Nguyễn Văn Lâm, Nguyễn Anh Tuấn, Ngô Thanh Quế đã qua đời.) *[tư liệu của BS Đặng Vũ Vương, ghi chú hình của BS Nguyễn Hoàng Hải]*

Nghiêm Sỹ Tuấn có cá tính rõ rệt, một con người tài năng và lý tưởng, Anh không xuất thân từ một danh gia vọng tộc mà gốc gác bình dân như tuyệt đại đa số các gia đình Việt Nam khác, nhưng anh là hình ảnh kẻ sĩ hiếm hoi, được kết tinh từ những phẩm chất làng xã Việt Nam, với truyền thống và nề nếp giúp xã hội Việt Nam đứng vững và tồn tại qua bao ngàn năm thăng trầm của lịch sử. Nghiêm Sỹ Tuấn chính là mẫu người quân tử Đông Phương hiếm hoi thuần Việt còn vương sót lại ở hậu bán thế kỷ 20." [2]

Nghiêm Sỹ Tuấn viết văn khi đang còn là một sinh viên, có thể là sớm hơn. Từ 1963, cùng với các bạn Y khoa làm báo Tình Thương như *"một diễn đàn cho những ý tưởng nhân bản, hướng tới một xã hội lý tưởng và không mang nặng tính chủ nghĩa"* [GS Trần Ngọc Ninh]. Ngay từ các bài viết xuất hiện rất sớm trên tờ báo Tình Thương, Nghiêm Sỹ Tuấn đã quan tâm tới các vấn đề cơ bản của đất nước: giáo dục, xã hội, và thời sự.

Thẻ thực tập bệnh viện nhóm B, năm thứ Ba YKSG niên khóa 1961-1962, trên từ trái: Lê Văn Tập, Tôn Thất Chiểu, Huỳnh Ngọc Phương, Nguyễn Ngọc Trân, Nghiêm Sỹ Tuấn; dưới từ trái: Đinh Xuân Dũng, Huỳnh Trúc Lâm, Trần Bá Cơ, Nguyễn Gia Ân, Nguyễn Tiến Hải. *[tư liệu BS Đinh Xuân Dũng]*

Nghiêm Sỹ Tuấn chỉ để lại vài truyện ngắn, mấy bài thơ, một cuốn nhật ký viết dở dang và có thể còn ở đâu đó là những trang bản thảo đã bị thất lạc. Chắc chắn Anh còn những hẹn hò khác, nhưng Anh đã vội vã mang đi, chôn sâu dưới mảnh đất của một quê hương Việt Nam tự do mà Anh đã hết lòng yêu mến và đã đem chính sinh mệnh của Anh ra để bảo vệ.

Lớp Y Khoa 1965, hình chụp 1963 tại sân ngôi trường cũ 28 Trần Quý Cáp Sài Gòn; khi ấy Nghiêm Sỹ Tuấn đang là sinh viên Y khoa năm thứ 4 cùng với các Bạn đồng khóa và Giáo sư Mahou Dau từ Faculté de Médecine de Paris qua dạy về các đề tài Nội khoa và Thần kinh.

[*Ghi chú chi tiết Hình 12:* hàng đứng từ trái, Minh, Đàm Quang Toản, Nguyễn Trọng Dzực, Nguyễn Hải Nam, Lê Xuân Lộc, Nguyễn Đình Khoát, Lê Văn Ba (dân vệ), Đoàn Văn Bá, Trần Đoàn (ngón tay chữ V sau lưng Bá), Giáo sư Mahou Dau, Lê Tất Giao, Michell Quyên, Nguyễn Thị Lý, Dương Quang Trí, Trần Bá Cơ, Nghiêm Bảo Thạch, Đinh Hà, Nghiêm Sỹ Tuấn, Phan Giang Sang, Nguyễn Anh Tuấn (Râu), Trần Tiễn Huyến, Đỗ Thức Diêu, Lê Văn Tập; hai người đứng rùn gối: Nguyễn Thượng Vũ (quần đen), Trần Xuân Dũng (quần trắng). *[tư liệu và nhận diện của BS Lê Văn Tập]*. Sau năm 1975, cộng sản đã chọn ngôi trường Y khoa cũ làm khu trưng bày Tội ác Mỹ Ngụy và sau đổi thành Khu Bảo tàng Di tích Chiến tranh.]

Giữa thập niên 1960s, khi đang làm báo sinh viên Tình Thương, là những năm đầy biến động của đất nước, ngoài tiền tuyến chiến tranh ngày càng ác liệt lan rộng dâng cao với rất nhiều chết chóc, trong khi hậu phương là một mặt trận khác với những cuộc biểu tình dắt dây, với vòng kẽm gai và lựu đạn cay trải dài trên khắp các đường phố… Nghiêm Sỹ Tuấn đã tỏ ra không đồng ý với mọi xáo trộn nơi hậu phương giữa cuộc chiến tranh, mà theo anh thì chỉ có lợi cho cộng sản và tuy anh không lớn tiếng phản đối nhưng bản thân anh luôn luôn đề cao tính kỷ luật và trật tự.

Không chỉ với tác phẩm tâm đắc *Những người đi tìm Mùa Xuân*, nhưng *Para Bellum* là một tác phẩm quan trọng khác, mang nặng những suy tư về chiến tranh và hòa bình của Nghiêm Sỹ Tuấn. Chính kiến của Nghiêm Sỹ Tuấn rất rõ ràng trong truyện ngắn *Para Bellum / Chuẩn bị Chiến tranh*.

LẠI MẠNH CƯỜNG, một y sĩ tốt nghiệp Y khoa Sài Gòn sau Nghiêm Sỹ Tuấn nhiều khóa, LMC chưa vào Y khoa khi Nghiêm Sỹ Tuấn đã ra trường. Từ Hòa Lan, Lại Mạnh Cường đã nhận định về truyện ngắn *Para Bellum* rất đặc biệt này của Nghiêm Sỹ Tuấn:

"Phải nói ngay tôi bị "dội ngược" khi đọc truyện ngắn này của NST, mang tựa đề rất lạ Para Bellum. Tra trong internet mới biết tác giả trích dẫn từ một câu danh ngôn bằng tiếng Latin cổ: Si vis pacem, para bellum; dịch ra tiếng Anh là "If you want peace, prepare for war"; tiếng Việt: "Muốn hòa bình phải chuẩn bị chiến tranh"!

Đọc khoảng một nửa truyện mới hiểu tác giả học xong y khoa, nhận được lệnh gọi nhập ngũ và đợi chờ ngày ra đơn vị. NST viết lại những tiếp xúc của mình (nhân vật số 1) trong thời gian này với người yêu (số 2), người bạn (3), ông bác (4), cháu bé gái (5), người lính (6), bà hàng chè (7).

Lối hành văn cầu kỳ, mơ hồ, lại mang chất thơ. Tôi có cảm tưởng đây là những màn độc thoại (monologue), nhưng lại được tác giả cố tình viết ra dưới hình thức đối thoại (dialogue) giữa tác giả với những người thân, để giãi bày tâm sự. Các nhân vật số 2, 3, 4 và cả số 5 chỉ giữ vai trò những "mắc áo", để tác giả mặc sức "trang hoàng" những tư tưởng cầu kỳ đến khó hiểu trong cái đầu "bác học" của ông. Xin dẫn chứng một vài mẩu đối thoại với người yêu trước khi chia tay ra đơn vị:

"Bởi anh còn gì nữa đâu ngoài thân thể này, với đầu óc mơ màng với trái tim hay đập mạnh; với bàn tay vụng về chỉ thích viết vẽ bâng quơ, xây lầu trên cát. Đắm say sẵn có, lại thêm chữ nghĩa điểm tô, khiến anh chỉ biết cảm thấy thơ thới hòa vui khi nhìn em nét cười tươi sáng, áo trắng đơn sơ. Còn khi xe ngựa lặng thinh, sừng sững chập chờn tuổi đứng, một mình sao anh nghe buồn nản len lỏi từ đâu. Ồ! Anh lại muốn làm thơ rồi phải không em? Mà thơ chắc là em không thích."

"Em thích nghe? Trước kia không nói, vì em thường bảo không hiểu; vả anh cũng rất sợ phiền. Giờ chắc êm đềm hay ngắn, sao đem nhiều lời khuấy động? Anh cứ để qua đi mà không hay. Đến lúc oanh vàng quen thuộc rộn ràng hót mấy thanh từ giã, mới vội vàng tìm miệng trao lời.

"Thường tình vẫn thế, chỉ khi chiều muộn đường xa mới thấy bếp lửa dịu dàng. Anh đã cố gắng thoát khỏi thân riêng, tìm kiếm và tạo dựng cộng hưởng nơi người. Hiển hiện đâu đây, nét dẫn khởi đang muốn trở thành dẫn lực. Liệu anh có lầm chăng?"

Tôi ngờ rằng cuộc đối thoại này chỉ là hư cấu, không thật trăm phần trăm! Và nó thật sự không hấp dẫn tôi. Tôi cho là mình nghĩ đúng về NST khi theo dõi các cuộc đối thoại tiếp theo, giữa tác giả với người bạn thân và nhất là với ông bác. Từ đó tôi cho rằng con người "(ưa) lập thuyết" lấn áp con người thật NST. Anh cố đè nén mọi cảm xúc, đam mê và tình cảm cá nhân, quyết sống theo các khuôn mẫu khắt khe, nhằm phục vụ cho lý tưởng. Anh chuộng kỷ luật và ưa trật tự, và đã khẳng định chắc nịch: "Chiến tranh chỉ xấu và tàn bạo trong mắt những người đứng xa chỉ trỏ. Nên người phải ngừng hay tiếp tục nó với những lý do đẹp đẽ. Cha ông chúng ta xưa kia đã nhất định tiếp tục nó, và đã chiến thắng, chắc vì hiểu rằng trật tự và kỷ luật trong sức mạnh con người là một cảnh tự nó đẹp, dễ làm cảm động, dễ làm thán phục. Nhất là khi có những sức mạnh bên ngoài để gây xáo trộn trật tự và kỷ luật ấy."

NGUYỄN THANH GIẢN là người bạn thân thiết từ thời trung học, cũng là bạn đồng khóa Y khoa với Nghiêm Sỹ Tuấn sau này. Nguyễn Thanh Giản viết:

"Thằng Tuấn mà đi Nhảy Dù thì chắc dù nó bay lên chứ không xuống đâu! Tôi mỉm cười nhưng không ngạc nhiên vì biết anh nhỏ con, cao có 1,58 mét và nặng chỉ có 40 ký. Tuy nhiên vì đã chơi thân với nhau kể từ khi còn trung học và suốt 7 năm đại học nên tôi biết rõ anh có lý do để chọn binh chủng Nhảy Dù, một binh chủng chiến đấu anh dũng và có kỷ luật cao.

Ngay từ khi còn ngồi ghế trung học, chúng tôi cũng đã có những đêm thức trắng bàn luận với nhau, nào là văn chương triết lý, nào là vận nước lâm nguy, nào là ước vọng của những người trai thời loạn. Cái hoài bão của chúng tôi thời đó thật là to lớn quá, cái lý tưởng tuyệt vời quá, nhưng cả hai chúng tôi đều băn khoăn trong lòng là không biết mình sẽ làm được cái gì?

Thế rồi ra trường, mỗi đứa được điều động đi một ngả. Lần cuối cùng tôi được gặp Tuấn là ở quận Cam Lộ, thuộc tỉnh Quảng Trị. Lúc đó người ta đang xây dựng một hàng rào điện tử gọi là hàng rào McNamara để ngăn chặn Cộng quân từ Bắc xâm nhập vào Nam. Người dân ở quanh đó bị bắt buộc phải dời đi nơi khác. Họ được tạm cư ở những trại làm bằng lều vải do Mỹ cung cấp. Trên một khu đất rộng, những căn lều vải được cất lên san sát. Mùa hè với những cơn gió Lào thổi về như thiêu đốt và mặt đất cát nóng bỏng. Thực phẩm và nước uống cũng do trực thăng hoặc những đoàn xe Mỹ chở tới. Tôi được giao nhiệm vụ coi sóc sức khỏe của đồng bào ở các trại này, gọi là công tác Dân Sự Vụ.

Bộ Chỉ huy của tôi đóng ở Đông Hà, mỗi sáng tôi được chở tới Cam Lộ để khám bệnh cho đồng bào đến chiều lại về vì ở Đông Hà an ninh hơn. Nhưng thường thì buổi chiều tôi không muốn về. Tôi muốn ở lại cùng với anh em y tá của tôi một phần, một phần nữa tôi muốn sống thật gần gũi với những người dân quê lam lũ. Nhiều người dân ở trong các lều thấy tôi đến thăm họ buổi tối, tặng thuốc bổ hay cho trẻ em vài cái kẹo, họ rất quý. Tôi thường nói chuyện, tâm sự với họ tới khuya. Quan hệ giữa tôi và đồng bào ở đó trở nên thân mật. Có lần tôi bị ốm phải về Quảng Trị tĩnh dưỡng mấy ngày, đến khi trở lại họ thăm hỏi tôi một cách ân cần. Một người dân chất phác hỏi:

- Bác sĩ đau làm chúng tôi nhớ bác sĩ quá. Bác sĩ không đi khám bệnh được sao không nhờ bà bác sĩ khám giùm?

Tôi cho họ biết vợ tôi không phải là bác sĩ nên đâu có biết khám bệnh, thì họ đồng thanh nói:

- Thì ông chỉ cho bà cách khám bệnh và cho thuốc cũng được chớ có sao!

Những người dân quê này thật hiền lành chất phác và dễ thương quá, họ không hiểu thế nào và phải học ra sao để làm bác sĩ. Tôi đành giải thích theo lối họ:

- Đồng ý tôi có thể dạy vợ tôi cách khám bệnh nhưng vợ tôi phải học rất siêng năng. Tối nào cũng phải thức ít nhất 12 giờ đêm để học bài, nếu không thuộc tôi phải dùng roi tét vào đít. Cứ như thế 7 năm thì bà ấy mới có thể chữa bệnh được!

Mọi người cười ồ lên có vẻ hiểu. Tôi thương những người dân quê này quá, họ chẳng khác nào gia đình của tôi, nhưng tôi chỉ có thể ở với họ một thời gian ngắn rồi sẽ ra đi. Chiến tranh vẫn kéo dài, ngày một thêm ác liệt, rồi tai họa nào sẽ giáng lên đầu họ? Tôi làm sao có thể chia sẻ với họ mãi được!

Một buổi chiều, tôi đang đùa giỡn với đám trẻ con thì Tuấn ở đâu đi tới. Anh mặc bộ đồ Dù khá mới, da dẻ đã sạm nắng, đầu tóc vẫn hớt kiểu móng lừa. Tiểu đoàn anh đi hành quân ở Cùa mới về, nghe nói tôi ở đây nên anh tới thăm. Thấy tôi, anh nói giỡn:

- Bác sĩ không lo khám bệnh lại đi giỡn với trẻ con.

Tôi mời anh vào trong lều mở nước ngọt mời anh và các y tá uống. Đêm hôm đó, trong căn lều vải giữa đồng khô cỏ cháy chúng tôi được dịp nằm bên nhau ôn lại những kỷ niệm xa xưa, thời còn cắp sách tới Đệ Tam B6, Đệ Nhị B6 của trường Chu Văn An đã gần mười năm về trước. Chỉ khác là lần này chúng tôi nằm ở vùng tiền tuyến, tiếng đạn nổ chung quanh như nhắc nhở rằng những chết chóc điêu linh của cả dân tộc vẫn là một thực thể không biết đến ngày nào mới chấm dứt.

Sáng hôm sau, tôi bắt đầu một ngày làm việc mới thì gặp trường hợp một em bé bị sưng ruột dư. Tuấn cũng nắn bụng em bé và đồng ý với sự chẩn đoán của tôi. Đứa bé cần được đưa đi nhà thương để mổ ngay. Nhưng vừa nghe tới chữ mổ là cha mẹ nó ẵm chạy ra ngoài ngay. Họ cho mổ là việc ghê gớm lắm, con họ bị đem đi mổ chắc là sẽ chết và thân xác không vẹn toàn, có khi không được trả xác về nhà nữa là khác. Trong đầu họ nghĩ đến ông thầy thuốc Nam, ông y tá quen thuộc hay cùng lắm là ông thầy pháp có thể cứu được đứa bé. Tôi bối rối chưa biết xử trí ra sao, anh em y tá định giữ bé lại nhưng mẹ nó đã lanh lẹ ẵm chạy về lều. Tuấn nói với tôi:

- Để tao khám bệnh thế mày bữa nay. Mày đã quen với dân chúng ở đây rồi, hãy đến tận nơi giải thích cho họ: chỉ có cách giải phẫu mới cứu được đứa bé mà thôi. Tao biết mày có tài thuyết phục hay lắm mà.

Tôi tới tận lều giải thích mãi cha mẹ đứa bé vẫn không nghe. Sau phải nhờ nhiều người quen nói thêm vào, cha mẹ đứa bé mới đồng ý đem nó đi Quảng Trị với điều kiện tôi cũng phải đi theo và cha mẹ nó thì luôn luôn ở bên cạnh. Tôi bèn gọi máy bay trực thăng tản thương rồi tất cả cùng đi. Chỉ một tuần lễ sau đứa bé bình phục hoàn toàn nhưng lúc đó Tuấn đã xa tôi rồi. Tôi còn nhớ đêm trước hôm chia tay Tuấn nói với tôi:

- Cuộc chiến này nếu không làm sáng tỏ được là chúng ta chiến đấu cho tự do dân chủ thì rất nguy. Nó sẽ trở thành cuộc chiến của những thằng ở thành phố đánh nhau với những thằng ở miền quê. Những thằng ở thành phố tinh khôn hơn nhưng chỉ là thiểu số, miền quê trông có vẻ khờ khạo nhưng nắm giữ hầu hết tiềm lực của dân tộc. Mày tranh thủ được nhân tâm dân chúng miền này là rất tốt. Nếu bên mình mà làm được như vậy thì bọn Việt cộng sẽ thua nhanh chóng. Cuộc chiến đã trở thành cuộc tranh thủ nhân tâm, mình không làm thì bọn Việt cộng tinh ranh sẽ làm và sự sụp đổ của miền Nam sẽ là điều không tránh khỏi.

Sự tiên đoán của Tuấn đã xảy ra. Ngày miền Nam sụp đổ, anh không còn nữa nên tránh được cái tủi nhục của những người bại trận. Còn chúng tôi lũ lượt kéo nhau đi từ nhà tù này tới nhà tù khác…

Tuy nhiên lời tiên đoán của Tuấn đến bây giờ lại sắp được chứng nghiệm một lần nữa. Chiến thắng của Việt cộng tôi cho chỉ là tạm thời, nếu họ không biết thay đổi chính sách. Vì khi huyênh hoang với chiến thắng, họ quên mất bài học cũ, bài học chinh phục nhân tâm. Và cho đến nay, hầu hết những người tượng trưng cho sức mạnh dân tộc đã quay lưng lại với họ.” [1]

VŨ KHẮC NIỆM, là y sĩ đàn anh trong Y khoa và cũng là cấp chỉ huy của Nghiêm Sỹ Tuấn trong Quân Y Nhảy Dù. BS Vũ Khắc Niệm viết:

"Tôi còn nhớ mãi một buổi sáng trong căn cứ Hoàng Hoa Thám, tôi như thường lệ xuống câu lạc bộ Tiểu Đoàn Quân Y ăn sáng thì thấy anh Hoàng Cơ Lân đã ngồi đó tự bao giờ, mắt anh đỏ mặt buồn rầu nói với tôi: Nghiêm Sỹ Tuấn chết rồi nhờ toa báo cho anh em biết; xong anh về văn phòng. Tôi sững sờ đứng im lặng, hình ảnh Tuấn trong nón sắt đeo dù mờ ảo hiện về.

Hôm nay, Ngô Thế Vinh gửi cho tôi những bài vở và hình ảnh trong Tuyển Tập Nghiêm Sỹ Tuấn gần hoàn tất, tôi đã đọc và qua những bài viết của bạn hữu cũng là những người tôi hân hạnh quen biết, và có người tôi chỉ nghe danh nhưng tất cả là những người có uy tín mà tôi rất mến phục. Cùng với những bài vở do chính Nghiêm Sỹ Tuấn viết đã làm tôi có cái nhìn rộng hơn về Nghiêm Sỹ Tuấn, một con người vô cùng đặc biệt với những hiểu biết sâu rộng nhưng vô cùng khiêm tốn.

Chúng ta đã mất đi một người bạn, một tài năng hiếm hoi trong cái tuổi quá trẻ. Nghiêm Sỹ Tuấn đã không có dịp đem những tiềm năng dồi dào ấy hiến dâng cho đời, tiếc thay!

Suy nghĩ miên man tôi tự hỏi sao chúng ta không có một cơ sở y tế quân đội nào, một bệnh viện nào mang tên Nghiêm Sỹ Tuấn để tên Anh được nhiều người biết và nhắc đến như Đỗ Vinh, Lê Hữu Sanh, Trần Ngọc Minh…

Nhưng với đức tính khiêm cung thực sự của một kẻ sĩ, tôi nghĩ Nghiêm Sỹ Tuấn chỉ cần một số bạn bè thân thiết thấu hiểu Anh là đủ.

Tôi xin nhân danh một đồng nghiệp, một đồng đội của Nghiêm Sỹ Tuấn trong Quân Y Nhảy Dù cảm ơn Ngô Thế Vinh và các bạn hữu của Tuấn đã dành công sức tạo nên Tuyển Tập này để thế hệ mai sau còn có người nhớ tới Nghiêm Sỹ Tuấn, con người với cuộc sống ngắn ngủi nhưng đầy ý nghĩa." [1]

PHAN NHẬT NAM, xuất thân khóa 18 trường Võ Bị Quốc Gia Đà Lạt, một sĩ quan tác chiến của binh chủng Dù và cũng là một phóng viên chiến trường, tác giả những trang bút ký sống động trong cuộc

Chiến tranh Việt Nam. Cảm xúc trước cái chết quá trẻ của Nghiêm Sỹ Tuấn, Y sĩ Tiểu đoàn 6 Nhảy Dù, Phan Nhật Nam viết:

Nghiêm Sỹ Tuấn tốt nghiệp Bác Sĩ Y Khoa năm 1965 ở tuổi 28. Bác Sĩ Tuấn nhỏ người, chỉ cao 1 thước 58, nặng 40 ký. Một thân thể tương đối nhỏ so với tầm vóc trung bình, sức nặng cần thiết cho một người lính chiến, chưa nói đến quân nhân thuộc binh chủng Nhảy Dù. Xong hai khóa huấn luyện đến lễ mãn khóa, các tân khoa bác sĩ được mang cấp bậc Y Sĩ Trung Úy. Ngày chọn đơn vị phục vụ là một ngày quan trọng, quyết định tương lai, vận mệnh của người quân y sĩ. Trước giờ chọn đơn vị, một thông báo được tuyên đọc cho tất cả tân bác sĩ được rõ: "Người nào muốn chọn về Nhảy Dù hoặc Thủy Quân Lục Chiến chỉ cần đưa tay lên mà không cần phải đợi đến lượt xướng danh."

Bác Sĩ Nghiêm Sỹ Tuấn liền đưa tay, vị sĩ quan phụ trách thoáng ngạc nhiên do thấy anh mong manh, gầy, nhỏ. "Anh chọn gì?" Tuấn đáp gọn: "Nhảy Dù". Sau khi ký giấy tờ, anh bước ra khỏi phòng, không cần để ý đến ai sẽ đi đâu, và bao giờ buổi lễ chấm dứt. Bác Sĩ Nghiêm Sỹ Tuấn chọn Nhảy Dù không do bất ngờ, ngẫu hứng bởi trước đây anh đã viết ra lời:

Cung Dâu dựng nhắm phương nào
Ngập ngừng tên cỏ ngày cao chất chồng
Mai sau đó gửi về không
Bóng vươn tinh đẩu mơ vùng núi cao.

Vâng, qua bài thơ Tuổi Đứng, Nghiêm Sỹ Tuấn hóa ra đã chọn sẵn nghiệp phận binh đao, anh đã quyết định trước.

Bác Sĩ Nghiêm Sỹ Tuấn hẳn không chọn binh chủng Nhảy Dù do được khích động, quyến rũ từ hình tượng "áo hoa nón đỏ", anh thuộc về một mẫu người khác. Giữa những năm 1960, khi đang làm báo Tình Thương của sinh viên Y Khoa, là những năm biến động, hỗn loạn toàn miền Nam, ngoài tiền tuyến chiến tranh ngày càng ác liệt lan rộng, dâng cao với chết chóc, tàn phá; trong khi hậu phương là một mặt trận khác với những cuộc biểu tình liên tục, vòng kẽm gai, và lựu đạn cay trải dài, chắn ngang, rối tung trên khắp các đường phố. Sài Gòn đã là một diễn trường tệ hại với những cuộc tranh giành quyền lợi giữa các phe nhóm, Trung úy Nghiêm Sỹ Tuấn, Bác Sĩ Tiểu Đoàn 6 Nhảy Dù đã chọn đúng đơn vị.

Nghiêm Sỹ Tuấn là một con người khác. Người của thế giới im lặng với Sách. Người sống trực tiếp với Chữ. Sống trực tiếp nghĩa đen và nghĩa bóng. Anh tiếp xúc thẳng với Nam Hoa Kinh, Đạo Đức Kinh qua Hán Văn. Anh hiểu nghĩa huyền vi của "Đạo khả Đạo phi thường Đạo. Danh khả Danh phi thường Danh. Vô danh thiên địa chi Thủy. Hữu danh vạn vật chi Mẫu. Huyền chi hựu huyền" từ Hán Ngữ. Người đã học, sử dụng Hán Văn ắt hiểu trực tiếp hình tượng của Hán Ngữ là hiện thực cấu trúc của thế giới siêu hình.

Thế nên anh viết truyện ngắn Para Bellum với chủ ý từ thành ngữ La-Tinh: Si vis pacem, para bellum – Nếu Muốn Hòa Bình Hãy Chuẩn Bị Chiến Tranh – Không những là yêu cầu sinh tử của Việt Nam Cộng Hòa trong thập niên 1960's mà của cả Việt Nam suốt Thế Kỷ 20 cho đến hiện nay.

Trở lại chữ nghĩa của Nghiêm Sỹ Tuấn. Khi cùng dịch tác phẩm Dưới Mắt Thượng Đế của Hans Killian với Bác Sĩ Nguyễn Vĩnh Đức, dịch từ bản tiếng Pháp Sous le Regard de Dieu của Max Roth, Nghiêm Sỹ Tuấn còn cẩn trọng tham khảo thêm bản gốc tiếng Đức Hinter Uns Steht Nur Der Herrgott. Nghiêm Sỹ Tuấn là một Kẻ Sĩ Thuần Việt sống đủ với Thân Phận Việt Nam.

Nghiêm Sỹ Tuấn không viết những dòng chữ không nội dung. Nghiêm Sỹ Tuấn không nói những lời nói suông… Từ hỗn loạn Sài Gòn sau 1/11/1963, anh có một lập trường rõ rệt, phản đối mọi cuộc xuống đường, dù ở phe nhóm tôn giáo nào. Muốn cách mạng ư? Trước hết cách mạng bản thân mình trước. Anh tiên tri, dự đoán, viết ra đủ cảnh tượng hỗn loạn vô nghĩa sau một sự kiện gọi là "cách mạng / cách mạng xã hội chủ nghĩa": Giữa một thời thế, xã hội vật chất đang lên, (giá trị) tâm hồn tinh thần dần đi xuống.

Nghiêm Sỹ Tuấn cố gắng thoát khỏi thân riêng, tìm kiếm và tạo dựng cộng hưởng nơi người chung quanh, cụ thể những người lính mà anh chọn lựa đứng cùng đội ngũ trong lần tình nguyện đi Nhảy Dù.

Y Sĩ Trung Úy Nghiêm Sỹ Tuấn với ý thức tự do, đã đi tới chọn lựa: Tự nguyện dấn thân vào một cuộc chiến tranh thảm khốc. "... Làm gì có xương nào phơi vô nghĩa, càng vô nghĩa bao nhiêu càng ý nghĩa bấy nhiêu. Vả chăng xương nào thay được xương mình. Trái đậu thì hoa tàn. Hạt giống có chết cây mới nẩy mầm xanh, sao nói là vô nghĩa được... Cũng đừng buồn thấy lan nhược nở đỏ rồi rơi êm giữa rừng gai cằn cỗi. Cô đơn, đau khổ, gắng chịu một mình. Có thế mới thấy hết vẻ đẹp thanh tao của giếng êm, trăng rạng."

Không hề chủ trương hay cổ động chiến tranh, nhưng cuối cùng Y Sĩ Trung Úy Nhảy Dù Nghiêm Sỹ Tuấn đã chết do đạn cộng sản pháo kích khi đang cố băng bó vết thương cho một binh sĩ nơi địa đạo Khe Sanh một ngày Tháng 4, 1968.

Lá Thư thay lời kết: Trở lại chuyện Bác Sĩ Tuấn. Tháng 4, 1968 được mấy tiếng phép, từ mặt trận Nhị Bình, Hóc Môn tôi tới Chùa Ấn Quang để đưa đám Nguyễn Đức Cần, Khóa 19 Đà Lạt, Tiểu Đoàn 3 Nhảy Dù chết trận Khe Sanh đưa về. Trong câu chuyện nghe loáng thoáng… Nó (cộng sản) pháo kích ghê lắm, toàn pháo 130 ly hoặc hỏa tiễn 122 ly bên kia Bến Hải, thằng 6 (Tiểu Đoàn 6 Dù) cũng bị nặng, chết đến cả bác sĩ...

Bác sĩ Tuấn ơi, hơn nửa thế kỷ sau mới nghe ra, biết đầy đủ về bác. Cuối bài viết mới có lời kính điếu muộn gởi đến với Y Sĩ Trung Úy Nhảy Dù Nghiêm Sỹ Tuấn. Với lời tạ lỗi." [1]

TRẦN MỘNG TÚ, Phụ nữ và chiến tranh là một đề tài lớn trong văn học nhân loại. Trần Mộng Tú đã qua một trải nghiệm chiến tranh đau thương nhất nơi địa danh Bình Thủy năm 1969, giữa tuổi thanh xuân của chị. Hơn thế nữa, chị là một nhà thơ. Khi đọc cuốn sách Y Sĩ Tiền Tuyến Nghiêm Sỹ Tuấn, Trần Mộng Tú đã viết những dòng chữ thật cảm động trong *"Ngọn nến muộn màng cho người yêu nước Nghiêm Sỹ Tuấn."* [1]

"Cuốn sách về một cuộc đời rất ngắn của Bác Sĩ Quân Y Nghiêm Sỹ Tuấn, một Thi Văn Sĩ , tử trận ở tuổi 31 tại Khe Sanh năm 1968 khi anh đang là Y Sĩ Trung Úy Tiểu Đoàn 6, Nhảy Dù. Nghiêm Sỹ Tuấn chết ở cái tuổi đẹp nhất của đời người: đời của một Y Sĩ, một Thi Sĩ và đời người Lính. Với ba cái đó cộng lại, Nghiêm Sỹ Tuấn là một con người sống lý tưởng và ôm đầy hoài bão tốt đẹp.

Với trái tim nồng nàn Anh đã đối diện với định mệnh Si Vis Pacem Para Bellum. Anh đi tìm hòa bình trong chiến tranh, Chiến Tranh là một điều không né tránh được nếu nhân loại thực sự muốn có Hòa Bình. "Cư An Tư Nguy", người quân nhân nào cũng thuộc lòng câu đó khi vào nhiệm vụ. Anh đi vào chiến tranh như một người nông phu bước vào thửa ruộng của chính mình. Không có điều gì tự nhiên mà có được, như muốn có bông lúa thì người nông phu phải cày bừa trong bùn đất.

Nghiêm Sỹ Tuấn đã đi vào chiến tranh như thế. Bỏ lại gia đình, bạn hữu, người yêu. Anh có một người yêu hay không? Chắc là phải có vì ta đọc trong văn thơ của Anh thấp thoáng đối thoại giữa Anh và một người con gái.

Người thứ nhất: Nghiêm Sỹ Tuấn
Người thứ hai: Người Yêu

Người thứ hai: Em vừa nghe đọc tên anh. Bao giờ anh đi?

Người thứ nhất: Ngày mai, ngày kia, một tuần, một tháng, không chừng.

Người thứ hai: Anh có vẻ nhàn nhã thế. Không lo chi cả sao?

Người thứ nhất: Có gì phải lo đâu em. Anh sẵn sàng đã lâu rồi. Em muốn nói với anh, sao ngập ngừng?

Người thứ hai: Hơi khó nói một chút. Anh thật đã sẵn sàng, không còn gì bận tâm?

Người thứ nhất: Anh hiểu. Em vừa hỏi anh câu ấy. Thực ra, khi vừa rời sách vở, lúc ấy người ta mới rất nhiều bận tâm. Thân mình, ruột thịt, bạn bè, tình yêu. Với mặt trời, hoa cỏ và chim kêu. Tìm giữ tất cả ngần ấy thứ bên mình và trong đầu óc một hình ảnh, một mục đích, một điều ước mơ gì đó. Khó mà tìm ra đường lối giữ và khổ nhất là theo đúng đường lối tìm ra. Sao cho luôn luôn có thể nhìn ngay được những bận tâm ấy mà lòng vẫn nhẹ nhàng. Nhưng hôm nay em lại hỏi anh thế: Từ cả năm nay có khi nào đâu? Anh cũng vậy, chưa khi nào. (Trích đoạn trong Para Bellum - NST)

Anh sẵn sàng đã lâu rồi. (NST)

Đúng. Anh sẵn sàng sửa soạn đi vào chiến tranh (Para Bellum). Không phải chỉ sửa soạn cho chính mình mà cho cả thế hệ đang tới này hiểu thế nào về lòng yêu nước.

Khi Anh nằm xuống Anh vẫn là một người đàn ông độc thân. Không có một vành khăn tang trên đầu quả phụ. Người yêu mơ hồ trong văn chương của anh không hiện thực. Chôn theo thân xác anh là một linh hồn đầy ắp lý tưởng và họ đã phủ trên ngực Anh một lá cờ rũ.

Chúng ta gấp cuốn sách lại với ngậm ngùi và lòng kính trọng. Chiến tranh Việt Nam luôn luôn là một vết thương không bao giờ lành dù nhìn dưới một khía cạnh nào. Cho dù vết thương có khô máu, có lên lớp da non.

Trần Mộng Tú đã có một bài thơ thật cảm động về:

TUỔI TRẺ, TÌNH YÊU VÀ CHIẾN TRANH

Những tờ nhật báo
mỗi ngày một giống nhau
hôm nay tin địch chết
ngày mai tin ta chết
mẹ già cuối xóm
đi nhận xác con
người vợ trẻ xếp hành trang cho chồng mai đi sớm
tăng thêm quân
tuổi mười tám xếp bút nghiên cầm súng
đào thêm hầm
người chết thiếu chỗ chôn
chung quanh em bỗng thấy
thành phố tắt tiếng cười
chiếc áo em đang mặc màu xanh
em nhìn thành màu đỏ
mùi mực in
thành mùi máu tanh hôi
em yếu đuối
em ngơ ngác tâm thần
em sợ lắm rồi thây người ngã xuống

Không,
không bao giờ em muốn anh đi
Anh gạt tay em dấn mình vào lửa
mảnh đạn mảnh bom chặn mất đường về
ngày mai mưa nắng anh không biết
lửa hỏa châu
đốt cháy lời thề. [1]

Trần Mộng Tú (1968)

TRẦN THỊ NGUYỆT MAI, cô là một thuyền nhân, thuộc một thế hệ sau và khác, hoàn toàn không biết gì về Nghiêm Sỹ Tuấn. Năm Nghiêm Sỹ Tuấn mất, cô đang còn ở lứa tuổi hoa. Nhưng khi được đọc các bài viết về Nghiêm Sỹ Tuấn, cô cảm nhận ngay được *Thông Điệp Mùa Xuân* của anh, Nguyệt Mai bồi hồi xúc cảm viết:

"Tối hôm qua tôi mới đọc xong những bài viết của Bác sĩ Nghiêm Sỹ Tuấn, cùng những chia sẻ tâm tình từ những bạn đồng môn của ông. Như một độc giả thuộc thế hệ sau hoàn toàn không biết gì về ông, tôi xin ghi lại ít dòng cảm tưởng về người đã khuất qua những trang viết của chính ông và của bằng hữu. Bác sĩ Nghiêm Sỹ Tuấn tử trận tại Khe Sanh tháng 4 năm 1968. Ông hy sinh khi đang săn sóc vết thương cho một thương binh khi cuộn băng còn cầm trên tay!"

Ông đã yên nghỉ đời đời khi Mùa Xuân thật sự của dân tộc vẫn còn xa tắp. Nhưng qua những bài viết và phong cách sống của Nghiêm Sỹ Tuấn, thì thông điệp dấn thân - hy sinh - quên mình của Ông vẫn còn đó. Và đó cũng chính là tấm gương sáng: Con Đường Sáng, cho các thế hệ sau tiếp bước Nghiêm Sỹ Tuấn Đi Tìm Mùa Xuân cho Dân Tộc." [1]

KẾT TỪ CHO MỘT BÀI VIẾT

Nghiêm Sỹ Tuấn không bao giờ chủ trương hay cổ động chiến tranh vì ý thức hệ, nhưng Anh chấp nhận nhập cuộc chỉ để phục vụ công lý, chống lại sự dối trá bất công để đạt được ổn định, công bằng xã hội và hạnh phúc cho con người.

Giữa một thế nước chông chênh, Nghiêm Sỹ Tuấn với ý thức tự do, Anh đã đi tới một chọn lựa: tự nguyện dấn thân vào một cuộc chiến tranh thảm khốc với tinh thần của Hội nghị Diên Hồng từ 700 năm trước.

Nghiêm Sỹ Tuấn đã đột ngột ra đi trong sự thương tiếc của mọi người, luyến tiếc cho một cuộc hành trình đầy kỳ vọng và hứa hẹn. Mất Nghiêm Sỹ Tuấn chúng ta mất đi tinh hoa của một thế hệ trí thức mà nhân cách, tư tưởng là biểu hiện cao đẹp của một kẻ sĩ trong thời chiến của những năm 1960. Nghiêm Sỹ Tuấn là điển hình tính nhân bản của truyền thống y khoa, của một người y sĩ sẵn sàng dấn thân để phục vụ con người khổ đau trong hoàn cảnh bất thường của đất nước.

Viết về Nghiêm Sỹ Tuấn là vượt lên trên sự vinh danh một cá nhân. Với tâm hồn phóng khoáng và kiến thức cao rộng như anh, Nghiêm Sỹ Tuấn hoàn toàn không cần đến điều đó. Nhưng làm sao chuyển tải được *"thông điệp dấn thân, hy sinh"* của Nghiêm Sỹ Tuấn tới các Bạn Trẻ Việt Nam như những người tiếp bước Anh *"Đi Tìm Mùa Xuân"* cho đất nước, đó mới là ước vọng của Nghiêm Sỹ Tuấn.

Đối tượng của bài viết này không phải chỉ là với một thế hệ sắp qua, mà chính là các thế hệ đang tới: đó là mối ưu tư của Nghiêm Sỹ Tuấn từ hơn nửa thế kỷ trước đối với các vấn đề căn bản của con người, của đất nước mà cho đến nay vẫn còn dở dang và nguyên vẹn. Lớp Người Trẻ, như lực lượng tiên phong sẽ nhận lãnh trách nhiệm bảo vệ các hệ thống giá trị vĩnh hằng, những chuẩn mực về quyền của con người – mà bản *Tuyên Ngôn Nhân Quyền* vẫn mãi là một thông điệp sống động khẳng định quyền người dân được sống trong tự do với đầy đủ phẩm giá và nhân cách.

Những bài viết về Nghiêm Sỹ Tuấn tuy ra đời muộn màng hơn nửa thế kỷ sau ngày Anh mất, không thuần chỉ là một tưởng niệm, một nén nhang tưởng nhớ người Y Sĩ Tiền Tuyến Nghiêm Sỹ Tuấn, nhưng còn là một thông điệp với tầm nhìn xa của Nghiêm Sỹ Tuấn để lại cho các thế hệ mai sau, tiếp bước Anh, *Đi Tìm Mùa Xuân cho Dân tộc*.

Văn chính là người, câu đó hoàn toàn đúng với Nghiêm Sỹ Tuấn. Đó là sự nhất quán giữa tác phẩm và cuộc sống của Nghiêm Sỹ Tuấn qua mọi hoàn cảnh cho tới ngày Anh mất. Nghiêm Sỹ Tuấn là một trí thức, một kẻ sĩ dấn thân, một quân nhân gương mẫu. Anh là hình ảnh tuyệt đẹp của phục vụ và hy sinh. Anh chết quá trẻ ở tuổi 31, thời gian của tích lũy và đi tìm vốn sống. Kiến thức và vốn sống đó chưa có thời gian để đơm hoa kết trái, những trang viết của Nghiêm Sỹ Tuấn chỉ mới là những bản nháp, anh chưa có tác phẩm lớn *nhưng cuộc sống anh đã là một tác phẩm lớn cống hiến cho đời.* Nguyễn Vĩnh Đức, Chủ bút đầu tiên của báo Tình Thương, đã quý mến gọi Nghiêm Sỹ Tuấn là *"Người Thư Sinh Muôn Thuở"*. Mang vóc dáng của một thư sinh nhưng Anh rất mạnh mẽ. Anh là một tượng đài đơn độc và cũng là một biểu tượng tuyệt đẹp trong suốt cuộc Chiến Tranh Việt Nam. Ai đã từng tiếp xúc biết tới Nghiêm Sỹ Tuấn đều mang lòng ngưỡng mộ và cả hãnh diện có được một người bạn như Anh. Rồi nghĩ tới câu thơ của thi hào Nguyễn Du: *"Thác là thể phách, còn là tinh anh"*, như một nguồn an ủi.

Sài Gòn 1963 – California 2022

Tham Khảo:

1/ Tuyển tập *Y Sĩ Tiền Tuyến, Nghiêm Sỹ Tuấn, Người Đi Tìm Mùa Xuân.* TSYS Việt Nam Canada & Việt Ecology Press 2019

2/ *Tình Thương, Một Thời Nhân Bản* [TSYS số 184, 01/2010]

3/ Phạm Liêu: *Viết về Nghiêm Sỹ Tuấn.* Nguyệt san Tiền Phong số 38, 15/12/1968. [Trích trong *Mũ Đỏ.*]

THỜI GIAN VẪN GHI DẤU NHỮNG CHẶNG ĐƯỜNG CỦA BÁC SĨ MŨ ĐỎ ĐOÀN VĂN BÁ

Trung úy Bá đã biểu lộ lòng can đảm phi thường, bất chấp nguy hiểm cho sinh mạng mình và chỉ quan tâm tới những người bệnh, với kết quả là ông đã cứu được nhiều mạng sống. Những hành động dũng cảm của Trung úy Bá phản ánh phẩm chất lớn lao của bản thân ông và của Quân Lực Việt Nam Cộng Hòa.

Lieutenant Ba's singularly impressive display of courage, utterly disregard for his own safety, and his overriding concern for his patients resulted in the saving of many lives. First Lieutenant Ba's heroic actions reflect great credit upon himself and the Army of the Republic of Vietnam.

[BA, DOAN VAN 57/208029 1LT of the Republic of Vietnam: Awarded Bronze Star Medal with "V" Device, Headquarters US MACV, 20 May 1968] [1]

*

TIỂU SỬ

Đoàn Văn Bá sinh ngày 20/8/1937 tại Cố Đô Huế. Gia đình thanh bạch, cha mất sớm nhưng Bá đã cố gắng theo đuổi học vấn để trở thành Bác sĩ Y khoa, niên khóa 1965. Anh trình luận án Tiến sĩ Y khoa một năm sau 1966 với đề tài liên quan tới bệnh Nội tiết: *Contribution à l'étude des cardiothyréoses. À propos de 11 cas observés* [A propos of 11 cases of cardiothyreosis]. Đoàn Văn Bá, M.D.E., Saigon 1966. [2]

Là sinh viên Quân Y Hiện Dịch (QYHD), tới năm thứ tư Y Khoa Bá đã được mang lon Trung úy. Theo Trang Châu, Khóa QYHD 12, cùng tốt nghiệp 1965, *"có 3 thằng bạn cùng xuất thân từ xứ Huế, học cùng lớp, ăn cùng mâm, ở cùng phòng trong trường Quân Y Chợ Lớn, cả 3 cùng có ý định về Nhảy Dù: cả 3 đều có biệt danh / nickname khi còn ở trường Y khoa"*. Lê Văn Châu tức Trang Châu có biệt danh là *"Châu cá ngựa"* vì anh luôn có mặt tại trường đua Phú Thọ mỗi cuối tuần, ngay cả thơ tình của Trang Châu cũng có cá ngựa ở trong đó *(Trong cuộc đua chạy về trái tim em, Anh là con ngựa què, Nên chỉ thủ một vai về ngược)*; Trần Đoàn được các bạn gán cho biệt danh *"Đoàn Cái Bướm"* vì anh có các bài viết *"Thằng Cu hay Cái Bướm"*, đăng nhiều kỳ trên báo sinh viên Y Khoa Tình Thương, Đoàn chỉ dẫn cách sinh con trai hay con gái theo ý muốn nhưng rồi anh chị Đoàn chỉ sản xuất ra toàn "Cái Bướm" và rồi cuối cùng cũng ra được một "Thằng Cu". Còn Đoàn Văn Bá tục gọi là *"Bá Điên"* do anh rất trực tính bạo ăn bạo nói, chỗ nào có khó khăn với cấp trên là có anh, nên anh còn được gọi là *"l'homme des situations difficiles";* mọi người nể anh nhưng không phải cấp trên nào cũng ưa anh. Biệt danh "Bá Điên" ấy được các bạn đồng môn nhắc tới với sự yêu mến và quý trọng.

Ra trường, cùng với hai người bạn thân thiết gốc Huế Trần Đoàn và Trang Châu, Đoàn Văn Bá gia nhập binh chủng Nhảy Dù, là một

Lễ mãn khóa Khóa 12 Quân y Hiện dịch, từ trái: Trần Trọng Nghị, BS Trần Tấn Phát [1934-2021] (khách), Trần Đoàn [1937-2017], Lê Trọng Tín, Lê Văn Châu, BS Hoàng Cơ Lân (khách), Dương Bào, Đoàn Văn Bá [1937-2020], Nguyễn Đình Khoát, Hà Xuân Quỳnh, BS Lê Đình Bình (khách). *[tư liệu Hoàng Cơ Lân]* [3]

SSG Isaac Patino, right, with 7th Airborne medical officer and medics, who saved many lives during the battle in Quang Ngai Province, 19 February, 1967.

LT Ba Van Doan (in beret) receives congratulations from Brigadier General Roberts for helping to save U.S. Marine lives at the Battle of Hue.

HEADQUARTERS

Y sĩ Trung úy Mũ Đỏ Đoàn Văn Bá, Y Sĩ Trưởng Tiểu Đoàn 7 Nhảy Dù & Trung sĩ Isaac Patino cùng các Y tá ND đã cứu được nhiều mạng sống trong cuộc giao tranh ngày 19.02.1967 tại Quảng Ngãi (trái). Chuẩn Tướng Roberts trao bằng tưởng thưởng cho Y sĩ Trung úy Đoàn Văn Bá do công trạng cứu sống các binh sĩ TQLC Mỹ trong trận đánh Tết Mậu Thân 1968 ở Huế (phải). [1]

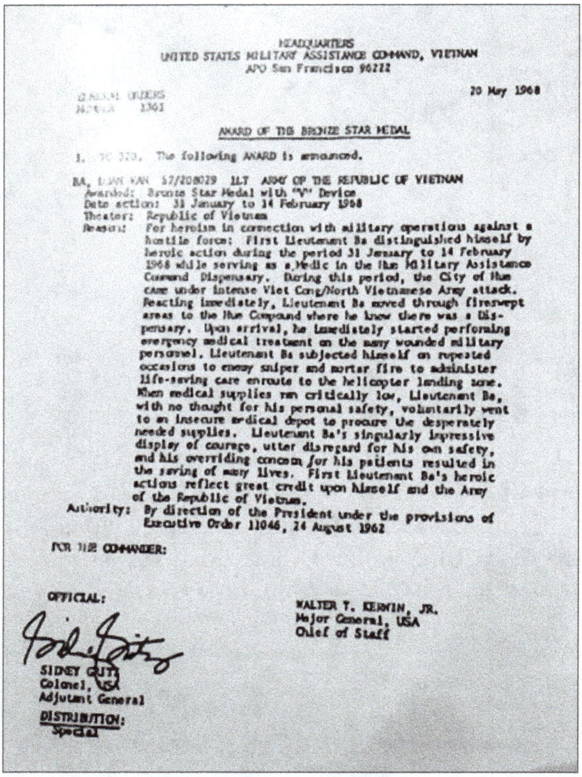

HEADQUARTERS
UNITED STATES MILITARY ASSISTANCE COMMAND, VIETNAM
APO San Francisco 96222

20 May 1968

GENERAL ORDERS
NUMBER 1361

AWARD OF THE BRONZE STAR MEDAL

1. [illegible] The following AWARD is announced.

BA, DOAN VAN 57/208029 1LT ARMY OF THE REPUBLIC OF VIETNAM
Awarded: Bronze Star Medal with "V" Device
Date action: 31 January to 14 February 1968
Theater: Republic of Vietnam
Reason: For heroism in connection with military operations against a hostile force: First Lieutenant Ba distinguished himself by heroic action during the period 31 January to 14 February 1968 while serving as a Medic in the Hue Military Assistance Command Dispensary. During this period, the City of Hue came under intense Viet Cong/North Vietnamese Army attack. Reacting immediately, Lieutenant Ba moved through fireswept areas to the Hue Compound where he knew there was a Dispensary. Upon arrival, he immediately started performing emergency medical treatment on the many wounded military personnel. Lieutenant Ba subjected himself on repeated occasions to enemy sniper and mortar fire to administer life-saving care enroute to the helicopter landing zone. When medical supplies ran critically low, Lieutenant Ba, with no thought for his personal safety, voluntarily went to an insecure medical depot to procure the desperately needed supplies. Lieutenant Ba's singularly impressive display of courage, utter disregard for his own safety, and his overriding concern for his patients resulted in the saving of many lives. First Lieutenant Ba's heroic actions reflect great credit upon himself and the Army of the Republic of Vietnam.
Authority: By direction of the President under the provisions of Executive Order 11046, 24 August 1962

FOR THE COMMANDER:

OFFICIAL:

SIDNEY GRITZ
Colonel, USA
Adjutant General

WALTER T. KERWIN, JR.
Major General, USA
Chief of Staff

DISTRIBUTION:
Special

Bản tuyên dương công trạng Y sĩ Trung úy Đoàn Văn Bá khi được trao tặng Anh Dũng Bội Tinh Ngôi Sao Đồng của Quân Đội Hoa Kỳ. [1]

trong bốn binh chủng Tổng trừ bị luôn luôn ở tuyến đầu tăng phái cho bốn Vùng Chiến Thuật trực thuộc Bộ Tổng Tham mưu. [Ba binh chủng kia là Thủy Quân Lục Chiến, Biệt Động Quân và Biệt Cách Dù]. Khởi đầu Bá là Y sĩ trưởng Tiểu Đoàn 7 Nhảy Dù, thay thế cho Y sĩ Trung úy Võ Đạm. Bá lội đủ hai năm dưới Tiểu đoàn với nhiều công trận trước khi về làm Đại Đội trưởng ĐĐ1QY, rồi Y sĩ trưởng Bệnh Viện Đỗ Vinh, chức vụ cuối cùng là Chỉ huy trưởng Bệnh Viện 4 Dã Chiến, là một bệnh viện quân đội lớn với 400 giường tại Bình Dương.

Dưới đây là lược dịch bản tuyên dương công trạng BS Đoàn Văn Bá:

BỘ TƯ LỆNH
CHỈ HUY VIỆN TRỢ QUÂN SỰ HOA KỲ, VIỆT NAM
APO San Francisco 96222

20 tháng 5 năm 1968

TƯỞNG THƯỞNG HUY CHƯƠNG NGÔI SAO ĐỒNG
BA, DOAN VAN 57/208029 TRUNG ÚY QUÂN LỰC VNCH
Được tưởng thưởng: Huy Chương Anh dũng Bội tinh với Ngôi Sao Đồng
Thời gian hoạt động: 31 tháng Giêng tới 14 tháng Hai năm 1968
Địa bàn hoạt động: Việt Nam Cộng Hòa
Lý do: Hành động anh dũng trong các cuộc hành quân chống lại lực lượng thù địch:

Trung úy Bá đã nổi bật qua hành động anh hùng trong giai đoạn từ 31 tháng Giêng tới 14 tháng Hai năm 1968 trong khi phục vụ như một y sĩ tại Bệnh xá Chỉ huy Viện trợ Quân sự ở Huế. Trong thời gian này, thành phố Huế đang chịu sự tấn công mạnh mẽ của Việt Cộng / Quân đội Bắc Việt. Với phản ứng tức thời,

Trung úy Bá đã di chuyển qua các vùng đang giao tranh tìm tới địa điểm ông biết có một Bệnh xá. Khi tới nơi, ông bắt đầu ngay những điều trị cấp cứu cho rất nhiều binh sĩ đang bị thương. Trong một số trường hợp,

Trung úy Bá đã tự nguyện dấn thân vào vùng nguy hiểm với đạn pháo và bắn sẻ của địch để đưa thương binh tới bãi đáp trực thăng tản thương. Khi các dụng cụ thuốc men y khoa bị thiếu hụt,

Trung úy Bá đã không màng tới an ninh của bản thân, tình nguyện đi tới một kho y dược tìm ra được nguồn tiếp liệu đang cần.

Trung úy Bá đã biểu lộ lòng can đảm phi thường, bất chấp nguy hiểm cho sinh mạng mình, và chỉ quan tâm tới những người bệnh, với kết quả là ông đã cứu được nhiều mạng sống. Những hành động dũng cảm của Trung úy Bá phản ánh phẩm chất lớn lao của bản thân ông và của Quân Lực Việt Nam Cộng Hòa.

Thẩm quyền: Theo chỉ thị của Tổng thống với những điều khoản của Pháp lệnh Hành pháp 11046, 24 tháng 8 năm 1962.

WALTER T. KERWIN, JR
Thiếu Tướng, Hoa Kỳ
Chỉ Huy Trưởng

Công Văn Chính Thức
SIDNEY GRITTI
Đại Tá, Hoa Kỳ
Tổng Quản Trị

*

Sau khi miền Nam Việt Nam bị rơi vào tay cộng sản Bắc Việt, Y sĩ Thiếu Tá Đoàn Văn Bá bị bắt vào các trại tù cộng sản cùng toàn thể sĩ quan và viên chức cao cấp của chính quyền miền Nam, anh bị đày ải qua các trại tù Hóc Môn, Suối Máu, Bù Gia Mập, Bù Đăng trong hoàn cảnh bị lao động cưỡng bức, thiếu ăn, và bệnh tật không thuốc men.

ĐOÀN VĂN BÁ TRONG TRẠI TÙ SUỐI MÁU 1977

[Mũ Đỏ Bác sĩ Trần Đức Tường, kể lại]

Gặp lại anh Bá là trong tù việt cộng ở Thành Ông Năm, Hóc Môn, rồi chuyển trại lên Suối Máu. Tại Suối Máu anh em đã trải qua một trận dịch kiết lỵ và bị đói. Anh em phải đi kiếm và săn bắt những côn trùng hay thằn lằn, chuột… Từ đó có xuất hiện những tên riêng như Minh Chuột, Công Chuột... đã từng phá kỷ lục ăn hàng trăm con chuột cống. Giai thoại đi câu kỳ nhông thì có chuyện anh em huýt sáo để con kỳ nhông nó ngóng cổ nghe, rồi với cần câu và sợi dây thòng lọng choàng vào cổ nó giựt. Cũng vì châm ngôn, con gì nhúc nhích được là bỏ vào miệng ăn. Vào dịp VC cho phá rừng cao su để trồng đậu phộng làm kinh tế, và cho chở các khúc cây cao su vào trại Suối Máu để làm củi. Hôm đó Đoàn Văn Bá được phân công bổ củi, lúc bổ một khúc củi thì có một con sâu lớn bị văng ra. Nhiều người nói giống con đuông vì thân nó trắng và mập mạp.

Vì ngay gần bếp Bá bèn xâu "con đuông" vào cái que rồi đưa vào bếp nướng vàng lên, có mùi thơm. Và Bá đã ăn con sâu đó. Chỉ vài tiếng đồng hồ sau là Bá bị đau bụng, nôn mửa, và đi tiêu chảy, Bá bị mệt lả. Anh em trong trại giam của Bá chạy lại tôi báo tin và hỏi thuốc vì biết tôi là TĐT/QYND. Tôi lục hết thuốc của mình còn một số viên spasfon, carboguanidine, tetracycline và thuốc vitamine C... Tôi vét hết chạy sang cho Bá uống. Chắc nhờ có chất than nên đã hút chất độc nên cầm được. Mạch dần đập mạnh hơn. Ông già Trân nằm cạnh tôi nói: "Mày cho nó hết thuốc, mày ngã bệnh lấy gì mà chữa?" Tôi cười. Không có tensiomètre nên không đo được huyết áp. Nhưng bắt mạch ở tay thì không có, chỉ có mạch ở cổ / jugulaire là còn đập nhanh và yếu thôi. Vậy như anh Vinh nghĩ, anh Bá bị ngộ độc thứ ăn / intoxication alimentaire và chắc chắn là bị sốc phản vệ / anaphylactic shock rồi. Trời cứu anh Bá chứ thuốc của mình chỉ là thuốc uống, đâu có thuốc chích hay perfusion gì đâu!

Anh Bá với hỗn danh là Bá Điên, nhưng rất khôi hài. Tôi nhớ mãi lúc đó, anh không có ai thăm nuôi, quần áo rách thì xé bao cát ra may thành cái quần xà lỏn, áo thì nó phát cho áo treillis bộ binh. Anh uốn dây kẽm và lấy vải bạt xe jeep may thành cái nón có vành như nón scout. Nhìn trước nhìn sau không có ai là anh cất tiếng ca. Anh Vinh có biết bài hát Rước Tình Về Với Quê Hương của Hoàng Thi Thơ không? Nếu biết thì đây là lời anh Bá ốm yếu xanh xao quần áo rách rưới tay cầm cái nón vành quơ bên phải rồi quơ bên trái, miệng thì hát:

"Xin ông cho con vê...ề, Về con đi kinh tế...ê. Xin ông cho con vê...ề, Về con đi nông trương...ường. Mà dù ông có cho đi, cũng xin đem theo mẹ đĩ. Mà dù ông bắn ông chôn, cũng xin chôn chung một bầy!"

Đã có lần hát xong mới thấy cán bộ quản giáo đứng sau. Nhưng anh Bá cũng chẳng sợ. Đó là một số kỷ niệm về Đoàn Văn Bá... Hy vọng đáp ứng được yêu cầu của anh Vinh.

Mũ Đỏ BS TRẦN ĐỨC TƯỜNG, Paris

ĐOÀN VĂN BÁ TRÊN ĐẢO PULAU GALANG 1980

[Nội trú Nguyễn Tấn Lộc kể lại]

Một buổi sáng năm 1980, tôi đang giúp bà y tá Indonesia thay dressing ở phòng hậu giải phẫu, anh lính hải quân Indonesia tới báo cho tôi hay: "Doc, the Colonel wants to see you at his office, no rush." Tôi nán lại vài phút cho xong việc, rồi lên văn phòng của ông cách khu điều trị chừng 100 mét. Như thường lệ ông Ivan Youseff, Y sĩ Trung tá Hải Quân Indonesia, mặc đồ dân sự. Văn phòng ông trưng bày đơn giản, bàn làm việc ngó ra cửa, quốc kỳ và quốc huy Indonesia treo trên tường, hình ông mặc quân phục Hải quân rất trang nghiêm. Anh bác sĩ Thụy Sĩ và cô giáo dạy Anh văn người Mỹ bang Delaware cho tôi biết ông Ivan đại diện chính quyền Indonesia chỉ huy đảo từ hành chánh đến an ninh. Trông coi bệnh viện chỉ là một trong các nhiệm vụ điều hành của ông. Như vậy, theo tôi hiểu, ông nắm trọn trong tay quyền sanh sát chúng sinh ở trại tỵ nạn. Thấy tôi đứng ngoài cửa, Bác sĩ Ivan ra dấu cho tôi đi vào, trong lúc ông đang chuyện trò với một ông Việt Nam đầu bạc. Ông chỉ ghế cho tôi ngồi, tay thì đưa cho tôi một lon soda. Ông xoay qua tôi, một cách trịnh trọng: Dr Lộc... Dr Bá, your senior, he was major of Vietnam paratrooper… Dr Bá..., Dr Lộc, your junior, he is the surgeon of the camp. He saved the life of an Indonesian woman who was in hemorrhagic shock because of uterine atony. Ông nói tới một bệnh nhân mà tôi mới vừa làm hysterectomy / cắt bỏ tử cung khẩn cấp khi tôi mới tới đảo hai ngày, chỉ có một cái quần, nhà tôi mới giặt còn ướt nên khi đi mổ mặc quần cụt.

Tôi hơi khớp, "dạ em chào anh Bá". Anh Bá bắt tay tôi, "chào toi", "toi vượt biên với gia đình?" Anh Bá lúc đó, trạc trên 40, da ngăm đen, mắt sáng, trán cao, râu mọc trên mép và cằm, giọng nói "rất rõ", anh hơi ốm người có vẻ từng trải qua gian khổ, sương gió, nhưng tự tin… anh hút thuốc lá nhiều, tôi cũng hút "lai rai" để keep up với anh khi đi uống cà phê. Thuốc lá Indonesia thì rất nặng.

Ra khỏi văn phòng ông BS Ivan, anh Bá choàng vai tôi: "về phòng moi, anh em mình nói chuyện." Trước khi anh Bá tới đảo, đã có anh bác sĩ Nguyễn Văn Mẫn, cựu thị trưởng Đà Nẵng, từng ra tranh cử

Phó Tổng Thống. Ông Ivan có dành một phòng riêng cho bác sĩ VN ở luôn trong bệnh viện, ăn cơm chung với các bác sĩ Indonesia.

Anh Bá vượt biên với con gái của anh, cô "tiểu thư" chắc chỉ mới khoảng 6-7 tuổi, rất nhõng nhẽo, tôi thấy anh Bá nâng niu chiều cháu đủ thứ, ôm hôn trìu mến vuốt ve cháu "như con cưng". Anh nói hồi Mậu Thân, Anh bị kẹt trong vòng vây của VC ở cố đô Huế, nhờ TQLC Mỹ cứu, sau đó họ đưa anh về nơi đóng quân của họ, anh săn sóc cho các thương binh Mỹ. Họ đã cho anh Bronze Star để nhớ công anh lúc đó họ thiếu bác sĩ. Anh Bá là bằng chứng sống động cho thấy Trường Đại học Y khoa Sài Gòn trước ngày mất nước đã đào tạo những người bác sĩ hoàn chỉnh, xuất sắc có thể hành nghề trong bất cứ nơi đâu, tình huống nào.

"Lớp moi bọn nó gọi moi là Bá Điên." Tôi không ngạc nhiên vì các bạn cùng lớp lúc nào cũng đặt tên bạn dựa trên lời nói, cá tính, hành động mà họ phát giác khi đi học trong trường hay đi thực tập ở nhà thương. Cái tên bạn bè áp đặt dính liền cả cuộc đời được nhắc khi vui, khi buồn để nhớ lại thời đi học. Tôi cười thú vị hỏi anh sao anh mang cái biệt danh đó. Anh cũng cười có vẻ vui / amusé… "chắc tại moi thích cãi, nói nhiều…"

Lúc trên đảo tôi nhớ anh vẫn còn nói nhiều, liên tục lớn tiếng khi anh cố thuyết phục ai vấn đề gì. Khi nói thì anh ngó thẳng vô mặt người đối diện, gỡ kính xuống cầm trong tay, múa theo giọng, anh đi xoay vòng chung quanh "đối tượng" của mình. Anh nói chuyện với tôi cũng vậy nhưng có vẻ dịu dàng, chậm rãi hơn. Tôi kính nể anh nên chỉ biết dạ thưa … Có anh bác sĩ Y khoa Huế, cỡ lớp tôi, sau nhiều lần nghe anh nói đã phán một câu: "Hồi đó bạn lớp ổng gọi ông là Bá Điên…"

Có bữa tôi ghé vô phòng thăm anh sau khi mổ xong, thấy anh đang ôm đứa con gái anh, trìu mến, dịu dàng như con gấu mẹ nựng gấu con. Anh Bá không có vẻ aggressive như khi "lâm trận". Có lúc thấy anh đút cơm cho cô tiểu thư đang ngoe nguẩy chê đồ ăn, có khi anh dạy "cô" học dựa trên mấy quyển sách cô giáo Mỹ tặng, các nhân viên BV tặng đồ cho con gái anh mặc... thấy cảnh gà trống nuôi con tôi hơi ái ngại. Một bữa nọ tôi đang nhâm nhi cà phê đen, phì phào thuốc lá với anh trong phòng anh, anh tự nhiên nói: "moi ở tù cải tạo, vợ moi bỏ moi... nên moi vượt biên với con gái moi", tôi không dám nói gì hết, biết anh chạnh lòng, tôi không dám bắt qua chuyện khác chỉ chờ nghe anh tiếp tục. Anh nói: 'thế hệ toi học sách Mỹ nhiều, thế hệ moi học tiếng Tây nên moi phải adjust… moi phải làm lại từ đầu, chắc phải ôm mấy quyển physio, anatomy, biochemistry học lại hết..."

Có lần ngồi ăn cơm trưa với bác sĩ Ivan, ông nói: "Bá, I am worried if you could resume your career due to your age. Lộc is OK because he is young… Bá, tôi quan tâm do tuổi của anh, không biết anh có thể trở lại nghề nghiệp cũ hay không. Lộc thì OK vì hắn ta còn trẻ…" Anh Bá ngồi lặng yên không nói gì. Tôi chợt nhớ tới anh BS Nguyễn Văn Mẫn, lúc tới đảo đã ngoài 50, anh lúc nào cũng ưu thời, mẫn thế; khi tôi hỏi anh về vụ biến động miền Trung lúc anh làm Thị trưởng Đà Nẵng, anh nhẹ nhàng nói: đó là chuyện cũ, toi nhắc lại làm chi! Anh Mẫn nói: "khi moi đi Tây moi sẽ kiếm một nước Phi Châu nào đó để hành nghề." Giọng trầm buồn, có vẻ an phận.

Anh Bá ít đi hàng quán, tôi đoán chắc anh muốn ở gần kề con gái anh. Khi anh tổ chức họp mặt bác sĩ tỵ nạn thì người Indonesia lo phần ẩm thực, các bác sĩ Indo chụp hình… anh Bá đi nói chuyện với các đàn em và khách Indonesia rất từ tốn. Có lần anh hỏi tôi, "toi được phái đoàn nào phỏng vấn? "Dạ, chưa được ai hết, em chỉ muốn đi Mỹ, nhưng khi mất nước em là SVYK nên không có ưu tiên gì hết, phải chờ cho tới khi bị Canada và Úc từ chối thì Mỹ mới phỏng vấn mình.

Anh Bá được phái đoàn Mỹ nhận rất sớm, anh đi định cư trước tôi. Cũng như những người tị nạn khác, rời đảo với túi nylon đựng giấy tờ của ICEM, tay kia xách túi hành lý vỏn vẹn một vài bộ quần áo. Bữa đưa anh ra cầu tàu, bác sĩ Ivan, các bác sĩ Indo, y tá, bác sĩ VN ngồi trên ba chiếc xe hơi. Anh ôm tôi, vỗ vai, mặt anh có vẻ trầm tư hơn là vui. Anh nói mình sẽ gặp lại bên Mỹ.

Bây giờ ngồi đây hồi tưởng chuyện 40 năm về trước lúc tôi mới 29 tuổi, nhớ tới cảnh đưa tiễn anh Bá, anh Mẫn lên tàu, sóng nhấp nhô, bạc đầu… tuổi hai anh đã gần vào thu, bỏ xứ ra làm lại từ đầu, tôi chợt nhớ tới bài thơ Lâm Giang Tống Hạ Chiêm của Bạch Cư Dị:

Bi quân lão biệt ngã triêm cân
Thất thập vô gia vạn lý thân.
Sầu kiến chu hành phong hựu khởi,
Bạch đầu lãng lý bạch đầu nhân

Thương người giã biệt lệ đầm khăn.
Bảy chục không nhà chỉ một thân.
Gió thổi thuyền đi trong sóng bạc,
Bạc đầu sóng vỗ bạc đầu ông.

Hai câu chót tuyệt vời khi tôi liên tưởng tới con tàu đi Singapore chở anh đi, sóng bạc đầu khi tàu rời bến, để lại đầy bọt trắng…

Thuyền nhân Đoàn Văn Bá và con gái nhỏ tên Trang trên đảo tỵ nạn Galang, Indonesia. Bá mặc Sarong chân đi dép quai, da đen tóc quăn trông không khác một thổ dân trên đảo. Anh là giám đốc bệnh xá của Hội Hồng Thập Tự thuộc văn phòng Cao ủy Tỵ nạn Liên Hiệp Quốc / UNHCR, hết lòng chăm sóc cho dân tỵ nạn đổ tới ngày càng đông tới đảo từ ngày Bá đặt chân tới đây cho tới khi Anh rời đảo Galang để đi định cư tại Hoa Kỳ. *[Hình từ album gia đình Chị Đoàn Văn Bá]*

Nghĩ lại mình bỏ xứ ra đi, VC kiếm bắt để làm tiền. Tới xứ người được đối đãi như thượng khách. Đi định cư họ đưa ra tới bến. Trung tá Bác sĩ Hải Quân Ivan là vị Bồ Tát, thương dân tỵ nạn nói chung và bác sĩ VN nói riêng… đối đãi như đồng nghiệp, tế nhị, không có cử chỉ, thái độ nào làm người thất thế sa cơ phải tủi thân.

BS NGUYỄN TẤN LỘC YKSG 69-76, Houston, TX.

Đoàn Văn Bá ra tù sau 4 năm, và đúng theo cái nghĩa *"nước mất, nhà tan"*, gia đình bị ly tán nhưng Bá không bỏ cuộc. Anh đã dẫn theo một đứa con gái vượt thoát ra khỏi nước như một "thuyền nhân" và sau đó được đi định cư tại Hoa kỳ. Trên vùng đất mới Bá lại trải qua một thời gian phấn đấu khó khăn nữa.

Là bác sĩ ngoại quốc ở tuổi đã cao, Bá vẫn say mê học tập và vượt qua được các kỳ thi ECFMG và FLEX. Anh chính thức được nhận vào chương trình Nội Trú / Internship của VA Hospital Medical Center, Washington DC. Lẽ ra sau năm Nội trú, Bá đã có thể thi lấy License hành nghề Y khoa như một Bác sĩ Tổng quát [GP / General Practitioner], nhưng không, Bá đã chọn đi tiếp Chương trình Thường trú ba năm về Nội Khoa [Internal Medicine Residency]. Tốt nghiệp Nội khoa, BS Đoàn Văn Bá còn học thêm hai năm chuyên khoa Thận [Nephrology Fellowship] trong cùng bệnh viện. Như vậy, tổng cộng là năm năm Sau Đại Học / Post-Graduate, Bá đã có thể trở lại hành nghề y khoa trong dòng chính / mainstream như một Internist / Nephrologist ở tuổi đã 51 -- *Ngũ Thập Nhi Tri Thiên Mệnh,* đã biết thế nào là "mệnh trời".

"Nhảy Dù Cố Gắng" là phương châm sống của Bá. Bá lúc nào cũng như đang ở ngoài mặt trận, Anh không chỉ phấn đấu để ổn định cuộc sống của một gia đình đổ vỡ, đồng thời phải làm sao để trở lại với nghiệp cũ y khoa, rồi bền bỉ chiến đấu suốt 20 năm với một căn bệnh trầm kha. Anh đã cố gắng và rồi cuối cùng Anh cũng phải ra đi ở tuổi 83, để lại bao nỗi thương tiếc cho gia đình, đồng đội và những thương bệnh binh đã được Anh cứu sống và chăm sóc.

Khi nghe tin Đoàn Văn Bá đã ra đi, giữa mùa đại dịch, các đồng đội Quân Y Nhảy Dù đều có những chia sẻ.

Mũ Đỏ DS Nguyễn Mậu Trinh, Fairfax Virginia viết [23.09.2020]:

"Chúng tôi mang ít thức ăn tối đến nhà, trao đổi với chị Bá về chi tiết của Cáo Phó, cùng chương trình tang lễ đơn giản trong gia đình mà thôi, vào 01.10.2020 thứ Năm tuần sau. Trong nước mắt cũng có vài trận cười khi ôn lại những cái "điên" của Bác sĩ Bá, mà sau này anh tự xưng là "Bá Điện" (thêm dấu nặng). Trong khi chống chọi với bệnh ác tính, anh Bá cẩn thận dặn dò phải order 20 bản chính Death Certificate, vì ở đâu họ cũng đòi bản gốc, không nhận photocopy. (Có lẽ từ kinh nghiệm những ngày Anh đi tìm chỗ Training để trở lại nghề cũ). Con gái Chị Bá có nhận xét: Ba là vua survival, với đầu óc sáng tạo, tính toán và thực tế, thích hợp cho một người lính chiến ngoài trận mạc."

Mũ Đỏ Nguyễn Mậu Trinh, một dược sĩ trong gia đình Quân Y Nhảy Dù, là người gần gũi với gia đình Đoàn Văn Bá nhất. Chính anh Trinh và chị Trần Đoàn là hai người trực tiếp phụ giúp chị Bá lo tang lễ cho Mũ Đỏ Đoàn Văn Bá.

Mũ Đỏ BS Nguyễn Đức Liên từ Louisiana viết [23.09.2020]:

Mất Anh Bá! Cách nay hai năm tôi còn điện thoại với BS Đoàn Văn Bá, còn hẹn hò dịp nào gặp Bạn. Chưa gặp đã nghe tin Bạn rời nhà, đi Viễn Xứ. Bá có nhiều đức tính đặc biệt cho tới ngàn đời không ai quên được Bá! Thưa Chị Bá: Xin Chị nhắn cho một vài lời trước Linh cữu Bác Sĩ Đoàn Văn Bá: Nguyễn Đức Liên nó nhắn lời hẹn sẽ gặp Anh Bá ở góc Thiên Đàng trước tòa của Thánh Micae. Xin kính cẩn chia buồn với Chị và Cháu trước Tin Buồn Anh Bá ra đi.

Mũ Đỏ BS Vũ Khắc Niệm từ Dallas – Texas viết [23.09.2020]:

Tôi vừa được tin anh Bá đã ra đi, tôi vô cùng xúc động vì mất một đồng ngũ một người bạn mà tôi có rất nhiều kỷ niệm nhưng đã lâu lắm không liên lạc. Tuổi đã già và tình thế hiện nay không cho phép đến tiễn đưa Bá lần chót. Tôi xin nhờ anh Trinh chuyển đến chị Bá và gia đình lời chia buồn chân thành của chúng tôi.

…

Group photo of ARVN Airborne Officers on the front steps of Do Vinh Hospital.

Hình chụp trước Bệnh viện Đỗ Vinh, từ trái hàng trước: Hoàng Cơ Lân, Hoàng Ngọc Giao, Vũ Văn Quynh, Đoàn Văn Bá, Trần Đoàn, Trần Đức Tường; hàng thứ hai: cố vấn BS Smith, Trần Đông A, Lê Văn Châu, Nguyễn Văn Y, Vũ Khắc Niệm, Đinh Hà, Nguyễn Mậu Trinh. *[Ghi chú của Trang Châu, tư liệu Trần Tấn Phát]* [3]

Mũ Đỏ BS Trang Châu từ Montreal - Canada viết [23.09.2020]:

Nhờ DS Trinh chuyển lời chia buồn của gia đình tôi đến chị Bá. Năm 2018 tôi có qua Washington D.C. dự Đại hội Văn Bút, có ghé thăm chị Trần Đoàn và thắp hương cho anh Đoàn. Tôi có ngỏ ý muốn gặp anh Bá nhưng anh Bá không muốn tiếp. Khi đó chị Đoàn cho tôi hay anh Bá bị Prostate CA nặng nên không muốn tiếp ai. BS Dù gốc Huế khóa chúng tôi chỉ có ba đứa, nay đi hết hai chỉ còn tôi…

Trước ngày tang lễ, Trang Châu đã làm một bài thơ rất cảm động tưởng niệm Đoàn Văn Bá và cả Trần Đoàn.

Mũ Đỏ BS Trần Đức Tường từ Pháp viết [24.09.2020]:

Được tin anh Bá nhẩy saut chót thật là buồn... nhớ từ lúc vào Trường Quân Y 1958, đến lúc về SĐND, tiền nhiệm đại đội trưởng ĐĐ1QY của tôi, cùng tù cộng sản ở Hóc Môn, Suối Máu, Bù Gia Mập, Bù Đăng... Đã chia nhau những viên thuốc lúc Bá bị ngộ độc thức ăn ở Suối Máu. Thật là đau buồn! Thành kính phân ưu cùng chị Bá và tang quyến. Cầu chúc anh linh bác sĩ Bá sớm về thiên đường của các thiên thần Mũ Đỏ!

Mũ Đỏ BS Hoàng Cơ Lân từ Pháp viết [24.09.2020]:

Buồn lắm! Đến thứ bảy 26 Sept tới, anh em Nhảy Dù VN tại Pháp sẽ dự lễ tôn vinh Tổng Lãnh Thiên Thần Micae tại Thánh đường Invalides Paris, và cầu xin Ngài đưa anh Bá về Thiên đường của các anh hùng Mũ Đỏ.

Mũ Đỏ BS Bùi Thiều [1934-2021] từ Austin - Texas [24.09.2020]:

Last but not least, Bá với hai bàn tay trắng dắt theo được một đứa con gái, đặt chân tới Mỹ vào cuối năm 1980 [11.11.1980], ở cái tuổi đã ngoài 40, khi mà triển vọng trở lại y nghiệp phải nói là rất thấp cho các bác sĩ ngoại quốc lúc đó, nhưng rồi Bá bắt được liên lạc với vị đàn anh cũ trong QYND, là Bác sĩ Bùi Thiều. Bá đã đi Greyhound xuyên bang từ San Jose sang Austin, Texas thăm Anh Chị Bùi Thiều; sống với gia đình Anh Chị một thời gian, Bá đã gặp được mối duyên khởi từ đây. Anh Bùi Thiều đã dẫn Bá tới gặp Tướng Robert Bernstein, là hàng xóm và ông cũng đang là viên chức y tế cao cấp Health Commissioner của Texas lúc bấy giờ.

Hội ngộ Quân Y Nhảy Dù 2009 tại Washington DC; từ phải, Tướng Ngô Quang Trưởng, Bùi Thiều, Đoàn Văn Bá, Lê Quang Trọng. *[Hình từ album gia đình Chị Đoàn Văn Bá]*

Tướng Bernstein đã từng biết Quân Y Nhảy Dù trong cuộc Chiến Tranh Việt Nam. Đoàn Văn Bá được Tướng Bernstein giới thiệu cho vào làm một chân phụ tá y khoa ở Quân Y viện lừng danh Walter Reed, Bethesda Naval Hospital, Maryland là nơi điều trị cho nhiều vị Tổng Thống Mỹ. Anh Bùi Thiều cho biết, Bá đã cố gắng bám trụ, vượt qua được các kỳ thi tương đương cho các bác sĩ ngoại quốc và rồi Bá được Tướng Bernstein viết một Letter of Recommendation rất tuyệt, và cũng từ đây con đường rộng mở thênh thang cho tương lai y nghiệp của Bá.

Khi nghe tin Bá ra đi, đích thân Bùi Thiều đang trên giường bệnh, Anh rất buồn và nói với Chị Simone vợ Anh: *"Anh mới viết vài dòng cho Bá, Anh đọc cho em đánh tiếp rồi gởi vô Quân Y Nhảy Dù giùm Anh."* Và trong email gửi lời chia buồn tới Chị Bá và các cháu, Anh Bùi Thiều còn nhắc tới kỷ niệm về chuyến đi Austin rất đáng nhớ của Bá. Anh Bùi Thiều và Chị Simone thương quý Bá như người thân trong gia đình. Trước tin Bá mất, Chị Simone chuyển thư phân ưu của Anh Bùi Thiều vào Diễn đàn QYND, Chị Simone còn cảm xúc viết thêm: *"Sao mà cuộc đời nó phù du quá, mới thấy đó rồi mất đó, bạn bè mình thương quý lần lượt ra đi…"*

…

Là Y sĩ Tiền tuyến, Đoàn Văn Bá không chỉ cứu mạng nhiều thương binh Nhảy Dù VNCH; và còn như một giai thoại hay cũng có thể gọi là một huyền thoại, trong lúc Đoàn Văn Bá đang nghỉ phép dịp Tết Mậu Thân 1968 ở quê nhà, Bá đã có dịp cứu sống cho một số lính Thủy Quân Lục Chiến Hoa Kỳ trong đợt quân Cộng sản tấn công vào thành phố Huế. Các quân nhân Mỹ gọi BS Bá là "godsend – thiên sứ / hay ơn trời" họ tri ân và đã trao cho Ông một xấp giấy bạc đô-la khá dày mà Ông thẳng thắn từ chối. Sau đó, BS Bá được trao tặng huy chương Bronze Star của quân đội Hoa Kỳ mà ông rất hãnh diện. Tấm huy chương Ngôi Sao Đồng ấy cũng là chiếc "chìa khóa vàng" để mở những cánh cửa bệnh viện đang khép kín lúc đó, giúp ông bước vào và trở lại ngành Y tuy đã vào một thời điểm muộn màng cho một "thuyền nhân" tuổi đã cao lại cưu mang thêm một đứa con gái nhỏ chân ướt chân ráo mới đặt chân tới Mỹ.

Trang báo người Mỹ viết về BS Đoàn Văn Bá khi Anh nghỉ hưu ngày 06/ 06/ 2014 ở tuổi 77. (4)

[Dr. Doan Retiring After 26 Years of Service - Spectrum Healthcare Resources]

"BS Đoàn Văn Bá tốt nghiệp Đại Học Y Khoa Sài Gòn, rồi đi về chuyên khoa Tai Mũi Họng. Vào binh nghiệp sớm, làm Y sĩ trưởng Tiểu Đoàn 7 thiện chiến Nhảy Dù. Rồi Y sĩ trưởng Bệnh Viện Đỗ Vinh của Sư Đoàn Dù. Và cuối cùng là Y sĩ trưởng của Bệnh Viện IV Dã Chiến với 400 giường bệnh.

Vào cuối tháng Giêng năm 1968, Bác sĩ Bá đi phép về Huế nghỉ Tết ít ngày. Cũng là thời gian có thỏa thuận hưu chiến giữa đôi bên, nhưng quân Cộng sản Bắc Việt đã bất ngờ mở cuộc tấn công trên khắp các tỉnh miền Nam mà sau này được gọi là "Cuộc Tổng Công kích Tết Mậu Thân 1968".

"Bừng thức giấc buổi sáng hôm đó, tại nhà một người bà con, BS Bá thấy mình bị kẹt phía sau phòng tuyến địch và anh biết rõ số phận của mình sẽ ra sao nếu bị địch bắt, nên Anh quyết định tìm mọi cách tới vùng thành phố có các đơn vị quân đội bạn đang trấn giữ. Rất thận trọng, Bá tìm cách lẩn tránh các đơn vị tuần tra địch, Bá di chuyển từ khu nhà này sang khu nhà khác cho tới khi gần được một cây cầu vừa có cuộc giao tranh ác liệt giữa đôi bên. Một Tiểu đoàn TQLC Mỹ dưới quyền chỉ huy của Trung tá Marcus Gravel bị tổn thất nặng nơi phía bắc khi cố vượt qua sông. Đơn vị ông cũng đang cố gắng chiến đấu tìm đường tới được cứ điểm MACV [Military Assistance Command, Vietnam] phía nam. Khi chiếc xe cuối bắt đầu qua cầu, Trung tá Marcus Gravel thấy xuất hiện một người đàn ông trong quân phục Nhảy Dù QLVNCH nhô ra từ một tòa nhà đổ nát.

Người đàn ông Việt Nam nói với Trung tá Gravel rằng anh ta là bác sĩ, và sau đó anh ta được cho lên chiếc xe tải cuối cùng qua sông. Khi tới được căn cứ MACV, một cố vấn Mỹ cấp bậc Đại tá có ý kiến chống đối mạnh mẽ quyết định của Trung tá Gravel đã đem theo người đàn ông tới đây, với câu hỏi gay gắt: "Làm sao anh biết hắn là bác sĩ mà không phải là một tên VC xâm nhập?" Lúc đó Trung tá

Gravel gần như kiệt sức và sống sót sau nhiều giờ trên trận địa, đã đốp chát trả lời viên Đại tá: "Vì hắn nói hắn là một bác sĩ".

Rồi với những nỗ lực của Trung tá Gravel, BS Bá đã mau chóng kết nối được với Y sĩ Đại úy Lục quân Steve Bernie, là bác sĩ duy nhất trong vùng giao tranh lúc đó. Bác sĩ Bernie đã yêu cầu BS Bá tiếp tay vì ông đang bị tràn ngập bởi con số thương vong ngày càng gia tăng và còn tiếp tục được đưa tới khu bệnh xá dã chiến nhỏ bé. Hai BS Bá và BS Bernie cùng nhau làm việc liên tục cứu nhiều mạng sống giữa những tiếng súng và cả tiếng trọng pháo bắn tới trong suốt khoảng thời gian từ 31 tháng Giêng tới ngày 15 tháng Hai cho tới khi được giải tỏa. Trong suốt thời gian hai tuần lễ đó, BS Bá đã nhiều lần liều mạng sống khi ông tình nguyện tháp tùng các thương bệnh binh nặng di chuyển trên những đường phố hết sức nguy hiểm ra tới được bãi đáp trực thăng tới tản thương dưới hỏa lực nặng nề của địch quân.

Do mọi hoạt động tiếp vận bị gián đoạn vì hỏa lực địch, BS Bernie cho biết các trang thiết bị y khoa sắp cạn kiệt, thì chính lúc đó BS Bá nói ông ta biết địa điểm một kho tiếp vận y dược của QLVNCH nhưng cách xa nhiều dặm và lại nằm phía trong phòng tuyến của địch. Rồi bất chấp nguy hiểm cho bản thân, BS Bá tình nguyện dẫn theo một toán lính nhỏ tìm tới được kho tiếp liệu vẫn còn đó. Chiếc xe chạy qua những con đường phố Huế, tới được kho tiếp liệu và đẩy sập được cánh cửa khóa. May mắn là kho y dược này chưa bị cướp phá, BS Bá đã rất mau chóng thu nhặt các y cụ thuốc men cần thiết cho chăm sóc cấp cứu của bệnh xá. Do những hành động dũng cảm trong trận đánh ở Huế, BS Bá là một trường hợp hiếm hoi – tuy không phải người Mỹ, được trao tặng một huy chương cao quý Anh Dũng Bội Tinh với Ngôi Sao Đồng – Bronze Star Medal for Valor, mà sau này ông hãnh diện mang trên chiếc áo trắng nơi bệnh viện và cả trên biển số xe khi ông về hưu ở Virginia.

Khi quân CS Bắc Việt chiếm miền Nam, BS Bá bị bắt ngày 15/5/1975 và bị giam trong nhiều "trại tù cải tạo" khác nhau, nơi mà các tù binh miền Nam đã bị đối xử một cách tàn bạo. Sau hơn bốn năm tù đày, BS được thả vào tháng 12/1979.

Tới tháng 5/1980, BS quyết định dẫn theo đứa con gái nhỏ vượt biển tìm tự do trên một chiếc ghe quá tải chở 97 người tỵ nạn khác nữa. Chiếc ghe đã bị hải tặc Thái Lan tấn công và cướp bóc hai lần nhưng rồi cuối cùng cũng tới được Thái Lan. BS Bá sau đó được đưa tới trại tỵ nạn Galang ở Indonesia, nơi đây ông tình nguyện là bác sĩ một bệnh xá Hồng Thập Tự chăm sóc chữa bệnh cho người tỵ nạn.

Cuối cùng thì ông cũng tới được Mỹ ngày 11/11/1980. Được sự hỗ trợ của cố vấn Mỹ từ Sư đoàn Dù VNCH trước kia, BS Bá bắt đầu một chương trình Thường trú về Nội Khoa [Internal Medicine Residency] tại một bệnh viện Cựu Chiến binh / Veterans Administration Medical Center, Washington D.C. Tốt nghiệp Nội khoa sau ba năm, BS Bá đi tiếp thêm hai năm chuyên khoa Thận [Nephrology Fellowship] trong cùng một bệnh viện.

Sau đó BS Bá bắt đầu làm việc cho Fort Belvoir Community Hospital từ 1/7/1988 cho tới ngày 30/6/2014. Và trong suốt 26 năm tận tâm phục vụ cho các cựu chiến binh Mỹ và gia đình họ, BS Bá đã có rất nhiều bạn hữu và cũng là bác sĩ gia đình của họ trong suốt ngần ấy năm.

Khi được mời nói chuyện trước một cử tọa đông đảo nhân ngày Cựu Chiến Binh [Veterans Day 11.11.1987] tại Harrisburg, Pennsylvania, BS Đoàn Văn Bá đã phát biểu hùng hồn về lý do tại sao ông đã chấp nhận nguy hiểm tình nguyện cống hiến trong Trận chiến Tết Mậu Thân ở Huế cùng lý do tại sao ông tiếp tục phục vụ các cựu chiến binh và gia đình họ hiện nay với tư cách là một công dân Mỹ. Chữ nghĩa của ông là điều khiến tất cả chúng ta phải suy nghĩ: "Tại sao tôi đã sẵn sàng hy sinh cả tính mạng mình để cứu người khác? Bởi vì chính những người lính Mỹ ấy đã chiến đấu cho tự do của dân tôi. Họ đã có tự do, họ tới để giúp dân tôi đang bị áp bức cũng có được tự do như họ. Họ đã đổ máu trên đất nước tôi. Máu của họ đã thấm trên quân phục và cả da thịt tôi; và những nỗ lực của họ đã tạo cảm xúc cho tôi sẵn sàng hy sinh mạng sống cho họ. Cho dù tôi đã mất cả quê hương, phải chịu đựng những áp bức và đày ải trong các trại tù cải tạo trong bốn năm, tôi vẫn cảm thấy biết ơn những người lính Mỹ đã chiến đấu cho tự do của dân tôi và thành tâm muốn được vinh danh họ."

Sáu năm sau tuổi nghỉ hưu, ngày 14.09.2020 Mũ Đỏ Đoàn Văn Bá đã nhảy "Saut cuối cùng" và bài thơ của Mũ Đỏ Trang Châu, viết ngày 29.09.2020 cũng là kết từ cho bài Tưởng Niệm Mũ Đỏ Đoàn Văn Bá.

Đoàn Văn Bá được trao tặng Anh Dũng Bội Tinh Ngôi Sao Đồng cao quý của Quân Đội Hoa Kỳ, mà sau này Bá rất thích và hãnh diện ghim nơi ngực chiếc áo khoác trắng bệnh viện và cả chưng nơi bảng số xe của tiểu bang Virginia, nơi Bá về hưu từ 2014. *[photo by Nguyễn Mậu Trinh]*

Trang Châu

SAUT CUỐI CÙNG

Ba đứa chúng mình,
ba thằng gốc Huế
Lớn lên dưới bóng phượng đất thần kinh
Tắm nước Hương Giang, thở gió Ngự Bình
Hai đứa Nam Giao, một thằng Vỹ Dạ.
Sống giữa đoạn đời súng thay pháo nổ
Ba đứa mình tai điếc chẳng sợ gì
Vẫn cứ hồn nhiên làm lính quân y

Vẫn cứ bình tâm ôm dù nhảy xuống
Rừng núi thâm u, sình lầy, nước đọng.
Ôi, những ngày máu lửa trên quê hương!
Ta đã đi, đã sống, đã đau buồn
Tay ta đã lau máu thù, máu bạn.
Rồi vận nước rơi vào mùa khổ nạn
Bọn chúng mình, tan tác cánh chim muông
Đứa ngục tù, vượt biển, trước tai ương
Nhưng trời vẫn thương những thằng tốt bụng
Trong gian lao tinh thần ta vẫn vững
Xóa cuộc cờ làm lại với tay không
Sau cơn mưa trời lại sáng tươi hồng
Và ta sống vui những ngày còn lại.
Nhưng bạn ơi, tháng năm rồi cũng phải
Quay trở về với cát bụi hư không
Ta lính Dù, ta nhảy saut cuối cùng
Từ xứ lạ ta rơi về đất mẹ.
Hai bạn đi rồi, mình tôi cô lẻ
Cũng mang dù gọn ghẽ đứng chờ phiên...

[Trang Châu, Montreal 29.09.2020]

Hai Người Lính Nhảy Dù đã nhảy "Saut cuối cùng" của đời mình, Mũ Đỏ Trần Đoàn [01.06.2017] & Mũ Đỏ Đoàn Văn Bá [14.09.2020]. *[tư liệu: Nguyễn Mậu Trinh, Trần Tấn Phát]*

MỘT CHÚT RIÊNG TƯ VỚI MŨ ĐỎ ĐOÀN VĂN BÁ

Tuy không thuộc gia đình Quân Y Nhảy Dù, nhưng với tôi, Trần Đoàn và Trang Châu từng là bạn cùng làm báo Sinh viên Y khoa Tình Thương năm xưa [1963-1967]. Với Đoàn Văn Bá, tôi có mối giao tình riêng. Biết Bá từ trong trường Y Khoa và cả khi ra trường về sau này. Tôi quý Bá vì những "đức tính điên" của Anh – theo cái nghĩa Anh rất thẳng thắn và trực tính. Sau 1975, tôi và Anh cùng có chung những năm tháng trải nghiệm qua các trại tù cải tạo Cộng sản. Rồi tới Mỹ, chúng tôi lại gặp nhau ở New York giữa những tháng ngày "đèn sách" để cố gắng trở lại với y nghiệp. Gặp gỡ và rồi lại xa nhau cả chục năm, nhưng chúng tôi vẫn cảm thấy gần gũi và thân thiết. Nghe tin Bá mất, tôi muốn viết về Anh. Tìm lại được bức hình cũ, và mấy emails cuối cùng trao đổi với Anh, cũng chỉ mới hơn một năm trước ngày Anh mất. Và tôi muốn ghi lại đây như một chút kỷ niệm riêng tư với Mũ Đỏ Đoàn Văn Bá.

...

California, May 26, 2019,

Anh Đoàn Văn Bá thân, sau lần gặp Anh Bá ở New York, khi cả hai anh em đang trở lại với đèn sách, vậy mà cũng đã hơn 1/4 thế kỷ. Mới đây, trong khi chuẩn bị hoàn tất Tuyển Tập Nghiêm Sỹ Tuấn, tình cờ tìm được một tấm hình chụp chung với Anh, gửi Anh Bá xem. Rồi đọc bài của Trần Đoàn có nhắc tới Anh Bá với biệt danh: Bá Điên hay "l' homme des situations difficiles", rất muốn liên lạc với Anh; nay qua Chị Trần Đoàn, có được eMail của Anh, đây là email đầu tiên, nếu nhận được Anh tin cho biết. Anh Bá cho tôi địa chỉ để gửi biếu Anh một Tuyển Tập YSTT Nghiêm Sỹ Tuấn, người bạn Dù cùng khóa 1965 với Anh và đã hy sinh ở trận địa Khe Sanh 1968, khi ấy Nghiêm Sỹ Tuấn mới 31 tuổi. Tôi còn nhớ, sau ba năm Residency IM, Anh Bá còn đi thêm hai năm về Nephrology nữa, và khi tôi trở lại Cali thì hai anh em mất liên lạc...

...

Và tôi nhận được hồi âm của anh Đoàn Văn Bá trong cùng ngày, 26/5/2019*:*

Nụ cười rạng rỡ của Mũ Đỏ Đoàn Văn Bá (phải) và Mũ Xanh Ngô Thế Vinh khi gặp lại nhau ở Brooklyn, New York 1989 giữa những tháng ngày còn "đèn sách" (trái); Bìa sách TT *YSTT Nghiêm Sỹ Tuấn, Người Đi Tìm Mùa Xuân* (phải). *[tư liệu Ngô Thế Vinh]*

Vinh thân, nhận được Mail của toi, rất mừng bắc được liên lạc lại với nhau. Cám ơn toi nhiều về bức ảnh chụp chung. Đây là địa chỉ… Phone nhà … và Cell… Cho moi xin phone của toi.

…

Và chỉ năm ngày sau, 1/6/2019, Bá cho biết: Moi đã nhận được sách "Y sĩ Tiền Tuyến Nghiêm Sỹ Tuấn"; Thành thật cám ơn Vinh.

…

Bấy lâu, tôi vẫn theo dõi tin tức về Bá. Biết Anh có vấn đề về sức khỏe, tin Anh ra đi tôi không ngạc nhiên nhưng cảm giác vẫn hụt hẫng và thương tiếc. Bài viết này như một kỷ niệm rất riêng tư gửi tới anh linh Anh Đoàn Văn Bá; cũng là lời phân ưu gửi tới Chị Bá và các cháu, cùng với toàn thể Gia đình Quân Y Nhảy Dù.

ĐOÀN VĂN BÁ: một người lính, một cấp chỉ huy, một y sĩ – với cương vị nào thì Bá cũng chọn đứng ở tuyến đầu, Bá là nguồn cảm hứng và tin cậy cho những người được biết Anh.

New York 1988 – Virginia 2020

Tham Khảo:

1/ *Angels in Red Hats: Paratroopers of the Second Indochina War*, by Command Sergent, Harmony House Pub Louisville, 1st Edition, August 1, 1995

2/ *Bibliographie des Thèses de Médecine, Hanoi 1935-1954, Saigon 1947-1970*; par Nguyễn Đức Nguyên, Université de Saigon, Centre d' Éducation Médicale, Bibliothèque 1972

3/ Mũ Đỏ Trần Đoàn YST TĐ2 ND Viết về Nghiêm Sỹ Tuấn. *YSTT Nghiêm Sỹ Tuấn Người Đi Tìm Mùa Xuân*, TSYS Việt Nam Canada & Việt Ecology Press 2019

4/ *Dr. Doan Retiring After 26 years of Service Spectrum Healthcare Resources*

5 / Phân Ưu: Y Sĩ Thiếu Tá Đoàn Văn Bá https://www.nguoi-viet.com/phan-uu/bac-si-doan-ba/

ĐI TÌM BỨC TƯỢNG MẸ VÀ CON MỘT TÁC PHẨM BỊ LÃNG QUÊN CỦA MAI CHỬNG Ở HẢI NGOẠI

Để tưởng nhớ Mai Chửng, điêu khắc gia tượng đài Bông Lúa 1970 và tượng Mầm 1973

Chân dung Mai Chửng, bên một tác phẩm điêu khắc.*[tư liệu Huỳnh Hữu Ủy]*

*

TỪ CỬA TRẦN ĐỀ TỚI TƯỢNG ĐÀI BÔNG LÚA

Từ con Kênh Vĩnh Tế biên giới Việt Miên tới Cửa Trần Đề, có thể nói chúng tôi đã đi gần suốt chiều dài con sông Hậu.

"Chúng tôi đang đứng ở mút cuối con sông Hậu, nhìn từng đợt sóng vỗ vẫn còn màu nâu nhạt của phù sa nơi cửa Trần Đề, khúc sông trải rộng để chan hòa vào biển cả; bao nhiêu cảm xúc tràn về, như một flashback, chợt nhớ lại hơn một lần qua Long Xuyên, nơi có tượng đài Bông Lúa của Mai Chửng, một cố tri và cũng là một tên tuổi lớn trong lãnh vực điêu khắc của Miền Nam". Tượng đài *Bông Lúa* biểu tượng của nền văn minh nông nghiệp, là tác phẩm đồ sộ bằng đồng lá đã được dựng tại thị xã Long Xuyên (1970), một tỉnh lỵ miền Tây. Một bó lúa vươn lên ngất trời được Đinh Cường thêm vào mấy chữ mô tả thực đẹp: *"Phơi phới của mùa lúa con gái..."* Sau 1975, cùng với chiến dịch đốt sách, tượng đài Bông Lúa ấy đã bị cộng sản phá sập, quả không phải là một "điềm lành" cho tương lai nền Văn Minh Lúa Gạo và cả hậu vận của toàn vùng Sông Nước Cửu Long. [1]

Hình trái, Tượng đài *Bông Lúa Con Gái* 1970 bằng đồng lá, một tác phẩm nghệ thuật lớn của điêu khắc gia Mai Chửng *[tài liệu Hội Họa Sĩ Trẻ 1966-1975]*; phải, Mai Chửng đang dựng tượng đài Bông Lúa ở Long Xuyên. *[tư liệu Huỳnh Hữu Ủy]*

Hình trái, Mai Chửng đứng bên công trình tượng đài *Bông Lúa* cao 18m đang xây cất tại Long Xuyên ĐBSCL; phải, toàn cảnh pho tượng Bông Lúa tại Công viên Trưng Vương, thị xã Long Xuyên 1970. Chỉ 5 năm sau, sau 30/4/1975 tượng đài Bông Lúa ấy đã bị cộng sản phá sập, quả không phải là một "điềm lành". *[nguồn: sưu tập Dương Văn Chung, Thatsonchaudoc.com]*

TỚI BỨC TƯỢNG MẦM 1973

Sau tượng đài *Bông Lúa Con Gái* (1970), không thể không nhắc tới một tác phẩm để đời khác của Mai Chửng, bức tượng *Mầm* (1973) cao 1,50m, làm bằng cả ngàn vỏ đạn súng trường được hàn lại, biểu tượng cho sự sống vẫn vươn lên giữa tàn phá của chiến tranh và được Mai Chửng cho triển lãm năm 1974 tại gallery La Dolce Vita trong khách sạn Continental trên đường Tự Do Sài Gòn. Nhưng rồi như số phận của tượng đài Bông Lúa, sau 1975, bức tượng Mầm ấy đã bị vứt vào nhà chứa củi, hay một xó xỉnh nào đó, và số phận ra sao thì không ai được biết.[3]

Sẽ bất công nếu cứ đòi hỏi tác phẩm lớn của nghệ sĩ, nhất là trong lãnh vực điêu khắc. Khó mà có một tác phẩm điêu khắc lớn như tượng đài Bông Lúa nếu không có sự bảo trợ của Ngân hàng Việt Nam Thương Tín lúc đó.

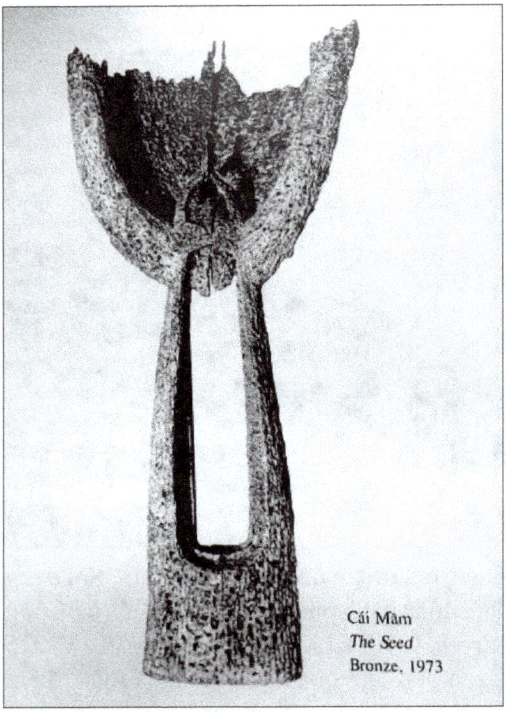

Tượng *Mầm* cao 1,50 m, chất liệu bằng đồng làm bằng cả ngàn vỏ đạn hàn lại, được Mai Chửng cho triển lãm năm 1974 tại gallery La Dolce Vita trong khách sạn Continental nổi tiếng trên đường Tự Do Sài Gòn. Sau 1975, bức tượng Mầm ấy đã bị vứt vào nhà chứa củi, hay một xó xỉnh chứa đồ phế thải nào đó, và nay số phận bức tượng ấy ra sao thì không ai được biết. *[tư liệu gia đình Mai Chửng]*

NHỮNG NGƯỜI BẠN THẦM LẶNG CỦA MAI CHỬNG

Sau khi cho phổ biến bài viết số 5 *"Đồng Bằng Sông Cửu Long và Những Bước Phát Triển Tự Hủy Hoại 1975-2018"* vào cuối tháng 4/2018, và cũng là bài đúc kết về chuyến khảo sát môi sinh ĐBSCL [1], và do nơi đầu bài có ghi dòng chữ: *"Để tưởng nhớ Mai Chửng, điêu khắc gia tượng đài Bông Lúa 1970"*, tôi nhận được một số hồi âm từ những người bạn thầm lặng của Mai Chửng.

Trước hết là từ anh Huỳnh Hữu Ủy, một cây bút phê bình hội họa uy tín từ trước 1975 và sau này ở hải ngoại. Anh Ủy viết: *"Anh Ngô Thế Vinh, trong bài viết số 5, anh đưa việc chính quyền cộng sản kém cỏi giật sập tượng đài Bông Lúa để hình tượng hóa và kết thúc vấn đề trong bài viết về ĐBSCL, thực là khéo và chính xác. Kết thúc một vấn đề khoa học, sinh thái, môi trường, và xã hội mà rất nghệ thuật. Và với người bạn quen biết cũ của chúng ta, Mai Chửng hẳn là cũng đang mỉm cười cám ơn anh ở một chốn xa xôi nào đó..."*

Tiếp đến là nhà báo Đỗ Tiến Đức, một nhà văn nổi tiếng với tác phẩm *Má Hồng*, giải Văn học Nghệ thuật 1969, tốt nghiệp Quốc Gia Hành Chánh và Cao Đẳng Quốc Phòng, giữ các chức vụ Giám đốc Thông tin, Giám đốc Nha Điện ảnh thời VNCH, sáng lập Khoa Điện ảnh Đại học Minh Đức, và cũng là đạo diễn một số tác phẩm phim ảnh. Định cư ở Mỹ từ 1979, anh Đức rất năng động trong các sinh hoạt cộng đồng, là chủ bút báo Thời Luận, bền bỉ tới nay cũng đã 33 năm. Anh Đức viết:

"Anh Vinh thân, trong bài số 5, anh có nhắc tới Mai Chửng làm tôi bồi hồi nhớ. Tôi giao tình với Mai Chửng từ Việt Nam. Lúc Mai Chửng sang California, chúng tôi gặp nhau thường. Khi anh Nguyễn Huy Hân tổ chức Đại Hội Người Việt Bắc Mỹ, tại Michigan, tôi rủ Mai Chửng tham gia. Nhân danh ban tổ chức, tôi xin anh Bác sĩ Nguyễn Ngọc Kỳ bảo trợ cho Mai Chửng làm bức tượng Mẹ Con. Anh Kỳ đồng ý, đưa Mai Chửng qua tôi gần hai chục ngàn đô theo nhu cầu của Mai Chửng. Mai Chửng thực hiện tượng ở San Jose. Bức tượng này còn trong garage nhà anh Nguyễn Huy Hân ở Michigan sau cuộc triển lãm trong thời gian đại hội. Có lẽ đây là tác phẩm duy nhất của Mai Chửng ở hải ngoại. Tôi kể chuyện này với anh để chúng ta cùng nhớ Mai Chửng."

Qua tin tức từ anh Đỗ Tiến Đức, tôi liên lạc ngay với BS Nguyễn Ngọc Kỳ là đàn anh trong gia đình Y khoa Sài Gòn, nguyên Y sĩ Trung tá Không quân VNCH, di tản sang Mỹ từ 1975, có một đời sống xã hội trải rộng nhưng lại cực kỳ khiêm cung. Mặc dù anh Kỳ có phòng mạch rất sớm ở Quận Cam, anh là một bác sĩ hy sinh bền bỉ nhất đi theo các con tàu vớt người vượt biển / boat people trong nhiều năm. Anh cũng là mạnh thường quân bảo trợ cho nhiều dự án của các sinh hoạt cộng đồng hải ngoại, nhưng không bao giờ nói ra nên rất ít người biết đến. BS Nguyễn Ngọc Kỳ xác nhận nguồn tin của anh Đỗ Tiến Đức, vẫn còn nhớ khi công trình bức tượng Mẹ và Con sắp hoàn tất anh có lên San Jose thăm Mai Chửng, trước khi bức tượng được chính Mai Chửng lái xe truck đưa sang Michigan tham dự Đại Hội. Anh Kỳ đã không muốn nhắc gì thêm về phần anh bảo trợ cho Mai Chửng thực hiện bức tượng ấy.

Cũng theo những điều còn nhớ được của anh Đỗ Tiến Đức, thì thời gian ở Michigan chính Mai Chửng đã chọn chỗ trưng bày tượng, thực hiện hệ thống ánh sáng với một dàn đèn khiến khi nhìn tổng thể từ xa, bức tượng trông giống như một bản đồ Việt Nam sáng rỡ nhưng đến gần là một tác phẩm điêu khắc tuyệt đẹp. Cũng chính Mai Chửng đã hướng dẫn anh Đức chọn góc độ đứng chụp những tấm hình mà đến nay thì chưa tìm ra được.

...

Và như vậy, đầu mối để tìm ra bức tượng là anh Nguyễn Huy Hân hiện ở Michigan. Tôi chưa bao giờ được gặp và quen anh Hân, nhưng lại được nghe nhiều tiếng tốt về anh. Anh Hân tốt nghiệp Quốc Gia Hành Chánh Khóa 4 trước anh Đỗ Tiến Đức, nổi tiếng là thanh liêm khi giữ chức vụ Tổng Giám đốc Thuế Vụ thời VNCH, sống thanh bạch và vẫn đi xe đạp. Cũng được biết thêm, anh Hân là người em kết nghĩa với GS Toàn Phong Nguyễn Xuân Vinh, khi ấy anh Vinh cũng ở Michigan.

Qua giới thiệu của anh Từ Mai Trần Huy Bích, khi tôi tiếp xúc với những người quen anh Hân thì được biết, hoặc từ lâu đã bị mất liên lạc, hoặc rất khó tiếp cận với anh Hân do cuộc sống "quy ẩn" của anh Hân sau này.

Rồi chợt nhớ ra, tôi còn có một người bạn là BS Đặng Vũ Vương hiện cũng ở Michigan. Anh Đặng Vũ Vương là bạn làm báo sinh viên Tình Thương với tôi trong thời gian học Y khoa 1963-1967, là một trong những cây bút viết mục Quan Điểm rất sắc sảo trên tờ báo Tình Thương thuở nào. Anh Vương định cư ở Michigan từ 1980, rất năng động và từng là chủ tịch cộng đồng người Việt nơi anh định cư. Tôi phone ngay cho anh Đặng Vũ Vương và được biết anh rất quen anh Nguyễn Huy Hân và cả người anh của anh Hân là anh Nguyễn Nhật Thăng, cũng ở Michigan. Qua giới thiệu của anh Đặng Vũ Vương với anh Thăng, như một duyên khởi, tôi rất vui được biết bức tượng Mẹ và Con hiện được giữ tại nhà anh Nguyễn Nhật Thăng, thành phố Auburn Hills, Michigan.

Tượng *Mẹ và Con*, là tác phẩm điêu khắc có kích thước lớn đầu tiên của Mai Chửng thực hiện ở hải ngoại (San Jose, 1982). Bức tượng được triển lãm trong Đại Hội Người Việt Bắc Mỹ tại Michigan, sau đó được anh Nguyễn Huy Hân – thành viên chính tổ chức Đại Hội – lưu giữ tại nhà ở thành phố Pontiac, Michigan. Tiếp đến bức tượng được chuyển qua nhà anh Nguyễn Nhật Thăng, anh của anh Hân, thành phố Auburn Hills, Michigan. *[photo by Nguyễn Văn 20.05.2018, tư liệu Ngô Thế Vinh]*

CÓ MỘT BỨC TƯỢNG MẸ VÀ CON NƠI XỨ TUYẾT

Trong cùng ngày, tôi phone nói chuyện với anh Nguyễn Nhật Thăng. Anh Thăng sinh năm 1930, năm nay đã 88 tuổi nhưng giọng nói khỏe mạnh và rất minh mẫn. Anh Thăng rất cởi mở, nói chuyện với tôi như với một người bạn quen lâu năm. Khi biết tôi rất quan tâm và trân quý bức tượng của Mai Chửng, trong một phút ngẫu hứng anh Thăng nói, *"kể từ hôm nay bức tượng ấy là của anh Vinh."* [sic]

Tôi nói với anh Thăng, bức tượng ấy sẽ không thuộc về cá nhân nào mà là sở hữu của cộng đồng người Việt ở hải ngoại, do tính cách lịch sử hình thành của bức tượng. Do bức tượng lớn bằng thạch cao, tôi xin anh Thăng giữ gìn sao cho không bị tổn thương tới khi tìm được một nơi chốn xứng đáng để trưng bày bức tượng như nơi một công viên văn hóa hay trong một viện bảo tàng nơi thủ đô tỵ nạn Little Saigon. Anh Thăng xúc động và rất tán đồng ý kiến đó. Cũng trong đêm, Nguyễn Văn con trai anh Thăng, một chuyên viên IT đã chụp và gửi cho tôi 12 tấm hình tuyệt đẹp bức tượng Mẹ và Con với nhiều góc độ mà tôi muốn giới thiệu trong bài viết này.

Nguyễn Trung khi viết về Mai Chửng có nói tới: *"một khoảng trống không nhỏ từ thập niên 80 đến đầu thập niên 90, khoảng thời gian đầu của cuộc sống bên Mỹ."*

Đây chính là điều mà người viết muốn bổ sung. Như đã nói ở trên, trong thời gian đó, khoảng giữa 1981-1985, Mai Chửng đã thực hiện được bức tượng Mẹ và Con với kích thước lớn để tham gia Đại Hội Người Việt Bắc Mỹ. Bức tượng đó rất ít người biết đến, hầu như bị lãng quên và hiện đang được giữ nơi tư gia anh Nguyễn Nhật Thăng, thành phố Auburn Hills, Michigan như đã nói ở trên.

VÀI HÌNH ẢNH BỨC TƯỢNG MẸ VÀ CON CỦA MAI CHỬNG

Hình chụp từng phần bức tượng *Mẹ và Con* của Mai Chửng; từ trái hình con dưới chân mẹ 24"x25"x18"; hình mẹ 49"x30"x18"; hình con nơi đầu mẹ 30"x30"x20". *[photo by Nguyễn Văn 20.05.2018, tư liệu Ngô Thế Vinh]*

Hình mẹ, chụp toàn phần. *[photo by Nguyễn Văn 20.05.2018, tư liệu Ngô Thế Vinh]*

THÊM MỘT BỨC TƯỢNG MẸ VÀ CON Ở HẢI NGOẠI

Trong bộ sưu tập của gia đình Mai Chửng, còn thấy thêm một bức tượng Mẹ Con khác, không lớn lắm chiều cao khoảng 8-10" hoàn tất năm 1990 tại Hawaii. Nay không biết bức tượng lưu lạc nơi đâu.

Một bức tượng *Mẹ Con* khác, chất liệu thạch cao của Mai Chửng thực hiện ở Hawaii 1990; nguồn kiếm sống với toàn thời gian của Mai Chửng ở Hawaii tới 1997 là nghề lái taxi. *[tư liệu gia đình Mai Chửng]*

TIỂU SỬ MAI CHỬNG 1940-2001

Mai Chửng họ Nguyễn, sinh ngày 23 tháng 10 năm 1940 tại Bình Định, cùng quê với họa sĩ Lâm Triết, nhà văn Võ Phiến, nhà văn Nguyễn Mộng Giác; là điêu khắc gia có nhiều tác phẩm theo trường phái hiện đại. Hầu hết tác phẩm của ông đã bị cộng sản phá hủy sau biến cố 1975.

Mai Chửng theo học Cao đẳng Mỹ thuật Huế với điêu khắc gia Lê Ngọc Huệ từ Paris về. Tốt nghiệp Cao đẳng Mỹ thuật Huế năm 1961, sau đó tiếp tục học tại Quốc gia Cao đẳng Mỹ thuật Sài Gòn, tốt nghiệp năm 1963. Từ 1968, Mai Chửng bắt đầu dạy ở trường Quốc gia Cao đẳng Mỹ thuật và năm 1974 tại Đại học Kiến trúc Sài Gòn.

Trước 1975, Mai Chửng có thời gian nhập ngũ khóa Sĩ quan trừ bị Thủ Đức, làm việc tại Tổng cục Chiến tranh Chính trị với cấp bậc cuối cùng là Đại úy. Sau đó, ông là sĩ quan biệt phái khi về dạy Đại học Kiến trúc. Năm 1975 ông bị bắt học tập cải tạo gần 3 năm, được thả cuối năm 1978.

Sinh hoạt Hội Họa Sĩ Trẻ Việt Nam; từ trái: Trịnh Cung, Nguyễn Trung, Nghiêu Đề, Mai Chửng, Hồ Thành Đức. *[tư liệu Hội Họa Sĩ Trẻ Việt Nam]*

Hội Họa sĩ Trẻ:

Năm 1966, Mai Chửng đã cùng nhiều họa sĩ trẻ khác thành lập Hội Họa sĩ Trẻ ở Sài Gòn. Họ là những tài năng sau này đều thành danh như: Nguyễn Trung, Nguyên Khai, Nghiêu Đề, Trịnh Cung, Đinh Cường, Nguyễn Quỳnh, Nguyễn Đồng, Nguyễn Thị Hợp, Hồ Thành Đức, Cù Nguyễn, v.v...

Chủ tịch đầu tiên của Hội Họa sĩ Trẻ là Ngy Cao Uyên, tiếp sau là Nguyễn Trung, và thứ ba cuối cùng là Mai Chửng.

TÁC PHẨM:

Từ khi còn học ở Cao đẳng Mỹ thuật Huế, Mai Chửng đã cùng với Giáo sư điêu khắc Lê Ngọc Huệ rất trẻ mới từ Pháp về, thực hiện một quần thể tượng tôn giáo theo phong cách hiện đại nơi quảng trường nhà thờ La Vang, tỉnh Quảng Trị vào đầu thập niên 1960. Những pho tượng này bị hư hại trong chiến tranh, nhất là trong cuộc giao tranh lớn Mùa Hè Đỏ Lửa năm 1972.

Mai Chửng được biết đến như nhà điêu khắc tiên phong của Việt Nam trong việc sử dụng chất liệu kim loại như đồng, sắt trong điêu khắc.

Năm 1973, ông hoàn tất tượng *Mầm*, tác phẩm sau đó được ra mắt tại gallery La Dolce Vita trong khách sạn Continental, Sài Gòn. Ông thực hiện bức tượng *Chị Em*, đặt tại Thương xá Tam Đa. Tác phẩm của Mai Chửng được nhiều người biết tới nhất là *Bông Lúa Con Gái*. Bức tượng biểu hiện bông lúa tràn đầy sức sống và đang vươn lên trời xanh; tượng cao 18 m, làm bằng đồng lá, được dựng tại trung tâm thị xã Long Xuyên năm 1970. Tới năm 1975, bức tượng bị cộng sản cho nổ và phá hủy.

CÓ MỘT NỀN VĂN HÓA TINH KHÔI BỊ KỲ THỊ

Sau 1975, Hội Mỹ Thuật Thành Phố Sài Gòn có tổ chức tuyển lựa mẫu *Tượng Đài Chiến Thắng* để dựng tại Công Trường Quốc Tế trước Bộ Tổng Tham Mưu đường vào phi trường Tân Sơn Nhất, mẫu tượng đài của Mai Chửng được giải nhất, nhưng sau đó đã không được thực hiện.

Hãy để Huỳnh Hữu Ủy qua eMail trao đổi với người viết, nói về mẫu tượng đài đoạt giải nhất này: *"Mẫu tượng đài tôi xem vào khoảng cuối năm 1978-1980, tức là lúc tôi trở về từ trại tù cải tạo cho đến lúc vượt biên và bị bắt đi tù lần thứ hai. Tôi còn nhớ chính Mai Chửng quay bàn xoay để tôi nhìn mẫu hình pho tượng. Pho tượng rất đơn giản mà cực kỳ quyến rũ. Ở đây mới thấy ra được một điều: cái đơn giản của một tài năng lớn không đơn giản chút nào. Và một ý tưởng đơn giản như thế, với những hình ảnh quen thuộc, nhất là với các nghệ sĩ miền Bắc, mà tại sao không ai nghĩ đến, và rồi chỉ có Mai Chửng có thể đúc kết thành một vấn đề thời đại. Có lẽ hoàn cảnh lịch sử dữ dội đã tác động thành một sức mạnh nơi Mai Chửng chăng? Hay chính đó cũng là trường hợp của tượng đài "Bông Lúa" trước đây. Ở đây cũng phải nhắc tới họa sĩ nhà điêu khắc Diệp Minh Châu*, một con người rất đặc biệt, dám chấm giải nhất cho một tên Ngụy vừa đi tù về, hành động đó thật đáng khâm phục."*

[* Diệp Minh Châu 1919-2002 người huyện Giồng Trôm Bến Tre, là họa sĩ kiêm điêu khắc gia xuất thân từ trường Cao đẳng Mỹ thuật

Đông Dương thế hệ 1940, là một tên tuổi lớn trong giới nghệ thuật tạo hình VN, đi theo kháng chiến rất sớm và sau 1975 trở về Sài Gòn, là Chủ tịch Hội Mỹ thuật Thành phố].

Cũng vẫn Huỳnh Hữu Ủy viết tiếp trong Vài Điều Về Điêu Khắc Gia Mai Chửng:

"Dù mới chỉ là một mô hình phác thảo, cũng đã cho thấy một không khí rất vĩ đại và tráng lệ: pho tượng Bà Mẹ Chiến Thắng thực hiện để tham dự một cuộc thi về tượng đài thành phố khoảng năm 79-80. Một người phụ nữ với chiếc khăn quàng cổ tung bay, mái tóc tung bay, khẩu súng trường nắm trong tay phải được giương cao, người phụ nữ ấy đứng thẳng trên mình con chim vươn mình sải cánh trải dài. Hình tượng con chim, rõ ràng là Mai Chửng đã dựa vào nét cách điệu trừu tượng con chim Lạc trên các trống đồng cổ của nền văn minh Đông Sơn, điển hình nhất là những con chim Lạc bay ngược chiều kim đồng hồ trên trống đồng Ngọc Lũ. Dựa vào hình ảnh con chim Lạc ấy, nhưng Mai Chửng đã biến đổi đi, nên con chim sải cánh rất thực, chứ không phải chỉ là một đường lượn gợi ý, và người phụ nữ đứng trên mình con chim thì chỉ là một thành phần nhỏ của pho tượng, với tỉ lệ có lẽ chỉ khoảng chừng 1/10 của pho tượng. Mới chỉ là một đồ án phác thảo, đặt trên một mặt bàn với đường kính chừng hai thước, đã làm cho người xem ngây ngất vì một hấp lực thơ mộng, hoành tráng, và rất hiện đại. Do ý kiến quyết định của nhà điêu khắc Diệp Minh Châu, pho tượng được chấm giải nhất nhưng rồi cuối cùng, công trình này đã không được tiến hành chỉ bởi vì Mai Chửng là một người lính của chế độ cũ."

Vẫn với những dòng chữ đanh thép, trong sự tiếc nuối, Huỳnh Hữu Ủy tiếp: *"Định kiến chính trị và sự thù hằn giới tuyến đã làm đất nước mất đi một công trình nghệ thuật lớn. Nếu tượng đài này được dựng lên thì Việt Nam đã có một tượng đài chiến thắng có thể đủ lời lẽ để nói chuyện với thế giới, có thể đặt ngang với những tượng đài chiến thắng khắp nơi trên hành tinh, hòa nhập vào đời sống hiện đại mà vẫn là độc sáng của một nền văn hóa riêng biệt, với một ngôn ngữ và tâm hồn riêng bắt nguồn từ một quá khứ xa thẳm."* [hết trích dẫn] [3]

Theo họa sĩ Trịnh Cung, có thêm một cuộc tuyển chọn lần thứ hai được tổ chức sau đó, với sự tham gia của nhiều nhà điêu khắc nổi tiếng từ miền Bắc và một lần nữa mẫu tượng đài của Mai Chửng lại được bầu chọn hạng nhất, nhưng số phận của nó chẳng khác lần đầu chỉ vì Mai Chửng là một người lính của chế độ cũ.[5]

Trước bước đường cùng của sáng tạo, Mai Chửng đã cùng với gia đình vượt biên đúng vào ngày 30/4/1981 giữa lúc những người *"Bên Thắng Cuộc"* như đang như lên đồng ồn ào làm lễ ăn mừng ngày họ đã bức tử miền Nam. Theo lời kể lại của Nguyễn Mai Bội Nghi, con gái Mai Chửng thì:

"Ba cháu và cả nhà đã vượt biên đúng vào ngày đó. Ba cháu lái xe gắn máy cùng mấy người leaders ra bãi trước để chuẩn bị tàu bè. Mẹ và tụi cháu được xe hàng đưa xuống sau nhưng bị công an chận lại và giam giữ 3 ngày. Lúc đó cháu được 10 tuổi nhưng vẫn còn nhớ như in. Ba cháu không thể quay lại kiếm Mẹ và tụi cháu vì quá nguy hiểm nên đã phải lên tàu ra đi."

Rất may mắn, Mai Chửng đến được bến bờ của tự do, tới đảo Pulau Bidong và chỉ ba tháng sau anh đặt chân tới Mỹ, ngày 17 tháng 7 năm 1981.[4]

Ban đầu Mai Chửng đến San Jose, lao động bằng nhiều nghề để kiếm sống và rồi anh khá thành công với chiếc xe bán *"fast food"*. Nhưng với gánh nặng gia đình ấy, Mai Chửng đã phải sang Hawaii sống bằng nghề lái taxi cùng với những tên tuổi khác như Nguyễn Đạt Thịnh, nguyên Chủ nhiệm báo Diều Hâu, nhà báo Phạm Hậu và người bạn trẻ Đinh Quang Anh Thái.

Chín năm sau 1990, Mai Chửng bảo lãnh được gia đình vợ và bốn con sang định cư ở Dallas, Texas. Cho đến khi gia đình ổn định, các con anh đã ra trường, đến năm 1997 Mai Chửng mới trở về Dallas; đây là khoảng thời gian khá ngắn ngủi anh thực sự được sống với gia đình.

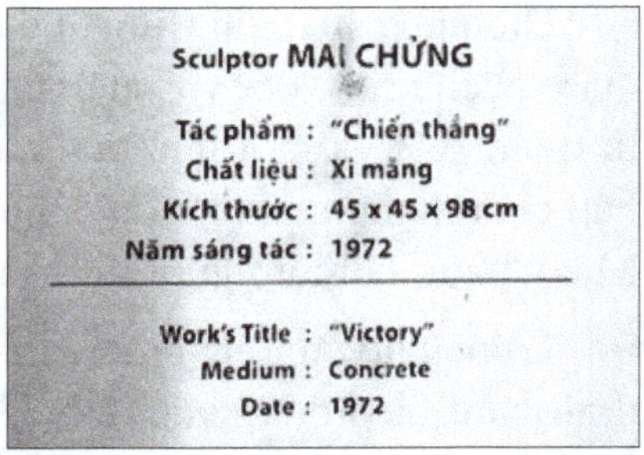

Chiến Thắng 1972 là tác phẩm điêu khắc duy nhất bằng chất liệu xi măng cao 98 cm của Mai Chửng được trưng bày nơi một góc sân cỏ ở sát bờ rào gần lề đường bụi bặm trong khu Bảo Tàng Thành Phố. *[photo by Ngô Thế Vinh, Sài Gòn 2019]*

VẪN CÒN MỘT BỨC TƯỢNG NƠI BẢO TÀNG THÀNH PHỐ

Sáu năm sau ngày 30/4/1975, Mai Chửng thoát đi được rồi, thời gian ấy đủ cho người cộng sản phá hủy đi những tác phẩm để đời của Mai Chửng, để chỉ còn sót lây lất một bức tượng xi măng đen cao 98 cm mang tên Chiến Thắng sáng tác năm 1972 – năm của Mùa Hè Đỏ Lửa ở Miền Nam, một tác phẩm mà rất ít ai biết đến trước 1975. Bức tượng ấy chỉ có thể xem như một công trình dang dở còn phải sửa chữa và cả cắt xén nhiều chỗ dư thừa – và chắc chắn đây không phải là tác phẩm mà Mai Chửng muốn lưu giữ trong một Khu Bảo Tàng. Chỉ cần nhìn lại các bức tượng Bông Lúa Con Gái, tượng Mầm với đường nét cực kỳ giản dị nhưng đầy chất tư duy sáng tạo của Mai Chửng, thì tượng Chiến Thắng 1972 không thể nào so sánh được. Đó cũng là ý kiến đầy tiếc nuối của nhà phê bình nghệ thuật Huỳnh Hữu Ủy và là người bạn thân thiết của Mai Chửng.

MAI CHỬNG MỘT CUỘC ĐỜI BƯƠN CHẢI

Trong một dịp từ Hawaii về thăm Little Saigon, trả lời Hoàng Khởi Phong, trong cuộc phỏng vấn của báo Người Việt, Mai Chửng tâm sự: *"Tôi là nhà điêu khắc, tôi nặn tượng. Suốt hơn mười năm nay* [ở hải ngoại, ghi chú của người viết] *thỉnh thoảng nhớ nghề tôi làm một pho tượng, không nhằm mục đích bán, không bao giờ quảng cáo nên cũng không hề có đơn đặt hàng. Tôi nặn tượng chỉ vì những thôi thúc của riêng tôi, như vậy thì dứt khoát đó là do hứng, nhưng mà cơm áo cũng kinh hoàng lắm cho nên dù có hứng cũng không phải dễ dàng gì hoàn thành một tác phẩm."* [2]

Mai Chửng là một điển hình cho những nghệ sĩ tài năng của Hội Họa Sĩ Trẻ, họ không thể kiếm sống bằng tác phẩm. Đối với giới nghệ sĩ, có hai trường hợp: nếu tốt số có *thân cư thê*, họ có thể rong chơi sống với nghệ thuật, chuyện cơm áo đã có những bà Tú Xương lo. Nhưng Mai Chửng thì chọn cho mình một cuộc đời bươn chải, trước 1975 điêu khắc chưa bao giờ thực sự nuôi sống anh. Ra hải ngoại từ 1981, Mai Chửng đã qua nhiều nghề để kiếm sống, bằng xe *fast food* ở San Jose, rồi sau đó bằng nghề lái taxi trong nhiều năm ở Hawaii, không những đủ nuôi sống bản thân mà anh còn cưu mang được toàn gia đình cho tới khi các con anh thành đạt. Nhưng bằng cái giá hy sinh quá cao đối với một tài năng như Mai Chửng. Tới thời điểm vượt qua được nợ cơm áo, thì Mai Chửng không còn trẻ nữa và sức khỏe cũng đã suy yếu, giấc mộng lớn điêu khắc của Mai Chửng vẫn có đó nhưng khó thành.

Mai Chửng đặt chân tới Mỹ khi anh mới 41 tuổi. Với 20 năm sống ở hải ngoại, phải nói rằng tài năng Mai Chửng đã bị rất nhiều hạn chế do không có thời gian, không có phương tiện, cho dù anh vẫn có những thôi thúc của cảm hứng sáng tạo, nhưng rồi cuối đời Mai Chửng cũng hoàn thành được một số tượng đẹp cho dù với kích thước khiêm tốn.

NĂM 2000, NĂM THĂNG HOA CỦA MAI CHỬNG

Chỉ riêng năm 2000, một năm trước ngày anh mất, Mai Chửng đã thực hiện được một loạt tác phẩm điêu khắc bằng đất nung với một chiếc lò nung cũ mua được qua mục rao vặt; vẫn với đường nét giản

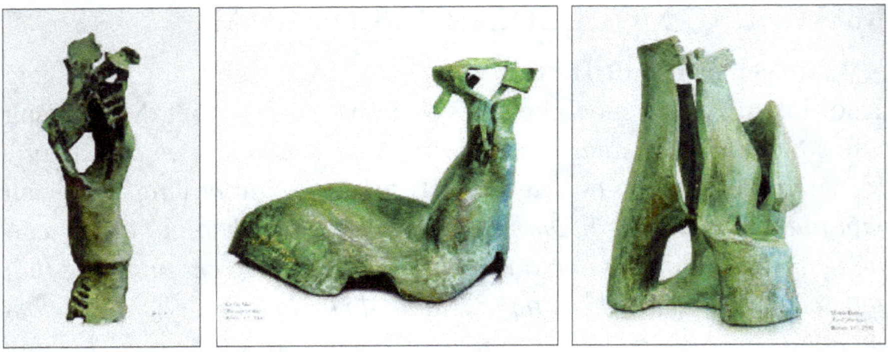

Hình từ trái, (1) *Người Nhạc Sĩ*, 2000, Bronze 39''; (2) *Cô Gái Mèo*, 2000, Bronze 13''; (3) *Thánh Đường*, 2000, Bronze 13''

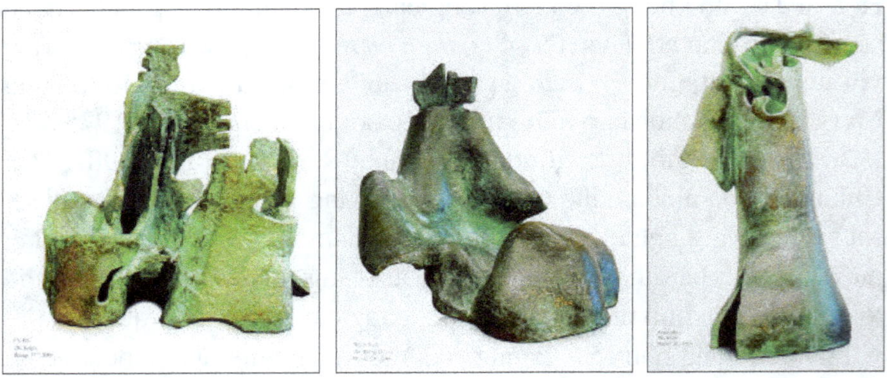

Từ trái, (4) *Chị Em*, 2000, Bronze 17''; (5) *Người Ngồi*, 2000, Bronze 13''; (6) *Người Mẫu*, 2000, Bronze 25''

dị, nhưng mạnh mẽ rất Mai Chửng với nhiều chất trí tuệ, và đẹp. Có thể kể 6 tác phẩm cuối đời của Mai Chửng gửi tới cuộc Triển lãm 2001 với *Chủ đề Hồi Cố* (từ 22.07 tới 07.08.2001) tại Sài Gòn:

MAI CHỬNG MỘT HỌA SĨ

Tuy được biết tới như một điêu khắc gia, Mai Chửng còn là một họa sĩ tài năng. Khi nói về bản thân, Mai Chửng khẳng định: *"Họa chỉ là nghề tay trái của tôi. Tôi vẽ tranh rất ít, và hay vẽ phụ bản cho các cuốn sách của bằng hữu. Nghề tay phải của tôi là nghề điêu khắc."*

Thiếu nữ và Hoa Quỳnh, sơn dầu trên bố 40'' x 52'', 2000 *[tư liệu gia đình Mai Chửng]*

Tuy vẽ rất ít, tranh sơn dầu của Mai Chửng rất nghệ thuật. Trước đây Mai Chửng thích màu xám, nhưng cuối đời vào khoảng năm 2000, Mai Chửng có vẽ thêm khoảng 6-7 bức tranh sơn dầu như *Thiếu nữ và Hoa Quỳnh, Ba Chị Em, Người Đàn Bà* ... với màu sắc tươi tắn, chất liệu mượt mà sang trọng, và rất đẹp. Qua những bức tranh hiếm hoi mà chúng ta còn thấy được, có thể nói trong hội họa, Mai Chửng là một họa sĩ rất tài hoa, một cây cọ bậc thầy.

Dù sức khỏe của Mai Chửng sút kém sau phẫu thuật cắt bướu ung thư bao tử, nhưng anh vẫn không ngừng làm việc và rất hào hứng hoàn tất một số tác phẩm để tham gia cuộc triển lãm lớn vào tháng 7 năm 2001 cùng với các họa sĩ, điêu khắc gia Việt Nam trong và ngoài nước, tổ chức tại Gallery Vĩnh Lợi Sài Gòn. Cuộc triển lãm chủ yếu có sự tham gia của các thành viên Hội Họa Sĩ Trẻ như: Dương Văn Hùng, Nguyễn Trung, Hồ Hữu Thủ, Cù Nguyễn, Đinh Cường, Nguyên Khai, Nguyễn Lâm, Đỗ Quang Em, Nguyễn Phước, Trịnh Cung...

Hình trái, *Ba Chị Em*, sơn dầu trên bố 40'' x 52'', 2000; phải, *Người Đàn Bà*, sơn dầu trên bố 40'' x 52'', 2000 *[tư liệu gia đình Mai Chửng]*

Hoạ sĩ Nguyễn Phước, khuôn mặt nổi bật khác của Hội Họa Sĩ Trẻ, là bạn thân thiết của Mai Chửng, đã bay từ Minnesota sang Dallas, giúp Mai Chửng đóng gói vô thùng một số tượng đất nung mới nhất từ Hoa Kỳ về Việt Nam cho đúc đồng. Nguyễn Phước đã ghi lại cảm tưởng khi gặp lại cố tri Mai Chửng ở Dallas: *"Khi mới biết anh bắt đầu làm việc, chỉ sau vài tháng gặp lại, tôi đã thấy vô số tượng bày chung quanh xưởng. Tượng của anh rất hoàn chỉnh và có chiều sâu. Một sức sáng tác mãnh liệt."* [3]

Đưa tới tham dự cuộc triển lãm, Mai Chửng có sáu bức tượng đồng vừa được đúc xong ở Phường Đúc Huế. Nhưng đến ngày khai mạc, Mai Chửng bất ngờ ngã bệnh. Anh đã chẳng thể đến xem các tác phẩm điêu khắc của mình cùng với các tranh tượng của bằng hữu.

Từ Sài Gòn, em gái Mai Chửng báo tin cho gia đình bên Mỹ: *anh Mai Chửng bị hôn mê nói sảng*. Mai Chửng được biết bị viêm gan B mạn tính, cũng rất thường gặp ở cộng đồng người Á châu, nay đưa tới suy gan cấp tính, khiến mọi độc tố thay vì được ngăn chặn hiệu quả từ gan nay lên não, gây nên một *hội chứng não-gan* mà thuật ngữ chuyên môn y khoa gọi là *hepatic encephalopathy* khiến người bệnh mất tỉnh táo, nói lẫn và cuối cùng đưa tới hôn mê. Em gái Mai Chửng phải đưa anh vào bệnh viện Chợ Rẫy.

Rất sớm sau đó, Mai Chửng được gia đình đưa về Mỹ, tiếp tục điều trị cấp cứu tại một bệnh viện đại học danh tiếng: Baylor University Medical Center, Dallas, Texas.

Theo Nguyễn Mai Phú Nga, con gái Mai Chửng thì *"bác sĩ không lạc quan cho lắm sau khi khám bệnh cho ba tôi. Căn bệnh quật ngã ba tôi là bệnh gan chứ không phải là ung thư của ông tái phát như chúng tôi từ đầu thoạt nghĩ. Căn bệnh viêm gan mà bác sĩ tin là ông đã mang trong người từ lúc lọt lòng, căn bệnh gan mà ba tôi đã được chữa trị tưởng đã lành lặn nay quay lại như một hung thần. Chị em tôi không thể nào tin ở tai mình khi được báo là cách duy nhất cứu sống ba tôi là thay gan mới."* [2]

Nhưng người bệnh Mai Chửng lại không đủ tiêu chuẩn cho một cuộc phẫu thuật thay ghép gan / liver transplant vì với tiền căn ung thư anh chưa vượt qua được ngưỡng 5 năm / *"five years cancer survival"* và tổng trạng thì rất yếu. Gia đình chỉ còn hy vọng vào phép lạ.

Và rồi, cũng giống như trường hợp Lê Đình Điểu, Nghiêu Đề – cả hai đều là bạn thân thiết của Mai Chửng, cùng vướng vào căn bệnh nan y, đến giai đoạn cuối này thì thuốc ta, thuốc tàu với rất nhiều giai thoại truyền khẩu, đã trở thành chiếc phao hy vọng. Nguyễn Mai Phú

Một tuyển tập song ngữ Việt Anh nhan đề *"Điêu khắc gia Mai Chửng: Cuộc Đời và Nghệ Thuật - Life & Work of Sculptor Mai Chửng"* do gia đình thực hiện ra mắt tháng 9 năm 2006 nhân ngày giỗ thứ 5 của Mai Chửng; trái: hình bìa 1, phải: hình bìa 4 với phần Anh Ngữ của Thạch Hãn Lê Thọ Giáo. *[tư liệu gia đình Mai Chửng]*

Nga viết tiếp: *"Mẹ tôi bắt đầu hướng qua thuốc ta và thuốc tàu. Ai chỉ mẹ tôi thuốc gì bà cũng nghe theo với hy vọng ba tôi được chữa lành."* [2]

Nhưng rồi, Mai Chửng qua đời hai tháng sau, anh mất lúc 1:20 sáng ngày 1 tháng 9 năm 2001 ở tuổi 61 cũng tại Trung tâm Y khoa Baylor Dallas, Texas.

Phát biểu về nghệ thuật điêu khắc của Mai Chửng, họa sĩ Nguyễn Trung viết: *"Nghệ thuật của Mai Chửng cũng vậy, đã trải qua nhiều biến chuyển; từ những thể hiện tươi mát chất lãng mạn, cho đến những công trình đậm trí tuệ. Mỗi giai đoạn có nét đặc trưng riêng, nhưng trong đại thể vẫn có một nét chung rất dễ thấy. Đó là sự đơn giản và tính cách lớn lao của nó. Đơn giản mà không thiếu sự tinh tế. Lớn lao cho dù tác phẩm được thể hiện trong một kích thước khiêm tốn."* [2]

Tượng Mai Chửng bằng thạch cao, do Dương Văn Hùng bạn đồng môn của MC, thực hiện để tặng gia đình Mai Chửng trong dịp ra mắt sách Điêu khắc gia Mai Chửng: Cuộc Đời & Nghệ Thuật do VAALA tổ chức vào ngày Thứ Bảy 04.03.2006 tại phòng sinh hoạt Lê Đình Điểu, Nhật báo Người Việt. Một số tác phẩm sáng tạo vào những năm cuối đời của Mai Chửng, cũng được Hội Văn Học Nghệ Thuật Việt Mỹ triển lãm trong dịp này. *[tư liệu Dương Văn Hùng]*

MẸ VÀ CON ĐÃ VỀ TỚI VÙNG NẮNG ẤM CALI

Vậy mà đã hơn 36 năm từ ngày Mai Chửng thực hiện được bức tượng Mẹ và Con với kích thước lớn để tham gia Đại Hội Người Việt Bắc Mỹ (1985), và cũng đã 3 năm từ ngày tôi liên lạc được với anh Nguyễn Nhật Thăng ở Michigan, người đã trân quý giữ gìn bức tượng ấy sau đại hội trong bấy lâu. Nay thì anh Nguyễn Nhật Thăng đã qua tuổi 91, anh Thăng không còn khả năng sinh hoạt độc lập để có thể sống một mình trong căn nhà nơi vùng tuyết giá như hiện nay. Anh Thăng phone cho biết rất sớm anh sẽ phải dọn về San Jose Thung Lũng Hoa Vàng sống với con. Căn nhà của anh ở Michigan sẽ bán đi, đối với một chủ nhân mới không phải người Việt thì bức tượng Mẹ và Con nơi căn nhà ấy sẽ là *"vô giá – no value"* và không có ý nghĩa gì. Trong khi đó, tác phẩm Mẹ và Con đã mang theo một phần lịch sử của người Việt tỵ nạn, sẽ rơi vào tình trạng không nhà / homeless.

Tôi đem chuyện ấy ra bàn bạc với Nguyễn Văn Hưng, người bạn Y khoa, bạn lính, cũng là bạn đồng hành đi Vân Nam với tôi thăm con đập Mạn Loan năm nào, Hưng trước đây cũng là bạn của Mai Chửng. Và Hưng đã sốt sắng chuẩn bị cho một *rescue mission* dự trù nghỉ phòng mạch một tuần, hai vợ chồng sẽ lái một chiếc xe Van lớn lên Michigan đem bức tượng Mẹ và Con về Cali. Lúc đó là giữa tháng Ba 2020, đang lúc đại dịch Vũ Hán bùng phát nên chuyến đi đã không thành. Và chỉ còn một phương cách là thuê một công ty vận chuyển

Gia đình Mai Chửng đoàn tụ mấy ngày cuối năm, Mùa Giáng Sinh 1995. Từ phải, hàng đứng: Mai Anh, Bội Nghi, Phú Nga; hàng ngồi: vợ chồng Mai Chửng và Nguyễn Vĩnh Đức. *[Album gia đình Mai Chửng]*

Hình trái, ba *Mẹ Con* “thùng nhân – box people” đã trải qua suốt ba ngày đêm trên con đường xuyên bang để về tới nơi cư ngụ mới. *[photo by Nguyễn Văn Hưng]*

Hình trái, Nguyễn Văn Hưng là sponsor cho gia đình “thùng nhân – box people” ba *Mẹ Con* từ vùng tuyết giá Michigan về California, nơi thủ đô có nắng ấm của cộng đồng người Việt tỵ nạn; phải, giữa cao điểm của đại dịch Vũ Hán, người viết lần đầu tiên được hội ngộ với bức tượng *Mẹ và Con* của Mai Chửng. *[photo by Nguyễn Văn Hưng 05.2020]*

chuyên nghiệp có bảo hiểm Mỹ [Allied Morse Moving & Storage, Inc.] để họ đưa bức tượng Mẹ và Con ấy về Cali. *Tấm vé ECP / Extra Care Protection cho chuyến đi xuyên bang ấy là 4.563 Mỹ kim* và rồi cuối cùng Mẹ tròn Con vuông cũng đã về tới Cali. Nơi tạm trú cũng là căn nhà của bạn tôi nơi TP Huntington Beach – Hưng nói, cho đến lúc này, anh không còn muốn sở hữu thêm một điều gì và vẫn nghĩ rằng, đây là phần di sản chung của cộng đồng tỵ nạn Việt Nam khắp năm châu. Ước mong rồi ra sẽ có một nơi xứng đáng như một viện bảo tàng hay một công viên văn hóa để trưng bày bức tượng Mẹ và Con, một nơi mọi người có thể tới thăm viếng và cùng chiêm ngưỡng tác phẩm nghệ thuật mang dấu ấn lịch sử này.

MỘT TÁC PHẨM CỦA CỘNG ĐỒNG

Một tác phẩm điêu khắc lớn cần hội đủ nhiều điều kiện, từ quan niệm ý thức tạo hình, đến chất liệu, kích thước và thêm vào một điều kiện có tính quyết định là hoàn cảnh lịch sử.

Với bức tượng *Mẹ và Con* của Mai Chửng, tôi không muốn đưa ra một thẩm định đó là một tác phẩm điêu khắc lớn, đó là chức năng thẩm quyền của các nhà phê bình. Nhưng hoàn cảnh lịch sử ra đời của bức tượng *Mẹ và Con* ở đầu thập niên 1980s là vô cùng đặc biệt.

Nó xứng đáng được giữ gìn và hiện diện ở một nơi công cộng để mọi người biết tới là đã có một bức tượng ra đời trong một hoàn cảnh lịch sử như thế, của một nghệ sĩ tài năng có tên là Mai Chửng, đại diện cho một thế hệ nghệ sĩ Việt Nam bị tận cùng vùi dập, với hầu hết tác phẩm của họ bị hủy hoại từ trong nước.

Mai Chửng, con phượng hoàng ấy đã vực dậy từ tro than, tiếp bước sáng tạo, và mỗi tác phẩm của anh ở hải ngoại xứng đáng được trân trọng, không của riêng ai mà là một sở hữu văn hóa nghệ thuật của cả một cộng đồng di dân Việt Nam trên khắp thế giới.

Thay kết từ cho bài viết, là bài thơ *Trong Vườn Tượng Mai Chửng* của nhà thơ Nguyễn Xuân Thiệp, người bạn thân thiết của Mai Chửng từ Việt Nam sang tới Mỹ, anh Thiệp cũng định cư ở Texas rất gần với gia đình Mai Chửng:

TRONG VƯỜN TƯỢNG MAI CHỬNG

nhớ bạn ra đi vào tháng 9
sẽ về đứng
cùng đá và cây. trong vườn tượng
rạng rỡ cười

tháng chín. chim như mây
những bầy sao trên đồng cỏ
khoảnh khắc. cùng tấu khúc ca ngợi niềm vui. của
đất và người
symphony số 9
như hoa của đá. nước mắt cây
đừng khóc. em đừng khóc
trời nổ cơn dông
cho một ngày đã qua
Nguyễn Xuân Thiệp

California 2018 – 2021

Tham Khảo:

1/ Ngô Thế Vinh. *ĐBSCL và Những Bước Phát Triển Tự Hủy Hoại 1975-2018*. http://vietecology.org/Article/Article/299

2/ *Điêu khắc gia Mai Chửng, Cuộc đời và Nghệ Thuật. Life and Work of Sculptor Mai Chửng*. Do Gia đình Mai Chửng xuất bản, Dallas Texas Tháng 9, 2005.

3/ Huỳnh Hữu Ủy. *Nghệ thuật Tạo hình Việt Nam Hiện Đại. Vài Điều về Điêu khắc gia Mai Chửng*. VAALA xuất bản 2008, sđd, tr.425-436.

4/ Lê Vũ *Phỏng vấn Mai Chửng Năm 2000 & Bạn bè Tiễn biệt*. https://www.youtube.com/watch?v=YfB5wRtZiF4; uploaded by Mai Dang, Jan 15, 2018.

5/ Trịnh Cung. *Tưởng nhớ điêu khắc gia Mai Chửng. Giấc Mơ không thành*. Người Việt, 30.08.2016 https://www.nguoi-viet.com/tuong-nho/tuong-nho-dieu-khac-gia-mai-chung/

TRẦN HOÀI THƯ VÀ NGỌC YẾN VỚI CON CHIM CHẰNG NGHỊCH VÀ NỖI NHỚ QUÊ

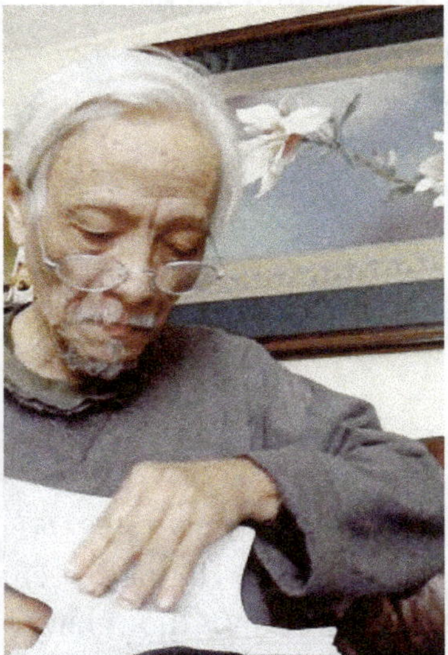

Hình trái, thầy giáo Trần Hoài Thư (1967) ở tuổi 25 khi mới chuẩn úy về làm trung đội trưởng thám kích sư đoàn 22 Bộ binh. *[nguồn: Nhà văn Việt Nam của Lương Trọng Minh]*; phải, nửa thế kỷ sau nhà văn Trần Hoài Thư (2017) ở tuổi 75 đang ngồi khâu Di sản Văn học Miền Nam dưới tầng hầm căn nhà 719 Coolidge Street, Plainfield, New Jersey 07062, là địa chỉ Thư Ấn Quán, cũng là tòa soạn Thư Quán Bản Thảo. *[nguồn: ảnh THT tự chụp từ video với iPhone 5; Tuyển Tập I Chân Dung VHNT & VH, Việt Ecology Press 2017]*

Dẫn Nhập: Trần Hoài Thư là một tên tuổi có trong danh sách tác giả của Tuyển Tập II Chân Dung Văn Học Nghệ Thuật & Văn Hóa, nhưng cũng để thấy rằng đây là một chân dung văn học rất khó viết, do đã có quá nhiều người viết về đủ mọi khía cạnh của THT. Hơn thế nữa cuộc đời và sự nghiệp của THT quá phong phú nên với một bài viết dù chỉ là phác thảo cũng vẫn là một thiếu sót. Gần đây, qua bao nhiêu biến cố dồn dập trong cuộc đời Trần Hoài Thư, đã đến lúc không thể không có một bài viết về người bạn văn, như một tấm thiệp mừng 50 năm ngày cưới – 50th Gold Anniversary của đôi vợ chồng Trần Hoài Thư – Nguyễn Ngọc Yến, một "đám cưới nhà binh" của thế kỷ, với rất nhiều hạnh phúc cùng với nhiều khổ đau khi cả hai sắp bước vào tuổi 80. Cũng nhân đây, có một gợi ý với các bạn trẻ trong và ngoài nước đang chuẩn bị luận án tiến sĩ văn học, thì chân dung văn hóa của Trần Hoài Thư cùng với nỗ lực phục hồi Di Sản Văn Học Miền Nam 1954-1975 là một đề tài vô cùng phong phú và hấp dẫn, rất xứng đáng để các bạn khám phá và dấn thân vào. Các bạn cũng không còn nhiều thời gian – nói theo cách ví von của nhà văn trẻ Trần Vũ, chiếc kim đồng hồ trên tay anh Trần Hoài Thư đã chỉ 12 giờ kém 5 phút sắp qua nửa đêm và chỉ sau năm phút phù du đó, khi Trần Hoài Thư trở thành "người của trăm năm cũ", tất cả sẽ bị lớp bụi thời gian mau chóng phủ mờ.

*

TIỂU SỬ TRẦN HOÀI THƯ

Trần Hoài Thư tên thật Trần Quí Sách, sinh ngày 16/12/1942 tại Đà Lạt. Tuổi thơ bị thất lạc cha, theo mẹ sống khổ cực ở thành phố Nha Trang, có một thời gian sống trong cô nhi viện Bethlehem Hòn Chồng. Sau khi được đoàn tụ với thân phụ – là một ông đồ còn mặc áo lương đen, THT mới được theo học trường Quốc Học Huế, rồi vào Đại học Khoa học Sài Gòn. Từ năm 1964-1966 là giáo sư Toán đệ nhị cấp trường trung học Trần Cao Vân, Tam Kỳ, tỉnh Quảng Tín (nay đã sáp nhập vào tỉnh Quảng Nam).

Năm 1967, nhập ngũ khóa 24 SQTB Thủ Đức. Phục vụ tại đại đội 405 Thám kích sư đoàn 22 Bộ binh. THT bị thương ba lần. Lần đầu tiên do một viên đạn AK VC bắn vào ngực trái khi đơn vị anh tới tăng viện cho mặt trận Quy Nhơn trong Tết Mậu Thân 1968, THT phải nằm Quân Y viện Quy Nhơn một thời gian. Hai lần sau đều là những vết thương miểng do lựu đạn trong hai cuộc giao tranh khốc liệt trên chiến trường Bình Định: một trên ngọn đồi Kỳ Sơn với 4 sĩ quan tử trận 2 sĩ quan còn lại bị thương trong đó có THT, một trên trận địa xứ dừa Bồng Sơn. THT rời đơn vị Thám kích sau 4 năm với 3 chiến thương bội tinh, rồi về làm phóng viên chiến trường ở vùng IV nơi anh mới có một người vợ đồng bằng – Ngọc Yến là một cô gái Cần Thơ mê văn anh, cho tới ngày 30/4/1975.

MỘT MỐI TÌNH VĂN CHƯƠNG

Trần Hoài Thư khởi sự viết văn từ năm 1964, có lẽ sớm hơn. Truyện ngắn đầu tay *Nước Mắt Tuổi Thơ* được đăng trên tạp chí Bách Khoa Sài Gòn. Ngoài Bách Khoa, những năm sau đó THT còn cộng tác với Văn, Văn Học, Đời, Bộ Binh, Thời Tập, Vấn Đề, Khởi Hành, Ý Thức...

Không biết cô gái Cần Thơ Nguyễn Ngọc Yến bắt đầu đọc và hâm mộ Trần Hoài Thư từ bao giờ. Trên Tạp chí Sóng Văn (1997), Ngọc Yến cho biết: *"cũng vì yêu mến văn chương, nên duyên văn nghệ đã đưa chúng tôi gặp nhau, và nhà văn Nguyễn Lệ Uyên là ông mai"*. Từ trước đến nay, tôi vẫn đinh ninh anh Lê Ngộ Châu chủ nhiệm Bách Khoa là ông mai. Qua Đỗ Nghê, tôi đã liên lạc được với Nguyễn Lệ Uyên, và anh đã mau mắn trả lời tôi ngay trong đêm qua một email [viết ngày 05.05.2021]:

"Chuyện là thế này: hồi học Sư Phạm Đại học Cần Thơ (1968), lúc làm hồ sơ nhập học bị trễ mấy ngày, bị làm khó. May sao gặp chị Yến làm ở phòng Hành Chánh của Viện nói giúp với ông Khoa trưởng. Sau đó thì thân nhau, bởi chị cũng biết tôi có võ vẽ mấy truyện ngắn trên Văn, Khởi Hành... mà chị thì mê văn chương, đọc nhiều, các tạp chí văn học chị hầu như ít bỏ sót, nên chúng tôi coi như chị em, chị lớn hơn tôi 7,8 tuổi. Những dịp nhận nhuận bút, tôi thường chở chị đi ăn món gì đó. Rồi trên số Văn chủ đề Những cây bút trẻ, lại có truyện của tôi và anh Trần Hoài Thư. Khi nhận nhuận bút, tôi mời chị đi ăn bún bò Huế ở quán ông Ba Mập ngoài Bình Thủy, trên đường đi Long Xuyên. Ăn, chị hít hà, chảy nước mắt và khen ngon. Trong lúc

ăn, chị hỏi tôi có biết, quen anh THT không, có nhận xét gì về truyện anh Thư. Tất nhiên là quen nhiều, vì ảnh, từ Quy Nhơn hay vào chơi với anh em văn nghệ Tuy Hòa năm ba hôm, thường thì ăn uống rồi ở lại nhà tôi.

Thâm tâm, tôi chỉ nghĩ chị hỏi để hiểu rõ thêm về một tác giả, nhưng không ngờ, chị mê truyện anh Thư, mê các nhân vật khốn khổ của ảnh, như hiện thân của một THT được bê nguyên xi vào truyện rồi yêu cả truyện và người viết! Tới cuối năm 69 đầu 70, nhóm sinh viên chúng tôi thực hiện chương trình ca nhạc, đọc, ngâm thơ hàng tuần ở giảng đường lớn, chị mới biểu lộ tình cảm thật của chị đối với anh Thư. Chị hỏi tôi gia cảnh, sinh hoạt cá nhân, tính tình... Vậy là đã rõ. Tôi ra sức vẽ vời anh THT còn hay hơn truyện tôi viết. Tôi sơn phết anh Thư cho tròn trịa hơn một chút, bặm trợn, lãng mạn như cụ Hemingway một mình giữa biển khơi. Tối đó, tôi viết cho anh Thư đến 4, 5 tờ pelures về chị Yến. Kể thật về điều tai nghe mắt thấy, về nhan sắc, tính tình của chị trong gia đình gia giáo (ông cụ thân sinh chị là GS Tổng Giám thị trường Trung học Phan Thanh Giản). Với anh THT, tôi viết thư nói đây là một mẫu người lý tưởng để làm vợ, anh đừng để mất cơ hội. Chị Yến thì gần, gặp nhau hai chị em nói chuyện thơ văn, tán dương ông anh Quí Sách, khuyến khích chị viết thư làm quen với các nhân vật của ảnh. Sau vài ba lần như vậy, tôi nói thẳng với chị: Anh Thư là một người tuy không hoàn hảo, nhưng sẽ là người chồng tốt…” [hết trích dẫn]

Từ đó địa chỉ tòa soạn Bách Khoa, trở thành hộp thư để cô gái miền Tây làm quen và liên lạc với người lính lang bạt Trần Hoài Thư. Sau đó Bách Khoa cũng là điểm hẹn cho lần gặp gỡ đầu tiên của hai người. Rồi trong một chuyến về phép ngắn ngủi, Thư có hẹn lần đầu gặp Yến ở Bách Khoa. THT vui bạn bè nên trễ buổi hẹn với Yến. Khi Đỗ Nghê chở Thư tới 160 Phan Đình Phùng thì Yến đã giận bỏ đi. Và cũng chính anh Lê Ngộ Châu đã tất bật đuổi chạy kịp theo Yến đưa trở lại tòa soạn gặp THT. Những kỷ niệm trân quý với anh Lê Ngộ Châu là điều mà mãi sau này THT không bao giờ quên. Rồi không lâu sau đó hai người nên duyên vợ chồng. Thư đã làm lễ thành hôn với Yến ngày 18/6/1971.

Nguyễn Lệ Uyên viết tiếp: *"Cuối cùng, như duyên tiền định với tô bún bò Huế cay xè tôi đãi chị, hai người hẹn hò nhau ở tòa soạn Bách Khoa, đến tháng 6/1971 hai người làm đám cưới; khi ấy tôi đang ở quân trường Thủ Đức, nhận được thư chị viết mấy dòng ngắn: Chị và anh Thư cưới nhau, ngày... tháng... năm... Em gắng lấy giấy phép về dự, không anh chị buồn"*.

Đúng là một *"đám cưới nhà binh"* tại Sài Gòn không thể nào đơn giản hơn, chỉ với mươi người bạn nơi một căn nhà trong xóm Bàn Cờ, không có rước dâu cũng không có cả nhẫn cưới.

Một tuần lễ sau, ngày 23/6/1971 Cơ sở Xuất bản Ý Thức tổ chức một buổi ra mắt sách cho Trần Hoài Thư với tác phẩm đầu tay *"Những Vì Sao Vĩnh Biệt"* có Trần Phong Giao thư ký tòa soạn Văn tới tham dự.

TIỂU ĐĂNG KHOA ĐẠI ĐĂNG KHOA

Trong tờ Văn 181 tháng 07/1971, nhà văn Trần Phong Giao viết: *"Người xưa coi đại đăng khoa là thi đỗ, tiểu đăng khoa là cưới vợ. Đối với người cầm bút trẻ thời nay, phải "xếp bút nghiên theo việc đao cung" thì đại đăng khoa không còn là thi đỗ, mà (có lẽ vậy) là có tác phẩm được in. Cây bút trẻ Trần Hoài Thư viết rất nhiều hiện nay, qua cả tiểu lẫn đại đăng khoa, cùng lúc. Ngày 18 tháng 6, anh đã làm lễ thành hôn với cô Nguyễn Ngọc Yến tại Sài Gòn trong vòng thân mật. Ngày 23 tháng 6, vào hồi 19 giờ 30, Cơ sở Xuất bản Ý Thức vừa tổ chức một buổi tiếp tân trình diện tập truyện đầu tay của Trần Hoài Thư "Những Vì Sao Vĩnh Biệt". Tiểu đại đăng khoa xong, Trần Hoài Thư vội vã lên đường trở về đơn vị ở Quân khu II. Lính chiến chỉ có một tuần nghỉ phép. Chạy ngược chạy xuôi, không có tuần trăng mật, cũng như không kịp đem sách mới đi tặng anh em bà con. Vui vậy đó! Nhân dịp vui mừng này, chúng tôi xin có lời cầu chúc đôi bạn Thư -Yến một hạnh phúc bình dị, lâu dài và bền chặt. Cũng xin cầu chúc tác giả "Những Vì Sao Vĩnh Biệt" sẽ sớm có thêm nhiều tác phẩm mới khác, những tác phẩm não tủy và tinh tủy."*

Một năm sau, đứa con trai đầu lòng Trần Quí Thoại cũng là đứa con duy nhất chào đời. Đôi uyên ương Thư-Yến cho dù qua bao thăng trầm, họ đã có một cuộc sống lứa đôi hạnh phúc bình dị, lâu dài và bền chặt cho tới bây giờ, đúng một nửa thế kỷ (1971-2021).

Chủ nhiệm Lê Ngộ Châu và báo Bách Khoa, người chọn đăng truyện ngắn đầu tiên *Nước Mắt Tuổi Thơ* của Trần Hoài Thư trên Bách Khoa 1964.

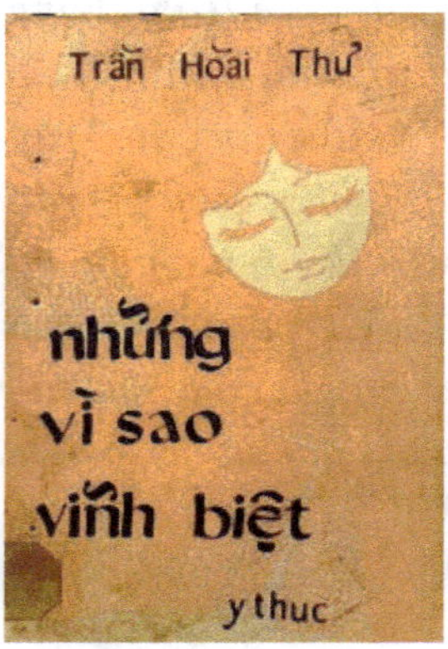

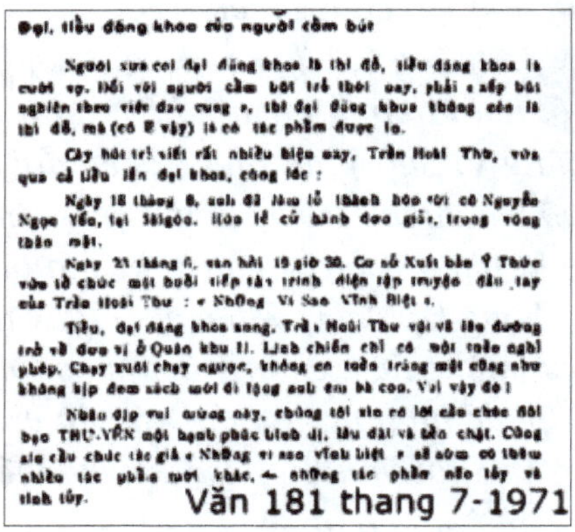
Đại, tiểu đăng khoa của người cầm bút

Người xưa coi đại đăng khoa là thi đỗ, tiểu đăng khoa là cưới vợ. Đối với người cầm bút trẻ thời nay, phải « xếp bút nghiên theo việc đao cung », thì đại đăng khoa không cần là thi đỗ, mà (có lẽ vậy) là có tác phẩm được in.

Cây bút trẻ viết rất nhiều hiện nay, Trần Hoài Thư, vừa qua cả tiểu lẫn đại khoa, cùng lúc :

Ngày 18 tháng 6, anh đã làm lễ thành hôn với cô Nguyễn Ngọc Yến, tại Sàigòn. Hôn lễ cử hành đơn giản, trong vòng thân mật.

Ngày 21 tháng 6, vào hồi 19 giờ 30, Cơ sở Xuất bản Ý Thức vừa tổ chức một buổi tiếp tân trình diện tập truyện đầu tay của Trần Hoài Thư : « Những Vì Sao Vĩnh Biệt ».

Tiểu, đại đăng khoa xong, Trần Hoài Thư vội vã lên đường trở về đơn vị ở Quân khu II. Lính chiến chỉ có một tuần nghỉ phép. Chạy xuôi chạy ngược, không có tuần trăng mật cũng như không kịp đem sách mới đi tặng anh em bà con. Vội vậy đó !

Nhân dịp vui mừng này, chúng tôi xin có lời cầu chúc đôi bạn THƯ-YẾN một hạnh phúc bình dị, lâu dài và bền chặt. Cũng xin cầu chúc tác giả « Những vì sao vĩnh biệt » sẽ sớm có thêm nhiều tác phẩm mới khác, — những tác phẩm nảy lửa và tinh túy.

Văn 181 thang 7-1971

Hình phải, nhà văn Trần Phong Giao Thư ký Tòa soạn báo Văn [photo by Lê Phương Chi, Tin Sách Hội Bút Việt]; giữa, bản tin trên báo Văn số 181, tháng 7/1971 loan tin THT cưới vợ: tiểu đăng khoa, và THT ra mắt tác phẩm đầu tay: đại đăng khoa; trái, bìa cuốn *Những Vì Sao Vĩnh Biệt* do Nhóm Ý Thức xuất bản 1971. *[tư liệu Thư Quán Bản Thảo]*

Sự thực tác phẩm đầu tay của Trần Hoài Thư là cuốn *Nỗi Bơ Vơ của Bầy Ngựa Hoang* cũng do cơ sở Ý Thức xuất bản năm 1969, tại Phan Rang một tỉnh lỵ nhỏ của miền Nam, dưới hình thức *"phổ biến hạn chế"* theo cái nghĩa không qua kiểm duyệt. Mẫu bìa hai màu do Lê Ký Thương vẽ, bản kẽm bìa làm từ Cliché Dầu Sài Gòn, được in typo bằng máy đạp / pedal thô sơ, và in hai lần, mỗi lần cho một màu chồng lên nhau. Ruột sách thì in ronéo và khi thực hiện trên giấy stencil, được chị Kim Phương bạn của Nguyên Minh canh lề bằng chân sao cho giống bát chữ typo. Đợt đầu 100 ấn bản được ra mắt và phát hành từ nhà sách Huy Hoàng Nha Trang, cũng là quê hương tuổi thơ nghèo khó của Trần Hoài Thư. Và kết quả *Nỗi Bơ Vơ của Bầy Ngựa Hoang* đã được độc giả miền Nam đón nhận trong sự ngạc nhiên và thích thú.

Les Trois Mousquetaires – Ba Chàng Ngự Lâm ít nhiều có "hệ lụy" với cuộc đời Trần Hoài Thư, từ trái: Lê Ký Thương, người vẽ bìa cho tác phẩm đầu tay *Nỗi Bơ Vơ của Bầy Ngựa Hoang* của THT do Ý Thức xuất bản (1969), Nguyễn Lệ Uyên, "ông mai" xe duyên cho đôi uyên ương Ngọc Yến - THT (1969), Đỗ Nghê người chở THT tới buổi hẹn đầu tiên của Ngọc Yến - Trần Hoài Thư tại tòa soạn Bách Khoa (1970). *[tư liệu Đỗ Nghê, hình do Cao Kim Quy vợ Lê Ký Thương chụp tại nhà LKT 09/05/2021]*

Như vậy, *Những Vì Sao Vĩnh Biệt* phải được kể là tác phẩm thứ hai của Trần Hoài Thư nhưng là tác phẩm thứ nhất hoàn toàn được in theo kỹ thuật typo.

PHÓNG VIÊN CHIẾN TRƯỜNG VÙNG IV

Trần Hoài Thư sống sót sau 4 năm trong một trung đội Thám kích, với 3 lần bị thương, được coi như một phép lạ. Sau khi lập gia đình, Trần Hoài Thư đã nghĩ tới dừng chân lại. Phải được sống và tiếp tục được viết như một nhân chứng. Rồi bằng một cách thế không giống ai, không tuân theo hệ thống quân giai, một lỗi rất nặng về quân kỷ, Trần Hoài Thư tự viết một thư riêng cho vị tướng cao cấp nhất trong Tổng cục Chiến tranh Chính trị, với nguyện vọng vẫn được ở trong quân ngũ nhưng chuyển ngành sang làm một phóng viên chiến trường. Trong phong thư riêng ấy, có những trang báo, những bài viết, những tác phẩm đã xuất bản và dĩ nhiên cả những tin tức liên quan tới ba lần bị thương cùng với các huy chương.

Không phải chờ đợi lâu, một sự việc lạ lùng nhất đã xảy ra. Trần Hoài Thư đã viết báo tin ngay cho Yến: *"Không thể tưởng tượng cho một kẻ xuất thân từ đơn vị hai quản trị mà tờ sự vụ lệnh vẫn còn ghi: sĩ quan đương sự phải phục vụ ở đơn vị tác chiến, xa trục lộ giao thông. Nhưng cái công điện đánh lên từ Tổng cục Chiến tranh Chính trị, cho biết Tổng cục chấp thuận ý nguyện của anh và hỏi anh muốn về nơi nào: vùng I, II, III, IV hay thủ đô. Dĩ nhiên anh chọn vùng IV nơi có Yến, người nữ độc giả của anh, và nay trở thành người vợ mới cưới của anh. Có lẽ anh may mắn hơn cả những người may mắn, bởi vì khó có ai được quyền lựa chọn một đơn vị mình ưa thích trên toàn cõi miền Nam như anh."*

Như một tự sự, THT viết: *"Xin cảm tạ văn chương. Nhờ văn chương mà tiếng chuông ngân vang, như những niềm vui lẫn tự hào kỳ diệu. Nhờ văn chương mà ta quên đi thân phận nhục nhằn, nhờ văn chương mà ta thấy ta cao lớn hơn bao giờ."*

Hành Phương Nam là những dòng chữ mới mẻ của một Trần Hoài Thư khác, của một người lính đang từ Cao nguyên nay xuống dưới Đồng bằng:

"Phương Nam. Tôi bắt đầu làm quen với những chiếc xe lôi hay những chiếc xuồng tắc ráng. Hay những cánh đồng mênh mông bạt ngàn. Hay những rừng tràm rừng đước. Tôi bắt đầu làm quen với những bãi đầm sình lún ngập đến cổ người. Những hàng ô môi, những chòm bông điên điển, những lời kinh giảng vang vọng trong đêm trăng, những tấm lòng hiền như đất, trọng tình trọng nghĩa mà tôi đã gặp. Tôi cám ơn, rằng cuối cùng Ơn Trên đã cho tôi một cõi nương tựa sau những tháng ngày lênh đênh trôi nổi… Cánh cửa đã mở ra như Phương Nam đã mở ra, đón tôi. Có mùi thơm khó có thể quên của bông lúa, hương cau, của mùi đất phù sa lan tỏa. Cánh cửa ấy đã được kết bằng những chùm mận trĩu nặng trên cành, rực đỏ giữa màu xanh của lá. Nơi nào, từ vườn sau nhà, hay bên dòng kênh, hay trước nhà, hay cạnh bờ ao, hai bên đường quốc lộ, những vườn mận sum suê trái quả. Có trái màu đỏ, có trái màu xanh, trái ửng hồng. Mời mọc ngọt lịm như đôi môi hồng muốn cắn, no đầy tròn trịa như bầu ngực con gái thanh tân, bầu bĩnh au au như đôi má ửng hồng của người gái quê quấn chiếc khăn sọc vằn chèo thuyền xuồng đưa người qua sông trong một ngày mùa hạ để bắt người khách không muốn về:

Qua sông mùa mận chín
Tháng nắng ngại đường xa
Em ra vườn sau nhà
Hái mời anh chùm mận
Bông mận rơi lấm tấm
Da mận hồng như môi
Ôi con mắt có đuôi
Má hồng đào ửng đỏ
Si em người em nhỏ
Ta ở mãi quên về
Trái mận nào dậy thì
Ta giữ hoài không cắn…

NGƯỜI VƯỢN TRẦN HOÀI THƯ

Nhưng rồi cũng chẳng được bao lâu, tới ngày 30/4/1975 lại một đổi đời. Trần Hoài Thư bị bắt đi tù cải tạo khi thằng con trai mới 2 tuổi. Cây mận trước sân nhà bông đã nở trắng, trắng như tóc của bà ngoại nó.

Hơn 4 năm tù khổ sai, mấy tháng đầu bị giam tại Trung tâm Huấn luyện Chi Lăng cũ, thuộc huyện Tịnh Biên tỉnh An Giang; sau đó THT bị chuyển qua trại tù Kiên Lương, trong một khu đầm lầy còn hoang vắng phía tây bắc tỉnh Kiên Giang gần biên giới với Cam Bốt.

Kiên Lương cũng như mọi trại tù cải tạo cộng sản khác, không bỏ tù nhân chết đói nhưng luôn luôn phải thiếu ăn. Thiếu ăn ngay giữa một vựa lúa ĐBSCL có thể nuôi sống cả nước.

Nhân danh nhân đạo, ban quản giáo trại cho phép đám tù nhân được lập thêm *toán cải thiện*: trồng rau trái và hái lượm để có thêm chất tươi xanh. Vì Kiên Lương là vùng trũng [thuộc khu tứ giác Long Xuyên, vùng trũng thứ hai là Đồng Tháp Mười], giữa mênh mông rừng tràm với rất nhiều tôm cá, cua ốc. Với cơ duyên đó THT tình nguyện xung phong ngay vào nhóm đi câu, gọi là nhóm chứ đó là thứ lao động mà đám tù nhân muốn xa lánh: do sợ đỉa vắt và cả vô số trăn rắn trong khu rừng tràm; họ còn sợ nước phèn ăn da thịt và cả sợ sa chân vào vùng đất lún trong khu đầm lầy. Do nghĩ rằng chẳng có lối nào mà trốn thoát, nên lính canh trại cũng không cần phải đi theo canh gác. Với THT đó lại chính là cơ hội để có những khoảnh khắc sống tự do cho một tên tù thám kích đã quá quen với mưu sinh và thoát hiểm. Chàng Robinson Crusoe bất đắc dĩ thời hiện đại THT viết: *"Tôi thì muốn tránh những con mắt. Tôi muốn trong rừng tôi có quyền la hét, hát hò, ỉa đái, cười ha hả. Tôi muốn ôm lấy đời tôi cùng thiên nhiên, mây trắng. Tôi muốn ngồi trên cây tràm như một con vượn người."*

Do nguồn cá thì ê hề: cá lóc, cá trê, cá rô… câu được với lưỡi câu tự chế với mồi trùn, những con trùn béo nhẫy rất dễ kiếm. Người tù khổ sai THT mỗi ngày dễ dàng "đạt chỉ tiêu" với số ký cá bỏ vào bao cát mang về nộp cho tổ anh nuôi. Dĩ nhiên phần cá ngon thì anh nuôi phải lựa ra nộp đem cho cán bộ quản giáo, phần còn lại mới là nguồn chất đạm / protein cải thiện cho anh em.

Hình ảnh mà THT không bao giờ quên là khuôn mặt đen đủi của Yến bám đầy bụi than mỗi lần đi thăm nuôi, do phải đi những chuyến xe đò cải tiến chạy bằng than củi.

Rồi cũng ra tù, THT trở về Cần Thơ quê vợ, với tấm thân xác nặng chưa tới 35 ký lô, để tiếp tục sống những ngày bị quản chế.

Ban ngày THT gò lưng trên chiếc xe đạp cũ nát với một thùng mốp cà-rem, đi vào các làng mạc, sáng chiều lắc chuông bán dạo, làm bầu bạn với đám con nít để kiếm sống. Cũng chính cái nghề rung chuông mua vui cho con nít ấy đã khiến một ông chủ ghe cảm kích, hơn nữa ông cũng đang cần một người dò đường mà đó cũng là nghề của chàng sĩ quan Thám kích THT. Ông cho Thư một vé xuống ghe "miễn phí" vì biết Thư quá nghèo. Chỉ có một chỗ, nhưng Thư thì còn vợ và một đứa con. Mãi sau này Thư mới được biết, chính Ngọc Yến vợ anh đã lén lút tìm đến ông chủ ghe năn nỉ. Ông chủ ghe nói: '*Chị suy nghĩ lại, chúng tôi* không muốn làm anh chị phải chia lìa'. Nhưng Yến vẫn cương quyết: '*Tôi sẵn sàng để cho chồng tôi ra đi. Xin ông cứu giùm ảnh.*'

Trần Hoài Thư viết: "*Ở lại hay ra đi? Tôi đã sống trong sự giằng xé ghê gớm ấy. Ở lại thì ôm nhau mà chết, mà ra đi thì tôi sợ là một lần vĩnh viễn. Tôi đã thấy con thuyền ấy. Khoảng 20 thước bề dài, thuyền ván mong manh, chỉ dành đi trên sông sao lại đem nó ra thử với biển sóng hãi hùng?*" Chính Yến giục giã chồng không thể bỏ qua cơ hội mà phải ra đi. THT viết tiếp: "*Tôi chấp nhận. Tôi hèn nhát để chấp nhận. Ích kỷ để chấp nhận.*

Rồi trước khi đi tôi phải đóng kịch, phải làm sao hàng xóm láng giềng biết việc tôi đào thoát không có sự đồng lõa của gia đình. Nếu không Yến sẽ bị đuổi việc, vì sát bên vách là nhà của một mụ đảng viên. Không ai khác hơn chính bà mẹ Yến, một bà mẹ quá hiền quá tội, mẹ chưa một lần nói dối, lại là tác giả của vở tuồng cười ra nước mắt này. Bà khuyên hai con: "Con à, mình phải đóng tuồng. Hai vợ chồng con giả bộ gây lộn để hàng xóm biết, từ nay hai vợ chồng con mạnh ai nấy đi. Con hẳn biết, bên nhà hàng xóm là đảng viên."

Tôi phải chứng tỏ rằng tôi bỏ bê, phụ bạc vợ con. Vở kịch chỉ có hai diễn viên. Người chồng và người vợ. Không gian là cái bếp. Thời gian là buổi chiều. Chỉ có chai đập nồi liệng, tiếng hét tiếng la, tiếng khóc, lớn chừng nào tốt chừng ấy. Với tiếng của Thư: Tao chán cái nhà này quá rồi. Tao sợ cái nơi này quá rồi. Tao đập hết, tao phá hết.

Rồi với tiếng Yến: Tới nay thì liên hệ giữa tôi và anh kể như chấm dứt… Vai vợ chồng tôi đóng xuất sắc lắm. Đến nỗi thằng con trai 6 tuổi của tôi phải sợ hãi khóc òa. Và bà má vợ tôi phải sụt sùi nước mắt. Và chỉ có ba người biết rõ những gì trong lòng.

Tôi đi khi con tôi ngủ như một thiên thần. Tôi đi chỉ có một bộ đồ độc nhất. Vợ tôi đứng đầu ngõ dõi mắt nhìn theo. Sau đó nàng vào lại buồng chúng tôi ôm gối mà khóc ngất, khóc như chưa bao giờ khóc như vậy."

Và đó là một ngày cuối năm 1979, ngày anh đi cũng là ngày "xả chế", chúng trả lại anh quyền công dân.

TỰ DO HAY LÀ CHẾT

Phải bỏ lại vợ con, Trần Hoài Thư vượt biển trên một chiếc ghe nhỏ đi sông dồn nén cũng chở được 93 người. Chuyến đi gian truân nhưng cuối cùng cũng tới được bến bờ tự do, đảo Pulau Bidong Mã Lai.

"Cuối cùng anh cũng quỳ xuống trên bãi cát để cảm tạ Ơn Trên. Tự do, mơ ước là đây. Biển bây giờ sao quá êm và quá xanh biếc. Sóng bây giờ sao quá đỗi hiền từ. Anh quỳ, dù hai tay anh đã che đỡ những cú đánh, cú thoi, cú đá từ người lính Mã Lai. Anh nhắm mắt lại, không kêu đau, không van xin. Để biết thêm về cái giá của một cuộc ra đi và thấm thía thêm thân phận của một người không có đất nước. 'Này đất này là của vua ta, bãi biển này là bãi biển của vua ta… Còn ngươi, một thằng từ đâu lạc chợ trôi sông, mang bao khổ lụy phiền toái tới đất nước này.'

… Cứ chửi, cứ rủa đi anh lính đội chiếc nón bê-rê đen, cầm thêm cây gậy, bên mình lủng lẳng khẩu súng ngắn. Tự do đâu phải quá dễ dàng như một lần du ngoạn. Bao nhiêu người đã không may. Bao nhiêu người đã nằm dưới lòng biển. Bao nhiêu người con gái đã bị hãm hiếp và bị bắt cóc. Và có người con gái tóc dài tung tóe, nhảy ào xuống biển. Còn nữa, còn bao nhiêu người đã lênh đênh trong vô tận của ngày của đêm, không thức ăn, nước uống, trên những vùng đá ngầm san hô, cá mập… Tự do hay là chết. Chết hay là tự do. Anh cứ đập tôi đi, nhưng cơn đau bầm của tôi, bụm máu khạc ra từ cửa

miệng tôi, đâu có thấm gì với cái bóng tối mà tôi bỏ lại. Tôi đã chờ đợi quá lâu, trong ngôi nhà mồ. Tôi đã muốn nhảy xuống biển tự tử khi nghĩ đến một lần họ bắt tôi trở lại. Bây giờ là ánh sáng rồi. Nó đã rực rỡ như muôn ngàn hào quang ân sủng. Nó vô hình vô dạng nhưng nó nồng nàn như mùi thuốc hồi sinh trong phòng cấp cứu. Tôi không buồn hay giận anh đâu. Bởi vì, tôi sẽ đứng lên, dù run rẩy đi nữa, dù đau tận cùng đi nữa." [6]

Khi Tôi Đi Rồi, bài thơ đầy cảm xúc của Trần Hoài Thư khi phải cắn răng bỏ lại vợ con, lao mình ra biển khơi đi tìm tự do:

"... tôi ra đi thành thị sau lưng
chào từ biệt, quê hương mình lần cuối
*tôi có thằng con chưa đầy bốn tuổi**
tôi có mẹ già tóc bạc tợ sương
tôi có vợ tôi cay đắng đoạn trường
đêm nay, đêm nay, trời ơi bỏ hết
khi tôi đi rồi một là chết biển
hai là bỏ xứ làm kẻ lưu vong
khi tôi đi rồi hai bàn tay không
giữa vùng mênh mông ngàn trùng bát ngát
khi tôi đi rồi, chắc hồn khó thoát
bởi quê hương cứ giữ chặt, không buông"
...

*(*Năm 1979, con của Trần Hoài Thư - Ngọc Yến lúc đó 6 tuổi)*

Trên đảo, tuy phải mòn mỏi chờ đợi nhưng là của hy vọng. Khi có phái đoàn Mỹ tới phỏng vấn, THT được hỏi có gì chứng minh ông là sĩ quan hay lính miền Nam, THT cởi áo vạch ngực chỉ vết thương đạn với sẹo lớn cắt đứt một núm vú nơi ngực trái; sang câu hỏi thứ hai ông dự tính làm gì nếu được vào Mỹ, THT nói anh là nhà văn anh sẽ tiếp tục viết về những nỗi khổ của miền Nam trong và sau chiến tranh. Không hỏi gì thêm, người Mỹ phỏng vấn tươi cười bắt tay anh và chúc may mắn. Rất sớm sau đó, THT được đi định cư tại Mỹ, thời gian đầu anh được đưa tới Maryland, sống tạm bợ tá túc khi thì trong một ngôi chùa nhỏ, khi trong nhà thờ rồi lang bạt qua nhiều nơi khác nhau sau đó.

NGỌC YẾN NỖI KHỔ NGƯỜI Ở LẠI

Trước 1975, Ngọc Yến là nhân viên hành chánh của Viện Đại học Cần Thơ, là thư ký của Giáo sư Viện trưởng Nguyễn Duy Xuân. Sau 1975, Gs Nguyễn Duy Xuân bị cộng sản bắt đi tù cải tạo 11 năm, cuối cùng chết tức tưởi ở trại tù Hà Nam Ninh, miền Bắc Việt Nam.

Chuyện chỉ được Yến kể lại về sau này, là sau 1975, chức thư ký cho Gs Viện trưởng của Yến ban đầu được "cách mạng" đánh giá là quan trọng: Ngọc Yến như là "bí thư" của Gs Nguyễn Duy Xuân, có thể là đối tượng bị thanh lọc để cho đi học cải tạo. Nhưng do ý kiến "nhân dân", đám công nhân viên cũ bảo rằng Yến chỉ là một thư ký hiền lành lo giấy tờ, đánh máy trong văn phòng chứ chẳng có một quyền hành gì khác, và Yến đã không bị bắt đi cải tạo, không bị sa thải.

Nhưng vẫn chưa yên, sau khi chồng đi rồi, Yến là đối tượng được chăm sóc của đảng ủy nhà trường. Yến luôn luôn được nhắc nhở rằng chồng chị là một tên sĩ quan "ngụy" phản quốc đã trốn đi, chị hãy quên nó để xây dựng cuộc đời mới. Khi ấy Ngọc Yến là gái một con, còn trẻ đẹp nên có nhiều cán bộ theo bám. Rồi Yến được đảng ủy chuẩn bị tác thành cho lấy một tên Đại úy phục viên và cũng là cán bộ của trường. Đang là công nhân viên, tuy với đồng lương chết đói, nhưng Yến cần phải giữ hộ khẩu với sổ lương thực cho hai mẹ con. Uất hận nhưng Yến không dám dứt khoát nói không và chỉ xin cho một thời gian nguôi ngoai.

Đầu năm 1980, khi biết được tin chồng đã đi thoát, Ngọc Yến quyết định bế đứa con trai chưa đầy 7 tuổi tìm ghe vượt biên, cũng lại là một "chuyến đi chùa" do một ông chủ ghe có tâm Phật cho đi. Thêm chuyến đi thừa sống thiếu chết với đói khát nhiều ngày trên biển cả, rồi gặp hải tặc và tiếp theo đó những ngày dài phải bồng con đi ăn xin nơi một ngôi làng hẻo lánh bên Thái Lan.

TỚI NGÀY MỘT GIA ĐÌNH ĐOÀN TỤ

Trần Hoài Thư kể lại, không hiểu bằng cách nào, Đại tá Nguyễn Bé nguyên chỉ huy trưởng Trung tâm Huấn luyện Cán bộ Xây dựng Nông thôn Chí Linh Vũng Tàu, có được số phone của THT. Ông báo cho Thư biết là có nhận được một phong thư gửi từ Thái Lan. Không chờ thư chuyển, Thư yêu cầu Đại tá Bé mở thư đọc qua phone, chỉ có vẻn vẹn một câu: *"Em và con đã tới Thái Lan."*

Nhờ phước đức ông bà nay anh sẽ lại có một gia đình đoàn tụ. Sắp bước vào cái tuổi *"tứ thập nhi bất hoặc"*, THT thấy chỉ có một con đường tiến thân duy nhất là đi học trở lại. Từ Maryland, theo lời khuyên của một người bạn trẻ gặp được trong nhà thờ, THT quyết định đưa gia đình sang Philadelphia. Do không có tiền nên phải thuê một căn phòng giá rẻ trong một khu *"slum"* phía bắc thành phố, nghèo nàn mất an ninh, cư dân đa phần gồm nhóm người tỵ nạn Đông Dương như Lào, Cam Bốt và Việt Nam mới tới. Chỉ có một tay Đại Hàn hảo hớn là dám mở một tiệm Grocery store nơi đây. Đám tội phạm thường là từ bên ngoài đến, ra vào như chỗ không người. Có lần ban đêm, thấy cửa hàng Đại Hàn dưới lầu bị trộm phá cửa với các thùng hàng lớn nhỏ lũ lượt được khiêng ra. THT kêu 911, thì được sở cảnh sát cho biết: cửa hàng ấy đã có bảo hiểm, họ sẽ được bồi thường, và cảnh sát còn lưu ý là nên thận trọng, vì nếu tụi nó biết có người báo cảnh sát có thể bị trả thù. Hiểm nguy rình rập nhưng không có chọn lựa nào khác, gia đình THT vẫn phải tiếp tục sống trong khu ổ chuột ấy, trong một căn phòng chật hẹp với cửa sổ luôn luôn đóng kín, có đóng thêm cả đinh nhọn 10 phân làm chông.

Trần Hoài Thư đi học, vợ đi làm công nhân lắp ráp đồ điện tử với đồng lương tối thiểu. Thằng con trai thì được ba hoặc mẹ dẫn đến trường và hết giờ học thì nó phải tự về nhà một mình. Nó còn nhỏ và quá thấp, vợ chồng Thư phải kê thêm hai cục gạch để nó có thể với tới ổ khóa mở cửa vào nhà. THT lúc đó là sinh viên toàn thời gian ngành điện toán của Spring Garden College, ban ngày đi học, ban đêm thì làm *janitor* quét dọn phòng ốc để có thể trang trải cuộc sống.

Hai vợ chồng Thư đều biết luật pháp ở Mỹ, cho dù có lý do bận sinh kế đi nữa nhưng việc bỏ con nhỏ vị thành niên ở nhà một mình là phạm pháp. Vợ chồng vẫn phải luân phiên gọi điện thoại về thăm chừng con, khi không thấy ai lên tiếng, không biết chuyện gì xảy ra cho con, Thư phải tức tốc bỏ học về nhà nhưng đa phần là do nó ngủ quên không nghe chuông reng.

Rồi THT cũng xong học trình 4 năm, Thư tốt nghiệp cử nhân điện toán với thứ hạng cao trong nhóm *top five*. Khi hãng AT&T tới trường tuyển chọn sinh viên vừa tốt nghiệp với thứ hạng cao, THT qua được cuộc *Interview* khó khăn, và ít lâu sau đó được nhận vào làm cho một chi nhánh của hãng này ở tiểu bang New Jersey. Đó là lý do gia đình THT dọn về đây, nơi có rất ít người Việt. New Jersey từ nay là nơi đất lành chim đậu. Ban đầu Thư ở nhà thuê, không còn phải lao động tay chân cực nhọc như một *blue-collar worker.* Với đồng lương khá hơn hai vợ chồng dành dụm mua được căn nhà bốn phòng như hiện nay. Rồi thằng Thoại xong trung học, điểm cao nên được nhận vào trường Y khoa chương trình 7 năm, thuận buồm xuôi gió, nó tốt nghiệp bác sĩ y khoa.

Hình trên, Qua cơn bĩ cực, sau khi THT tốt nghiệp cử nhân điện toán, có công việc ổn định của một white-collar worker, hai vợ chồng Ngọc Yến và Trần Hoài Thư từ nay bắt đầu biết thế nào là vẻ đẹp muôn màu của mùa Thu miền đông bắc nước Mỹ. [photo by Trần Quí Thoại 1990 Poconos, Pennsylvania]; dưới: Nguyễn Ngọc Yến và Trần Hoài Thư trong đám cưới của người bạn trẻ, đã từng đón gia đình THT bước đầu sang lập nghiệp ở Philadelphia, khi ấy Ngọc Yến còn rất trẻ, THT mái tóc chỉ mới ngả muối tiêu. *[nguồn: Blog's Trần Hoài Thư, ghi chú của Ngọc Yến]*

Trong công việc của hãng, Thư chứng tỏ rất có khả năng và có sáng kiến, lại giỏi toán. Như một đầu tư lâu dài, hãng AT&T trả tiền cho Thư đi học thêm bán thời gian. Sau hai năm, Thư đậu thêm văn bằng Cao học Toán Ứng dụng / *Master of Applied Mathematics*. Nghiệp vụ tiếp tục thăng tiến. Khi chi nhánh của Thư được chuyển nhượng cho hãng điện toán IBM, Thư lên tới chức vụ *Project Leader* cho tới khi nghỉ hưu.

PHỤC HỒI DI SẢN VĂN HỌC MIỀN NAM

Từ năm 2001, tuy còn đi làm Trần Hoài Thư đã cùng với người bạn lính Phạm Văn Nhàn, người bạn văn thuở nào, sáng lập tạp chí *Thư Quán Bản Thảo* và nhà xuất bản *Thư Ấn Quán*.

Khi chi nhánh của công ty IBM *outsourcing* chuyển qua Ấn Độ, THT quyết định nghỉ hưu. Không còn bận bịu về sinh kế, đây cũng là thời điểm Thư có thể thực hiện điều mơ ước. THT có toàn thời gian bắt tay vào việc thực hiện tủ sách DI SẢN VĂN CHƯƠNG MIỀN NAM.

Hình trái, Nhóm bạn văn thuở thanh xuân, Phạm Ngọc Lư, Trần Hoài Thư, Nguyễn Lệ Uyên, Phạm Văn Nhàn. *[nguồn: tư liệu Nguyễn Lệ Uyên, hình chụp năm 1969];* phải, Trần Hoài Thư và Phạm Văn Nhàn, hai người bạn lính và cho đến nay 2021 vẫn là hai bạn đồng hành của Thư Quán Bản Thảo và Thư Ấn Quán, cả hai vẫn bền bỉ trên con đường phục hồi Di Sản Văn Chương Miền Nam, trên đỉnh ngọn núi Watchung, Green Brook, N.J. là một cao điểm từng được tướng George Washington 1777 dùng để theo dõi các đạo quân Anh di chuyển, nay là Washington Rock State Park với con đường ngoạn cảnh 30 dặm tuyệt đẹp rất hấp dẫn du khách. *[photo by Tô Thẩm Huy]*

Trần Hoài Thư có hùng tâm và gần như đơn độc trong suốt nhiều năm nỗ lực khôi phục lại những văn bản của một thời kỳ văn học bị CS Việt Nam trong nước đã không ngừng truy lùng và hủy diệt.

ĐƯỜNG XA CHI MẤY: TỚI THƯ VIỆN CORNELL

Qua các thư viện Đại học lớn ở Mỹ, Thư có thể tìm ra một số sách báo miền Nam. Tương đối gần nhà là thư viện Đại học Yale, chỉ cách nhà hai tiếng lái xe, nơi có học giả Việt Nam nổi tiếng Huỳnh Sanh Thông, người đã dịch truyện Kiều của Nguyễn Du sang tiếng Anh, ông cũng là người giúp nhà văn Võ Phiến tài liệu để hoàn thành bộ Văn Học Miền Nam. Rồi đến thư viện Đại học Cornell tuy xa hơn,

Hình trên, Đại học Cornell thành lập từ 1865, nơi lưu trữ đầy đủ nhất sách báo của miền Nam Việt Nam trong khoảng thời gian 20 năm từ 1954 tới 1975; dưới, Trần Hoài Thư ngồi trong thư viện Cornell từ khi mái tóc còn xanh đến khi tóc trắng bạc như sương. *[nguồn: tư liệu Trần Hoài Thư].*

cách nhà năm tiếng lái xe, nhưng thư viện Đại học Cornell, khu Đông Nam Á phải nói là nơi có đầy đủ sách báo miền Nam nhất.

Thường thường Trần Hoài Thư chỉ lái xe ban ngày lúc trời còn sáng, còn Yến giúp lái xe ban đêm vì biết chồng dễ ngủ gục khi lái. Đường rất nguy hiểm, có đoạn là đường núi, nhiều khi tuyết băng đông đặc. Cũng hai lần suýt chết vì tai nạn khi đi Cornell trên những đoạn đường mưa tuyết trơn trợt. Và không thể tưởng tượng được, tại Cornell sách báo Tiếng Việt của miền Nam rất dồi dào là thế nào; họ có cả tờ truyền đơn chiêu hồi cũng được lưu trữ.

Có lẽ do bản chất của dòng máu thám kích nên THT rất liều lĩnh với những bước chân khai phá. Rời nhà lúc 4 giờ sáng trời còn tối Yến lái xe, khi trời sáng là phiên THT. Thường là tới nơi thư viện Cornell lúc 10 giờ sáng. Đằm mình trong khu thư viện Á châu, lục lọi tìm tòi, ghi chép, làm photocopy cho tới sẩm chiều – ngoài một lunch break ngắn của hai vợ chồng, cho tới giờ ra về. Không phải chỉ một ngày, mà nhiều ngày, không phải một tuần mà nhiều tuần, trong nhiều năm như vậy. Nhiều chục ngàn trang sách thơ văn miền Nam của Thư Ấn Quán là thành quả tích lũy của công sức bền bỉ của vợ chồng Trần Hoài Thư trong nhiều tháng, nhiều năm, cho tới năm 2012.

Về máy móc thì THT lên Craigslist tìm kiếm đồ phế thải. Có khi họ cho không, có khi họ bán rất rẻ. Sau khi thỏa thuận, họ cho biết địa chỉ, mình đến, với cái screwdriver trong túi. Họ hỏi máy nặng cả tấn sao ông lại khiêng nổi? Tôi cười, tao biết cách. Rồi tháo máy ra, đến mức không thể tháo. Fuser, ngăn giấy, mực, assembly parts, khung… Mấy anh chàng Mỹ trố mắt nhìn, ngạc nhiên. Chỉ có mực là mới có vấn đề. Lên eBay mua, nhưng làm sao biết ống mực tốt hay xấu?

Vậy mà đã 46 năm qua đi 1975-2021, với đời người như một cơn gió thoảng, với lịch sử chỉ là một chớp mắt, nhưng lại là một chặng đường rất dài trải nghiệm những tang thương. Thêm một chớp mắt nữa, thế hệ những người cầm bút 1954-1975 đều trở về với cát bụi, một số có thể còn được nhắc tới qua tác phẩm nhưng rồi cũng phải kể tới cuộc sống đày đọa và cả những cái chết tức tưởi của họ trong các trại tù cộng sản. Nói tới Văn Học Miền Nam, không thể không có một *"cuốn sách trắng / livre blanc"* về thời kỳ đó, một Wikipedia mở, như một "bộ nhớ" cho các thế hệ Việt Nam tương lai.

TÁC PHẨM ĐÃ XUẤT BẢN:

Trước 1975

1. Nỗi bơ vơ của bầy ngựa hoang; 2. Những vì sao vĩnh biệt; 3. Ngọn cỏ ngậm ngùi; 4. Một nơi nào để nhớ.

Hình trái, Địa chỉ 719 Coolidge Street, Plainfield, New Jersey 07062 là ngôi nhà vợ chồng Trần Hoài Thư đã sống ngót 30 năm, cũng là địa chỉ của Thư Ấn Quán, và là Tòa Soạn Thư Quán Bản Thảo; phải, Nhà văn Trần Hoài Thư đang còng lưng cắt xén những số báo Thư Quán Bản Thảo. Ước mong sao, rồi ra nơi đây sẽ là một landmark văn hóa của Thế hệ thứ Nhất cần được lưu giữ cho các thế hệ Việt Nam tương lai. *[photo by Phạm Cao Hoàng]*

Một phần của tủ sách Di sản Văn học Miền Nam của Thư Ấn Quán, bộ *Văn Miền Nam bốn tập: I, II, III, IV* (2013); bộ *Thơ Miền Nam trong thời chiến hai tập: I, II* (2017); bộ *Thơ Tình Miền Nam* (2017); *Một Thời Lục Bát Miền Nam* (2008); *Thơ Tự Do Miền Nam* (2009). Tất cả đều do Trần Hoài Thư thực hiện bằng phương pháp thủ công và có thể nói THT là người đi tiên phong trong kỹ thuật POD / Print On Demand trong lãnh vực sách báo tiếng Việt ở hải ngoại. *[photo by Phạm Cao Hoàng]* [3]

Sau 1975

VĂN

1. Ra biển gọi thầm (Tập truyện); 2. Ban Mê Thuột ngày đầu ngày cuối (Tập truyện); 3. Về hướng mặt trời lặn (Tập truyện); 4. Mặc niệm chiến tranh (Tập truyện); 5. Đại đội cũ, trang sách cũ (Tập truyện); 6. Thế hệ chiến tranh (Tập truyện); 7. Thủ Đức gọi ta về (Tạp bút); 8. Đánh giặc ở Bình Định (tự truyện); 9. Hành trình của một cổ trắng (truyện vừa); 10. Ở một nơi trên Trường Sơn (tập truyện); 11. Truyện từ Bách Khoa (Tập truyện); 12. Truyện từ Văn (Tập truyện); 13. Truyện từ Trình Bầy, Văn Học, Khởi Hành... (Tập truyện); 14. Truyện từ Vấn Đề (Tập truyện); 15. Tản mạn văn chương (tập I); 16. Giấc mơ Giáng Sinh (Tập truyện); 17. Cảm tạ Văn chương (Hồi ức). 18. Truyện ngắn thời chiến (Tập truyện).

THƠ

1. Thơ Trần Hoài Thư; 2. Ngày vàng; 3. Nhủ đời bao dung; 4. Ô cửa; 5. Xa xứ; 6. Quán; 7. Vịn vào lục bát; 8. Khi nhớ về Bà-Gi; 9. Thơ tuyển toàn tập.

HAI TÁC PHẨM THẤT LẠC SAU CHIẾN TRANH

1. Của Chiến Tranh; 2. Một Ngày Gạo Ba Ngày Hành Quân.

Trong quân ngũ và ngay cả giai đoạn bỏ ngũ, Trần Hoài Thư viết rất khỏe. Chỉ trong hai tháng sống ở Tháp Chàm với Phạm Văn Nhàn, Thư đã viết xong một truyện vừa có nhan đề *Của Chiến Tranh,* giao cho Thầy Từ Mẫn Võ Thắng Tiết * giám đốc nhà xuất bản Lá Bối lúc đó nhưng không sao qua được kiểm duyệt, và sau tháng Tư 1975 thì bản thảo duy nhất bị thất lạc.

[Sau 1975, anh Từ Mẫn Võ Thắng Tiết cũng là một thuyền nhân, đi cùng chuyến tàu với nhà văn Nhật Tiến, ban đầu sinh sống sống ở Alaska, rồi xuống ở Nam California, anh thành lập nhà xuất bản Văn Nghệ rất có uy tín ở hải ngoại trong nhiều năm trước khi anh nghỉ hưu].*

Tác phẩm thứ hai, *Một Ngày Gạo Ba Ngày Hành Quân* cũng là một truyện dài, được giao cho nhà văn Thế Uyên lúc đó đang trông coi nhà xuất bản Thái Độ và Tủ sách Văn Nghệ Xám.

[Thái Độ cũng đã từng in cuốn tiểu thuyết *Vòng Đai Xanh* của Ngô Thế Vinh]. Cho dù Thế Uyên rất xông xáo nhưng cũng vẫn không vượt qua được hàng rào *"phối hợp văn học nghệ thuật"* của Bộ Thông Tin, cho tới tháng Tư 1975, bản thảo duy nhất cũng bị thất lạc.

Cả hai cuốn sách trên đã được quảng cáo trên báo chí nhưng không bao giờ được ra mắt. Đó là những tác phẩm bị thất lạc, thêm vào những tổn thất trong chiến tranh, vĩnh viễn đi vào sự quên lãng.

Những tổn thất nhân mạng trong chiến tranh đã được thống kê và nói tới. Thế còn những tổn thất trong văn học, liệu đây có phải là phần trách nhiệm của các sử gia?

Hình trên, Trung úy Thám Báo Trần Hoài Thư với hạnh phúc được bồng con (1974); dưới, Trần Quí Thoại con trai Trần Hoài Thư tại Hội chợ Science Fair do Bell Lab bảo trợ và tổ chức. Thoại đang thuyết trình về công trình nghiên cứu khoa học *"The magnetic field of a Superconductor"* được một giải thưởng cho công trình nghiên cứu này. Trần Hoài Thư và Ngọc Yến có mặt và hãnh diện với đứa con của mình. Rồi không thể không chạnh nghĩ, Thoại với gốc là con một sĩ quan "ngụy" nếu như còn kẹt lại ở Việt Nam, chắc nó chỉ là một đứa trẻ chăn trâu. Nay tới được một lục địa mới, một đất nước mới, nó có cơ hội làm đủ mọi điều để phát triển. Trần Quí Thoại nay đã là một bác sĩ y khoa. *[nguồn: tư liệu Trần Hoài Thư]*

Hình trái, Trần Hoài Thư, bán cà-rem nay nhận bằng Cao học Toán Ứng dụng tại Viện Kỹ thuật Steven New Jersey ngày 24.05.2005; phải, Gia đình Trần Hoài Thư vui mừng đoàn tụ trong ngày lễ tốt nghiệp: Nguyễn Ngọc Yến, Trần Hoài Thư và con trai Trần Quí Thoại. Thoại tốt nghiệp bác sĩ.

Hình trái, Các trang trí trên đĩa sứ của Trần Quí Thoại, vẽ tặng cha; giữa, Tranh của Trần Quí Thoại vẽ cảnh "Con Vịn Cha"; phải, Hình ảnh mới nhất 2021, nay thì cảnh "Cha Vịn Con".

Con Vịn Cha

Lan can ba, ba thẳng lưng
Ba dạy con chân đạp bùn mà đi
Con nhón chân, con đưa tay
Con vịn ba với cái đầu ngẩng lên!

Cha Vịn Con

Bây giờ ba lại vịn con
Tay trong tay con dẫn ba qua đường
Ba đi từng bước ngập ngừng
Bỗng nghe hơi ấm chảy rần trong ba

NGỌC YẾN ĐỘT QUỴ SAU TRẬN BÃO SANDY

Chỉ một tháng sau cơn bão tố Sandy tàn phá nhiều nơi trong đó có New Jersey, Ngọc Yến bị tai biến mạch máu não / *stroke* tháng 12 năm 2012. Hurricane Sandy thì được đài khí tượng báo trước, nhưng trận bão *stroke* của Ngọc Yến thì không. Với Trần Hoài Thư, thì đó là một trận động đất / *earthquake*, mà động đất thì không có dấu hiệu gì báo trước và Yến rất bất ngờ bị một cơn *stroke* đánh gục, bị liệt nửa người bên trái. Tay trái, chân trái không thể cục cựa. Nhìn Yến không thể ngồi, đứng, một nửa thân người không còn cử động, Với Thư thì Yến vợ anh đã bị đóng đinh khổ nạn từ đây.

Quan sát những gì người ta làm cho Yến ở nhà thương, Trần Hoài Thư tự tay biến đổi căn nhà với thêm bậc thềm, tay vịn sao cho thích nghi với người vợ tàn phế. Thư cũng mau chóng học được cách đưa người bệnh từ xe lăn lên giường, chuyển từ giường xuống ghế ngồi, rồi cả những công việc vệ sinh cá nhân cho Yến như tắm rửa, thay quần, thay áo, thay tã và những thao tác tập vật lý trị liệu cơ bản cho người bệnh liệt bán thân. Tất cả nhanh và gọn mà ngay cả những *therapists* và *home caregivers* cũng phải trố mắt ngạc nhiên. Thư cố tạo một cảnh sống gia đình gần như bình thường cho Yến. Thấy Yến ăn ngon, ngủ ngon, luôn miệng nói mình vui quá là Thư vui. Chấp nhận như số phận đã an bài và anh nghiệm ra là: hạnh phúc càng lớn khi nó được nẩy sinh từ khổ nạn. Thư trải lòng mình trên trang giấy: "Mỗi ngày tôi cố mang cho Yến niềm vui. Cũng mỗi ngày tôi giấu Yến nỗi buồn của tôi."

Nhưng rồi chưa yên, Yến còn bị giáng thêm một trận *stroke* thứ hai, rồi thứ ba, đến tháng 5/2015, Yến không còn có thể sống ở nhà mà cần được chăm sóc 7/24 trong một nursing home, bác sĩ bảo đó là cách duy nhất để cứu Yến và cứu cả Trần Hoài Thư.

Trong suốt 11 năm [từ 2001 tới 2012], Ngọc Yến – người bạn đời của THT, đã đồng hành giúp anh rất nhiều trong việc thực hiện các công trình phục hồi Di Sản Văn Học Miền Nam.

"Yến giúp tôi lái xe khi đi xa trong những lần tới Thư viện Đại học Cornell, rồi đóng bằng chỉ những cuốn sách dày cả ngàn trang, hay phụ với tôi khiêng những thùng giấy tôi mua với giá rẻ. Yến giúp tôi viết địa chỉ, bỏ sách báo vào phong bì, dán tem, hay nhắc tôi về những sơ suất. Khi một người hỏi order một cuốn sách, Yến luôn luôn nói là tặng, đừng lấy tiền. Tâm Yến là tâm Phật. Mất Yến là mất cả cánh tay phải, tôi như hết chỗ vịn."

Rồi đều đặn như vậy, trong nhiều năm, ngày hai lần, Trần Hoài Thư nội trợ nấu thức ăn Việt Nam nóng đem vào cho Yến. Yến không chịu ăn đồ ăn Mỹ. Mỗi ngày Thư tìm cách kéo dài thời gian ngồi túc trực bên giường của Yến. Đứa con trai bác sĩ thì đi làm xa, nhưng mỗi cuối tuần đều về để đi với ba vào thăm mẹ. Nó biết cách làm cho mẹ nó vui, cả gây cho mẹ mối ghen tuông với ba nó.

CHUYỆN ÔNG TRẦN HOÀI THƯ "CƯỚI CON PHƯƠNG"

Mỗi lần hai cha con vào thăm, bình thường thì Yến gọi Thư là "ba Thoại", Trần Quí Thoại là tên đứa con trai. Bỗng một hôm, chẳng rõ tại sao, Yến xoay lưng không thèm nói chuyện với Thư. Không biết chuyện gì đã xảy ra, Yến đổi hẳn cách xưng hô. Thay vì là "ba Thoại" thì hôm nay gọi anh là "ông Trần Hoài Thư". Yến nói *"Ông đang chờ tôi chết để cưới con Phương, có phải không?"* Nghe Yến nói vậy, Thư tá hỏa tam tinh, hỏi Yến: *"Con Phương nào?"* Một cái tên Thư không thể nào nhớ ra. Thế là Yến giận, quay mặt vào tường không thèm nói chuyện với ba thằng Thoại nữa.

Nằm bệnh bao năm sau ba lần bị tai biến, chuyện mới thì Yến không nhớ, nhưng các chuyện cũ thì vẫn nhớ như in. Nhưng Thư thì vẫn nghĩ không ra "con Phương" là ai, hay là Yến ghen với một nhân vật nào đó trong các truyện đã viết của mình. Thế là về nhà suốt đêm vào máy tìm kiếm. Eureka! Cuối cùng Thư đã có câu giải đáp, thì ra "con Phương" là tên một cô gái giang hồ, một nhân vật trong truyện *"Cơn Giông"* được viên thiếu úy thám kích gặp trong một động điếm và đem lòng yêu thương, truyện mà chính Thư không còn nhớ, đã đăng trên báo Bách Khoa số 288 (1969) [5]. Tuy bị Yến giận và ghen tuông vô lý nhưng Thư lại cảm thấy vui vì biết được phần trí tuệ còn sắc sảo của Yến.

Về phương diện Y khoa, đây là một trường hợp bệnh lý: *"ghen tuông ảo tưởng / delusional jealousy"* do "hội chứng não suy thoái / *organic brain syndrome*".

NHỚ QUÊ NHỚ CHIM CHẰNG NGHỊCH

Trước đại dịch Covid-19, hầu như mỗi ngày hai lần Thư được phép tới Nursing Home thăm Yến với thức ăn Việt nấu từ nhà đem vào. Nhưng rồi một hôm, các cô y tá cho biết, Yến không chịu ăn từ mấy ngày nay.

Yến không ăn đồ Mỹ điều ấy Thư đã biết nên Thư đã học nấu các món ăn Việt Nam từ Internet và biết cả Yến thích ăn món gì. Bác sĩ tới khám tổng quát cho biết tình trạng Yến vẫn ổn định và không mắc thêm một căn bệnh gì. Thư hỏi, vậy Yến thích ăn món gì để anh nấu. Yến trả lời: muốn ăn món *chim chằng nghịch*. Từ ngày về Vùng IV làm phóng viên chiến trường suốt hai năm mà THT cũng chưa biết chim chằng nghịch là gì. Như mọi lần, Dr. Google đã giúp anh, và bây giờ Thư mới được biết, chim chằng nghịch hay còn gọi là gà nước vằn, mỏ dài chân đen là loại chim thiên nhiên chỉ có ở miền Tây Nam Bộ. Nhưng có lẽ chim chằng nghịch sau này quá hiếm và gần như biến mất khỏi đồng ruộng miền Tây rồi. Ngay cả bây giờ, nếu còn sống ở Cần Thơ quê Yến, thì cũng

Chim chằng nghịch hay nỗi nhớ quê, còn gọi là gà nước vằn, tên khoa học Gallirallus striatus, xưa kia có ở đồng ruộng miền Tây ĐBSCL nay hầu như không còn nữa, nhưng chưa thấy trong Danh mục sách đỏ động vật Việt Nam. *[nguồn: birdwatchingvietnam]*

chẳng biết kiếm chim chằng nghịch ở đâu ra, huống chi đang ở Mỹ. Giải thích cho vợ hiểu nhưng Thư cũng thấm thía hiểu rằng, chẳng qua là Yến nằm bệnh quá lâu, quá nhớ quê mà nhớ ra tên con chim chằng nghịch từ một tuổi ấu thơ xa xưa nào.

Cũng sáng hôm đó, từ California tôi phone thăm Trần Hoài Thư. Lúc ấy Thư đang ở trong Nursing Home với Yến. Tôi bảo Thư đưa phone cho tôi được nói ít câu thăm chị. Thư giới thiệu tên tôi Ngô Thế Vinh thì chị nhớ ngay và nói *"chào bác sĩ"*. Tôi nhắc chị Yến, tôi là bạn của Thư, chị đừng gọi tôi là bác sĩ, nhưng lúc đó trong lòng thực sự có niềm vui, vì biết với cách xưng hô đó chứng tỏ trí nhớ chị còn rất tốt cho dù đã hơn 6 năm nằm bệnh. Tôi cũng nói với chị Yến qua phone, là mới đây tôi có về thăm miền Tây, và cũng chẳng còn thấy một con chim chằng nghịch nào. Và rồi Yến cũng quên đi chuyện con chim chằng nghịch và trở lại ăn uống bình thường với những món Thư tự tay nấu, trong nỗi vui mừng của cả hai cha con.

CÙ HUY HÀ VŨ THĂM ANH CHỊ TRẦN HOÀI THƯ 2016

Cù Huy Hà Vũ, là con trai của nhà thơ Huy Cận, nhỏ hơn Trần Hoài Thư 15 tuổi. Năm 1968, khi Thư là sĩ quan Thám kích đang lặn lội trong chiến tranh ở miền Nam thì Vũ mới là một cậu bé 11 tuổi, còn thập thò nơi cửa hang nơi đi sơ tán, xem phi cơ Mỹ từ xa oanh kích miền Bắc đạn bắn như pháo bông.

Văn kỳ thanh, nghe tiếng nhà văn Trần Hoài Thư, lại yêu thích văn học, hai vợ chồng Vũ đang sống ở Chicago, bay sang Boston, cùng với người bạn lái xe đi New Jersey thăm anh chị Trần Hoài Thư. Vũ xin được cùng THT đi thăm chị Ngọc Yến. Khi nghe Thư giới thiệu là có Cù Huy Hà Vũ là con trai của nhà thơ Huy Cận tác giả Lửa Thiêng, tới thăm, Yến kết nối được được ngay. Cũng ngay tại Nursing Home, Cù Huy Hà Vũ đã lấy giấy bút chớp nhoáng vẽ xong bức ký họa cùng với dòng chữ đề *"Tặng Chị Nguyễn Ngọc Yến nhân Ngày của Mẹ Mother's Day May 8, 2016"*.

Vũ có nét vẽ tài hoa, bắt được ngay cái "thần" của Chị Yến, với đôi mắt đẹp thông minh và một vầng trán cao bướng bỉnh. Thấy Yến vui và cảm động, Thư cũng vui lây, cảm giác ấm áp như có *"một chút mặt trời trong nước lạnh – Un peu de soleil dans l'eau froide"*, cuốn phim mà Thư đã xem từ những năm rất xa xôi mà nay chỉ còn nhớ tên.

Về tới nhà, suốt ngày hôm đó Vũ chỉ đằm mình trong núi sách báo nơi tầng hầm nhà của Trần Hoài Thư. Cù Huy Hà Vũ đã được Trần Hoài Thư ký tặng nhiều bộ sách báo miền Nam.

Hai vợ chồng Cù Huy Hà Vũ và Nguyễn Thị Dương Hà vào thăm chị Yến tại Nursing Home Ashbrook, N.J. nhân Ngày của Mẹ, Chủ Nhật 08.05.2016; trái, chân dung chị Nguyễn Ngọc Yến, vợ Trần Hoài Thư qua nét ký họa của Cù Huy Hà Vũ; phải, ký họa nhà văn Trần Hoài Thư, cũng qua nét vẽ của Cù Huy Hà Vũ. [*tư liệu Trần Hoài Thư*]

ĐÔI UYÊN ƯƠNG GIỮA MÙA ĐẠI DỊCH

Mấy tháng đầu năm 2020, bắt đầu trận đại dịch, các Nursing Homes trên toàn nước Mỹ là nơi tới viếng của lưỡi hái tử thần Covid hung hãn nhất. N.H. Ashbrook cũng không hơn gì. THT được báo tin Yến phải nhập viện vì bị nhiễm Covid-19 cùng với một số bệnh nhân khác. Yến với bao nhiêu là bệnh nền, với ba lần bị tai biến mạch máu não, ai cũng nghĩ Yến khó qua khỏi. Vậy mà Yến vẫn là một ngoại lệ, một trường hợp hiếm hoi khỏi bệnh, Yến không phải vào ICU không qua máy trợ thở, chỉ ít ngày sau thì Yến được xuất viện trở về Nursing Home còn nhiều chiếc giường trống trải. Có thể nói đây là phép lạ, Yến vẫn sống, vẫn vác chiếc thánh giá khổ nạn để ở lại với hai cha con Thư Thoại. Trong thời kỳ tuyệt đối cách ly, trong nhiều tháng hai cha con hoàn toàn không được vào thăm Yến.

Nhưng rồi họa vô đơn chí, tháng 6/2020 đến lượt Trần Hoài Thư cũng bị cơn bão tai biến. Nhưng lần này thì Trần Hoài Thư như bị phục kích. Một ngày bình thường như mọi ngày khác, khi Thư cầm bút viết ít dòng chữ lời đề tặng trên trang đầu một cuốn sách, Thư bỗng thấy bàn tay cầm cây bút sao mà khó khăn, rồi lại thấy cả hàng chữ viết run rẩy xiêu đổ. Biết đây là một dấu hiệu chẳng lành, ngay trong đêm, Thư phone cho con, lúc ấy đang là bác sĩ trực ở Philadelphia. Thoại khuyên ba gọi ngay 911 để được đưa vào bệnh viện vì đó là triệu chứng của stroke, và Thoại cũng cho biết sẽ lái xe về ngay sáng hôm sau. Trong nhà thương gặp lại con, Thoại cho biết ba bị một cục máu đông trong óc. Vậy ra, sau Yến, cơn bão stroke Sandy cũng không chừa anh. Một thoáng bi quan, Thư đã chạnh nghĩ: *"Số phần chúng tôi coi như là mạt lộ rồi. Thôi hết rồi giấc mơ Thư Quán Bản Thảo, giấc mơ Thư Ấn Quán. Thôi hết rồi những bài văn những bài thơ theo nhịp gõ êm êm trên bàn phím. Niềm vui trong tuổi xế chiều tự nhiên bị cướp mất"*.

Thư mau chóng gạt mọi ý nghĩ bi quan ra khỏi óc. Anh chuẩn bị ngay cho một cuộc chiến đấu từng ngày. Sau một tháng nằm nhiều hơn ngồi, người ta cho Thư xuất viện; không phải vì đã hồi phục mà vì Insurance chỉ cho nằm bấy nhiêu. Thoại chở ba về cũng vẫn căn nhà cũ, sau một tháng đóng cửa. Vườn sau, sân trước cỏ dại mọc cao. Thư nghĩ bây giờ là lúc *"ba bắt đầu phải vịn con"*. Thoại dọn dẹp lại căn phòng bừa bộn, sắp xếp cho ba nằm trên cái giường bệnh viện / hospital bed có thể điều khiển cao thấp mà mẹ Yến đã bỏ lại khi vào Nursing Home. Thoại cũng mua và đặt camera khắp mọi nơi trong nhà, để có thể theo dõi ba từ xa qua chiếc iPhone. Sau đó trở lại Philadelphia nơi bệnh viện nó làm việc.

Rồi một mình trong căn nhà vắng, THT vẫn phải đương đầu với một thực tế trước mắt. Những ngón tay đã không giữ được cái muỗng, đôi đũa để những hạt cơm hay thức ăn khỏi vương vãi ra trên áo trên quần. Tệ hơn nữa, chúng không còn sức mạnh để gõ hay để viết trên bàn phím, bộ não đã không sao điều khiển được các ngón tay để có thể gõ cho chính xác…

Tinh thần chiến đấu với Trần Hoài Thư đã trở thành một bản năng thứ hai. Vẫn như một programmer, THT đã *"phác thảo"* cho riêng mình một chương trình *"Hoạt động Trị liệu / Occupational Therapy"* tại nhà với một lối tập độc nhất vô nhị. Thay vì là bài tập thô sơ như trong bệnh viện: các cô therapist tập cho anh cách bốc lượm đồ, cách lắp ráp các hình nhà, hình xe bằng những miếng gỗ. Những bài tập của Thư là tập viết khó khăn trên giấy hay tập bấm vụng về trên màn hình chiếc iPhone từng dòng thơ lục bát mà anh thích. Dần dần qua ít tuần lễ THT cũng làm chủ được mười ngón tay của mình. Sau đó, Trần Hoài Thư lại say sưa viết, anh làm việc như một người đang cạn kiệt quỹ thời gian.

Tìm lại được tập hồi ức dở dang viết rồi để đó, không có dự định cho xuất bản nhưng sau lần bị stroke THT nghĩ khác, anh phải viết xong giữa khoảng cách sống và chết, chưa biết sẽ đến lúc nào. Anh đặt tên cho tập hồi ức là: *Cảm Tạ Văn Chương* – mà anh cảm thấy như đang viết một Di chúc. Cuốn sách đã được THT hoàn tất trong một thời gian kỷ lục. Có những trang sách khiến người đọc phải rơi lệ. Sách tuy không bán, nhưng Cảm Tạ Văn Chương đã trở thành một best-seller của Thư Quán Bản Thảo.

Nơi mấy trang cuối của cuốn hồi ức, vẫn Trần Hoài Thư viết: *"Thêm một lần nữa tôi phải cảm tạ văn chương. Nó đến khi tôi ngã xuống. Nó giúp tôi vịn mà đứng dậy. Nó là chiếc gậy thần, tôi chống mà đi. Cho dù bây giờ không hồi phục hẳn, nhưng tôi vẫn có thể gõ một bài thơ, post một bài viết, hay xuống hầm nhà để tự tay đóng một cuốn sách. Dù mắt mờ, bước chân xiêu đổ. Để niềm vui mọc cánh nở hoa"*.

Tưởng cảnh khổ của hai vợ chồng Trần Hoài Thư - Ngọc Yến như vậy là đã đụng đáy, nhưng không. Đến tháng 2/2021 một cơn bão stroke Sandy thứ 4 lại phủ ập lên tấm thân đã đầy những thương tật của Yến. Ít ai sống sót được ở lần tai biến thứ tư này. Lần này Yến

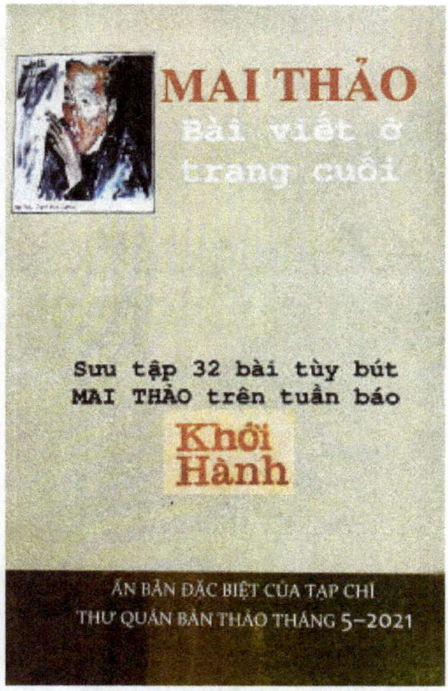

Hình trái, *Cảm Tạ Văn Chương*, hồi ức của Trần Hoài Thư – như một Di Chúc, dày 224 trang, được THT hoàn tất trong một thời gian kỷ lục sau bốn tháng bị tai biến mạch máu não, đây là ấn bản đặc biệt của Thư Quán Bản Thảo tháng 10/2020; phải, *Mai Thảo – Bài viết ở trang cuối* là 32 bài tùy bút của Mai Thảo, dày ngót 200 trang chỉ trong vòng hai tuần đã được THT đánh máy, layout, in ấn và phát hành tháng 5/2021. Sức làm việc của "người bệnh THT" là phi thường, không ai có thể sánh kịp. *[nguồn: hai ấn bản đặc biệt THT tặng Ngô Thế Vinh]*

phải nằm bệnh viện lâu hơn, mang thêm một số thương tật mới: Yến bị mất tiếng nói vì bị tổn thương vùng ngôn ngữ trên não, Yến còn bị mất thêm nửa vùng thị giác do bị tổn thương vùng vỏ não thị giác. Rồi Yến vẫn sống sót để trở về Ashbrook N.H. Yến vẫn còn phần thính giác để nghe và hiểu được những câu đùa giỡn của hai cha con Thư Thoại, nhưng phần tham dự của Yến từ nay chỉ còn là biểu tỏ qua cử chỉ – mà thuật ngữ chuyên môn gọi đó là ngôn ngữ cơ thể/ body language. Yến cũng không nuốt được, THT từ nay cũng mất luôn nguồn hạnh phúc được nội trợ mỗi ngày nấu ăn cho Yến; và phần dinh dưỡng của Yến chỉ còn là một ống G-Tube dẫn thức ăn thẳng vào bao tử. *"Bao nhiêu*

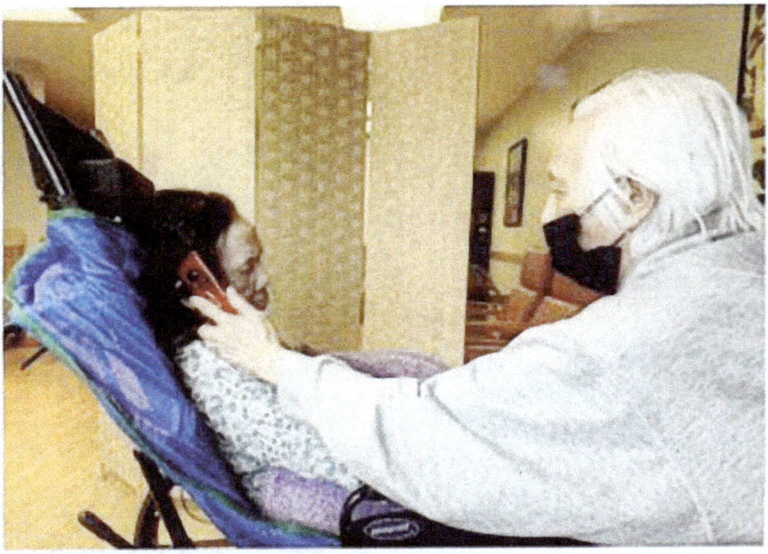

Hơn bao giờ bằng lúc này, chính tôi cần sự bình an đó. Yến đã trả nó bằng khổ nạn. Còn tôi công việc đâu có khổ nạn, khó khăn gì… Đánh máy ngón tay còn lẩy bẩy, không chính xác nên lỗi nhiều. Xin bạn thông cảm.

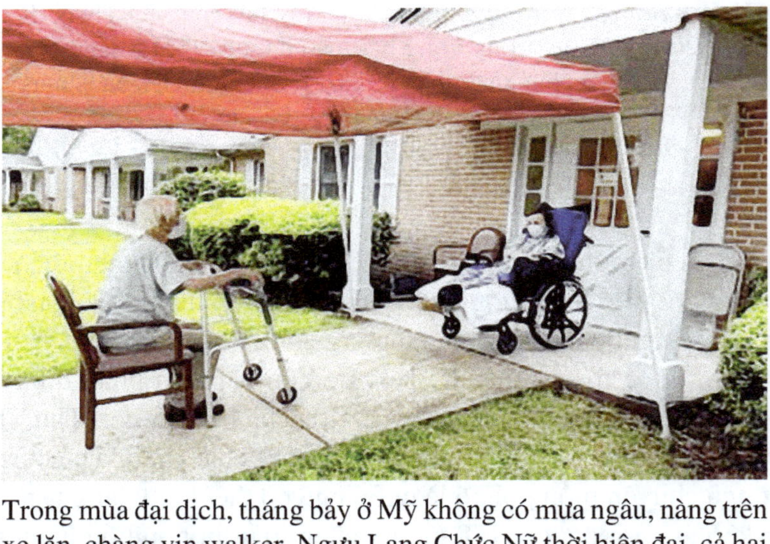

Trong mùa đại dịch, tháng bảy ở Mỹ không có mưa ngâu, nàng trên xe lăn, chàng vịn walker, Ngưu Lang Chức Nữ thời hiện đại, cả hai chỉ có 15 phút nhìn nhau bên ngoài cửa nursing home Ashbrook, New Jersey. *[photo by Trần Quí Thoại 2021]*

đau khổ của trần gian, trời đã dành riêng để tặng nàng", hai câu thơ ấy của Nguyễn Bính hình như đã vận vào người Yến.

Can đảm chấp nhận số phận nghiệt ngã, với Thư và Yến kể từ nay, hạnh phúc rồi ra chỉ là tính riêng cho mỗi từng ngày.

MỘT NGÀY NGHIỆN NGẬP CỦA TRẦN HOÀI THƯ

Trong một eMail mới gửi cho tôi, Trần Hoài Thư viết: "Bạn bảo tôi là típ người *"ghiền làm việc / workaholic"*. Vâng, chính vậy. Nếu không có việc làm chắc tôi buồn mà chết sớm quá. Dù quá bận rộn mà vui. Vui như những trái hỏa châu được bắn lên trong cõi đêm của đời xế bóng. Chỉ trong vòng hai tuần nào in: *"Mai Thảo – Bài viết ở trang cuối."* Nào là chuẩn bị bài vở, viết bài cho Thư Quán Bản Thảo số 93 sắp tới. Nào là scan, layout, thực hiện toàn bộ *tập san Chính Văn*... Nào là làm thơ, viết văn... không ngưng nghỉ. Thực phẩm nuôi dưỡng tinh thần khiến tôi bận rộn cả ngày. Còn thực phẩm nuôi dưỡng thân xác thì có gì mà cần bận tâm chứ.

Dĩ nhiên *"ghiền làm việc"* không phải là làm khi cảm thấy tay chân thừa thãi, nấu nướng cũng là một nghệ thuật, làm ngon cái miệng, sao lại không ham. Lại đi ham đánh máy bằng hai ngón tay, 32 bài tùy bút của Mai Thảo, mang khổ nhọc vào thân. Nhất là bị ảnh hưởng nặng nề sau trận stroke.

Ngón tay điều khiển khó khăn, muốn đánh được một chữ đúng thì đôi khi phải sửa đi sửa lại bốn, năm lần. Hay mỗi khi thực hiện một flipbook, phải scan chụp cả cuốn, layout lại, đổi size lại cho đúng kích thước, tìm cách làm giảm sức nặng mỗi trang từ cấp MB, giảm xuống vài trăm kilobytes, kẻo memory không "kham nổi".

Bạn làm sao hiểu ở trong những con chữ mà tôi đánh máy ấy có sức nam châm kỳ lạ, khi ta đánh máy một bài văn ta ưa thích, chữ không còn là một hình phạt mà là niềm vui nở búp nở hoa! Bởi vì nó tỏa ra cái đẹp, đó là nghệ thuật. Ví dụ khi tôi đánh máy câu sau đây của Mai Thảo trong bài tùy bút *Quán Bệnh:*

"Đêm tháng tám bên ngoài bát ngát sao.
Trong những lùm cây xôn xao, gió múa những thuyền đầy."

Tôi không khỏi ngây ngất cùng với những chữ trong câu "*gió múa những thuyền đầy*". Gió mà biết múa sao? Thưa bạn, tại mình không biết đấy thôi. Giờ ông Mai Thảo đã nói cho chúng ta biết. Cho tôi biết. Chính vì cái muốn biết ấy đã giúp một lão già sắp tám bó này phải đánh máy miệt mài, không nghỉ, không mệt và bây giờ cũng in miệt mài, không nghỉ một cuốn sách dày 200 trang để tặng đời!

…

Khác với quan niệm về già, phải hưởng nhàn, phải coi đời là phù du, hãy nhâm nhi hớp cà phê buổi sáng, đừng bận tâm đến in ấn, in báo, hay sưu tập các tạp chí cũ để thực hiện flipbook cho thiên hạ đọc chùa… Họ không hiểu tôi cần làm việc. Cần sự thách đố. Cần cái đẹp… Tôi có thể vất hàng trăm bìa in không thương xót, dù giá tiền không phải là nhỏ, mà chỉ cần một bìa – một bìa đẹp – đủ vui rồi. Sức mạnh của nghệ thuật kỳ lạ lắm.

Tôi bỗng liên tưởng đến người bạn đời. Yến gần như một pho tượng khổ hình. Không còn biết chuyện đời. Không còn thắc mắc suy tư. Không biết cái nắm tay nóng hổi tình thương yêu của người chồng, không còn mắt sáng ngời lên khi thấy con… Không cần ngồi xếp bằng nhắm mắt tham thiền. Nàng có một chỗ ngồi trong xe lăn, mắt nhìn về một cõi vô minh nào đó suốt tám năm dài…

Tôi nghe lòng ràn rụa. Tôi phải làm gì để cứu khổ, cứu nạn, cứu nàng khỏi cơn mê thiếp. La hoài cũng vậy. Siết tay chặt hoài cũng vậy. Thôi thì, chỉ có cách lấy Iphone mở bài *Tóc Mây* Sĩ Phú hát kê sát vào tai nàng. Để âm thanh lọt vào màng nhĩ, đánh động bộ não, xẹt lửa những sợi dây thần kinh đã chết, *Tóc Mây*. Đây là bài hát mà mình thích tôi mở cho mình nghe… Tóc Mây. Ngày xưa tóc đen huyền vì gội bằng bồ kết. Bây giờ thay vì bồ kết, tóc Yến vẫn đen mun *vì gội bằng trái khổ nạn*. Tôi nhìn vào mắt nàng. Tôi thấy mắt nàng lim dim muốn ngủ, thì ra, những lời ca kia, bài hát quen thuộc kia đã có một phép lạ. Tôi nói là phép lạ, Yến đã rơi vào giấc ngủ ngon như một đứa trẻ. Chúng mang lại bình an mà ta đang khao khát.

BÀI THƠ NGƯU LANG

Bây giờ Ngưu Chức đã già
Chàng vừa bị stroke đi bằng walker
Nàng cũng thoát dịch Corona
Hai người vẫn đợi đến ngày gặp nhau
Tháng bảy Mỹ không mưa ngâu
Bởi nước mắt họ thấm vào đá cương
Nở lên một đóa vô thường

Sài Gòn 18.06.1971 – New Jersey 18.06.2021
[50 năm Vàng, ngày cưới Trần Hoài Thư – Nguyễn Ngọc Yến]

Tham Khảo:

1/ Đặng Tiến. *Lê Ngộ Châu, 160 Phan Đình Phùng*
https://www.diendantheky.net/2011/09/le-ngo-chau-160-phan-inh-phung.html

2/ Báo SVYK Tình Thương, 113 Nguyễn Bỉnh Khiêm Sài Gòn
http://vietecologypress.blogspot.com/p/tinh-thuong.html

3/ Phạm Cao Hoàng. Trang Văn Học Nghệ Thuật
http://blogphamcaohoangtacgia.blogspot.com/2013/06/tran-hoai-thu.html

4/ Ngô Thế Vinh. *Chân Dung VHNT & VH*, Việt Ecology Press 2017. *Chan Dung Van Hoc Nghe Thuat & Van Hoa* (full color version) (Vietnamese Edition)

5/ *Cơn Giông*. Trần Hoài Thư. Tạp chí Bách Khoa 1969, số 288.
https://nhatbook.com/wp-content/uploads/2019/04/nhatbook-Tap-chi-Bach-Khoa-so-288-1969.pdf

6/ *Cảm Tạ Văn Chương*. Trần Hoài Thư. Tạp Chí Thư Quán Bản Thảo. Ấn bản đặc biệt tháng 10/2020.

PHAN NHẬT NAM
NHỮNG CHẤN THƯƠNG KHÔNG CHẢY MÁU
TỪ DẤU BINH LỬA TỚI TÙ BINH VÀ HÒA BÌNH

Tới thăm Phan Nhật Nam 21.07.2017, đi tìm những vật chứng. *[tư liệu Ngô Thế Vinh]*

"Tôi là kẻ sống sót sau một cuộc chiến tranh dài hơn trí nhớ."

Phan Nhật Nam

TIỂU SỬ

Phan Nhật Nam cũng là bút hiệu, Rốc là tên gọi ở nhà; sinh ngày 9/9/1943, tại Phú Cát, Hương Trà, Thừa Thiên, Huế; nhưng ngày ghi trên khai sinh 28/12/1942, chánh quán Nại Cửu, Triệu Phong, Quảng Trị.

1950-1961 tiểu học Mai Khôi Huế; Saint Joseph Đà Nẵng; trung học Hoàng Diệu Đà Nẵng, trung học Phan Chu Trinh Đà Nẵng, Quốc Học Huế.

1963-1975 tốt nghiệp Khóa 18 trường Võ Bị Quốc Gia Đà Lạt, gia nhập binh chủng Nhảy Dù, qua các đơn vị Tiểu Đoàn 7, 9, 2, và Lữ Đoàn 2 Nhảy Dù; Tiểu Khu Bà Rịa Long An; Biệt Động Quân; Ban Liên Hợp Quân Sự Trung Ương 4 và 2 Bên.

1975-1989 tù cải tạo 14 năm qua các trại giam Miền Bắc với 2 đợt kiên giam (2/1979 đến 8/1980; 9/1981 đến 5/1988)

1990-1993 ra tù bị quản chế và chỉ định cư trú tại Lái Thiêu, Bình Dương miền Nam, cũng là thời gian Nam được gần gũi với nhà báo Như Phong Lê Văn Tiến.

1993 sang Mỹ định cư theo diện ODP (Orderly Departure Program), sống qua nhiều tiểu bang, ban đầu ở San Jose, rồi qua Washington D.C., Houston, Minnesota, Colorado, Arizona, Orange County California…

Thời gian đầu mới tới Mỹ, có một chiến dịch báo chí truyền thông lên án Phan Nhật Nam là Việt Cộng nằm vùng, phủ nhận cờ vàng... Giữa những ngộ nhận oan khiên ấy, chỉ một câu nói của Tô Phạm Liệu đủ làm Phan Nhật Nam ấm lòng: *"Tao biết thằng Nam từ hồi còn nhỏ, hai đứa tao cùng ở một nhà, đi học chung một trường. Nó làm sao là Việt Cộng được."*

2005-2021 hiện vẫn hoạt động như một *free-lance* trong lãnh vực truyền thông ở tuổi 78, luân phiên sống và làm việc ở Nam California và Arizona.

TÁC PHẨM

Trước 1975

- *Dấu Binh Lửa* (Nxb Đại Ngã, Sài Gòn 1969) -- Tường trình về người và chiến tranh nơi Miền Nam 1960-1968
- *Dọc Đường Số 1* (Nxb Đại Ngã, Sài Gòn 1970) -- Trên quê hương, dọc con lộ, địa ngục có thật hằng ngày mở ra

Hình trên, phải: Hướng đạo sinh Phan Nhật Nam và Trưởng Tô Phạm Liệu. Sau này cả hai đều chọn vào binh chủng Nhảy Dù; trái, Phan Nhật Nam, thiếu úy Tiểu đoàn 7 Nhảy Dù 1964; dưới, Tô Phạm Liệu là một bác sĩ can trường của Tiểu đoàn 11 Nhảy Dù sống sót sau trận đánh ác liệt trên đồi Charlie, Mùa Hè Đỏ Lửa 1972 trên vùng cực bắc Tây Nguyên, nhưng người bạn thân thiết của Tô Phạm Liệu là Trung tá Tiểu Đoàn trưởng Nguyễn Đình Bảo thì hy sinh ở lại Charlie. Tô Phạm Liệu mất ở Mỹ ngày 29.09.1997 ở tuổi 56; *[tư liệu Phan Nhật Nam]*

- *Ải Trần Gian* (Nxb Đại Ngã, Sài Gòn 1970) -- Tự sự hóa qua biến cố chính trị, quân sự ở Huế, Đà Nẵng, Miền Trung 1966
- *Dựa Lưng Nỗi Chết* (Nxb Đại Ngã, Sài Gòn 1971) -- Thảm họa Xuân Mậu Thân 1968 ở Huế được viết với khung cảnh tiểu thuyết
- *Mùa Hè Đỏ Lửa* (Nxb Sáng Tạo, Sài Gòn 1972) -- Thiên hùng ca Mùa Hè của Miền Nam trong trận chiến giữ đất, bảo vệ dân

Bìa các sách Phan Nhật Nam xuất bản trước 1975, riêng bìa cuốn *Tù Binh và Hòa Bình* là sách tái bản ở hải ngoại 1987. *[tư liệu Ngô Thế Vinh]*

- *Tù Binh và Hòa Bình* (Nxb Hiện Đại, Sài Gòn 1974) -- Lời báo động khẩn thiết sau Hòa bình ngụy danh từ Hiệp định Paris 1973

Mỗi tựa sách chỉ với tên nhà xuất bản đầu tiên. Bút ký chiến tranh Phan Nhật Nam được tái bản nhiều lần ở miền Nam trước 1975 và cả ở hải ngoại sau này. Riêng cuốn *Mùa Hè Đỏ Lửa* được tái bản tới lần thứ 30 do nhiều nhà xuất bản khác nhau và cũng hiếm khi tác giả được các nhà xuất bản liên lạc thanh toán nhuận bút.

Sau 1975

- *Những Chuyện Cần Được Kể Lại* (Nxb Tú Quỳnh, California 1995)
- *Đường Trường Xa Xăm* (Nxb Tú Quỳnh, California 1995)
- *Đêm Tận Thất Thanh* (Tác giả xuất bản, Houston 1997)
- *Mùa Đông Giữ Lửa* (Tác giả xuất bản, Houston 1997)

Bìa các sách Phan Nhật Nam xuất bản sau 1975 tại hải ngoại, thực sự là từ sau 1993, thời gian Phan Nhật Nam thoát ra khỏi Việt Nam. *[tư liệu Ngô Thế Vinh]*

- *Những Cột Trụ Chống Giữ Quê Hương* (Nxb Tú Quỳnh, California 2008)
- *Chuyện Dọc Đường* (Nxb Sống, California 2013)
- *Phận Người, Vận Nước* (Nxb Sống, California 2013)
- *Tù Binh và Hòa Bình* (Barnes & Noble Press Books, tái bản 2021)

Tiếng Pháp

- *Stigmates de Guerre* (Nxb Sống, California 2016)
- *Un Été Embrasé* (Nxb L' Harmattan 2018)

Tiếng Anh

- *The Stories Must Be Told* (Nxb Nắng Mới, Westminster 2002)
- *A Vietnam War Epilogue* (Nxb Thư viện Toàn Cầu, California 2013)
- *Peace and Prisoners of War* (Nxb Kháng Chiến, Hoa Kỳ 1989)

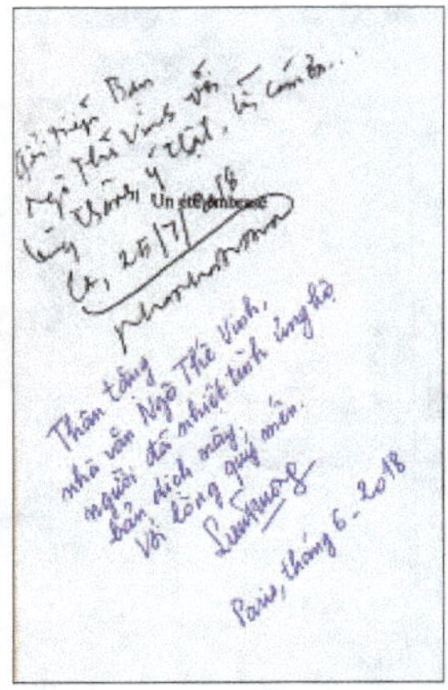

Hình từ trái, bìa tác phẩm *Mùa Hè Đỏ Lửa*; bìa *Un Été Embrasé*, bản dịch tiếng Pháp của Liễu Trương, do Nxb L'Harmattan, série Asie 2018. (dịch giả Liễu Trương đã làm luận án tiến sĩ Sorbonne với đề tài: Võ Phiến, Culture Nationale, Lectures Occidentales 2001). *[tư liệu Ngô Thế Vinh]*

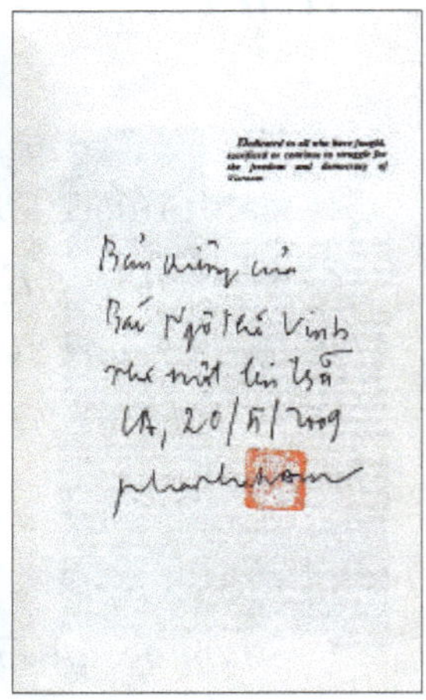

Hình từ trái, bìa bản tiếng Việt cuốn *Tù Binh và Hòa Bình*, Nxb Kháng Chiến tái bản 1987 (được giải thưởng Văn Học Nghệ Thuật Quốc Khánh Việt Nam 1987); bản tiếng Anh *Peace and Prisoners of War*, Nxb Kháng Chiến 1989. *[tư liệu Ngô Thế Vinh]*

- *Peace and Prisoners of War: A South Vietnamese Memoir of the Vietnam War*. Naval Institute Press; Illustrated edition, 2020

JAMES WEBB VỚI TÙ BINH VÀ HÒA BÌNH

James Webb, nguyên là Thượng nghị sĩ [tiểu bang Virginia], từng là một khuôn mặt nổi bật trong giới lập pháp Hoa Kỳ từ hơn một thập niên trước, với cả một tuổi thanh xuân đã phục vụ trong binh chủng Thủy Quân Lục Chiến Hoa Kỳ, gắn bó với cuộc Chiến tranh Việt Nam. Ông đã nhận được nhiều huy chương cao quý của Quân lực Hoa Kỳ như Navy Cross, Silver Star, 2 Bronze Stars, và 2 Purple Hearts. Là tác giả của 10 cuốn sách, trong đó có tiểu thuyết kinh điển *Fields of Fire* viết về cuộc chiến Việt Nam. Ông cũng là nhà báo, đi và viết nhiều, nhận giải Emmy Quốc gia cho chương trình truyền hình năm 1983 về Thủy Quân Lục Chiến Hoa Kỳ ở Beirut, Lebanon, và là phóng viên chiến trường Afghanistan năm 2004. Trong chính quyền Hoa Kỳ, ông từng là cố vấn nhiều ủy ban tại Hạ Viện, và nắm nhiều chức vụ quan trọng như Phụ Tá Bộ Trưởng Quốc Phòng và Bộ Trưởng Hải Quân trong Chính Phủ TT Reagan.

Hơn thế nữa, Jim Webb đã từng có tiếng nói mạnh mẽ trong giới lập pháp Hoa Kỳ với những cam kết bảo vệ sông Mekong và cư dân trong lưu vực. Với sự bành trướng của Bắc Kinh từ kinh tế tới quân sự, áp lực ngày càng đè nặng trên năm quốc gia trong vùng hạ lưu sông Mekong, cộng thêm với những động thái hung hãn của Trung Quốc nhằm tiến tới: *"Tây Tạng Hóa Biển Đông/ Tibetization of South China Sea", nói theo ngôn từ rất tượng hình của B.A. Hamzah, thuộc Viện Hàng hải Mã Lai / Maritime Institute of Malaysia (MIMA)*, trực tiếp đe dọa tới quyền lợi thiết thân của nước Mỹ. Bắc Kinh không chỉ cạnh tranh ráo riết mà còn có tham vọng vượt qua Mỹ trong thập niên tới của thế kỷ này. Nguy hiểm hơn nữa, nói theo ngôn từ của Jane Perlez, báo New York Times, đó là một *"cạnh tranh mất-còn / zero-sum game"*. Do đó, sự trở lại với khu vực Đông Nam Á của Hoa Kỳ là một tiến trình tất yếu chứ không phải là ngẫu nhiên. *"Hoa Kỳ và cộng đồng thế giới có một cam kết chiến lược và nghĩa vụ tinh thần nhằm bảo vệ sức khỏe và an sinh của cư dân sống phụ thuộc vào con*

Hình phải, nguyên TNS Jim Webb phát biểu trong lễ tưởng niệm và an táng 81 hài cốt tử sĩ Nhảy Dù Quân Lực VNCH tại Tượng đài Chiến sĩ Việt Mỹ, TP. Westminster nam California, ngày 26.10.2019; giữa, quan tài đựng hài cốt 81 tử sĩ với phủ cờ VNCH; trái, nhà văn Phan Nhật Nam nguyên thuộc binh chủng Nhảy Dù được TNS Jim Webb mời phát biểu trong buổi tang lễ. Một năm sau, 2020 cũng chính Jim Webb là người vận động Học Viện Hải Quân Hoa Kỳ xuất bản cuốn sách Peace & Prisoners of War của Phan Nhật Nam. *[Photos from video, iPhone 8 by Ngô Thế Vinh]*

sông Mekong với nguồn tài nguyên và nếp sống của họ." [Senator Jim Webb's Press Releases 12/08/2011]

Và gần đây nhất, tên tuổi James Webb lại được nhắc tới qua lễ vinh danh và an táng 81 bộ hài cốt các tử sĩ Nhảy Dù Việt Nam Cộng Hòa diễn ra trang trọng tại khu tượng đài Chiến sĩ Việt Mỹ, Little Saigon 26/10/2019.

Và cũng bắt đầu từ đây là mối duyên khởi giữa hai người lính cầm bút Phan Nhật Nam và James Webb. Jim được Phan Nhật Nam tặng một ấn bản tiếng Anh cuốn "Peace and Prisoners of War" [Nxb Kháng Chiến 1989]. Họ đồng cảnh ngộ, đã cùng chiến đấu và hy sinh cả một tuổi trẻ đầy nhiệt huyết, để rồi cả hai cùng bước ra khỏi một cuộc chiến tranh bị thua. James Webb nhận thấy rằng, đây đích thực là hồi ức về Chiến Tranh Việt Nam của một người lính miền Nam, tác giả: Phan Nhật Nam. Và rõ ràng cuộc chiến mà đất nước Hoa Kỳ đã cống hiến tới ngót 60 ngàn sinh mạng nhưng lại rất ít người Hoa Kỳ *"được biết, hiểu, hay mục kích."*

Phải tới mãi 46 năm sau (1974-2020), James Webb mới được đọc và viết những lời đồng cảm muộn màng để giới thiệu với dân chúng Mỹ tác phẩm có máu và cả đẫm nước mắt này.

Hình trái, Đại úy Phan Nhật Nam, thành viên đại diện phía Việt Nam Cộng Hòa trong Ban Liên Hợp Quân Sự Trung Ương 4 bên với cán bộ cộng sản Bắc Việt, tại Minh Thạnh 3/1973; phải, Phan Nhật Nam gặp cán bộ MTGPMN tại Lộc Ninh 7/1973 trước khi trao trả tù binh hai bên. *[tư liệu Phan Nhật Nam]*

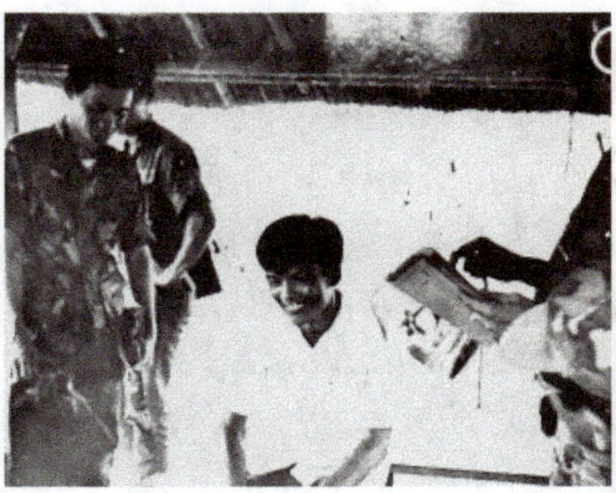

Hình trái, Phan Nhật Nam chứng kiến một buổi trao trả "tù nhân" theo Hiệp Định Paris 27.01.1973, Sinh viên Y khoa Huỳnh Tấn Mẫm – "thành phần thứ ba" (nguyên Chủ tịch Tổng hội Sinh viên Sài Gòn, cộng sản nằm vùng), đã diễn ra tại Lộc Ninh vào tháng 2/1974 *[tư liệu Phan Nhật Nam]*; phải, bốn mươi sáu năm sau, trên một khúc phim "Việt Nam – Tiếng gào thét từ bên trong" của André Menras 2020[7], các thế hệ sau này đã chứng kiến một Huỳnh Tấn Mẫm cuối đời hoàn toàn vỡ mộng, phải tự thú là đã bị phản bội và cả bị nhà nước cộng sản ruồng bắt đàn áp chỉ vì nói lên chính kiến của mình.

Hình trái, bìa cuốn sách *Peace and Prisoners of Wars* bản tiếng Anh do Học viện Hải quân Hoa Kỳ xuất bản 2020 với lời dẫn nhập của Thượng nghị sĩ James Webb, một Book Tour cho tác giả Phan Nhật Nam phải đình hoãn vì đại dịch Covid-19; phải, bản tiếng Việt cũng được tái bản sau đó 2021.

Lời giới thiệu của Thượng Nghị Sĩ Hoa Kỳ, James Webb

"Các cuộc thảo luận tại Hoa Kỳ về Chiến tranh Việt Nam có xu hướng làm mờ nhạt giai đoạn từ năm 1972 đến cuộc tổng tấn công cuối của miền Bắc vào năm 1975. Nhưng trên chiến trường, đó là thời điểm tàn bạo đối với đồng minh Nam Việt Nam của Hoa Kỳ trong lúc một cuộc đàm phán ngoại giao gay go được tiến hành trước thực tế ngày càng rõ là người Mỹ đã bỏ rơi họ.

Trong Tù Binh và Hòa Bình, được viết ngay khi các sự kiện đang xảy ra, nhà văn Phan Nhật Nam qua một lăng kính đặc thù giúp người đọc thấy được cuộc chiến khắc nghiệt sau khi quân đội Mỹ rút lui và nỗi tuyệt vọng của Miền Nam trước nỗ lực ngăn chặn chiến thắng cuối cùng của cộng sản. Ít người cầm bút có thể viết nên những trang sử tương tự. Nhà văn Phan Nhật Nam đã chứng kiến cuộc chiến trong nhiều năm từ cái nhìn của một người lính cầm súng trong binh chủng

Nhảy Dù và phóng viên chiến trường được nể trọng của miền Nam Việt Nam, và 14 năm sau cuộc chiến là một tù nhân trong các trại tù cải tạo khét tiếng của Hà Nội, trong đó có 8 năm ông bị biệt giam. Sau cuộc chiến, mai danh ẩn tích là số phận và chọn lựa của Phan Nhật Nam cả ở Việt Nam và Hoa Kỳ."

"Nhưng giờ đây, một trong những tác phẩm quan trọng của ông được ấn hành và do Thượng Nghị Sĩ James Webb, một sĩ quan Thủy Quân Lục Chiến được vinh danh nhất trong chiến tranh Việt Nam, giới thiệu trang trọng. Ông James Webb mô tả tác phẩm sống động này là "một cái nhìn nguyên bản bị đóng băng trong thời gian, không phô diễn thái quá hay kết hợp những hiểu biết được hồi tưởng lầm lẫn". Quan sát của Nhà Văn Phan Nhật Nam làm rõ ý nghĩa cái kết thúc của Miền Nam được dự báo trước với những sự kiện bi thảm, trên chiến trường cũng như nỗi thất vọng khi đàm phán với một đối thủ độc ác trong lúc bị đồng minh hàng đầu bỏ rơi.

Độc giả sẽ thấy cuốn sách vừa mang lại những điều mới lạ cũng như quan ngại, những quan sát của người viết cho đến nay vẫn bị lãng quên trong hầu hết các trang sử về Chiến Tranh Việt Nam". [Hết trích dẫn]

Đó chính là lý do mà James Webb đã sốt sắng đứng ra vận động để Học Viện Hải Quân Hoa Kỳ nhận xuất bản cuốn bút ký chiến tranh *"Peace and Prisoners of War"* này. Cuốn sách đã xuất bản đầu năm 2020, với dự kiến sẽ có một *Book Tour* quanh nước Mỹ để tác giả Phan Nhật Nam quảng bá cuốn sách nhưng rồi đại dịch Covid-19 đổ ập tới, và kế hoạch ra mắt sách ấy đã không thành.

PHAN NHẬT NAM VÀ VÕ PHIẾN

Vào tháng 7 năm 1993 cũng là năm Phan Nhật Nam tới Mỹ, trong bộ sách Văn Học Miền Nam – cuốn Ký, Võ Phiến viết: *"Phan Nhật Nam, viết liên tiếp sáu cuốn ký về chiến tranh. Đọc những điều ông kể, người dân nghe chuyện lính cũng lây luôn cái phẫn nộ, cái uất hận của ông. Lòng nào nghĩ đến cái "văn" trong những tác phẩm như thế. Mười lăm năm* của một người lính Nhảy Dù, ông làm lính xứng đáng. Mười lăm năm trong lao tù cộng sản, ông làm một tù nhân can*

Phan Nhật Nam tại nhà anh chị Võ Phiến, Los Angeles tháng 11.1995 *[tư liệu Viễn Phố]*

trường… Văn nghiệp mười năm của ông phản ảnh chỗ nhiệt tâm dũng mãnh, can trường, trong cuộc sống ấy. Cái "văn" của ông là ở đó. [6]

[* theo Phan Nhật Nam, con số đúng là 14 năm lính, 14 năm tù / ghi chú của người viết]

Phan Nhật Nam khi viết cuốn *Dọc Đường Số 1,* cũng có tâm sự của riêng ông*: "Viết vì sau 8 năm lính, chính cảnh đời vừa qua kích thích và ảnh hưởng trên tôi quá đỗi. Thôi thì viết bút ký: Viết bút ký hay là một thứ cầu kinh trong một niềm cô đơn đen đặc, viết bút ký để thấy những giọt nước mắt vô hình tuôn chảy sau bao nhiêu lần nín kín, viết bút ký như một tiếng nức nở được thoát hơi sau hàm răng nghiến chặt thấm ướt máu tươi từ đôi môi khô héo. Tôi viết bút ký như một tiếng thở dài trong đêm."* [5]

Dấu Binh Lửa của Phan Nhật Nam ra mắt 1969 đã gây ngay nơi người đọc những chấn động sâu xa. Là một bút ký chiến tranh đầu tay nhưng đã cho thấy ngay bút lực của một văn tài. *Coup d'essai, coup de maître*.

Một trích đoạn, câu chuyện chị Lai ở Kiến Hòa trên vùng sông nước Đồng Bằng Sông Cửu Long. Trong cuộc hành quân truy lùng VC, mấy Tiểu đoàn Dù đã đánh tan địch quân, khi ấy Phan Nhật Nam chỉ là thiếu úy mới ra trường Võ Bị Đà Lạt, chỉ huy một trung đội trong một trận đánh lớn đầu đời:

"Tôi đi vào ngôi nhà đang âm ỉ cháy, những chiếc cột lớn lỏng chỏng hỗn độn bốc khói xám... Một người đàn bà áo trắng quần đen tay ôm chiếc lẵng mây trước ngực ngồi im trên nền gạch đôi mắt nhìn thẳng ngơ ngác. Thấy chúng tôi đi vào chị ta đứng dậy, đứng thẳng người như pho tượng, như thân cây chết với đôi mắt không cảm giác… Tôi đi đến trước chị đàn bà...
-- Làm gì chị ngồi đây, không biết đang đánh nhau sao? Im lặng, đôi mắt ngơ ngác lóe lên tia nhìn sợ hãi. Bỗng nhiên chị ta đưa thẳng chiếc lẵng mây vào mặt tôi, động tác nhanh và gọn như một người tập thể dục. Sau thoáng ngạc nhiên tôi đưa tay đón lấy... Hai bộ áo quần, chiếc khăn trùm đầu, gói giấy nhỏ buộc chặt bằng dây cao su. Mở gói, hai sợi dây chuyền vàng, một đôi bông tai… Tên lính xua tay đuổi người đàn bà đi chỗ khác. Lạnh lùng, chị ta xoay người bước đi như xác chết nhập tràng.
-- Chị kia quay lại đây tôi trả cái này... Tôi nói vọng theo. Người đàn bà xoay lại, cũng với những bước chân im lặng, trở về đứng trước mặt tôi nhưng đôi mắt bây giờ vỡ bùng sợ hãi, vẻ hốt hoảng thảm hại làm nhăn rúm khuôn mặt và run đôi môi... Chị ta còn trẻ lắm, khoảng trên dưới hai bảy, hai tám tuổi, da trắng mát tự nhiên, một ít tóc xõa xuống trán làm nét mặt thêm thanh tú. Tôi đưa trả chiếc lẵng mây, chị đàn bà đưa tay đón lấy, cánh tay run rẩy như tiếng khóc bị dồn xuống. Chiếc lẵng rơi xuống đất, hai cánh tay buông xuôi mệt nhọc song song thân người. Dòng nước mắt chảy dài trên má. Tôi hươi mũi súng trước mặt chị ta:
-- Ngồi đây! Tôi chỉ nòng súng vào bực tam cấp. Khi nào tụi tôi đi thì chị đi theo... Tại sao khóc, nhặt vàng lên đi chứ... Im lặng, chỉ có nỗi im lặng kỳ quái, thân thể người đàn bà cứ run lên bần bật, nước mắt ràn rụa... Từ từ chị đưa bàn tay lên hàng nút áo trước ngực... Không! Không thể như thế được, tôi muốn nắm bàn tay kia để ngăn những ngón tay run rẩy đang mở dần những hàng nút bóp để phơi dưới nắng một phần ngực trắng hồng! Không phải như thế chị ơi... Người đàn bà đã hiểu lầm tôi... Không lấy vàng và bắt đứng lại! Chị ta không

hiểu được lời nói của tôi, một người Việt Nam ở cùng trên một mảnh đất. Chị ta tưởng tôi thèm muốn thân xác và đòi hiếp dâm! Tội nghiệp cho tôi biết bao nhiêu, một tên sĩ quan hai mươi mốt tuổi làm sao có thể biết đời sống đầy máu lửa và đớn đau tủi hổ đến ngần này. Tôi đi lính chỉ với một ý nghĩ: Đi cho cùng quê hương và chấm dứt chiến tranh bằng cách góp mặt. Thê thảm biết bao nhiêu cho tôi với ngộ nhận tủi hổ này... Tôi muốn đưa tay lên gài những chiếc nút áo bật tung, muốn lau nước mắt trên mặt chị nhưng chân tay cứng ngắc hổ thẹn. Và chị nữa, người đàn bà quê thật tội nghiệp, cảnh sống nào đã đưa chị vào cơn sợ hãi mê muội để dẫn dắt những ngón tay cởi tung hàng nút áo, sẵn sàng hiến thân cho một tên lính trẻ, tuổi chỉ bằng em út, trong khi nước mắt chan hòa trên khuôn mặt đôn hậu tràn kinh hãi. Quân rút ra khỏi làng, chị đàn bà đi theo chúng tôi, vẫn với những bước đi ngượng ngập cứng nhắc, vẫn đôi mắt nhìn vào khoảng trống không cảm giác… Quân rút ra gần đến quốc lộ, con sông bên trái đầy thuyền, hỗn độn dòng người chen chúc. Dân của vùng hành quân trốn ra từ ngày trước, tiếng người kêu la vang dội một khoảng sông, họ hỏi thăm tình trạng nhà cửa, người thân thích, người kẹt trong vùng hành quân. Tiếng khóc vang rân... - Lai! Mày đó Lai ơi! - Bà già dưới sông mồm kêu tay ngoắt chị đàn bà theo chúng tôi. Chị ta dừng lại như để nhớ một dĩ vãng, như nhớ một khoảng sống đã đi qua... -- Lai! Lai ơi, má đây con... -- Chị đàn bà đứng lại xoay người về phía dòng sông... Má! Má! Tôi thấy đôi môi run rẩy thì thầm: Nhà cháy rồi! Nhà cháy rồi! Chị ta đi lần ra phía bờ sông, cũng với những bước chân của người mất hồn, bóng áo trắng nổi hằn trên đám dừa xanh." [Hết trích dẫn, Người Chết Dưới Chân Chúa, Dấu Binh Lửa]

Nhân có một bản dịch cuốn *Dấu Binh Lửa* sang tiếng Pháp: *Stigmates de Guerre,* Phan Nhật Nam xúc cảm viết một thư ngỏ gửi bằng hữu:

Dấu Binh Lửa sống đến nay được 48 năm (1968-2016) và người viết vượt quá tuổi 70… Quả thật là một phép lạ qua chiến tranh, khổ nạn Việt Nam từ sự tồn tại của cuốn sách đến người lính viết nên những dòng chữ đầu đời này trong lửa đạn Mậu Thân Huế, 1968. Nay cuốn sách được thành hình với một chữ, nghĩa khác – Pháp Ngữ, ngôn ngữ mà bản thân tôi và các bạn hằng thấm sâu từ tuổi thơ ấu ở quê nhà, mỗi người mỗi cách, mỗi cường độ vì vẻ mỹ lệ, cao quý qua âm sắc, cấu trúc, văn phong, văn ý. Quả thật bản thân tôi không hề nghĩ ra phép lạ thứ hai này hiện thực; và nay chuyện thần kỳ trở thành sự thật từ những dòng chữ đầu tiên của anh Phan Văn Quan, tiếp nên chuyện ở Tòa Báo Sống có sự tham dự ngẫu nhiên / một cách cố ý của Nguyễn Xuân Nghĩa, và dần hoàn chỉnh với Bồ Đại Kỳ, qua hợp tác của cô TT Tôn Nữ Phan.

Tôi không quá lời vì quả thật bản thân đang ở trong hoàn cảnh không thiết tha với bất cứ điều gì... Cho dù đây là cuốn sách viết bởi máu, nước mắt, nỗi đau có thật.

Cô Thủy Tiên sắp có mặt ở Pháp, sẽ tiếp xúc với các bạn ở bên ấy và chắc sẽ có một bản in trong năm nay – Một năm Thân như lần ra đời của nó 48 năm trước. Có một điều kỳ thú là cuốn sách có liên hệ rất cụ thể với những người gốc xứ Huế, họ Phan!

Phan Nhật Nam (1943-2016) với Mỗi Người Bạn ở Huế-Đà Nẵng-Sàigòn-Paris... và nơi nước Mỹ.

Tôi quen Phan Nhật Nam và Vũ Ngự Chiêu từ Việt Nam, nhưng có lẽ gần gũi và thân thiết hơn với Nam là trong thời gian sống ở Mỹ. Với không chút dè dặt, tôi vẫn nói với Nam: *"Bút ký viết về Chiến Tranh Việt Nam trước 1975 của Phan Nhật Nam là hay nhất đối với cả hai miền Nam Bắc".*

Với một chút dư vị cay đắng, Nam nói: *"Chỉ có bác nghĩ về tôi như vậy, nhưng đó không phải cái nhìn của văn giới và ngay cả với những bạn Võ Bị của tôi nữa."* Bản thân Nam đã bị đối xử khá bất công, không phải chỉ với trong nước mà kể cả với các cộng đồng Việt Nam ở hải ngoại.

PHAN NHẬT NAM VÀ HỮU THỈNH

Ngày đầu tháng 9/2017 Phan Nhật Nam phone cho tôi, cho biết anh mới nhận được một thư của Hữu Thỉnh, Chủ tịch Hội Nhà văn Việt Nam mời về tham dự cuộc họp mặt sẽ diễn ra ở Hà Nội và một số địa phương miền Bắc, từ ngày 20 đến 25 tháng 10 năm 2017. Rồi qua eMail, Nam chuyển cho tôi đọc nguyên văn bức điện thư của Hữu Thỉnh.

Thư gửi nhà văn Phan Nhật Nam

Thưa Anh,

1/ Để đỡ đường đột, xin giới thiệu. Tôi là Hữu Thỉnh, người từng đọc anh đã lâu, hiện nay đang làm việc tại Hội Nhà văn Việt Nam. Tôi mới gặp Thụy Kha vừa ở bên ấy về, cho biết có gặp anh và hai người đã từng cùng nhau uống bia vui vẻ. Đây quả là một sự kiện bất ngờ thú vị. Với dư âm của các cuộc gặp ấy, tôi viết thư này thăm anh và bày tỏ nguyện vọng "tái bản" cuộc gặp ấy, và di chuyển nó về quê nhà với quy mô rộng hơn, thời gian dài hơn trong khuôn khổ một cuộc gặp mặt của Hội Nhà văn Việt Nam với các nhà văn Việt Nam đang sống và làm việc tại nước ngoài. Đây là một cuộc hội ngộ mà chúng

Hình từ trái, Phan Nhật Nam, Phạm Bội Hoàn (1934-2019) phóng viên của hãng thông tấn CBS News, Trung tướng Ngô Quang Trưởng (1929-2007), nhà báo Ngô Vương Toại (1947-2014), hình chụp tại Washington DC năm 2000. Chỉ còn Phan Nhật Nam, ba người kia nay đã là người trăm năm cũ. *[tư liệu Phan Nhật Nam]*

tôi mong mỏi từ lâu, nay mới có thể thực hiện được. Với ý nghĩa cao cả, góp phần vào làm giàu các giá trị truyền thống của dân tộc, xứng đáng để chúng ta vượt qua mọi xa cách và trở ngại, cùng ngồi lại với nhau trong tình đồng nghiệp. Tôi chờ đợi được anh chia sẻ điều đó và chân thành mời anh tham gia sự kiện nói trên.

Anh Nam ơi, tôi muốn nói thêm rằng, chúng ta đều không còn trẻ nữa. Tôi hình dung cuộc gặp gỡ này là rất có ý nghĩa cho những năm tháng còn lại của mỗi chúng ta. Tôi cũng dự đoán rằng, có thể có những khó khăn. Nhưng từ trong sâu thẳm thiên chức nhà văn, chúng ta cùng chọn Dân Tộc làm mẫu số chung để vượt qua tất cả.

2/ Cuộc gặp mặt này dự kiến sẽ diễn ra từ 20 đến 25 tháng 10 năm 2017 tại Hà Nội và một số địa phương ở phía Bắc. Trường hợp anh Nam, Ban tổ chức sẽ lo chi phí toàn bộ đi về và thời gian tham gia Cuộc gặp mặt. Vì đây là lần đầu, còn nhiều bỡ ngỡ, xin anh vui lòng lấy vé giúp và cho biết thời gian chuyến bay để chúng tôi ra đón anh tại sân bay Nội Bài. Quá trình chuẩn bị có gì cần trao đổi, xin anh cho chúng tôi biết sớm.

3/ Ngay sau khi được hồi âm của anh, tôi sẽ gửi giấy mời chính thức cùng chương trình của Cuộc gặp mặt. Mùa Thu Hà Nội cùng những giá trị bền vững của tâm hồn Việt đang chờ đón cuộc gặp mặt của chúng ta.

Chúc anh sức khỏe, may mắn, gia đình hạnh phúc và mong sớm nhận tin tốt lành.

Hữu Thỉnh, Hà Nội 1/9/2017

…

Tôi có cảm tưởng Nam khá xúc động với *"mixed feelings"* khi nhận được bức thư của Hữu Thỉnh. Nhiều câu hỏi đặt ra cho Nam: trả lời hay không thư Hữu Thỉnh, có nên công khai hóa bức thư, trả lời với tư cách một người Lính của miền Nam hay một Nhà Văn. Tôi chỉ có một gợi ý với Nam: cho dù Nam chưa bao giờ nhận mình là một nhà văn mà chỉ là một người lính - viết văn, nhưng Hữu Thỉnh mời Nam với tính cách một Nhà Văn chứ không phải một người Lính của miền Nam. Thư trả lời của bạn nếu có, thì vẫn với tư cách của một người cầm bút. Và bạn có tất cả lý lẽ để trả lời Hữu Thỉnh với những dòng chữ thật cô đọng – theo một văn phong mà tôi gọi là *style télégraphique* / đánh điện tín. Và rồi Phan Nhật Nam cũng cho tôi đọc bản thảo bức điện thư gửi Hữu Thỉnh trước khi gửi đi. Tôi chỉ nói với Nam: *"Dù bạn muốn hay không, thì những dòng chữ này đã trở thành một phần của lịch sử."*

…

Thư gửi ông Hữu Thỉnh
Hội Nhà Văn Hà Nội
[Qua địa chỉ điện thư cô Đào Kim Hoa
Phụ tá Ngoại vụ Hội Nhà văn]

Tôi, Phan Nhật Nam, nguyên là một sĩ quan cấp Đại Úy Hiện Dịch Thực Thụ thuộc Sư Đoàn Nhảy Dù Quân Lực VNCH gởi đến ông Hữu Thỉnh, Chủ Tịch Hội Nhà Văn Hà Nội để trả lời thư ngày 1 tháng 9, 2017 qua điện thư của cô Đào Kim Hoa.

1/ Từ vị thế một quân nhân thuộc đơn vị tác chiến của Quân lực miền Nam như trên vừa kể ra, với tính khách quan, độc lập của người không liên hệ đối với sinh hoạt của giới văn hóa, học thuật trong nước, ở Hà Nội trước, sau 1975. Tôi có thư này để trả lời mời gọi của ông Hữu Thỉnh đã trực tiếp gửi tới cá nhân tôi nhằm thực hiện tiến trình gọi là "Hòa Hợp Hòa Giải". Câu trả lời trước tiên, dứt khoát là: Tôi xin được hoàn toàn từ chối sự mời gọi vì những lẽ…

2/ Là một người sinh trưởng từ thập niên 1940, tiếp tục sống qua hai cuộc chiến 1945-1954; 1960-1975, thực tế lịch sử, chiến tranh, xã hội Việt Nam trước, sau 1975 đã cho người lính chúng tôi xác chứng: không hề có chủ trương hòa hợp hòa giải từ người / chủ nghĩa / chế độ cộng sản trong lý thuyết cũng như qua sách lược hành động.

3/ Từ thực tiễn của # 2 thêm kinh nghiệm mà bản thân cá nhân là một đối tượng thụ nạn của thành phần gọi là "Ngụy Quân – Ngụy Quyền" thuộc chế độ Quốc Gia Việt Nam (1948-1954); Việt Nam Cộng Hòa (1955-1975) đến hôm nay vẫn tiếp tục bị miệt thị, xuyên tạc và triệt hạ dẫu chiến tranh đã chấm dứt từ 1975.

4/ Trong tình thế chung nhất của # 2, # 3, chắc chắn rằng không thể nào thực hiện được "Hòa Hợp Hòa Giải" như ông Hữu Thỉnh đề nghị! Cũng bởi, giới Nhà Văn chính là đối tượng hàng đầu bị bách hại đối với tất cả chế độ cộng sản Đông-Tây. Lịch sử đẫm máu của 100 năm chế độ cộng sản từ 1917 đến nay như một vũng tối ghê rợn phủ chụp lên lương tri nhân loại. Hỏi thử cuộc họp mặt tháng 10 tại Hà Nội (cho dẫu thực lòng đi nữa) sẽ gây được tác dụng gì? Nhà Văn? Nhà Văn Việt Nam đích thực là những ai? Nhưng đây không phải là vấn đề của cá nhân tôi – Trước sau chỉ là một Người Lính -Viết Văn. Cũng bởi tôi chưa hề nhận Chứng Chỉ Giải Ngũ của Bộ Quốc Phòng / VNCH cho dù đã không mặc quân phục từ 1975.

5/ Hãy nhìn lại… Thương phế binh VNCH là những lão nhân phế binh, thương trận đã không được sống với dạng Con Người từ 30/4/1975. Hãy để cho Người Lính VNCH còn sống sót và gia đình được trở lại miền Nam sửa sang phần mộ Chiến Hữu nơi Nghĩa Trang Quân Đội Biên Hòa là nơi giới cầm quyền Hà Nội chủ trương phá bỏ một cách có hệ thống, dẫu người chết gần nửa thế kỷ qua không thể nào đe dọa đối với Chế độ XHCN!

Tranh hí họa của Babui Mamburao 9/2017 nhân sự kiện Chủ tịch Hội Nhà Văn Việt Nam Hữu Thỉnh mời nhà văn Phan Nhật Nam, tác giả Mùa Hè Đỏ Lửa về tham dự cuộc họp mặt ở Hà Nội và một số địa phương miền Bắc từ ngày 20 đến 25 tháng 10 năm 2017. *[nguồn: Đàn Chim Việt]*

Xin hãy "Hòa Hợp Hòa Giải" với những người đã chết. Với những người đang sống sau thảm họa Formosa, Nghệ An. Hãy hòa hợp hòa giải với "Khúc ruột ở trong nước" trước. Khi ấy không cần mời, chúng tôi "Khúc ruột ngàn dặm" sẽ về. Về rất đông. Người Viết Văn – Lương Tri và Chứng Nhân của Thời Đại sẽ về. Tất cả cùng về Việt Nam.

Kính thư,
Người Lính - Viết Văn
Công Dân Mỹ gốc Việt
Phan Nhật Nam
Washington DC, 9 tháng 9, 2017

Bức thư của Phan Nhật Nam trả lời ông Chủ Tịch Hội Nhà Văn Hữu Thỉnh, đã gây nhiều phản ứng khác nhau kể cả nhiều chỉ trích. Nhưng từ lâu như đã được "miễn nhiễm" và Nam thì rất "lì đòn".

Một bà cô của Nam tuổi gần 90 từ Canada, có chồng là Đại tá VNCH chết trong trận Lam Sơn 719 Hạ Lào, không rõ thực hư bà cũng nghi hoặc hỏi Nam: *"O nghe con đi Hà Nội phải không?"* Nam trả lời là không, nhưng bà vẫn nói tiếp: *"Nếu quả thật con đi thì làm sao dượng con chết nhắm mắt cho được."*

Nhưng có lẽ, hạnh phúc đầy đủ nhất với Phan Nhật Nam là *coup phone* nhận được từ một đệ tử cũ, trung sĩ vác máy truyền tin theo Nam khi còn ở Tiểu đoàn 9 Nhảy Dù, có biệt danh là Hiền rỗ hiện còn sống ở Hố Nai Biên Hòa: *"Tụi em vô cùng ấm lòng với câu trả lời 'không' của đích thân."* Người lính Nhảy Dù vẫn quen gọi cấp chỉ huy của mình là đích thân. Hiền rỗ muốn nói tới bức thư Phan Nhật Nam trả lời Chủ tịch Hội Nhà Văn Hữu Thỉnh từ chối lời mời về Hà Nội. Những người lính Miền Nam cho dù có bị đày đọa khổ cực từ bao năm nhưng như từ bao giờ, ngọn lửa ấm kiêu hãnh vẫn chưa bao giờ tắt trong lòng họ.

VẪN NHỮNG CON SỐ LUÔN ÁM ẢNH

Phan Nhật Nam có một trí nhớ kỳ lạ về các sự kiện và những con số, và mỗi con số đều có riêng một ý nghĩa trong cuộc đời Nam. Phải chăng đó là hậu chứng của những ngày tháng dài đẵng đếm lịch trong tù của Phan Nhật Nam?

Chỉ riêng tháng 6 thôi, Nam nhớ như in các sự kiện với những con số: 11.06.1963 ngày Thích Quảng Đức tự thiêu; ngày 11.06.1965 kết thúc trận đánh Đồng Xoài; rồi 19.06.1965 ngày Quân Lực.

Sắp tới Ngày Quân Lực 19 tháng 6, Nam viết eMail cho một người bạn bên TQLC:

Bác Tô Văn Cấp ơi, quả thật tôi viết không nổi, đọc không xuống trong những ngày này, lại thêm nhớ Ngày Quân Lực, 19/6/2018 sắp tới – Ngày ấy, năm 1965, tôi và bác (mấy ông Khóa 19) mới qua tuổi 20. Tôi chưa hoàn hồn về lần Trần Trí Dũng chết (cùng các Anh Trần Văn Ký, Á Khoa 17; Trần Trọng Hợp, Khóa 14), Đoàn Phương Hải (Khóa 19) bị thương, Lâm Văn Rớt (Khóa 19) bị bắt... Tiểu đoàn 7 ND chết bị thương 14 sĩ quan, từ tiểu đoàn trưởng đến trung đội trưởng chỉ mấy tiếng đồng hồ Trận Đồng Xoài (11/6/65)

Tôi chỉ biết ngồi ôm mấy trẻ con lính ra khóc ở văn phòng đại đội (là viên thiếu úy còn sống sót của ĐĐ72). Ra Biên Hòa thấy thêm cảnh vợ con lính của Tiểu Đoàn 52 BĐQ; Tiểu Đoàn 2/7/SĐ5BB (Sư Đoàn 5 của Đại tá Thiệu) trước 1964 cũng đóng ở Biên Hòa.

Tình cảnh đau thương của TĐ7ND; 52 BĐQ; 2/7/SĐ5BB... năm 1965 so với nguy nan tan nát của đất nước ngày nay đâu thấm vào đâu?!

Người Lính VNCH làm gì? Tôi chỉ muốn cầm một trái lựu đạn về Sài Gòn thôi!

Thiếu úy Phan Nhật Nam
K.18/TVBQGVN/Tiểu Đoàn 7 ND, KBC 4919

Như một chu kỳ của con số 14, ngay cả tên Nam – mẫu tự N cũng ở thứ tự số 14. Trong bức thư chuẩn bị chia tay với các bạn đồng sự trong đài SBTN, có đoạn Nam viết: *"Tôi đi lính 14 năm (1961-1975), tôi đi tù 14 năm (1975-1989) và nay cũng đã 14 năm, tôi rời SBTN. Đời sống chỉ là màn hợp tan không ai có thể lường được. Vậy chúng ta tạm chia tay"*.

Như bỗng chốc, trong thời gian gần đây Phan Nhật Nam chợt thấy *những ngày tháng bonus* còn lại cho dù có kéo dài thêm nữa cũng không còn mang một ý nghĩa nào. Và rồi từng bước, từng bước Phan Nhật Nam thản nhiên chuẩn bị một kết thúc ý nghĩa cho cuộc đời mình.

11.06.1963 ngày Thích Quảng Đức tự thiêu như một ám ảnh với Nam. Nam vẫn nghĩ rằng, chưa bao giờ anh có ý tưởng *tự vẫn / suicide* mà Nam cho là một trốn chạy. Không có nỗi sợ hãi nào khiến anh phải trốn chạy. Nhưng anh cũng không nhận đó là một *tự thiêu / self-immolation*… và anh khẳng định đó cũng không phải là một *tự vẫn chính trị / political suicide* mà là một *nghi thức/ ritualistic* của *sự hóa thân / metamorphose* trong ngọn lửa để đánh động cái mà Nam muốn gọi là lương tâm của thời đại. Bước hóa thân đó cần tới hùng tâm và một quyết định đương đầu can đảm. Vẫn theo Nam, với quan điểm của Nhà Phật, đời sống không phải chỉ giới hạn trong sự tồn tại của nhục thân… Phan Nhật Nam đã thảo một tâm thư như một di bút, gửi tới Đức Giáo Hoàng, Đức Đạt Lai Lạt Ma, Tổng Thư Ký Liên Hiệp Quốc, bao gồm cả hai thủ lãnh chính trị thế giới là Tổng Thống Mỹ và Chủ Tịch Nhà Nước Cộng Hòa Nhân Dân Trung Hoa…

MỘT CHUẨN BỊ BÌNH THẢN VÀ CHU ĐÁO

Bây giờ thì Phan Nhật Nam đang ở Arizona. Nói chuyện qua phone, giữa lúc đang diễn ra trận chung kết World Cup bóng đá 15.07.2018 giữa hai đội Croatia và Pháp. Nam hầu như hoàn toàn không biết và cũng không quan tâm gì tới sự kiện thể thao hành tinh này. Hình như trong nhà chỉ có một mình Nam, anh đang tĩnh tâm trong một căn phòng im vắng. Các con đều đi làm, ra khỏi nhà.

Hầu như không ai biết, chỉ mới hai tuần trước đây thôi, Phan Nhật Nam đã tới rất gần đường ranh của con dốc tử sinh. Nam đã rất chu đáo và thản nhiên chuẩn bị cho một kết thúc tự nguyện.

Một ngày sau ngày Quân Lực 19.06.2018, sáng nay Nam vẫn lái xe tới đài SBTN. Thường thì anh làm việc ở nhà, gửi bài qua internet và chỉ vào đài khi có một chương trình thu hình hay Talk show với

Kim Nhung. Hôm nay không có một chương trình thu hình như vậy, không có hẹn nhưng anh vẫn tới. Đi một vòng, như mọi lần Nam tươi cười chào hỏi mọi người. Và rồi anh tìm gặp được một cậu đàn em cũng tên Nam. Anh nhờ Nam cùng đi tới Tượng đài Chiến sĩ Việt Mỹ, trên đường All American Way, với lý do *"thực hiện một video clip ngắn về sinh hoạt cộng đồng"* . Hồn nhiên, cậu đàn em đem theo một video camera gọn nhẹ đi với Phan Nhật Nam.

Tới nơi, thấy ông anh xuống xe, ra mở cốp sau xe lấy ra một lá cờ VNCH, một bình nhựa đỏ 5 gallons bốc mùi xăng. Hiểu ngay điều gì sắp xảy ra, thất sắc, cậu ấy nói lớn tiếng với Phan Nhật Nam, *"Anh ơi, đâu có được. Em là người Công giáo, sống chết là do tay Chúa, em đâu có thể để anh làm chuyện này. Anh không ngưng ngay là em la lên, bót Cảnh sát ở phía trước."*

Trước tình huống này, biết dự định đã không thành, Nam không có phản ứng gì và lại bình thản lên xe đưa cậu em trở về đài. Sau đó, như không có chuyện gì xảy ra, Nam tự lái xe trên đường về nhà. Nam nẩy ý muốn tìm nhiếp ảnh viên Trương Tuấn, một cậu em giang hồ khác mà Nam biết chắc là Tuấn sẵn sàng nghe Nam làm bất cứ chuyện gì, nhưng rồi không kiếm đâu ra cái cell phone mà từ sáng anh mang sẵn bên mình với lời dặn cuối cùng cho hai con ở Arizona.

Ngày 30.06.2018, Nam vẫn đi dự đại hội cựu học sinh Phan Chu Trinh Đà Nẵng. Gặp lại các bạn cũ, Nam đã không có nhiều cảm xúc.

Trở về nơi căn chung cư trên lầu 8, cũng trên *Đường Số 1* như một *flashback* khiến Nam lại nhớ tới *Dọc Đường Số 1* ngày nào.

Và rồi hai ngày sau đó, ngày 2 tháng 7, chuẩn bị lái xe đưa bạn đi thăm thầy cũ ở San Diego, Nam chợt thấy trên bảng đồng hồ xe / *dashboard* có báo hiệu đèn vàng, không biết chuyện gì, Nam rẽ qua một garage đàn em. Cậu ấy cho biết, đèn báo hiệu có thể là do một bánh xe bị xẹp. Lại thấy có mùi xăng bốc ra, cậu ấy mở cốp sau và la Nam: *"Trời nóng cả trăm độ, chú để bình xăng sau xe có thể cháy nổ bất cứ lúc nào, như vậy đâu có được!"* Nam lấy cớ sắp đi xa xuống San Diego, sợ thiếu xăng nên đem theo xăng *secours*. Cậu ấy vừa vá lốp xe và vừa giúp Nam đổ cả 5 gallons xăng-super vào bình xăng xe.

Dự định không thành, lần này Nam chỉ đổ tại ý *Chúa Thánh Linh* chưa cho phép anh được bước ra khỏi ải trần gian này.

Rồi bỗng cơ thể Nam bắt đầu có những biểu hiện bất thường, người anh như bị cứng lại, đau ran bên ngực trái và tim gần như nghẽn lại không đập nổi nữa. Nam tới phòng mạch BS Nguyễn Ngọc Kỳ, là một đàn anh bên Không quân và cũng là bác sĩ gia đình của Nam trong nhiều năm. Anh Kỳ cho Nam nhập viện khẩn cấp. Hai ngày nằm viện, với mọi thử nghiệm về tim mạch và tổng trạng đều rất tốt. Và Nam được xuất viện. Nam nhớ rất rõ, từ ngày sang Mỹ có lẽ đây là lần thứ tư anh bị một hội chứng tim mạch như vậy. Sau đó, để có một không khí gia đình, Nam bay sang Arizona sống với hai con và cũng để có mấy ngày tĩnh tâm.

Qua phone, Nam kể lại là đêm qua, mấy đứa con thấy đầu bố Nam sáng lên và thấy có cả một bông sen vàng trên trán bố. Phan Nhật Nam có xác tín về một hiện tượng mà anh rất tin là có thật này.

Không muốn đụng tới đức tin của bạn, nhưng tôi vẫn nghĩ theo khía cạnh y khoa: đây là một ảo giác / *delusional* không phải là hiếm gặp nơi nhóm bệnh nhân Cựu Chiến Binh Việt Nam/ Vietnam Vets trong mấy chục năm qua mà tôi thường gặp.

Trưa 20.07, anh Phạm Phú Minh Diễn Đàn Thế Kỷ sau khi dự cuộc triển lãm tranh của Hs Nguyễn Đình Thuần từ hội trường Việt Báo về, biết tôi quen thân với Phan Nhật Nam, anh PPMinh, viết một eMail cho tôi:

Anh Vinh,

Phòng tranh của Nguyễn Đình Thuần trưa nay có nhiều văn nhân tài tử, lâu lâu được gặp cũng vui. Tuần trước tôi gửi mail cho Nam chúc mừng quyển Mùa Hè Đỏ Lửa được dịch sang tiếng Pháp, thì nhận được trả lời rất vắn tắt của Nam nói rằng mình đang ở một chỗ rất xa. Nay gặp mới biết chỗ ấy là bệnh viện. Sau đại hội cựu học sinh Phan Chu Trinh Đà Nẵng thì đột nhiên Nam bị cứng cả người, và theo lời Nam, trái tim gần như đập không nổi nữa. Đưa vào bệnh viện cấp cứu, người ta khám hết cả người kể cả Nuclear Stress Test thì không thấy bệnh tật gì hết, mọi thứ rất tốt. Có vẻ là do một dồn nén tâm lý sao đó mà gây khó khăn cho tim. Theo tôi thấy thì Nam hoàn toàn trở lại bình thường, có cho tôi xem bức ảnh chụp trong bệnh viện có một quầng ánh sáng trên trán.

Phan Nhật Nam có văn tài, và cũng có vài cái tật vui vui. Tôi rất quý tài năng, và có khuynh hướng quên đi phần còn lại. Hôm qua Nam nói nhiều về chị Liễu Trương với tác phẩm Albert Camus. Rất vui, chuyện nào cũng tích cực. Nếu anh có viết về Phan Nhật Nam thì nên công bố, tôi rất mong điều đó. Nam cho biết chưa nhận được bản dịch Mùa Hè Đỏ Lửa, do nhà xuất bản gửi. Như vậy hiện nay ở Mỹ chỉ có anh Vinh là có Un Été Embrasé, chắc do dịch giả gửi. Còn tôi giữa tháng Tám LH từ Pháp mới mang sách về.

Hằng ngày tôi vẫn thường cảm thấy rất mệt, một tình trạng chưa thấy lối ra.

PPMinh 20.07.2018

Phạm Phú Minh cũng trải qua 13 năm tù, có giai đoạn bị giam nơi trại Thanh Cẩm, Thanh Hóa. Năm 1983 sau khi Phạm Phú Minh được đưa vào một trại ở miền Nam, Phan Nhật Nam đã bị chuyển tới trại Thanh Cẩm.

Anh Phạm Phú Minh bị một *Hội chứng Mệt Mỏi Kinh niên / Chronic Fatigue Syndrome* trong nhiều năm, mà không có một chẩn đoán bệnh lý nào rõ rệt. Nếu bảo rằng, đó là triệu chứng của PTSD thì chắc chắn anh ấy phủ nhận và cả không tin.

VẾT THƯƠNG KHÔNG CHẢY MÁU

PTSD / Post Traumatic Stress Disorder là một hội chứng rối loạn hậu chấn thương – là dạng chấn thương tâm lý, rất thường gặp nơi các cựu chiến binh, và cả thường dân do phải trải qua, chứng kiến cảnh chết chóc tàn phá ngoài chiến trận hay bị tù đày. Phan Nhật Nam, một sĩ quan tác chiến, rồi là một phóng viên chiến tranh, và hơn thế nữa với 14 năm tù bao gồm cả bị gông cùm biệt giam, Nam tuy là kẻ sống sót / survivor như một phép lạ nhưng cơ thể đã mang đầy thương tích – với những vết thương không chảy máu *[Wounds Don't Bleed]*.

Hình trái, lá quốc kỳ VNCH lớn; phải, chiếc bình nhựa 5 gallons xăng để sau cốp xe trên đường tới Tượng đài Chiến sĩ Việt Mỹ, trên đường All American Way, ngày 20.06.2018, Westminster.

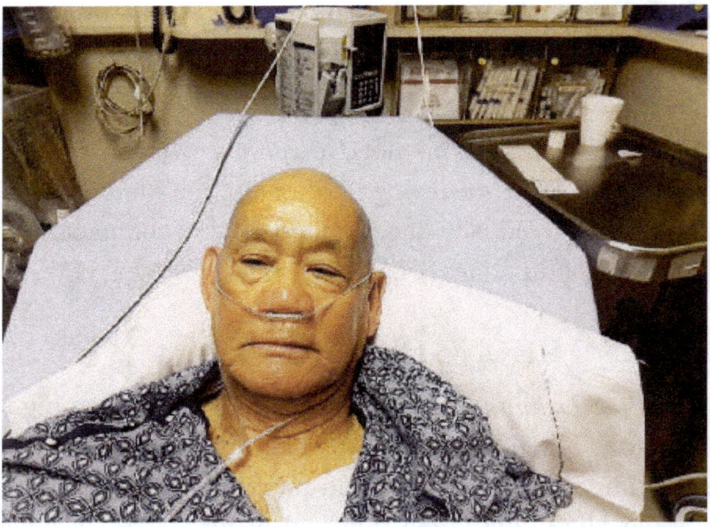

Phan Nhật Nam nhập viện ngày 02.07.2018, do đau ngực / *chest pain*, rối loạn tim mạch và cao huyết áp. Trên tấm hình, Nam vẫn nhìn thấy có một bông Sen Vàng đang tỏa sáng trên trán, như một "huệ nhãn" mà riêng anh có được. *[tư liệu Ngô Thế Vinh]*

Trong suốt cuộc chiến tranh Việt Nam, PTSD chưa hề là một chẩn đoán y khoa được chấp nhận một cách phổ quát. Cho tới khi đám cựu chiến binh Mỹ tham dự các cuộc viễn chinh từ Iraq, Afghanistan trở về thì ngoài số thương vong do vũ khí súng đạn, còn có hiện tượng con số tự tử gia tăng rất bất thường tới mức báo động, đưa tới nhiều cuộc nghiên cứu và kết quả PTSD được chính thức công nhận là một thực thể *"chẩn đoán bệnh lý – medical diagnosis"* từ hơn ba thập niên qua [từ 1980]. Đó là một hội chứng phức tạp và biến thiên qua từng cá nhân, có thể kể: sự tái trải nghiệm / *re-experiencing*: những cơn ác mộng, những hồi tưởng / *flashbacks*, những ám ảnh về chấn thương / *unwanted thoughts of the traumatic events*. Tất cả dẫn tới sự quá mẫn cảm / *hypervigilance*, dễ giận dữ / *anger*, dẫn tới sự né tránh / *avoidance*, tự cô lập / *isolation*, và cả hoang tưởng / *paranoia*.

Nhiều năm người viết làm việc trong một bệnh viện cựu chiến binh / VA Healthcare System, có thể nói đây là một trải nghiệm không phải không thường gặp. Không ít cựu chiến binh với nhiều kiêu hãnh – trong đó có Phan Nhật Nam, cho dù có tất cả triệu chứng điển hình của PTSD nhưng vẫn chối từ / *denial*, không muốn chấp nhận hay nhắc tới thực trạng ấy vì cho *đó có thể là biểu hiện của sự yếu*

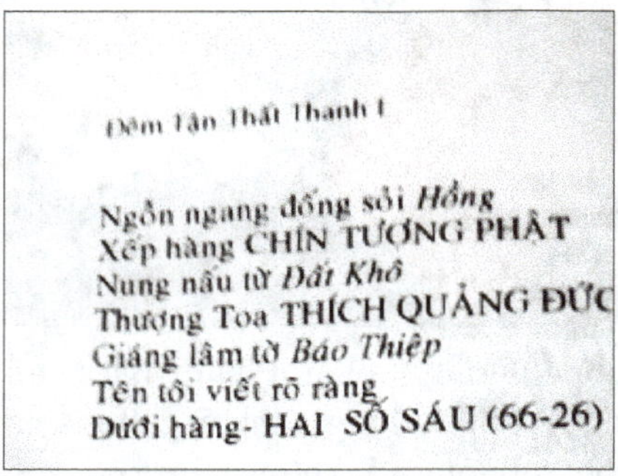
Đêm Tận Thất Thanh I

Ngổn ngang đống sỏi *Hồng*
Xếp hàng CHÍN TƯỢNG PHẬT
Nung nấu từ *Đất Khổ*
Thượng Tọa THÍCH QUẢNG ĐỨC
Giáng lâm tờ *Báo Thiệp*
Tên tôi viết rõ ràng
Dưới hàng- HAI SỐ SÁU (66-26)

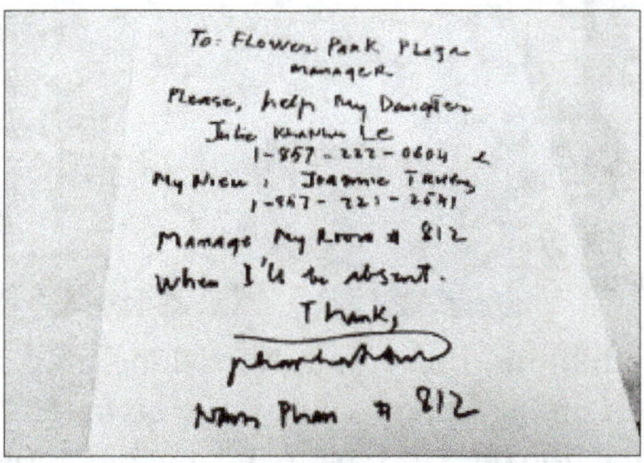
To: Flower Park Plaza manager
Please, help my Daughter
Le
1-857-222-0604 &
My Niece:
1-857-221-2541
Manage my room # 812
when I'll be absent.
Thank,
Nam Phan # 812

Hình trái, Một đoạn thơ của Phan Nhật Nam trong *Đêm Tận Thất Thanh* (1997); phải, mấy dòng di bút dặn dò người quản lý chung cư Flower Park Plaza, # 812 là số phòng của Phan Nhật Nam. Cũng chung cư này, trên lầu 10 là nơi nhà thơ Nguyễn Chí Thiện (1939-2012) sống những ngày tháng cuối đời. *[tư liệu Ngô Thế Vinh] đuối / weakness*, trong khi đó thực sự là những vết thương chiến trận / *combat wound* cho dù không chảy máu, cùng với những vết thương của tra tấn và tù đày đang âm thầm tàn phá con người Phan Nhật Nam một cách toàn diện.

Bề ngoài là một tâm lý ổn định nhưng đó chỉ là kết quả của những dồn nén cảm xúc vào vùng vô thức, để rồi chỉ còn là những biểu hiện trên thân xác mà từ y khoa gọi là *somatization* như: các triệu chứng rối loạn tim mạch, thần kinh hay về tiêu hóa... mà không giải thích được bằng những phương pháp chẩn đoán bệnh lý thông thường, và những biểu hiện đó rõ nét hơn khi tình trạng căng thẳng / *stress* gia tăng.

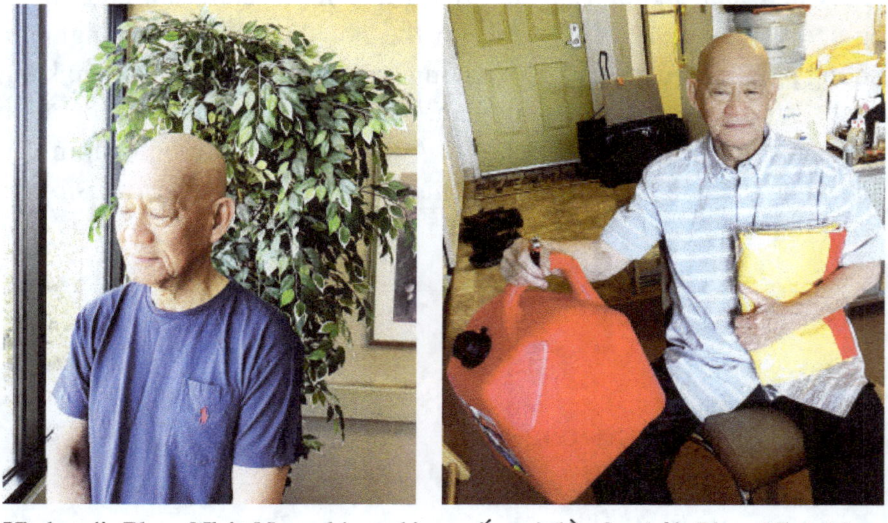

Hình trái, Phan Nhật Nam đứng nhìn xuống từ lầu 8; phải, Phan Nhật Nam và những chứng vật: một lá cờ vàng lớn, một bình đựng xăng 5 gallons và hai hộp quẹt gas. Nam lúc này như một robot, buông xả, không cảm xúc, anh để mặc tôi trong căn phòng chung cư của anh và rất vô thức, anh cứ tuần tự làm theo những điều tôi yêu cầu. Trong phòng Nam, ngoài trang thờ cúng gia tiên với di ảnh của Mẹ – bà chết rất trẻ ở tuổi 39, còn có bàn thờ Phật và cả một bàn thờ Chúa, cùng với hình của Cha Trương Bửu Diệp. *[photo by Ngô Thế Vinh]*

RŨ BỎ KÝ ỨC: KÝ ỨC NGƯỜI

Phan Nhật Nam không thể khác được chừng nào anh chưa thoát ra khỏi vũng lầy của cuộc Chiến Tranh Việt Nam, mà anh là *"kẻ sống sót"*.

Bất cứ ở đâu và bao giờ, với quan điểm y khoa, Phan Nhật Nam luôn luôn là một bệnh nhân với rủi ro cao / *high risk patient*, sau một lần tự thiêu bất thành / *unsuccessful suicide attempt*, mà Nam phủ nhận chỉ muốn gọi đó là một chọn lựa *hóa thân*, không biết bao giờ nhưng rồi sẽ có một lần thứ hai, thứ ba… và tới một lúc nào đó, không hề là bất ngờ Nam sẽ thành công chọn được một bước ra đi cho mình, để thoát khỏi *Ải Trần Gian* này.

Phan Nhật Nam là một khuôn mặt của cộng đồng. Với tôi anh là một người bạn, nhưng với nhãn quan của y khoa anh cũng là một người bệnh đầy rủi ro. Tôi tôn trọng quyền riêng tư của anh nhưng vẫn muốn công khai hóa sự kiện mới đây; về phương diện tâm lý học có thể đây cũng là một bước điều trị khử nhạy / *desensitization* đối với những tình thế thử thách có thể đưa tới những phản ứng xúc động quá đáng hay không hợp lý, và dần dà người bệnh giải tỏa được một số những phản ứng tiêu cực và thay thế bằng sự thư giãn.

Đó như một bước *phòng ngừa thứ cấp / secondary prevention* thay vì đến một lúc nào đó, có thể là quá trễ để phải chứng kiến một *sự đã rồi / fait accompli* và chỉ còn là sự hối tiếc để viết một *lời ai điếu / requiem*.

Chính sự quá thản nhiên của Nam khiến tôi càng quan tâm. Tôi cũng rất cân nhắc và cả trách nhiệm với Phan Nhật Nam, khi viết về sự kiện này; cùng với một lời tạ lỗi nếu những điều viết ra khiến bạn tôi chỉ thêm nặng lòng.

PHAN NHẬT NAM VÀ MỘT BÌNH THƯỜNG MỚI

Bài viết về Phan Nhật Nam được phổ biến, đã gây xúc động cho bạn đọc trên các diễn đàn năm châu, chỉ riêng trên VOA Tiếng Việt đã có tới 13 bình luận, lời nhắn và cả những cầu chúc gửi tới Phan Nhật Nam.

Trần Hoa: Sự sống là từ Thiên Chúa ban cho. Hãy cầu nguyện với Chúa để biết mình phải làm gì. James Nguyễn: Anh phải sống cho đến khi Thiên Chúa gọi anh về nhà Ngài, có thể anh sẽ nhìn thấy nước Việt Nam hoàn toàn độc lập hùng cường, Trung Quốc sẽ biết lễ phép với Tổ Quốc Việt Nam. Trần Trọng Việt: Quá thương người đàn anh Dù, tôi không phải người lính kiêu hùng như anh Nam, tôi cũng là người lính Không quân nhưng rất mến, kính một sĩ quan từ lối viết, văn phong cho tới con người nhà văn, lấy đâu mà làm những chuyện chụp mũ; đời người lính đã trôi giạt khắp trên thế giới, nếu không thể cảm thông được nữa thì tất cả mọi người nên cảm hết cả con tim của mình mà cùng nhau hòa một nhịp, một hơi thở, lần mò cùng đi trên con đường đầy ô trọc của cuộc đời... Ngân Phạm H: Nếu cho đó là sự chọn lựa đúng. Anh cứ tự nhiên ra tay. Vai trò của anh, theo tôi là đã hoàn tất. Anh là một chiến binh, một người lính đúng nghĩa nhất mà tôi biết được. Thân tứ đại của anh dù còn hay mất, linh hồn của anh, cũng theo tôi, đã là tinh hoa của con người rồi. Trần Hải Hòa: Phan Nhật Nam! Đừng chết kiểu đó chứ! Phan Nhật Nam đã trải qua quá nhiều khổ đau để mà sống! Chúc anh khỏe mạnh, tiếp tục yêu đời! Một người lính VNCH hơn anh vài tuổi. Vương Ngọc Nha: Ông Nam kính, đọc bài viết của bác sĩ Ngô Thế Vinh về hội chứng của ông qua dâu bể làm người của thời cuộc, tôi rất cảm thông, cũng như cảm ngộ hoàn cảnh tang thương này, vì chúng ta cùng một dòng lận đận phải chứng kiến bao mất mát trong cuộc chiến đầy sự vô lý, nhưng chúng ta có bao giờ tự hỏi nhiệm vụ đã chấm dứt chưa khi còn bao nhiêu điều phải làm mới được yên nghỉ? Chỉ đôi điều như vậy tôi muốn gửi tới ông để chúng ta còn có dịp thấy đời đáng SỐNG! Lê Công Khoa: Kính mong nhà văn sớm qua cơn chấn thương tâm lý. Cuộc sống là quà tặng của tạo hóa, hãy để tạo hóa lấy đi một cách tự nhiên. Hoàng Long: Cám ơn bác sĩ Ngô Thế Vinh đã cho biết tình trạng anh Phan Nhật Nam. Hội chứng PTSD đối với người trên 70 như chúng tôi từng xông pha chiến trận, không ít hay nhiều đều có trong người. Nhìn lại cuộc đời với từng tuổi này còn làm gì được? Cái chết là con đường tốt đẹp có thể khả thi, làm cuộc hóa thân, nếu được làm người trở lại xin làm người Việt Nam. Phan Đinh Hùng: Tuy chưa được đọc những tác phẩm của Phan Nhật Nam, nhưng qua bài viết này, từ trong tâm thức thật kính trọng anh, một con người có nhân cách, tự trọng, trung thành với lý tưởng mà cả cuộc đời đã theo đuổi, không thỏa hiệp. Mong anh qua được những chấn thương tâm lý. Tiền đồ dân tộc Việt Nam rất cần có những người con như anh. Tương lai của dân tộc Việt Nam vẫn còn ở phía trước.

…

Riêng với người viết do nghiệp vụ Y khoa, với người bệnh – người bạn Phan Nhật Nam, thì ngoài những đáp ứng khẩn cấp tại chỗ, qua hội ý và rồi chuyển tới chuyên khoa cần thiết; người viết còn nhận được những sốt sắng góp ý từ các đồng nghiệp phương xa, thuộc các chuyên khoa thần kinh / *neurology*, khoa tâm thần / *psychiatry* xa nhất là từ Đức Quốc, Canada hay gần gũi hơn là từ mấy tiểu bang khác ở Hoa Kỳ… như có được các cuộc hội chẩn từ xa / *teleconsultation* về chẩn đoán phân biệt – *differential diagnosis*, và các đề nghị phương cách chăm sóc với thuốc men điều trị cho Nam. Các đồng nghiệp ấy đều không muốn nêu tên. Với tất cả, người viết ghi nhận nơi đây lòng biết ơn

Gửi tới các bạn của Phan Nhật Nam một tin – nếu có thể bảo đó là một tin vui: sau vụ tự thiêu bất thành, vậy mà cũng đã bốn năm qua đi từ 2017, Phan Nhật Nam đã trở lại sinh hoạt với mức *"bình thường mới – new normal"*, một bình thường không giống ai, Phan Nhật Nam đã và đang làm việc bất kể ngày đêm, bất cần thân thể.

Phan Nhật Nam như một nhà nông biết thời tiết không thuận lợi cho việc cấy trồng nhưng vẫn cắm cúi chăm sóc cho một thửa đất mà anh không hề muốn sở hữu, và cũng không trông mong gì vào một mùa thu hoạch. Nam là hình ảnh của một Sisyphus ôm khối đá lớn đẩy lên con dốc, và chẳng bao giờ tới đỉnh…

Và cho đến một ngày, Phan Nhật Nam cũng sẽ ra đi một cách tự nhiên và lặng lẽ. Di chúc, chi phí hậu sự đã từ lâu Nam lo xong hết cả rồi. Anh còn dặn dò đứa con gái sống với anh những ngày cuối đời: là sẽ không có tang lễ, không cáo phó, không tưởng niệm và thân xác anh sẽ được đưa ngay tới lò thiêu, nắm tro than từ tấm thân tứ đại ấy sẽ được thả ngay ra biển. Nam vẫn nghĩ: có một Phan Nhật Nam hay không trên *Ải Trần Gian* này, thì biển vẫn xanh, Thái Bình Dương vẫn cứ ngàn năm rì rào sóng vỗ – với bến bờ bên kia vẫn cứ mãi là quê nhà.

Và cũng để biết chắc rằng sau cái chết, cho dù ở một nơi nào đó, Nam sẽ không phải thốt lên câu nói: *"Tường trình về cái chết của tôi – Phan Nhật Nam, là một phóng đại / The report of my death was an exaggeration"*. Hình như ở đâu đó, Mark Twain đã từng viết một câu như vậy.

Sài Gòn 1963 – California 2018
Cập nhật, California 2021

Tham Khảo:

1/ *Súng Đạn Nào Giải Quyết Được Khổ Đau*. Lưu Diệu Vân phỏng vấn Nhà văn Phan Nhật Nam. Thời Báo 30.04.2018

2/ *Gặp Phan Nhật Nam trên Quốc Lộ 1*. Trần Vũ, Tạp Chí Hợp Lưu 10.08.2013

3/ *Bút Ký Irina, Tập I*. Phan Nhật Nam, pp.86-90, Tổ Hợp Xuất Bản Miền Đông Hoa Kỳ 1992

4/ *Như Phong, Gió Vẫn Thổi*. Phan Nhật Nam. Tưởng Niệm Nhà Báo Như Phong. Nxb Viet Ecology Press & Người Việt Books 2016

5/ *Dọc Đường Số 1*. Phan Nhật Nam, Nxb Đại Ngã, Sài Gòn 1970

6/ *Văn Học Miền Nam*, Ký. Võ Phiến, Nxb Văn Nghệ 1999

7/ *Một Jim Webb khác trên lưu vực sông Mekong*. Ngô Thế Vinh. 27.09.2019. Việt Ecology Foundation http://vietecology.org/article/article/1339

8/ *Việt Nam: Tiếng gào thét từ bên trong*. André Menras Hồ Cương Quyết. https://www.youtube.com/watch?v=0xABVKNWdjA

In Retrospect – Nhìn Lại

CỦA CHA VÀ CON STEINBECK GIỮA CHIẾN TRANH VIỆT NAM

Giải Nobel Văn chương 1962 được trao cho toàn sự nghiệp của John Steinbeck; nhà văn Mỹ thứ 6 được giải Nobel tiếp theo sau Ernest Hemingway 1954. *[photo from the Nobel Foundation archive]*

JOHN STEINBECK, NOBEL VĂN CHƯƠNG 1962

Sinh ngày 27/02/1902 tại Salinas, miền trung California. Sống và lớn lên trong một vùng thung lũng đồng quê xanh tươi, còn được gọi là *"Salad Bowl"* với dòng sông Salinas. Xong trung học (1919), có ước vọng viết văn, Steinbeck ghi tên học môn Văn chương Anh và cả lớp Viết văn / Creative writings tại Đại học danh tiếng Stanford, gần

Palo Alto. Năm 1923, Steinbeck ghi tên học thêm môn Sinh Học / Biology tại Hopkins Marine Station, tại đây Steinbeck quen biết với William E. Ritter và quan tâm nhiều hơn tới Môi sinh / Ecology. Do theo học thất thường, ông rời Stanford sáu năm sau (1925) và không có một học vị nào. Steinbeck quyết định sang New York lập nghiệp. Ông làm đủ loại công việc lao động tay chân để kiếm sống và tập sự làm báo, viết văn nhưng không thành công, không nhà xuất bản nào nhận in cuốn sách đầu tay của ông.

Trở về California ba năm sau (1928), Steinbeck cũng làm đủ mọi nghề, kể cả hướng dẫn du lịch ở Lake Tahoe, nhưng vẫn túng quẫn. Ông dọn về sống trong căn nhà nhỏ của cha ở vùng bán đảo Monterey; không phải trả tiền nhà lại được người anh giúp đỡ, không bận bịu mưu sinh, ông tập trung viết văn. Nhưng cuộc sống vẫn chật vật khi cả nước Mỹ bước vào thời kỳ *Đại Suy Thoái*. Steinbeck mua được một chiếc tàu nhỏ, thử sống bằng nghề đánh cá ven biển, cá cua lưới bắt được cũng là nguồn thực phẩm cho gia đình, còn rau tươi thì hái lượm ngay trong vườn nhà; vẫn không đủ sống, vợ chồng ông phải sống bằng tiền trợ cấp xã hội / welfare.

Tuy vẫn viết nhưng Steinbeck chưa gây được tiếng vang nào. Phải mãi tới bảy năm sau (1935), với cuốn *Tortilla Flat* tên tuổi ông mới được biết tới. Lấy bối cảnh là vùng Monterey, California nơi ông sinh sống, thời gian sau Thế chiến I, mô tả đời sống của đám dân quê / paisanos nghèo khổ, sống bầy đàn, chỉ biết hưởng thụ với rượu, ham muốn xác thịt / lust, và trộm cắp vặt / petty theft. Họ là nạn nhân của hoàn cảnh lịch sử. *Tortilla Flat* bắt đầu được giới phê bình đón nhận và cả thành công về tài chánh.

Tiếp theo hai năm sau, là cuốn *Của Chuột và Người* (Of Mice and Men, 1937), *"là một bi kịch của hai nông dân tha phương cầu thực với giấc mơ có được một mái nhà, một mảnh vườn nhưng rồi vẫn phải sống một cuộc đời làm công lang thang khổ cực. George Milton nhỏ con nhưng khôn lanh và gã kia là Lennie Small, tuy có tên "Small" nhưng lại to xác rất mạnh và đần độn, tính khí dữ dằn bất thường khiến hắn phải lệ thuộc vào George trong sinh hoạt khó khăn hàng ngày – tác phẩm chỉ với hơn một trăm trang sách mà sau này được Hội đồng giải Nobel văn chương 1962 gọi đó là một "tiểu tuyệt phẩm / a little masterpiece".*

Rồi tới *Chùm Nho Uất Hận* (The Grapes of Wrath, 1939), kể chuyện về một gia đình nông dân Joad từ vùng Oklahoma, do một *thảm nạn môi sinh / Dust Bowl* mất hết trang trại đất đai phải rời bỏ quê nhà di cư sang California, vùng đất của *"sữa và mật ngọt"* để mưu tìm cuộc sống tốt đẹp hơn. Nhưng rồi họ đã phải đối đầu với vô vàn khó khăn, không có công ăn việc làm, tiền công thì quá thấp và rơi vào cảnh nghèo khó hơn. Cuốn sách được Steinbeck viết bằng một ngôn ngữ trần trụi / plain spoken language giàu hình ảnh, tố cáo lòng tham của đám chủ trại giàu có, đưa tới những bất công xã hội. Thái độ phê phán đó khiến Steinbeck trở thành khuôn mặt khó ưa ngay nơi quê nhà. Nhóm nghiên cứu Đại học Stanford, mới đây đã đánh giá Steinbeck như một nhà văn của môi sinh.[9]

Năm 1940, Steinbeck được giải thưởng *National Book Award* với cuốn *Chùm Nho Uất Hận.* Tác phẩm này cũng nhận được thêm một giải *Pulitzer* danh giá khác. Cuốn sách liên tục được tái bản.

Cả hai cuốn *Của Chuột và Người* và *Chùm Nho Uất Hận* được viết trong bối cảnh thời kỳ Suy Thoái của thập niên 1930s, là hai tác phẩm đỉnh cao trong văn học Mỹ được coi là tuyệt tác của John Steinbeck. Cả hai đều được chuyển thể thành phim. Henry Fonda đóng vai Tom Joad trong *Chùm Nho Uất Hận* đã được đề cử là tài tử xuất sắc nhất cho giải Academy Award.

Tuy thành công nhưng *Chùm Nho Uất Hận* cũng gây ra nhiều dư luận bất lợi cho Steinbeck, do khuynh hướng xã hội triệt để – Steinbeck bị gán cho là *thiên cộng / suspected communist leanings,* do mạnh mẽ bênh vực tầng lớp lao động cơ cực bị bóc lột bởi một giới tư bản giàu có, đầy quyền lực sở hữu phần lớn đất đai và các trang trại, cùng liên kết với nhóm tài phiệt chủ các ngân hàng. *Chùm Nho Uất Hận* xuất bản lần đầu tháng 4/1939 và trở thành cuốn sách bán chạy nhất nước Mỹ nhưng ngay nơi quê nhà, cuốn sách bị lên án là *"tục tĩu / obscene, trình bày sai sự thực / misrepresented"* với những mô tả tiêu cực về đời sống di dân tới California.

Cuốn sách hai lần bị đốt công khai ở Salinas. W.B. Camp viên chủ nhân giàu có với các trang trại trồng bông và khoai tây, khi tới chủ tọa buổi đốt sách ở thị trấn Bakersfield đã tuyên bố: *"Chúng ta giận dữ không phải vì bị ai đó tấn công, nhưng chúng ta đã bị tấn công bởi một cuốn sách tục tĩu theo cái ý nghĩa tệ hại nhất của từ ngữ này – a book obscene in the extreme sense of the word."* Nhưng lúc đó cũng có người can đảm như Gretchen Knief, trông coi thư viện Kern County, cô không sợ bị đuổi việc vẫn lên tiếng cảnh báo: *"Nếu cuốn sách ấy bị cấm hôm nay, liệu sẽ có thêm cuốn sách nào bị cấm ngày mai?"*

Chùm Nho Uất Hận bị Kern County Board cấm trong các trường học và thư viện (1939), và chỉ được giải tỏa hai năm sau đó (1941).

Trong Thế chiến Thứ II, Steinbeck có thời gian làm phóng viên chiến trường cho tờ *New York Herald Tribune* (1943), đi sát theo các đơn vị xung kích đổ bộ tấn công quân Đức ở Ý, trên các hải đảo Địa Trung Hải. Steinbeck bị thương trở về với cả chấn thương tâm lý; ông tự vượt qua bằng miệt mài trong viết lách.

Năm 1947, Steinbeck là một trong số những người Mỹ hiếm hoi đầu tiên được đi thăm Liên bang Xô Viết sau Cách mạng Nga. Cùng đi với ông có phóng viên nhiếp ảnh Robert Capa. Cuốn sách Nhật Ký Nga / *A Russian Journal* được xuất bản một năm sau (1948) với phần hình ảnh của Capa. Chính quyền Cộng sản Xô Viết lúc đó đánh giá Steinbeck như một *"nhà văn Mỹ tiến bộ - American progressive writer"* với cái nghĩa tả khuynh theo chủ nghĩa xã hội.

Trong cùng năm, Steinbeck được bầu vào Viện Hàn Lâm Nghệ Thuật và Văn Học Hoa Kỳ / *American Academy of Arts and Letters.*

Năm 1952, tiểu thuyết trường thiên *Phía Đông Vườn Địa Đàng / East of Eden* được xuất bản, Steinbeck coi đó là tác phẩm lớn nhất của ông (*magnum opus*), sau này lên phim (1955) với James Dean, một tên tuổi điện ảnh trẻ tài năng trong vai Cal Trask.

Năm 1961, Steinbeck cho xuất bản *Mùa Đông Bất Bình / The Winter of Our Discontent*, viết về sự suy đồi đạo lý của nước Mỹ, và không được giới phê bình đánh giá là một thành công.

Năm 1962, trong sự ngạc nhiên của chính Steinbeck, ông được trao giải Nobel văn chương cho toàn sự nghiệp văn học, *"do những trang sách viết trộn lẫn hiện thực và tưởng tượng, kết hợp sự u mặc tinh tế và ý thức xã hội sắc bén – for his realistic and imaginative writings, combining as they do sympathetic humour and keen social perception"*. Các nhân vật của ông đều là nạn nhân của lịch sử, của thời kỳ suy thoái. Giải Nobel trao cho Steinbeck lúc đó đã bị báo chí Thụy Điển chỉ trích nặng nề, ngay cả tại Mỹ. Nhưng sau này, Steinbeck *được mệnh danh là "gã khổng lồ của văn giới Mỹ – a giant of American letters"*, với một số tác phẩm được xem như văn học cổ điển Tây phương.

Cũng thật trớ trêu, tuy đã là khôi nguyên của giải văn chương Nobel, nhưng theo Hiệp hội Thư viện Hoa Kỳ / American Library Association, thì Steinbeck là một trong số mười tác giả từng bị cấm đoán và chỉ trong khoảng thời gian từ 1990 tới 2004, riêng cuốn *Of Mice and Men* xếp hàng thứ 6 trong số 100 cuốn bị cấm ở Mỹ.

Năm 1964, Steinbeck được Huân chương Tự do của Tổng Thống / *Presidential Medal of Freedom*, từ TT Johnson là bạn ông và Steinbeck cũng đã từng viết diễn văn cho TT Johnson.

CỦA CHA VÀ CON STEINBECK GIỮA CUỘC CHIẾN VIỆT NAM

John Steinbeck có hai con trai với bà vợ thứ hai Gwyndolyn Conger. Thomas Myles Steinbeck, là con cả sinh năm 1944 và John Ernst Steinbeck IV là con thứ sinh năm 1946. Tới giai đoạn Mỹ tham chiến ở Việt Nam, cả hai con trai Steinbeck đều tới tuổi quân dịch và bị động viên.

Hình trái, John E. Steinbeck và con trai John IV 19 tuổi tới thăm và bắt tay Tổng thống Lyndon B. Johnson tại Oval Office, White House ngày thứ Hai 16/ 05/ 1966 trước khi lên đường sang Việt Nam. Steinbeck là bạn của Tổng thống Johnson từ 1963. Cuộc gặp gỡ 4 phút theo yêu cầu của Steinbeck. *[nguồn: tài liệu LBJ Library and Museum]*; phải, John IV ở Việt Nam 1966. Cả ba nhân vật nay đã là "người của trăm năm cũ".

Khi John IV, đứa con thứ hai, vừa xong lớp tập huấn quân sự và sắp lên đường sang Việt Nam, Steinbeck hãnh diện dẫn con tới thăm và bắt tay TT Lyndon B. Johnson tại Oval Office, White House. John IV, tới Việt Nam trong vai trò phóng viên chiến trường, làm cho đài phát thanh và truyền hình quân đội Mỹ trấn đóng ở Pleiku. Rồi tới đứa con trai cả Thomas Myles Steinbeck cũng nhập ngũ trấn đóng ở Fort Ord, California và có thể cũng sẽ phải sang Việt Nam.

Khi Mỹ quyết định ồ ạt đưa quân qua tham chiến ở Việt Nam (1965), Steinbeck tuy không còn trẻ nữa ở tuổi 64, giữa cao điểm cuộc chiến tranh đang leo thang, ông có ý định sang thăm Đông Nam Á trong vòng năm tháng. Steinbeck không xa lạ gì với chiến tranh, từng là phóng viên chiến trường trong Thế chiến II. Lần này Steinbeck đến Việt Nam, vẫn như một phóng viên chiến trường, cho tờ báo Newsday, Long Island, New York. John Steinbeck đã đi khắp miền Nam Việt Nam, trong vòng sáu tuần lễ [từ tháng 12.1966 tới đầu năm 1967].

Từ lâu, Steinbeck đã có thái độ khinh mạn các nhóm phản chiến, xem họ như thành phần bạc nhược khi so sánh với những người lính Mỹ đang chiến đấu ở Việt Nam. Ông không chỉ lên án họ, Steinbeck còn có ý tưởng kỳ lạ là phải đem bọn phản chiến này thả vào *đường mòn Hồ Chí Minh* để xem bọn chúng sống ra sao.

Do danh tiếng của Steinbeck với giải Nobel và cả mối liên hệ quen biết với TT Johnson, Steinbeck được đối xử rất đặc biệt, di chuyển với máy bay riêng thường cùng đi với cấp chỉ huy quân sự cao cấp Mỹ, kể cả với tướng William Westmoreland, và Steinbeck cũng thường xuyên được *"briefing – tường trình"* về tình hình chiến sự với bức tranh màu hồng về tương lai thắng lợi của Mỹ ở Việt Nam.

Thường là ban ngày có mặt nơi chiến trường, nếu không quá xa Sài Gòn và không phải ở lại qua đêm, buổi tối Steinbeck trở về khách sạn Caravelle, dùng bữa tối trong một nhà hàng sang trọng trên lầu 9, từ nơi đây vẫn có thể thấy ánh hỏa châu và cả tiếng trọng pháo từ xa vọng về. *Những Bức Thư gửi Alicia / Letters to Alicia* được viết ở đây. [Alicia Patterson – là tên người vợ của Harry Guggenheim, đồng sáng lập tờ Newsday, Alicia là nhà báo tên tuổi, được giải thưởng báo chí Pulitzer, nhưng Alicia đã chết trước đó 3 năm].

Đặt chân tới Việt Nam, ngay từ đầu, Steinbeck bị mê hoặc với những vũ khí tối tân của quân đội Mỹ, điều mà ông chưa từng được thấy trong Thế chiến thứ II. Như khi ông chứng kiến những chiếc máy bay DC3 *"Hỏa Long – Puff the Magic Dragon"* trang bị những cỗ đại liên với hỏa lực khủng khiếp, chỉ trong vòng vài giây có thể nhả đạn 50-ly bao trùm khắp một sân banh rộng lớn khi lâm trận như một con rồng phun lửa. Steinbeck rất chủ quan cho rằng, *"với trang bị vũ khí tối tân như vậy làm sao mà Mỹ có thể thua cuộc chiến tranh trước đám địch quân quê mùa ấy."*

Steinbeck cũng từng đeo súng M-16 ra bãi tập bắn. Có điều mà Steinbeck không được cho biết là, khác với khẩu AK của VC, súng M-16 trang bị cho lính Mỹ lúc đó thường bị hóc đạn ngoài trận địa; *scandals* chết người đó đã không bao giờ được Steinbeck ghi lại trong những lá thư viết từ Việt Nam cho tờ Newsday.

Chỉ sáu tuần lễ sống trong vùng chiến, được bảo vệ an toàn, làm sao John Steinbeck hiểu được rằng: quân cộng sản Bắc Việt lúc ấy cũng đã được trang bị với những vũ khí tối tân nhất của Liên Xô và Trung Quốc, và ngay ở lãnh thổ miền Bắc lúc đó đã có hàng sư đoàn quân chí nguyện Trung Quốc giả dạng quân Bắc Việt với những dàn hỏa tiễn phòng không tối tân sẵn sàng nghênh chiến với hàng đoàn phản lực cơ Thần Sấm từ Hạm đội 7 bay vào oanh tạc miền Bắc.[6]

Sự kiện lớn lao và quan trọng như vậy mà trong bộ chính sử mới nhất của Hà Nội cho đến nay vẫn còn giấu giếm. Đó là trong cuộc chiến tranh để đối phó với Mỹ và miền Nam, giữa giai đoạn 1965 và 1970, thể theo yêu cầu của Hồ Chí Minh, Mao Trạch Đông đã đưa sang miền Bắc VN 320.000 Hồng quân Trung Cộng. Tới 1968, Mao đưa thêm sang Lào 110.000 quân nữa (tổng cộng: 430.000 quân). Những sư đoàn *"chí nguyện quân"* ấy đã ẩn náu ở rất nhiều nơi trong các hang động như

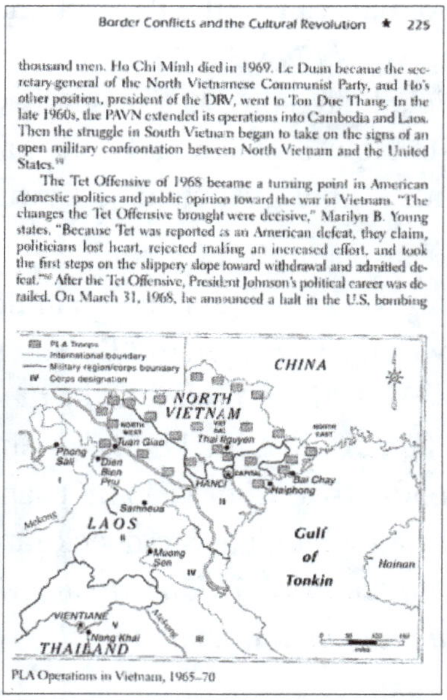
Border Conflicts and the Cultural Revolution ★ 225

thousand men. Ho Chi Minh died in 1969. Le Duan became the secretary-general of the North Vietnamese Communist Party, and Ho's other position, president of the DRV, went to Ton Duc Thang. In the late 1960s, the PAVN extended its operations into Cambodia and Laos. Then the struggle in South Vietnam began to take on the signs of an open military confrontation between North Vietnam and the United States.[59]

The Tet Offensive of 1968 became a turning point in American domestic politics and public opinion toward the war in Vietnam. "The changes the Tet Offensive brought were decisive," Marilyn B. Young states. "Because Tet was reported as an American defeat, they claim, politicians lost heart, rejected making an increased effort, and took the first steps on the slippery slope toward withdrawal and admitted defeat."[60] After the Tet Offensive, President Johnson's political career was derailed. On March 31, 1968, he announced a halt in the U.S. bombing

PLA Operations in Vietnam, 1965–70

Hình trái, *Rồng Ẩn Trong Rừng: Quân đội Trung Quốc* (hay còn gọi là Chí nguyện quân Trung Quốc) *trong chiến tranh Việt Nam*. Xiaobing Li / Lý Tiểu Bình; Oxford University Press 2020; phải: bản đồ ghi những vị trí Hồng Quân Trung Quốc trấn đóng ở Bắc Việt Nam và Lào trong chiến tranh Việt Nam giai đoạn 1965-1970.

Bìa *Lịch Sử Việt Nam, Tập 13* xuất bản năm 2017 của Viện Sử Học, Viện Hàn Lâm Khoa Học Xã Hội Việt Nam giai đoạn từ 1965 tới 1975, suốt hai trang từ 125 -126 đã hoàn toàn "giấu giếm" sự kiện lịch sử trọng đại này. Một bộ sử Việt Nam trung thực sẽ phải là một công trình với hùng tâm của những Thế hệ Việt Nam tiếp nối. *[tư liệu Từ Mai Trần Huy Bích]*

ở Lạng Sơn, Hà Nam, hay sống trong các khu rừng biệt lập, sinh hoạt kín đáo và không được phép tiếp xúc với dân chúng. [6B]

Nhiều chi tiết về "đạo quân ma" ấy cũng được viết ra trong cuốn "*The Dragon in the Jungle, The Chinese Army in the Vietnam War*" của Lý Tiểu Bình / Xiaobing Li do Oxford University Press xuất bản 2020. [6A] Đến nay (2021) vẫn còn tìm thấy những khu hang động trong núi rừng miền Bắc đã bỏ hoang ấy với các khẩu hiệu chữ Hán lưu dấu trên vách đá như: *Trung Việt hữu nghị vạn tuế, Hồ chủ tịch vạn tuế, Đả đảo Mỹ đế* [8]...

Steinbeck được xem như phe "diều hâu / hawk" công khai ủng hộ sự tham chiến của quân đội Mỹ ở Việt Nam mà ông coi đó một cuộc *dấn thân anh hùng / heroic venture*, thái độ hiếu chiến của Steinbeck đã gây nhiều phản cảm trong công luận Mỹ và ngay chính trong gia đình ông lúc bấy giờ. Ở Mỹ, Steinbeck lúc đó không chỉ bị căm ghét bởi giới trí thức cánh hữu, ngay cả phe tả có người không ngần ngại gọi ông là "phản bội / betrayal". [4]

John Ernst Steinbeck IV [06/12/1946 – 02/07/1991], hết thời gian quân dịch, được giải ngũ ngày 07/12/1967. Chỉ về Mỹ một thời gian ngắn, đầu năm 1968 John IV trở lại Việt Nam như một nhà báo với khuynh hướng phản chiến – hoàn toàn đối nghịch với quan điểm của cha mình. John IV hợp tác với Sean Flynn [con của tài tử Errol Flynn]

ASSOCIATED PRESS
Hawk in a foxhole: In Newsday, John Steinbeck backed American involvement in Vietnam.

Hình trái, "Diều hâu Steinbeck" với súng nón sắt và áo giáp trong hầm cá nhân / foxhole trên một trận địa miền Nam Việt Nam. Qua những bức thư viết từ tiền tuyến trên tờ Newsday, Steinbeck công khai ủng hộ sự tham chiến của quân đội Mỹ ở Việt Nam. *[nguồn: Associated Press]*; phải, John IV con trai Steinbeck (dưới cùng trong hình), ngược với cha, là tiếng nói phản chiến mạnh mẽ, John IV sau này trở thành đệ tử của Ông Đạo Dừa nơi Cồn Phụng trên sông Mekong, Đồng Bằng Sông Cửu Long. *[nguồn: Gale Literature Resource Center]*

cùng làm tại *Dispatch News Service,* cung cấp cho truyền thông báo chí Mỹ những thông tin một chiều hết sức bất lợi cho Washington như vụ Thảm sát Mỹ Lai, câu chuyện Chuồng Cọp của trại giam Côn Sơn…

Trong khi John Steinbeck Cha vẫn còn sống, ngày 05/03/1968, sau Tết Mậu Thân, John IV đã ra điều trần trước một Ủy ban Thượng viện Mỹ, nói ra những điều mà không một chính giới Hoa Kỳ nào muốn nghe, rằng: có tới 60% lính Mỹ tuổi từ 19 tới 27 nghiện cần sa / Marijuana, và chính cơ quan MACV cũng khuyến khích tình trạng nghiện ngập này bằng cách cung cấp thuốc gây nghiện như Amphetamines / hay còn được gọi là *pep pills* cho lính Mỹ. Như một scandal trên báo chí lúc bấy giờ, và đã có một đụng độ công khai giữa Pentagon và John IV.

Sự phân hóa *"Của Cha và Con – Of Father and Son"* trong gia đình Steinbeck, cũng là hình ảnh bi kịch phân hóa của nước Mỹ trong suốt cuộc chiến tranh Việt Nam.

'IMPORTANCE OF BEING STONED IN VIETNAM'

Steinbeck's Son, Pentagon Clash Over Soldiers' Pot Use

Bribery Case Probe Extended

Chính con trai Steinbeck, từng phục vụ tại Việt Nam cũng chống lại cha. John IV ra điều trần trước một tiểu ban Thượng viện cho rằng, *"cuộc chiến Việt Nam là một sai lầm, lính Mỹ thì nghiện ngập, báo cáo số thương vong thì sai sự thật, đó là một tình trạng hỗn mang / a mess, và chúng ta cần thoát ra."* Importance of being Stoned in Vietnam, Steinbeck's Son, Pentagon Clash Over Soldiers' Pot Use. Trang A4 báo Independent AM Press-Telegram PM *[Long Beach, California Thursday 28.12.1967].* [2]

"Steinbeck in Vietnam: Dispatches from the War" [1] (University of Virginia Press, 2012), có thể xem là những trang sách cuối đời gây chấn động của Steinbeck khi ông đã bước vào tuổi 64.

John Steinbeck được chẩn đoán có bệnh nghẽn mạch tim nhưng từ chối một cuộc mổ tim [heart bypass surgery]. Ông mất tại New York ngày 20/12/1968, giữa một trận đại dịch cúm (1968 flu pandemic) nhưng do suy tim, và ông cũng là người nghiện thuốc lá trong nhiều năm.

STEINBECK VÀ MỘT THOÁNG VIỆT NAM

An Khê, Việt Nam 22/12/1966

An Khê là thị xã của tỉnh Gia Lai trên Cao nguyên Trung phần Việt Nam, nằm bên Quốc lộ 19 giữa Pleiku và Qui Nhơn. An Khê có giá trị chiến lược quan trọng trong cuộc chiến tranh Việt Nam. Từ tháng 8/1965, Mỹ đã xây dựng trại Radcliff, là căn cứ chính của Sư đoàn Kỵ Binh Số 1 [US *1st Cavalry Division*]. Radcliff chỉ được trao lại cho Việt Nam vào cuối năm 1970 khi có chính sách Việt Nam hóa cuộc chiến tranh, chuẩn bị cho Mỹ rút khỏi Việt Nam.

John Steinbeck vẻ già nua mỏi mệt ngồi trong doanh trại Radcliff, An Khê nói chuyện với đám binh lính quân dịch Mỹ lứa tuổi con trai ông, vào buổi tối ba ngày trước Giáng Sinh, 22/12/1966. *[nguồn: Ray Belford / Stars and Stripes]*

Trước Giáng Sinh ba ngày [22/12/1966], Steinbeck đã tới thăm căn cứ An Khê. Với hào quang của giải Nobel văn học, Steinbeck trông phong trần ở tuổi 64, trong bộ áo lính GI's, buổi tối ngồi trên một chiếc thùng gỗ vây quanh là đám lính quân dịch trẻ / *enlisted men*, lứa tuổi con ông, nao nức tới gặp và nghe ông nói. Bằng ngôn ngữ bộc bạch, Steinbeck tâm sự: *"Sáu tháng trước, tôi rất buồn vì hai đứa con trai tôi bị động viên. Nhưng rồi sáu tháng sau, bởi Chúa / by God, tôi hãnh diện vì chúng đã nên người. Đàn ông trai tráng thực sự là những giá trị hôm nay / valuable things today."* Con trai ông John IV thì đang đóng ở Pleiku; một đứa khác cũng trong quân ngũ đóng ở Fort Ord, Monterey, California.

Có lần được phóng viên một tờ báo hỏi: Có phải Mỹ đang bị kẹt / *locked in* trong một cuộc chiến vô vọng không? *Steinbeck nói: "Đó là một câu hỏi hài hước nhất,"* ông tiếp: *"Mọi cuộc chiến tranh đều vô vọng nhưng là cần thiết, và cuộc chiến tranh này cũng là cần thiết."*

Steinbeck cho biết ông tới đây để viết về cuộc chiến tranh, chủ yếu là những cảm tưởng của ông về cuộc chiến này.

Trong cuộc gặp gỡ, John Steinbeck trả lời mọi câu hỏi của đám GI's về cuộc đời trải qua của ông nếu như không quá riêng tư. Rằng ông cũng đã từng làm phu bến tàu / *longshoreman*, sống với nông dân, lao động làm thuê hái bông / *picked cotton*. Có cả những chi tiết thú vị như toàn bộ tác phẩm của ông đều được viết tay / *written in longhand* chứ ông không đánh máy.

"Có những câu hỏi của các bạn mà tôi chưa từng trả lời cho ai, nhưng tôi ngưỡng mộ những gì các bạn đang làm ở đây và đáng cho tôi kính trọng". Ngồi nói chuyện suốt hai tiếng đồng hồ, với hai ly cà phê, cũng đã thấm mệt, Steinbeck phải xin lỗi đám lính trẻ đang say sưa nghe ông nói, để đi ngủ. Cảm tưởng của một tân binh có mặt trong suốt buổi nói chuyện của Steinbeck, có thể tóm gọn trong một câu: *"He just seems to radiate greatness / Ông ấy thực lớn lao tỏa sáng."* [3]

Pleiku, Việt Nam 7/01/1967

Ngày 7/01/1967, trong chuyến thăm Pleiku, John Steinbeck từ trên một chiếc trực thăng UH-1B Huey quan sát cuộc chiến Việt Nam.

Ngày 7/01/1967, nhà văn John Steinbeck trên chuyến bay quan sát cuộc chiến Việt Nam từ một chiếc trực thăng UH-1B "Huey", thuộc Trung Đoàn Không Kỵ 10 đồn trú tại Pleiku, bên cạnh ông là viên xạ thủ khẩu đại liên M60 7.62 mm. Mấy ngày sau Tết Mậu Thân 1968, Thomas Myles Steinbeck con trai cả của Steinbeck cũng bị đưa sang Việt Nam và từng là một xạ thủ đại liên trực thăng. *[nguồn: Associated Press]*

Ông đã không tiếc lời ca ngợi toán phi công trực thăng: *"Họ lái những con tàu giống như các kỵ sĩ điều khiển con ngựa đua của họ. Họ uốn lượn dọc theo những con suối, bay bổng trên đỉnh cây như những cánh chim én, quay vòng và nhào xuống nhanh như cắt trong buổi chiều. Tôi quan sát đôi bàn tay họ nơi phòng lái, rất nhịp nhàng và phối hợp như đôi bàn tay của nhạc sĩ Pablo Casals trên chiếc đàn trung hồ cầm / cello. Chắc bạn còn nhớ giấc mơ hồi trẻ nhỏ là được tự do bay bổng và cảm giác tuyệt vời như thế nào. Cảnh tượng bây giờ giống như vậy, nhưng đôi bàn tay tôi thì đã già và lú lẫn để theo lệnh, bảo phải bay vút lên / updrafts và cắt ngang / side winds, né tránh hỏa lực từ dưới đất / ground fire báo hiệu bằng một nháng lửa / tiny puff or flash, hay một va chạm / a hit và tất cả phải tức thời và tự động. Và tôi chỉ biết ngưỡng mộ và có niềm vui được ngắm nhìn họ."* [1]

STEINBECK VÀ HAI CUỘC GẶP GỠ CHƯA GHI LẠI

Cần Thơ, Việt Nam, Ngày… Tháng 12 Năm 1966

BS Hoàng Ngọc Khôi, YKSG 1960:

"Khi John Steinbeck được giải Nobel văn chương 1962, tôi – Hoàng Ngọc Khôi và anh DS Nguyễn Phúc Bửu Tập đang làm việc tại Trường Quân Y và cùng phụ trách tờ Tập San Quân Y (TSQY). Anh Bửu Tập mua được cuốn Of Mice and Men (OMAM), đọc xong đưa cho tôi đọc. Khi trả lại, Bửu Tập bảo: Hay là chúng mình dịch rồi đăng vào Tập San. Chúng tôi bắt đầu dịch và cho đăng vào TSQY khoảng giữa năm 1963, dựa theo cuốn tiếng Anh OMAM nhưng vẫn có thêm cuốn tiếng Pháp Des souris et des hommes để tham khảo. Nhà văn Trần Phong Giao, lúc đó là Thư ký Tạp chí Văn, tình cờ đọc được vội tìm hai chúng tôi đặt cọc là khi viết xong giao cho Tạp chí Văn xuất bản. Tôi không biết Nxb Văn có liên lạc với John Steinbeck hay không, nhưng hình như hồi đó chưa có thỏa hiệp về tác quyền giữa hai nước.

Khi Steinbeck sang Việt Nam thì tôi đang làm Y sĩ trưởng Quân y viện Trương Bá Hân tại Sóc Trăng. Lúc đó, có một Đại úy cố vấn Mỹ thuộc Cục IV Tiếp Vận phụ trách tiếp vận cho Quân y viện TBH cứ khoảng hai tháng lại tới kiểm tra xem QYV có nhu cầu gì không và không hiểu sao ông ta lại biết tôi có dịch cuốn OMAM.

Bỗng một hôm, cuối năm 66 hay đầu năm 67 gì đó, cũng viên Đại úy cố vấn ấy (mà nay tôi quên mất tên) bay trực thăng ghé thăm QYV bảo tôi là John Steinbeck đang ở Cần Thơ và có hẹn gặp ông ta ngày mai đi uống cà phê trưa từ 2 tới 3 giờ chiều và hỏi tôi có muốn gặp Steinbeck không? Ông bảo tôi có thể lên ngay trực thăng đi cùng nhưng khi về phải tự lo. Tôi mừng quá nhưng trả lời sáng mai tôi sẽ lấy xe Jeep đi và về cho tiện vì từ Sóc Trăng sang Cần Thơ chỉ khoảng hơn một giờ lái xe.

Hôm sau đúng giờ, viên đại úy Mỹ đã đợi tôi tại QYV Phan Thanh Giản, Cần Thơ và rồi ông chở tôi tới một câu lạc bộ sĩ quan Mỹ. Tới nơi thì Steinbeck cũng vừa tới, ông ta mặc đồ như một quân nhân tác chiến, có khoác cả áo giáp, có bộ râu lẫn ria cắt tỉa gọn ghẽ. Khi gặp Steinbeck, tôi còn là Y sĩ Đại úy, ông ta gọi tôi là Doctor và hỏi tôi có

Hai dịch giả cuốn *Của Chuột và Người* của John Steinbeck; trái, BS Hoàng Ngọc Khôi, Quân Y Hiện dịch khóa 1952-1958, y sĩ thường trú nội khoa và bệnh truyền nhiễm ĐH Quebec, sáng tác thơ, truyện, nhạc, kịch với bút hiệu Hoàng Xuân Thảo, mất ngày 02.06.2021 thọ 90 tuổi. *[nguồn: https://www.yksg6370.com/hoàng-xuân-thảo];* phải, DS TS Nguyễn Phúc Bửu Tập, Khóa I Sĩ quan Trừ bị Nam Định, Quân Dược Hiện dịch khóa 1953-1957, mất ngày 21.02.2020 thọ 90 tuổi. *[tư liệu gia đình Nguyễn Phúc Vĩnh Khiêm]*

sang Mỹ bao giờ chưa và sao lại chọn dịch cuốn sách OMAM của ông? Tôi nói tôi đã sang Mỹ hai lần rồi và lần nào tôi cũng muốn mau trở về vì nhớ quê nhà và bằng hữu. Ông cười bảo vậy đúng là điều ông muốn nói trong cuốn truyện rồi, ước vọng sao có một mảnh đất, một khu vườn và ngày ngày gặp bạn bè tán gẫu với nhau. Tôi mang theo hai cuốn truyện dịch, một cuốn OMAM và một cuốn Des souris et des hommes để ông ký cho tôi và Bửu Tập, còn tôi cũng tặng ông một cuốn truyện dịch Của Chuột và Người. Tôi chỉ được viên Đại úy cố vấn nhường cho nửa giờ nên tôi chỉ hỏi ông một câu duy nhất là ông có dự tính gặp một nhà văn Việt Nam nào không? Ông trả lời chuyến đi này của ông không có liên quan gì tới văn chương cả, mà là quan sát tại chỗ về tình hình miền Nam xem có cơ thắng trận hay không. Hôm đó viên Đại úy cố vấn có chụp cho tôi với John Steinbeck một tấm hình polaroid lấy liền. Nửa giờ quá ngắn ngủi và Steinbeck chỉ ở VN có sáu tuần mà phải đi khắp bốn vùng chiến thuật và viết bài hàng ngày cho tờ báo Newsday mà ông là đặc phái viên. Steinbeck ủng hộ Mỹ đem quân tới VN để chống sự bành trướng của CS và rất ghét nhóm phản chiến. Ngược lại con ông, đang phục vụ tại VN trong đoàn Truyền thông quân sự Hoa Kỳ thì lại chống chiến tranh VN. Những bài báo của ông viết từ VN sau được in lại thành một cuốn sách: John Steinbeck in Vietnam: Dispatches from the war. Và anh cũng đã biết rồi.

Đêm 29/04/1975 do tôi di tản nhờ tàu Hải quân rất bất ngờ nên đã không mang theo được gì. Sau 1975 có người nhà bên Việt Nam gửi cho tôi cuốn Của Chuột và Người do Hội Nhà Văn in lại và đây là lần xuất bản thứ hai, đề năm 1997. Cuối sách có lời viết như sau: "Chúng tôi đã nhiều lần liên lạc với các ông Hoàng Ngọc Khôi và Nguyễn Phúc Bửu Tập. Rất tiếc cho đến nay chúng tôi vẫn không nhận được tin tức cụ thể từ hai dịch giả". Sau đó bên nhà lại gửi cho cuốn Của Chuột và Người nhưng lần này do nhà xuất bản Văn Học ấn hành năm 2001. Và tôi nghe nói cuốn truyện được tái bản nhiều lần vì được dùng làm tài liệu tham khảo trong các trường Đại học về môn Anh ngữ. Người bạn cùng dịch sách OMAM với tôi, DS Nguyễn Phúc Bửu Tập, thì nay cũng đã mất [1930-2020]. BS Hoàng Ngọc Khôi, Toronto, Email ngày 21.03.2021

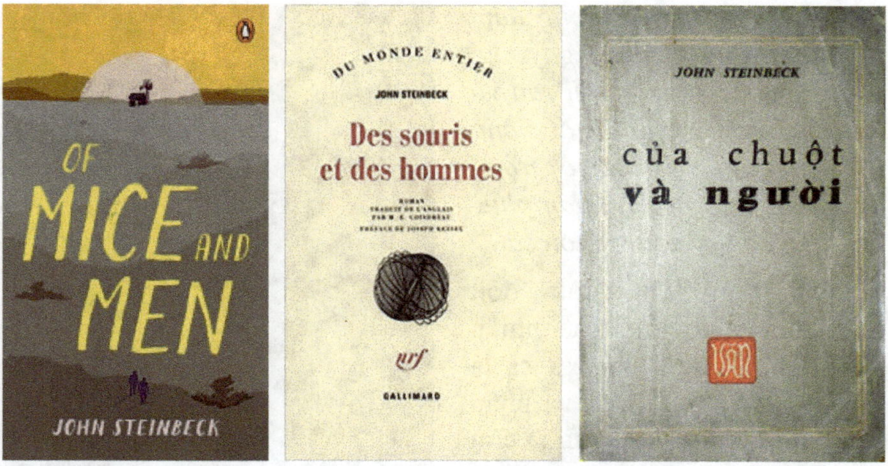

Hình trái, *Of Mice and Men*, của John Steinbeck bản tiếng Anh; giữa: *Des souris et des hommes* bản tiếng Pháp; phải: *Của Chuột và Người*, bản dịch của Hoàng Ngọc Khôi và Nguyễn Phúc Bửu Tập, Nxb Văn Sài Gòn 1967. Từ sau 1975, bản tiếng Việt này đã được tái bản nhiều lần ở Việt Nam.

Tây Ninh, Việt Nam, Ngày… Tháng 01 Năm 1967

BS Trần Văn Khánh, YKSG 1965

BS Khánh nguyên cựu nội trú các bệnh viện, anh là bạn đồng khóa YKSG 1965 và rất thân với Nghiêm Sỹ Tuấn, trong Ban Quan Điểm báo SVYK Tình Thương. Ra trường bị động viên với cấp bậc Y sĩ Trung úy, là bác sĩ chuyên khoa giải phẫu thần kinh / neurosurgeon hiếm hoi, anh được bổ nhiệm về làm trưởng khoa Giải Phẫu QYV Tây Ninh. Anh Khánh kể: “*Giai đoạn ấy, do đụng độ hai bên thương vong nhiều, ngày đêm tôi làm việc trong Quân y viện và cả sang giúp bên Dân y viện! Tôi mổ đủ thứ; có thể tưởng tượng là tôi đã làm cả giải phẫu thần kinh Stellectomie, với những dụng cụ dã chiến!*”

“Tôi có diễm phúc gặp văn hào John Steinbeck tại Tây Ninh năm 1967, không nhớ rõ ngày tháng trong một dịp bất ngờ khó tin! Như một “duyên khởi” vào một buổi sáng sau vòng thăm các bệnh nhân sau mổ, rất tình cờ tôi gặp nhóm người Mỹ trên một xe Jeep chạy vào Quân y viện, hai người đàn ông và một phụ nữ. Họ cần có nước rửa

BS Trần Văn Khánh YKSG 1965, khách tham dự 50 Năm Hội Ngộ Y Khoa 1968 *[nguồn: photo by Lê Ngọc Tuyên 2018].*

tay và khu vệ sinh. Trong đám người ấy, tôi nhận ra ngay nhà văn Steinbeck qua chùm râu và ria mép trên khuôn mặt nông dân của ông ấy. Steinbeck trông phong trần trong bộ quân phục GI's với cả áo giáp và nón sắt."

Qua vài câu trao đổi, Steinbeck quá đỗi ngạc nhiên khi có một người bản xứ xa lạ nói tiếng Anh lưu loát và nhận ra mình; hơn thế nữa anh ta còn là độc giả từ bao năm của ông. Khánh nhắc tới cuốn sách *The Grapes of Wrath*, nhắc tới *cảnh tượng một người mẹ vừa sẩy thai đã cố gắng cứu sống một người đàn ông sắp chết đói và cho ông ta bú bầu sữa từ chính nơi ngực mình. Khánh nói với Steinbeck, trang sách cuối ấy không chỉ vừa mạnh mẽ vừa dịu dàng và cả tuyệt đẹp, đã đọc rồi không sao có thể quên.*

Chỉ bấy nhiêu thôi, Steinbeck đã hoàn toàn bị chinh phục. Steinbeck thân thiết mời Khánh – mà ông gọi là *"young man"* lên chuyến xe Jeep cùng ông trong chuyến đi thăm một trại Lực Lượng Đặc Biệt không xa chân núi Bà Đen mà lính Mỹ gọi đó là *Black Virgin Mountain*, cũng là nơi mà Steinbeck tưởng như đó là điểm cuối của con đường mòn Hồ Chí Minh.

Ấn tượng sâu đậm nhất nơi Khánh: Steinbeck nói nhiều như là một *war advocate* / bênh vực chiến tranh, ông tin rằng với vũ khí tối tân như hiện nay Mỹ sẽ thắng đám lính VC hỗn tạp và cả quê mùa. Trong khi đó thì cô Mỹ tóc bạch kim ngồi phía sau – không biết có phải là vợ mới cưới của ông hay không, đi theo làm *stenodactylo* / tốc ký ghi xuống những điều Steinbeck đang nói.

Không phải là không nhớ, nhưng Khánh không muốn nói nhiều về chuyến *field trip* ngày hôm ấy với Steinbeck, Khánh coi đó như một chút riêng tư mà Khánh muốn giữ cho riêng Anh. Khánh viết: *"Tôi xin được phép không làm nhân chứng lịch sử của một giai đoạn chiến tranh tương tàn mà rốt cuộc miền Nam bị miền Bắc cưỡng chiếm"*. Sau này sang Mỹ, Khánh đã có dịp tới thăm *The National Steinbeck Center* ở Salinas, tới thành phố Carmen, cả ôm pho tượng Steinbeck. [Trần Văn Khánh, Oklahoma, Email: ngày 7 tháng 3 năm 2021]

MỘT CUỐN SÁCH GÂY TRANH CÃI

"Những bức thư gửi Alicia" trên tờ Newsday được tập hợp trong một cuốn sách có tên là *Steinbeck in Vietnam: Dispatches from the War,* nhưng rồi đã không được in ra vào thập niên 1960s, do những e ngại danh tiếng của Steinbeck bị thêm tổn thương. Mãi tới 44 năm sau khi Steinbeck mất (1968), cuốn sách mới được University of Virginia Press xuất bản (2012), với Thomas Barden, giáo sư Đại học Toledo, Ohio từng là cựu chiến binh ở Việt Nam và là một học giả chuyên về Steinbeck, viết lời *Dẫn Nhập* và *Kết Từ* cho tác phẩm cuối đời của Steinbeck.

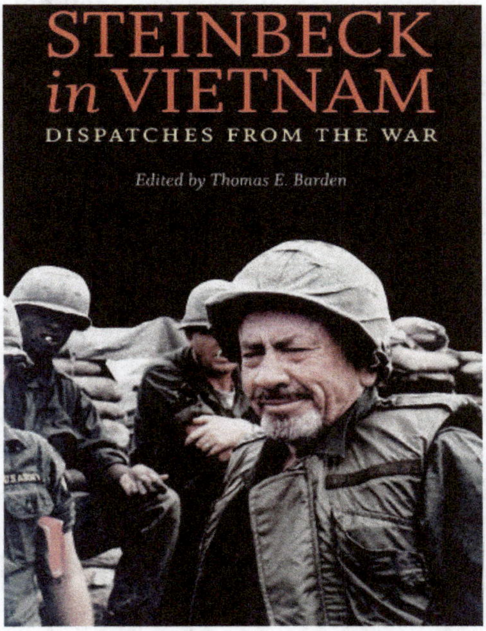

Hình bìa cuốn sách *"Steinbeck in Vietnam: Dispatches from the War"* đã không ra mắt vào thập niên 1960s, mà mãi tới 44 năm sau khi Steinbeck mất. University of Virginia Press (2012).

Theo Barden, chính TT Johnson cũng muốn Steinbeck tới Việt Nam tường trình tại chỗ những gì đang diễn ra lúc đó. Steinbeck muốn có một chuyến đi độc lập, nhưng qua nội dung các bức thư viết từ chiến trường, rõ ràng Steinbeck có quan điểm ủng hộ cuộc chiến tranh, phản ánh chính sách của TT Johnson lúc đó với *chủ thuyết Domino, và tính tất thắng / winnability* của Mỹ trong cuộc chiến này. Giữa Cha và Con Steinbeck đã có đụng độ với cách nhìn khác nhau về cuộc chiến tranh Việt Nam. John IV con trai Steinbeck cho rằng đây là một cuộc chiến sai lầm, *"đa số lính Mỹ thì nghiện ngập, con số thương vong thì không chính xác, và rằng chúng ta – người Mỹ phải rút chân ra khỏi cuộc chiến tranh này."*

Sau thời gian ở Việt Nam trở về Mỹ và trong những trao đổi riêng tư, Steinbeck đã tỏ ra bất bình về những tin tức sai lạc về cuộc chiến tranh hàng ngày cung cấp cho dân chúng Mỹ. Chính Elaine vợ ông cũng khuyên Steinbeck cần thay đổi cách nhìn về cuộc Chiến tranh Việt Nam, nhưng Steinbeck đã không còn sống lâu hơn để viết thêm gì khác về cuộc chiến tranh ấy.

Đồng ý với John Steinbeck hay không, thì sự nghiệp của ông đã hoàn tất. Tất cả những trang viết của ông trước sau, thì nay vẫn hiện diện trên các kệ sách trong các thư viện và trường học. Sẽ vẫn là một bài học cho các thế hệ tương lai.

IN RETROSPECT – NHÌN LẠI

Năm 1972, thời gian tôi đi tu nghiệp ở San Francisco về chuyên ngành Y Khoa Phục Hồi, John Steinbeck đã mất trước đó 4 năm (1968). Tiếp sau Lyndon B. Johnson, Richard Nixon là Tổng thống Mỹ, đang theo đuổi chính sách Việt Nam hóa cuộc chiến tranh – mà báo chí Mỹ gọi đó là kế hoạch *đổi màu da trên xác chết*, chuẩn bị cho Mỹ hoàn toàn rút chân ra khỏi miền Nam Việt Nam.

Và cũng chưa bao giờ phong trào phản chiến với *teach-in, sit-in* lên cao và lan rộng ra khắp các đại học trên toàn nước Mỹ như vậy. Nơi sân trường Đại học Berkeley, đám sinh viên "con ông cháu cha" từ miền Nam Việt Nam sang du học Mỹ cũng hòa nhập vào đám phản chiến ấy, chúng mặc bộ áo bà ba đen tổ chức các nhạc hội hát *"Quảng Bình Quê Ta ơi"* quyên tiền ủng hộ Hà Nội và Mặt trận Giải Phóng. Và ở đâu đó, hai con trai của John Steinbeck cũng đang hòa nhập vào dòng người đó.

Cũng trong năm 1972 và cả sau này, tôi đã hơn một lần tới thăm Monterey, Salinas quê hương của Steinbeck. Steinbeck mất ở New York, tro cốt của ông được đưa về California và chôn cất lặng lẽ trong

Hình trên, Trung tâm Quốc gia Steinbeck, [địa chỉ 1 Main Street, Salinas, CA 93901] nơi thị trấn Salinas quê hương của Steinbeck. Trung Tâm Steinbeck được xây dựng và khai trương (1998) 30 năm sau khi ông mất (1968); dưới, câu trích dẫn của John Steinbeck được phóng lớn và trưng nơi sảnh đường của National Steinbeck Center tại Salinas, California.

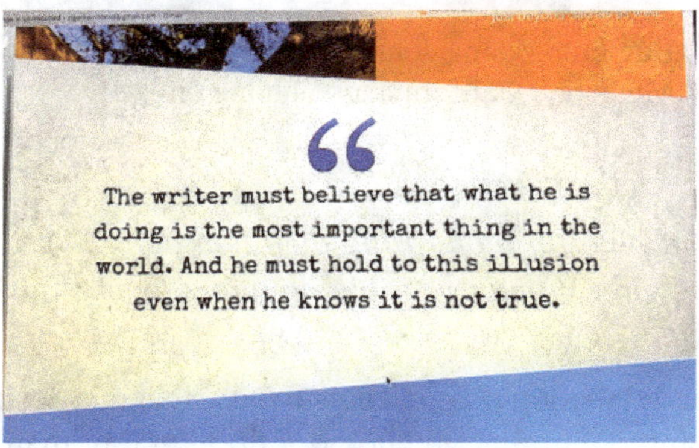

khu nghĩa trang của gia đình. Ba mươi năm sau khi ông mất, một *National Steinbeck Center* được khai trương (27/06/1998) tại thị trấn Salinas, nơi quê hương ông sinh ra.

Trong một lần đã tới thăm, điều vẫn còn lưu lại trong trí nhớ là câu trích dẫn của John Steinbeck được phóng lớn và trưng bày nơi sảnh đường của *National Steinbeck Center Salinas, California.*

Bức tượng đồng John Steinbeck, nơi thành phố Monterey, California, quê hương ông.

“Nhà văn phải tin tưởng rằng điều hắn đang làm là quan trọng nhất trên thế giới. Và hắn phải giữ ảo tưởng ấy cho dù khi biết được điều đó là không thực.”

Dĩ nhiên đây không phải là câu văn hay nhất của Steinbeck nhưng có lẽ phản ánh đúng nhất về cuộc đời 66 năm đầy thăng trầm và cả nghịch lý của Steinbeck mà ông đã bướng bỉnh lựa chọn để đi tới vinh quang và cả đôi khi chống lại chính mình.

California 28/3/2021

Tham Khảo:

1/ *Steinbeck in Vietnam: Dispatches from the War*, March 29, 2012 by John Steinbeck (Author), Thomas E. Barden (Editor)

2/ *Steinbeck In Vietnam: A Great Writer's Last Reports*, April 21, 2012, 6:25 AM https://www.npr.org/2012/04/21/150012711/steinbeck-in-vietnam-a-great-writers-last-reports

3/ *War hopeless but necessary, Steinbeck says.* Ray Belford, The Stars and Stripes Archives, December 22, 1966 https://www.stripes.com/news/war-hopeless-but-necessary-steinbeck-says-1.84079

4/ *John Steinbeck, despised and dismissed by the right and the left, was a real American radical.* America's Best Hated Author by Eric Johnson. Aug 5, 2004 https://www.montereycountyweekly.com/news/local_news/john-steinbeck-despised-and-dismissed-by-the-right-and-the-left-was-a-real-american/article_4bd65e88-6803-59da-9ec2-0a62c5c8adbb.html

5/ *John Steinbeck IV and the Coconut Monk.* Alison Teal, Contributor 04/09/2014, HuffPost https://www.huffpost.com/entry/john-steinbeck-and-the-co_b_5089375

6/ (A) *The Dragon in the Jungle: The Chinese Army in the Vietnam War.* Xiaobing Li. Oxford University Press, Jan 30, 2020. (B) *A History of the Modern Chinese Army.* Xiaobing Li. The University Press of Kentucky, 2007

7/ *Của Chuột và Người.* John Steinbeck. Bản dịch của Hoàng Ngọc Khôi và Nguyễn Phúc Bửu Tập. Nxb Văn, Sài Gòn,1967

8/ *Khám Phá Việt Nam, Hầm bí mật dưới lòng đất của Lạng Sơn có nhiều ghi chú bằng cả chữ Hán* và https://youtu.be/mpuudi8AMIU

9/ *Great Writers of the West: Steinbeck and the Environment.* The Bill Lane Center for the American West. Stanford University Wednesday, May 10, 2017 https://west.stanford.edu/events/great-writers-west-steinbeck-and-environment

CON ĐƯỜNG SÁCH SÀI GÒN VÀ CÂU CHUYỆN ĐỐT SÁCH

Đường Sách đang rộn rã không khí Giáng Sinh 2017 với ban nhạc Santa Claus. *[Photo tư liệu Ngô Thế Vinh]*

Đường Sách, cũng là đường mang tên Đức TGM Nguyễn Văn Bình (1910-1995), bên hông Bưu Điện, chạy dài từ Nhà Thờ Đức Bà tới đường Hai Bà Trưng, như một tụ điểm sinh hoạt văn hóa và du lịch, đang rộn rã không khí Giáng Sinh 2017 với ban nhạc Santa Claus có lẫn cả một ông Tây béo mập cao ngồng thổi kèn, vây quanh là tấp nập khách đi xem, chụp hình, ngồi tụ tập trong các quán cà phê sách, và một số thì tìm mua sách. Đường Sách Nguyễn Văn Bình ngày nay là hình ảnh một mini-đường sách Lê Lợi của hơn 40 năm trước.

CON ĐƯỜNG SÁCH LỊCH SỬ

Người viết bài báo sớm nhất ý tưởng về Đường Sách Sài Gòn là nhà văn nhà báo Lê Văn Nghĩa.

Công xây dựng Đường Sách là từ ký giả Lê Hoàng nguyên Tổng biên tập báo Tuổi Trẻ và TS Quách Thu Nguyệt khi còn làm Giám đốc Nxb Trẻ, với mơ ước có được một không gian chỉ có sách và sách. Hai người đã tích cực đứng ra vận động với chính quyền Thành phố, các nhà xuất bản, và các doanh nghiệp phát hành sách ủng hộ cho sáng kiến hình thành con Đường Sách và sau đó họ lần lượt trở thành Giám đốc và Phó Giám đốc ban điều hành Công ty Đường Sách Thành phố. Đường Sách đã trở thành một không gian khá lý tưởng để các nhà xuất bản, nhà kinh doanh sách có cơ hội học hỏi chia sẻ những kinh nghiệm nghề nghiệp, và cả các tác giả có dịp tiếp cận với giới bạn đọc. Đường Sách trở thành một biểu tượng của văn hóa đọc, nơi gặp gỡ của những người yêu sách, cũng là điểm hẹn lý tưởng cho những người bạn trong và cả ngoài nước.

Ngày 15.10.2015, Sở Thông Tin và Truyền Thông Thành phố đã khởi công xây dựng con Đường Sách trên đường Nguyễn Văn Bình [là tên Đức Tổng Giám Mục Nguyễn Văn Bình], phường Bến Nghé, Quận I Sài Gòn. Đây là một con đường nhỏ nằm bên hông Bưu điện Thành phố, nối liền Nhà Thờ Đức Bà và đường Hai Bà Trưng nhưng có ưu điểm là nằm ngay trong khu vực trung tâm Thành phố. Đây không chỉ là một không gian sinh hoạt văn hóa mà còn là một tụ điểm du lịch, là nơi thường xuyên có nhiều du khách ghé qua.

Sau gần ba tháng thi công ngày 09.01.2016, Đường Sách chính thức được khai trương. Chỉ với con đường nhỏ chiều dài 144 m, lòng đường 8 m, hai bên vỉa hè rộng 6 m, với thiết kế một bên là 20 gian hàng sách, một bên là café sách và khu triển lãm. Hai đầu Đường Sách là hai bức tượng điêu khắc *Cô gái bên trang sách* và *Suy ngẫm* – hai tác phẩm được tuyển chọn từ Trại điêu khắc quốc tế của Thành phố.

Không biết tôi đã đứng trong *Quán Sách Mùa Thu* bao lâu, trong một không gian rất nhỏ, cô chủ quán sách thì tế nhị và lặng lẽ; tôi có cảm giác thời gian như dừng lại. Cầm trên tay những cuốn sách cũ, rất cũ xuất bản lần đầu tiên từ những thập niên 50s, 60s, 70s có những cuốn mà tác giả đã từng là bạn văn còn sống hay đã mất và cả ngạc nhiên nữa là sao những cuốn sách ấy lại có thể sống sót sau cuộc *"phần thư"*. Rồi tôi bị kéo về thực tại khi có tiếng nói của một thanh niên, có lẽ là sinh viên hỏi cô chủ quán về một đầu sách: *Mùa Hè Đỏ Lửa* của Phan Nhật Nam. Được biết, các quán sách tuy không có sách nhưng vẫn có thể nhờ kiếm hay đặt mua. Sách có thể gửi ra hải ngoại và trả bằng thẻ tín dụng. Sự kiện thế hệ sau chiến tranh, tìm đọc Ký của Phan Nhật Nam trên Đường Sách, chắc là điều mà bạn tôi cũng muốn được nghe.

Hình trên: từ trái, người viết trên báo sớm nhất ý tưởng về Đường Sách Sài Gòn là nhà văn nhà báo Lê Văn Nghĩa (1953-2021); phải, TS ngành Dân tộc học Quách Thu Nguyệt nguyên Giám đốc Nxb Trẻ đang phát biểu trong buổi tọa đàm về Phố Sách Sài Gòn 2015; dưới trái, nhà báo Lê Hoàng nguyên Tổng biên tập báo Tuổi Trẻ đã cùng góp công xây dựng Đường Sách Sài Gòn; dưới phải, bản đồ dự án Đường Sách. *[nguồn: Tuổi Trẻ Online, VNExpress, blog's Lê Thiếu Nhơn]*

Những quán Café Sách trên Đường Sách là điểm gặp gỡ thú vị với hẹn và không hẹn cho những người bạn đến từ phương xa; trái, Đỗ Hồng Ngọc (Sài Gòn), Miên Đức Thắng (Đức quốc), Trần Thị Nguyệt Mai (Hoa Kỳ); phải, Vương Tấn Lễ, Nguyễn Văn Hưng, Ngô Thế Vinh. *[tư liệu Ngô Thế Vinh]*

Hình trái, với bạn trẻ ngồi đọc sách ngoài trời; phải, từ hướng Nhà Thờ Đức Bà tới đường Hai Bà Trưng là 20 gian hàng sách. *[photo by Ngô Thế Vinh]*

Từ ngày có con Đường Sách, không chỉ các tác giả trong nước có sách xuất bản đều mong muốn có dịp ra mắt sách tại nơi đây. Cả học giả nước ngoài cũng chọn Đường Sách là nơi giới thiệu sách của mình.

Như TS Môi Sinh Nguyễn Đức Hiệp cũng là nhà nghiên cứu đã từ Úc về Sài Gòn 22.07.2016, cùng một lúc ra mắt ba cuốn sách nghiên cứu về Sài Gòn - Chợ Lớn.

Mấy tụ điểm để du khách chụp hình; trái, Bức tượng đồng *"Hai bé ngồi chống lưng đọc sách"*, phải, Cô gái ngồi đàn guitar live trong một khu đọc sách ngoài trời. *[photo by Ngô Thế Vinh]*

Như nhà sử học TS Nguyễn Duy Chính từ Mỹ về cũng ra mắt ký tặng bộ sách đồ sộ mười cuốn nghiên cứu về thời Tây Sơn và quan hệ với triều đại nhà Thanh.

Như nhà thơ, nhà văn, dịch giả Trịnh Y Thư từ Mỹ về trong buổi ra mắt tác phẩm dịch *Jane Eyre* hôm 06.01.2017 tại Đường Sách Sài Gòn.

Như nhà văn Nguyễn Thị Thụy Vũ nổi tiếng từ trước 1975 còn ở lại trong nước, sau ngót nửa thế kỷ sống ẩn dật tại một miền quê, thì nay đã có mặt trên Đường Sách 19.03.2017 để ra mắt một loạt mười tác phẩm của bà mới được Nxb Phương Nam tái bản.

Đặc biệt hơn nữa, có cả các học giả người nước ngoài như GS Larry Berman cũng chọn Đường Sách để giới thiệu bản dịch cuốn *The Perfect Spy / Điệp Viên Hoàn Hảo* mà ông là tác giả.

Và Hội đồng Anh / British Council cũng đã chọn Đường Sách để tổ chức hoạt động tưởng niệm 400 năm (1616-2016) ngày văn hào William Shakespeare qua đời.

Hình trái, TS Nguyễn Đức Hiệp chuyên gia môi sinh cũng là một nhà nghiên cứu từ Úc châu, ra mắt bộ sách ba cuốn *Sài Gòn - Chợ Lớn* trên Đường Sách 22.07.2016; từ phải, TS Nguyễn Đức Hiệp, TS Nguyễn Thị Hậu, và ông Tim Doling; phải, TS Nguyễn Đức Hiệp ký sách cho một bạn đọc trên Đường Sách năm 2017. *[nguồn: trái, ảnh L. Điền; phải: tư liệu Nguyễn Đức Hiệp]*

Nhà sử học TS Nguyễn Duy Chính [giữa] từ Mỹ về cũng ra mắt ký tặng bộ sách đồ sộ mười cuốn nghiên cứu về thời Tây Sơn và quan hệ với triều đại nhà Thanh tại Quán sách Nxb Văn Hóa Văn Nghệ trên Đường Sách 05.11.2016. *[nguồn: tư liệu Nguyễn Duy Chính]*

Nhà thơ, nhà văn, dịch giả Trịnh Y Thư từ California trong buổi ra mắt tác phẩm dịch *Jane Eyre* hôm 06.01.2017 tại Đường Sách Sài Gòn. *[tư liệu Trịnh Y Thư]*

Nhà văn Nguyễn Thị Thụy Vũ sau ngót nửa thế kỷ sống ẩn dật, nay ở tuổi 80 đã có mặt trên Đường Sách 19.03.2017 để ra mắt một loạt mười tác phẩm của bà mới được Nxb Phương Nam tái bản. *[nguồn: photo by L. Điền TTO]*

GS Larry Berman, từ Đại học UC Davis, ra mắt cuốn *The Perfect Spy / Điệp Viên Hoàn Hảo* mà ông là tác giả tại gian hàng First News trên Đường Sách, ngày 23.01.2016 *[nguồn: ảnh BTC báo Thanh Niên]*

Hình trái, Quán Sách Mùa Thu với thêm dòng chữ *“về lại chốn thư hiên”*, nơi có thể tìm hoặc đặt mua những cuốn sách cũ “tàn dư văn hóa Mỹ Ngụy” nay trở thành quý hiếm; giữa, tác giả cùng Phí Từ Việt, con trai nhà văn Dương Nghiễm Mậu trong Quán Sách Mùa Thu; phải, do thiếu diện tích mặt bằng, cả trên lòng đường cũng được tận dụng cho những Kiosk sách di động trên Đường Sách, với các bạn trẻ đứng ngồi tĩnh lặng say mê đọc sách, gợi lại hình ảnh thật đẹp của Sài Gòn trước 1975 với đường sách Lê Lợi, nhà sách Khai Trí thuở nào. *[photo by Ngô Thế Vinh]*

Bên phải Đường Sách là các cửa hàng café sách, các khu triển lãm; Phương Nam Book Café đẹp khang trang lúc nào cũng đông khách; phải, do thiếu diện tích mặt bằng, có thêm mấy Kiosk sách bên lề phải Đường Sách phía ngã ba Hai Bà Trưng - Nguyễn Văn Bình, anh chị Long đôi vợ chồng rất yêu sách, gốc người Sài Gòn cũ, chị gốc nhà giáo rồi làm công chức Nha Quân pháp trước 1975, nay sống bằng nghề buôn sách cũ. *[photo by Ngô Thế Vinh]*

Xe Buýt Sách với châm ngôn: *Chuyến xe chở tri thức, chở tương lai* do sáng kiến của một số bạn trẻ thiện nguyện viên, là một thư viện nhỏ lưu động nhằm đem sách tới gần bạn đọc và cả đón nhận nguồn sách tặng nên luôn có sách mới với thư mục phong phú, trên xe có trang bị cả laptop với internet để khách có thể tra cứu thông tin điện tử. *[photo by Ngô Thế Vinh]*

Gặp lại cả những cuốn sách của bạn tôi, GS Nguyễn Văn Tuấn, Viện Nghiên cứu Garvan Úc châu. Từ một thuyền nhân bị đày ải cách đây hơn 36 năm, anh trở thành một giáo sư, một nhà khoa học và hàng năm anh vẫn trở về quê hương giảng dạy tại các đại học từ Nam ra Bắc. *[photo by Ngô Thế Vinh]*

Tác phẩm điêu khắc *Cô Gái Bên Trang Sách* nơi cuối Đường Sách, tiếp giáp với đường Hai Bà Trưng. *[photo by Ngô Thế Vinh]*

THÁNH GANDHI KHÔNG NÓI THẾ

Kế ngay bên bức tượng *Cô Gái Bên Trang Sách,* là một tấm bảng hiệu cao hơn đầu người, với một câu trích dẫn mà tác giả được ghi là Mahatma Gandhi [sic]. Tôi rất quan tâm và cả thắc mắc về tên tuổi của Gandhi trên tấm bảng hiệu. Gandhi là một trong những thần tượng thời sinh viên tuổi trẻ của tôi, một con người suốt đời tranh đấu theo *con đường bất bạo động*, được tôn xưng như một vị thánh; vậy sao ông lại có thể liên hệ tới một ý tưởng rất bạo động là *"đốt sách"*. Tuy chưa biết tác giả của câu trích dẫn trên là ai, nhưng trực giác cho tôi biết chắc chắn không phải của Gandhi.

Tấm bảng hiệu uy nghi cao hơn đầu người với hàng chữ: *"Không Cần Phải Đốt Sách để phá hủy một nền văn hóa, Chỉ Cần Buộc Người Ta Ngừng Đọc mà thôi."* [sic] Tác giả câu nói ấy được ghi là của Mahatma Gandhi. *[photo by Hoàng Long]*

Vẫn bị ám ảnh về những vụ đốt sách sau 30.04.1975, không thể đợi tới ngày về Mỹ, tôi thấy cần truy nguyên ra ai là tác giả của câu nói ấy. Vì đang lưu lại trong một khách sạn ở Sài Gòn, không tiện cho một tìm kiếm rộng rãi trên mạng, và qua iPhone, tôi liên lạc ngay qua một eMail kèm theo hình chụp gửi mấy người bạn trẻ hiện ở California như sau:

Vũ Nguyễn ơi
Confidential -- nhờ Vũ search, là có hay không
một original quote như trên của M.G. Thanks
All the best
aVinh

Và tôi có ngay câu trả lời cùng một lúc trong cùng ngày tới từ hai người bạn trẻ Vũ Nguyễn và Ngọc Dung.

Vũ Nguyễn viết:

"Thưa anh Vinh, câu ấy vốn của nhà văn Ray Douglas Bradbury (22 August 1920 – 5 June 2012), nguyên văn thế này:

"The problem in our country isn't with books being banned, but with people no longer reading. Look at the magazines, the newspapers around us – it's all junk, all trash, tidbits of news. The average TV ad has 120 images a minute. Everything just falls off your mind... You don't have to burn books to destroy a culture. Just get people to stop reading them."

Ray Bradbury nói câu này khi trả lời phỏng vấn bởi Misha Berson, của tờ The Seattle Times (12 March 1993). Sau được các báo như Reader's Digest trích dẫn lại. (The Reader's Digest, Vol. 144, No. 861, January 1994, p. 25).

Một dị bản về sau của câu này là: *"We're not teaching kids to read and write and think... There's no reason to burn books if you don't read them."* [Roger Moore, in The Peoria Journal Star, August 2000]

Cùng một lúc, Ngọc Dung, cô bạn đồng trang lứa với Vũ Nguyễn có ngay một câu trả lời khẳng định: *"câu này của Ray Bradbury anh Vinh ạ."*

NHỮNG NGƯỜI BẠN VÀ CÁC LỜI BÀN

Qua sự kiện này, anh Phạm Phú Minh Chủ Bút Diễn Đàn Thế Kỷ cũng là tác giả cuốn ký *"Hà Nội Trong Mắt Tôi"*, bày tỏ cảm tưởng: *"Vậy là Ngọc Dung và Vũ Nguyễn đã giải được nghi vấn ai là tác giả câu nói được gán cho Gandhi tại giữa Đường Sách Sài Gòn."* Anh

Minh tiếp: *"Gọi là Đường Sách mà trương lên một câu "nói không có sách, mách không có chứng", đó là một sự lạ của Việt Nam. Từ sáng tới giờ tôi cứ thắc mắc trong lòng, tại sao lại có hiện tượng này. Câu nói của Ray Bradbury thì cũng không phải là một danh ngôn lừng lẫy gì lắm và ra đời cũng chưa lâu, hẳn giới sách vở ở Việt Nam lấy làm thích ý tưởng đó nên đem dịch ra và trương lên. Dĩ nhiên họ biết tác giả câu nói đó là ai, vậy tại sao họ không ghi đúng tên tác giả là Ray Bradbury, mà lại bịa ra tên giả Mahatma Gandhi? Quả thật tôi nghĩ không ra. Mong các bạn góp ý kiến giải thích hiện tượng này."*

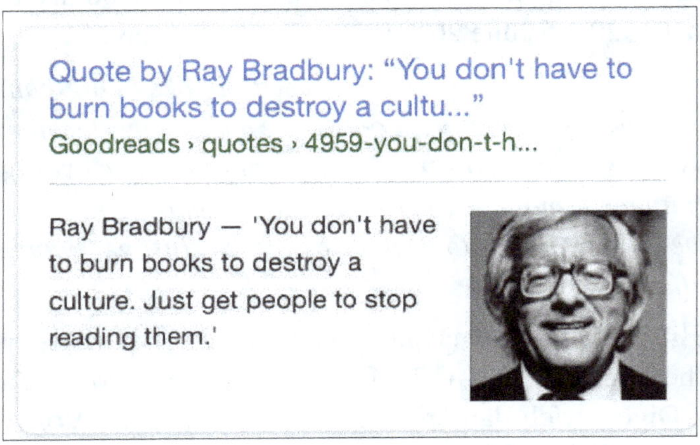

Câu trích dẫn của Ray Bradbury: *"You don't have to burn books to destroy a culture. Just get people to stop reading them."* Bên cạnh là chân dung tác giả. *[nguồn: internet, sưu tầm Ngọc Dung]*

Trên Amazon có bán poster với câu trích dẫn của Ray Bradbury *"You Don't Have to Burn Books to Destroy a Culture. Just get people to stop reading them."* với giá US$ 15.95 *[nguồn: Amazon.com, sưu tầm Ngọc Dung]*

Tiếp theo thắc mắc của anh Phạm Phú Minh, nhà sử học TS Nguyễn Duy Chính, tác giả của bộ sách đồ sộ mười cuốn về Vua Quang Trung và đời Nhà Thanh, người đã từng ngồi ký sách trên Đường Sách, cũng có một phát biểu mà anh khiêm cung gọi đó là "ý mọn":

"Theo tôi thì quan trọng không phải ai nói mà là với mục đích gì. Nếu tôi nhớ không lầm, trước đây đạo diễn Trần Văn Thủy khi làm cuốn phim "Chuyện Tử Tế" đã dẫn ở đầu cuốn phim một câu đại khái "Chỉ có thú vật mới quên đi nỗi đau của đồng loại mà quay lại lo riêng cho bộ da của mình" rồi gán cho tác giả là Karl Marx. Sau này ông ta có thú nhận Marx không nói câu đó nhưng câu nói đã trở thành một "điểm nhấn" của bộ phim. Thêm một dật sự khác là Tô Đông Pha khi làm văn đã viết một câu gán cho cổ thư khiến giám khảo không dám nhận là không biết mà sau hỏi lại: "Thầy lấy trong sách nào thế?" Có lẽ người dẫn câu này muốn ám chỉ một cái gì đó nên phải lấy tên Gandhi cho thiên hạ khỏi vặn vẹo vì trong nước rất dễ bị lôi thôi nếu có "ý đồ". Chắc chắn là câu này sẽ được nhiều người nhớ đến hơn khi lấy tên Gandhi là tác giả."

Với ý kiến của anh Chính, anh Phạm Phú Minh tiếp tục bày tỏ:

"Ý kiến của anh Chính rất thú vị. Nó lại cho ta hiểu thêm câu: Cứu cánh biện minh cho phương tiện. Tên của một tác giả chỉ là một phương tiện, trong một hoàn cảnh nào đó thì người ta có thể thay đổi đi, để đạt được điều mà người ta muốn. Nhưng "hoàn cảnh nào đó" là hoàn cảnh nào? Bởi vì một xã hội gọi là bình thường và lành mạnh thì không thể lúc nào cũng lấy hoàn cảnh ra mà biện minh cho hành vi sai trái của mình được. Ví dụ Việt Nam bây giờ đã thoáng hơn và người dân hiểu biết hơn rất nhiều so với thời Trần Văn Thủy làm phim Chuyện Tử Tế, làm sao người ta đủ can đảm lấy tên ông Gandhi để thay cho Ray Bradbury? Nhất là trong một biểu ngữ dựng công khai giữa nơi Đường Sách, khiến ông bạn Ngô Thế Vinh của chúng ta đâm ra nghi ngờ! Sự dễ dãi, sự "tự cho phép" thiết nghĩ cũng phải có giới hạn thôi chứ? Làm quá thì hóa ra coi thường sự hiểu biết của xã hội. Thông tin về câu "Chỉ có thú vật..." cũng rất thú vị, bởi vì chính tôi lâu nay cũng tưởng là câu của Karl Marx. Bây giờ thì không chắc điều đó đúng hay sai, nếu sai thì là do dây chuyền, mà người đầu tiên làm cho sai chưa chắc là Trần Văn Thủy. Tôi đồng ý với anh Chính những

người trưng câu này của Ray Bradbury chắc là khoái chí với hai chữ ĐỐT SÁCH, nên phải mượn tên Gandhi để che chắn thôi. Để tên tác giả là một người Mỹ thì dễ bị lên án hơn là một ông Ấn Độ!"

Và cuối cùng là phát biểu của Vũ Nguyễn, người bạn trẻ tìm ra ngay câu trả lời ai là tác giả câu trích dẫn:

Vũ trước nay vẫn đinh ninh câu "Chỉ có súc vật mới quay lưng lại với nỗi đau đồng loại mà chăm chút bộ lông của mình" là của Karl Marx trong Tư Bản Luận mà không buồn truy nguyên. Nay anh Chính nói mới biết là không phải. Giờ thì ngờ rằng câu đó do chính Trần Văn Thủy bịa ra, như Tô Đông Pha bịa câu "cổ văn" mà qua mặt giám quan tam lão. Trước khi có phim "Chuyện Tử Tế" có lẽ ở Việt Nam chẳng ai biết câu này. Lần đầu tiên đọc câu quotation này ở đoạn mở đầu phim, đa số khán giả của bộ phim đều cho rằng tác giả hẳn là một tay triết gia ủy mị nào đó của bọn tư bản giãy chết. Cho đến phút cuối cuốn phim, khi đạo diễn đọc câu thuyết minh "May quá. Câu ấy là của Karl Marx" cả rạp mới ồ lên ... "À ra vậy. Bác Các / Karl, bác Lê / Lenin bao giờ cũng chí phải!" Điều đó cho thấy câu "danh ngôn" này chưa tồn tại ở Việt Nam trước khi có phim "Chuyện Tử Tế" của Trần Văn Thủy ra đời.

CỦA CAESAR TRẢ VỀ CHO CAESAR

Trở lại với câu trích dẫn:

"Không Cần Phải Đốt Sách để phá hủy một nền văn hóa, Chỉ Cần Buộc Người Ta Ngừng Đọc mà thôi."

"You don't have to burn books to destroy a culture. Just get people to stop reading them."

Ray Bradbury phát biểu câu trên cách đây mới có 24 năm khi trả lời phỏng vấn của Misha Berson, của tờ *The Seattle Times* (12 March 1993); trong khi Mahatma Gandhi thì đã chết cách đây 69 năm rồi [30 January 1948]. Vậy hãy trả cho Ray Bradbury câu nói của Ray Bradbury và cũng đừng cưỡng gán cho thánh Gandhi đã trở về tro bụi trước đó từ lâu [ông đã được hỏa thiêu theo nghi thức Hindu] nay bị cho là tác giả của một câu nói mà ông không hề hay biết.

Sau chuyến đi khảo sát môi sinh ĐBSCL, trở lại Sài Gòn, tôi không có một lịch sinh hoạt gặp gỡ nào trước khi trở về Mỹ. Với tôi, *Đường Sách* là một khoảng xanh tĩnh lặng, một gạch nối giữa quá khứ và hiện tại mà đã hơn một lần muốn trở lại và cả rất yêu mến. Nhưng cũng mong sao, mọi người cố giữ cho nơi đây vẫn là một khoảng không gian xanh tinh khiết, không có những cơn gió độc mang tới những hạt giống xấu, để mãi mãi nơi đây là thửa vườn gieo trồng những hạt giống tốt của tâm hồn.

…

MỘT SÀI GÒN 2021 TRONG ĐẠI DỊCH

Đường Sách phải đóng cửa lần thứ hai.

Đường sắt Số 1 Bến Thành Suối Tiên sắp hoàn tất cũng phải khựng lại.

Với một Dự án được phê duyệt từ 2007, mãi tới 7 năm sau, ngày 25.07.2014 liên doanh nhà thầu Nhật Bản Shimizu-Maeda mới động

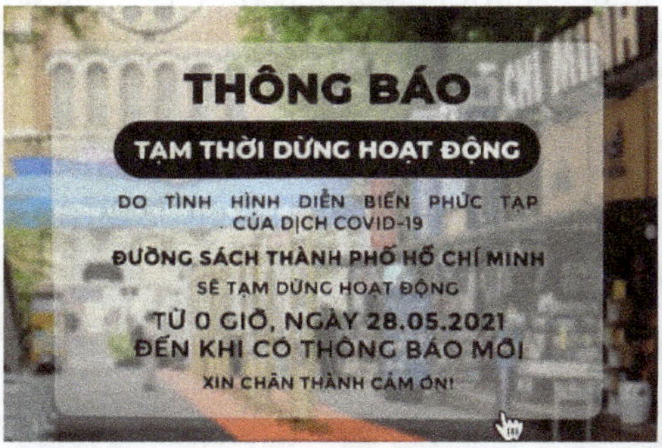

Hình trái, Thông Báo Đường Sách tạm thời dừng hoạt động lần hai, từ 28.05.2021 do tình hình đại dịch Covid-19 diễn biến phức tạp; phải, Sài Gòn một ngày nắng đẹp nhưng như một no man's land và trên Con Đường Sách thì không có một bóng người. *[nguồn: Công ty Điều hành Đường Sách Thành Phố]*. Cách đây hơn một năm, lần thứ nhất Đường Sách cũng đã ngưng hoạt động vào ngày 24.03.2020 do đại dịch Covid-19 và sau đó một tháng được mở cửa trở lại ngày 24.04.2020 khi dịch bệnh được đánh giá là tiến triển khả quan hơn. *[nguồn: báo Phụ Nữ 29.05.2021]*

Hình trái, Hai khách viếng thăm Nguyễn Văn Hưng, Ngô Thế Vinh đang đứng trước một cỗ máy nén đất khổng lồ để tạo đoạn đường hầm dài 1,9 km từ dưới tòa nhà Quốc Hội cũ, nay là Nhà hát Thành phố ra tới khu nhà máy Ba Son; phải, Cùng đi với kỹ sư công trình trong khúc đường hầm, đây cũng là trạm nhà ga số 1 nằm sâu dưới lòng đất với bốn tầng cao, rộng 25m, có chiều dài 190m và có thang điện cuốn đủ tiện nghi cho cả người tàn tật. *[tư liệu Ngô Thế Vinh]*

Hình ảnh con tàu tương lai trên tuyến Metro Số 1 Bến Thành - Suối Tiên tổng chiều dài 19,7 km với khúc đường ngầm 2,6 km qua 3 ga trong lòng đất từ Bến Thành tới Nhà máy Ba Son, tiếp theo là đoạn đường đi trên cao 17,1 km qua 11 ga, với dự kiến đưa vào hoạt động thương mại 2023, tức là 16 năm sau kể từ khi dự án được phê duyệt 2007. *[tư liệu tập đoàn nhà thầu Shimizu-Maeda Nhật Bản]*

thổ bắt đầu khởi công. Từ đó cho tới nay, với bao nhiêu rối rắm về quản trị về tiền bạc về nhân sự của Thành phố, kéo theo những trì hoãn và cả bao nhiêu lần lỡ hẹn với người dân Sài Gòn.

Và cũng không thể ngờ rằng "Cơn Gió Chướng" đại dịch Covid-19 lần này có thể làm rung chuyển cả một đất nước, mà Sài Gòn lại là tâm dịch giáng lên đầu hơn mười triệu dân Thành phố. Không chỉ người sống khốn khổ, mà hàng ngày phải đối đầu với cái chết ngay ngoài ngõ – với con số hơn mười ngàn người chết vượt lên đứng đầu cả nước. Để rồi thực phẩm thì phải sắp hàng chờ mua. Xác chết cũng phải nối hàng chờ thiêu. Sài Gòn đang là hình ảnh của New York hai năm trước. Cũng để thấy rằng, đại dịch Sài Gòn – cũng giống New York, chỉ có thể vượt qua bằng một tập thể với trên 75% được chích ngừa. Đó phải là ưu tiên hàng đầu trong chống dịch, chứ không cần phải yêu cầu từ trung ương đổ thêm hàng sư đoàn vũ trang vào Sài Gòn.

HAI CHỈ DẤU SỨC KHỎE CỦA SÀI GÒN

Theo cách nhìn y khoa, với người viết, thì chỉ với hai đoạn đường ngắn: con Đường Sách 144 m và tuyến Đường Metro Bến Thành Suối Tiên 19,7 km có thể xem đó là hai chỉ dấu sức khỏe – *vital signs* của Sài Gòn. Chừng nào có sinh hoạt *"được gọi là bình thường"* nơi hai tụ điểm ấy: một nét văn hóa và một nét công nghệ cao – là biểu trưng cho một thời kỳ Sài Gòn khỏe mạnh, một Sài Gòn phục sinh, vui tươi trở lại với rộn rã ca khúc của Y Vân ngày nào: *Sài Gòn đẹp lắm, Sài Gòn ơi, Sài Gòn ơi!*

Saigon 12.2017 – California 2021
Giữa mùa đại dịch Covid-19

THAY KẾT TỪ

Giới thiệu Tuyển tập II
Chân dung Văn học Nghệ thuật và Văn hóa của Ngô Thế Vinh

Nguyễn Văn Tuấn

"Tuyển tập II - Chân dung văn học nghệ thuật và văn hóa" là một công trình mới của Nhà văn Ngô Thế Vinh, giới thiệu 15 văn nghệ sĩ và nhà văn hóa thành danh thời trước 1975 ở miền Nam Việt Nam. Những tác phẩm, chân dung và chứng từ trong tuyển tập này minh chứng cho một nền văn nghệ nhân bản, năng động và đột phá đã bị bức tử sau biến cố 30/4/1975. Do đó, tuyển tập là một nguồn tham khảo quý báu về di sản của nền văn nghệ và giáo dục thời Việt Nam Cộng Hòa.

*

Để cảm nhận đầy đủ ý nghĩa của Tuyển tập này, cần phải điểm qua diễn biến của nền giáo dục và văn nghệ miền Nam thời Việt Nam Cộng Hòa trước và sau 1975. Việt Nam Cộng Hòa (VNCH) chỉ tồn tại vỏn vẹn 20 năm. Nhưng trong một quãng thời gian tương đối ngắn ngủi đó, VNCH đã để lại một di sản quý báu về một nền giáo dục mà ngày nay có người '*tiếc nuối vô bờ bến*'. Nền giáo dục VNCH được xây dựng trên ba trụ cột Nhân Bản, Dân Tộc và Khai

Phóng. Nhân Bản là lấy con người làm gốc, là cứu cánh chứ không phải phương tiện của đảng phái nào. Trụ cột Dân Tộc là nền giáo dục đó có chức năng bảo tồn phát huy các giá trị truyền thống của dân tộc. Trụ cột Khai Phóng là nền tảng để nền giáo dục tiếp nhận những thành tựu và kiến thức khoa học kỹ thuật trên thế giới, tiếp nhận tinh thần dân chủ và các giá trị văn hóa nhân loại, giúp cho Việt Nam hội nhập thế giới.

Ngoài giáo dục, VNCH còn để lại một di sản đồ sộ về văn học - nghệ thuật. Người viết bài này cảm thấy mình may mắn vì lớn lên và được thụ hưởng những tác phẩm trong nền văn học đậm chất nhân văn đó, được tiếp xúc với những tư tưởng mới từ phương Tây qua những sách dịch và sách triết học. Nếu phải mô tả một cách ngắn gọn nền văn nghệ đó, tôi sẽ tóm tắt trong bốn chữ: *nhân bản, tươi tắn, năng động,* và *đột phá*. Tính nhân bản và tươi tắn có thể thấy rõ qua những tác phẩm thơ và nhạc được giới thanh niên yêu thích. Tính năng động và đột phá được minh chứng qua những diễn đàn quan trọng như tạp chí Bách Khoa, từng làm say mê chúng tôi một thời. Nhà văn Võ Phiến từng nhận xét rằng, "*Trước và sau thời 1954 - 1975, không thấy ở nơi nào khác trên đất nước ta, văn học được phát triển trong tinh thần tự do và cởi mở như vậy*."

Tuy nhiên, sau biến cố 1975, nhà cầm quyền mới với chủ trương "chuyên chính vô sản" đã có nhiều biện pháp nhằm hủy diệt những di sản đó. Với sự phụ họa của một số cây bút ngoài Bắc và một số người 'nằm vùng' trong Nam, họ kết án rằng nền văn nghệ VNCH là "*văn học thực dân mới*" hay "*văn học tư sản*" có mục đích phục vụ cho thực dân. Họ quy chụp cho các tác giả miền Nam là "*những tên biệt kích văn hóa*", "*phản động và suy đồi*", "*thù địch với nhân dân*", "*phục vụ đắc lực nhất cho Mỹ Ngụy*". Không chỉ vu khống và quy chụp, nhà cầm quyền còn phát động nhiều chiến dịch lùng sục tịch thu và tiêu hủy sách báo cũ, và bắt giam nhiều tác giả nổi tiếng trong các trại tập trung để '*cải tạo tư tưởng*'. Chiến dịch tiêu diệt di sản của nền văn nghệ VNCH được thực hiện một cách có tổ chức và kéo dài đến 20 năm.

Hậu quả của sự vùi dập đó là một thế hệ người Việt hoặc là không hiểu biết gì về nền văn nghệ VNCH, hoặc là hiểu biết một cách méo mó do chánh sách tuyên truyền gây ra.

Tuy nhiên, trong thời gian chừng 10 năm trở lại đây, quan điểm của giới cầm quyền về nền văn nghệ VNCH đã thay đổi đáng kể. Theo thời gian, họ đã nhận thức rằng nền văn nghệ thời VNCH là một di sản văn nghệ của dân tộc. Theo đó, nhiều tác phẩm văn học và sách khảo cứu văn hóa thời VNCH đã được tái xuất bản, và khá nhiều nhạc phẩm sáng tác từ trước 1975 đã được 'cho phép' lưu hành. Nhiều tác giả từng bị vu cáo là 'biệt kích văn hóa' cũng được ghi nhận đúng đắn. Theo một ước tính gần đây, đã có chừng 160 tác giả thời VNCH đã được 'phục dựng'.

Song song với sự ghi nhận giá trị của nền văn nghệ VNCH, người ta cũng bắt đầu tìm hiểu và đánh giá đúng hơn về nền giáo dục VNCH. Ở miền Bắc Việt Nam trước 1975 và Việt Nam sau 1975 nền giáo dục không có triết lý giáo dục. Người ta loay hoay đi tìm một triết lý giáo dục cho Việt Nam, nhưng dù đã có nhiều cố gắng mà vẫn chưa đi đến một sự đồng thuận, có lẽ vì sự chi phối quá nặng nề của thể chế toàn trị.

Những nhận thức mới đó và sự loay hoay đi tìm một triết lý giáo dục hiện nay gián tiếp nói lên rằng *nền văn nghệ và giáo dục VNCH đã đi trước thời đại*.

Trong bối cảnh đó, Tuyển tập chân dung văn nghệ sĩ của Nhà văn Ngô Thế Vinh là một đóng góp có ý nghĩa. Tuyển tập I bao gồm 'chân dung' của 16 tác giả và 2 nhà giáo: Mặc Đỗ, Như Phong, Võ Phiến, Linh Bảo, Mai Thảo, Dương Nghiễm Mậu, Nhật Tiến, Nguyễn Đình Toàn, Thanh Tâm Tuyền, Nguyễn-Xuân Hoàng, Hoàng Ngọc Biên, Đinh Cường, Nghiêu Đề, Nguyên Khai, Cao Xuân Huy, Phùng Nguyễn, Phạm Biểu Tâm và Phạm Hoàng Hộ. Trong Tuyển tập II, bạn đọc sẽ 'gặp' 15 tác giả: Nguyễn Tường Bách & Hứa Bảo Liên, Tạ Tỵ, Trần Ngọc Ninh, Lê Ngộ Châu, Nguyễn Văn Trung, Hoàng Tiến Bảo, Lê Ngọc Huệ, Nghiêm Sỹ Tuấn, Đoàn Văn Bá, Mai Chửng, Trần Hoài Thư & Ngọc Yến, Phan Nhật Nam, John Steinbeck, và đặc biệt là Dohamide (Đỗ Hải Minh).

Viết chân dung của những tác gia là một việc rất khó khăn, nhưng Nhà văn Ngô Thế Vinh đã có một 'công thức' dung hòa giữa thông tin về cá nhân và thông tin về tác phẩm của họ. Không giống như các tuyển tập văn học khác thường chú trọng vào tác phẩm, Nhà văn Ngô Thế Vinh tập trung vào tác giả và hoàn cảnh sáng tác. Do đó, mỗi tác giả được mô tả bằng một tiểu sử ngắn, những tác phẩm chánh, và đặc biệt là những tâm tư cũng như hoàn cảnh ra đời của các tác phẩm. Qua những thông tin đó, có thể dễ dàng phác họa các tác giả như sau:

- Nguyễn Tường Bách: nhà cách mạng gian truân & Hứa Bảo Liên: nhà văn gốc Hoa mang tâm hồn Việt.
- Tạ Tỵ: một họa sĩ tiên phong và một nghệ sĩ đa tài.
- Trần Ngọc Ninh: một đời mang ước vọng duy tân cho Việt Nam.
- Lê Ngộ Châu: linh hồn của diễn đàn Bách Khoa khai phá những cái mới.
- Nguyễn Văn Trung: lập thuyết gia cánh tả nhiều lận đận.
- Hoàng Tiến Bảo: một nhân cách lớn.
- Lê Ngọc Huệ: điêu khắc gia làm tỏa sáng sự mầu nhiệm Mân Côi.
- Nghiêm Sỹ Tuấn: một tấm gương trí thức - y sĩ dấn thân thời chiến.
- Đoàn Văn Bá: một tấm gương sáng về lòng dũng cảm và y đức của một y sĩ.
- Mai Chửng: một tượng đài của cây lúa miền Tây.
- Trần Hoài Thư & Ngọc Yến: người nâng niu và bảo tồn di sản văn học nghệ thuật VNCH.
- Phan Nhật Nam: một cây bút nhà binh sắc bén và phân định chánh trị rạch ròi.
- Dohamide: một nhà khảo cứu văn hóa Chàm ôn hòa và đầy trăn trở.
- John Steinbeck: nhà văn cánh hữu với những trang viết thật về cuộc chiến Việt Nam.

Một trong những nhân vật mà tôi nghe nhiều trước đây, nhưng qua Tuyển tập này mới biết hơn: đó là ông Lê Ngộ Châu, chủ bút Tạp chí *Bách Khoa*. Có thể xem ông là một nhà báo. Có thể ông không lừng danh như các tác giả Mai Thảo, Du Tử Lê, Doãn Quốc Sỹ, Tô Thùy Yên, Thanh Tâm Tuyền, v.v..., nhưng ông là người giúp cho họ nổi tiếng qua tạp chí Bách Khoa. Đối với tôi, tạp chí Bách Khoa là một diễn đàn trí thức quan trọng nhứt nhì ở miền Nam về văn hóa, văn nghệ, xã hội, kinh tế, và cả chánh trị. Qua 426 số báo từ 1957 đến 1975, Bách Khoa đã giới thiệu hơn 100 tác giả đến công chúng, những người sau này trở thành nổi tiếng. Những người tử tế ngoài Bắc trước 1975 nhận xét rằng Bách Khoa là một tạp chí nghiêm chỉnh, ngôn ngữ đàng hoàng, và là diễn đàn giúp họ hiểu các vấn đề ở miền Nam. Qua Tuyển tập II, độc giả sẽ biết rằng ông Lê Ngộ Châu là 'linh hồn' của tạp chí Bách Khoa.

Nếu ông Lê Ngộ Châu là người tạo ra di sản văn hóa, thì Nhà văn Trần Hoài Thư và phu nhân Nguyễn Ngọc Yến là người phục hồi di sản đó. Nhà văn Trần Hoài Thư từng là một nhà giáo, quân nhân, đi tù cải tạo, và khi sang Mỹ thì thành chuyên gia về điện toán. Nhưng trước và trên hết, Trần Hoài Thư là người của văn chương. Ông khởi sự viết văn từ năm 1964, và từng có bài trên tạp chí Bách Khoa. Dù bị chi phối bởi 'cơm, áo, gạo, tiền' trong đời sống ở Mỹ, nhưng hai vợ chồng Trần Hoài Thư và Nguyễn Ngọc Yến dành nhiều thời gian cất công sưu tầm, hệ thống hóa, điện toán hóa, và kết quả là một thư mục quý báu về các tác phẩm văn học ở miền Nam Việt Nam trước 1975. Ông thổ lộ rằng "*... nhờ văn chương mà tiếng chuông ngân vang, như những niềm vui lẫn tự hào kỳ diệu. Nhờ văn chương mà ta quên đi thân phận nhục nhằn, nhờ văn chương mà ta thấy ta cao lớn hơn bao giờ.*" Có thể nói một cách tự tin rằng so với những bài viết về Trần Hoài Thư trước đây, bài viết về Trần Hoài Thư trong Tuyển tập II là đầy đủ nhứt. Bài viết còn có những bức hình rất cảm động về đôi uyên ương này trong tuổi xế bóng. Sự tận tụy cho văn học của họ thật đáng ngưỡng phục.

Một học giả khác có nhiều đóng góp cho văn hóa học thuật trước 1975 là Giáo sư Nguyễn Văn Trung. Ông cũng là người có nhiều ảnh hưởng đến tư tưởng của sinh viên thời trước 1975 như tôi. Tuy thời đó (thập niên 1960 - 1970) ông còn tương đối trẻ, nhưng rất năng động trong các hoạt động văn hóa và học thuật. Ở tuổi 28, ông cùng với các đồng nghiệp ở Đại học Huế sáng lập ra các tạp chí nổi tiếng *Đại Học* (1958 - 1964). Sau đó, ông sáng lập các tạp chí như *Hành Trình* sau này là *Đất Nước* (1964 - 1966) và *Trình Bầy* (1970 - 1972). Có thể nói ông là một trí thức thiên tả, nên các tạp chí do ông phụ trách cũng mang màu sắc tả khuynh. Chẳng hạn như tạp chí *Hành Trình* tuyên bố chủ trương '*làm cách mạng xã hội không cộng sản*'. Hành trình trí thức của ông khá lận đận trong một Việt Nam với nhiều chao đảo. Nhưng những lận đận của một trí thức như ông là một bài học *kinh nghiệm cho thế hệ trí thức tương lai.*

Một nhân vật quan trọng được đề cập trong Tuyển tập là nhà văn người Mỹ John Steinbeck, người được trao giải Nobel văn học năm 1962. Có thể xem John Steinbeck là một trí thức cánh hữu, vì ông công khai ủng hộ sự tham chiến của Mỹ ở Việt Nam. Ông tin rằng, *"Nhà văn phải tin tưởng rằng điều hắn đang làm là quan trọng nhất trên thế giới. Và hắn phải giữ ảo tưởng ấy cho dù khi biết được điều đó là không thực."* Ông không tin vào những bản tin về cuộc chiến Việt Nam của giới báo chí cánh tả, nên ông xung phong đi Việt Nam vào cuối năm 1966 để tận mắt nhìn thấy cuộc chiến và ghi lại cảm nhận cho riêng mình. Những cảm nhận và nhận định đó sau này được sưu tập thành một cuốn sách '*Dispatches from the War*' (xuất bản 2012). Như Nhà văn Ngô Thế Vinh nhận xét rằng những trang ông viết là một bài học cho các thế hệ tương lai.

Tuyển tập dành nhiều trang cho họa sĩ Tạ Tỵ, và hai nhà điêu khắc Lê Ngọc Huệ và Mai Chửng. Những trang viết về Tạ Tỵ thật hấp dẫn, vì cuộc đời và sự nghiệp đa dạng. Ông nổi tiếng là một họa sĩ, nhưng ông còn là người lính của hai chiến tuyến khác nhau, là tù nhân, là người tị nạn, và cũng là nhà văn. Cá nhân tôi biết đến Tạ Tỵ qua cuốn *Phạm Duy Còn Đó Nỗi Buồn* xuất bản trước năm 1975 và sau này là cuốn hồi ký *Đáy Địa Ngục* viết về những năm tháng ông đi tù cải tạo. Đó là những tác phẩm viết ra bởi 'người trong cuộc', nên chất chứa nhiều nỗi niềm về thân phận của người lính sau cuộc chiến và thân phận lưu vong.

Tuyển tập II có một tác giả mà tôi nghĩ rất mới đối với nhiều người: Dohamide hay Đỗ Hải Minh. Dohamide là người gốc Chàm (nay gọi là 'Chăm'), là một nhà khảo cứu về văn hóa và dân tộc Chàm. Từ năm 1962, ông là một trong những tác giả có nhiều bài viết khảo cứu về văn hóa Chàm cho tạp chí Bách Khoa. Tác giả Ngô Thế Vinh nhận xét rằng "*Dohamide với suốt một cuộc đời đau đáu đi tìm về cội nguồn, chỉ mong sao phục hồi được nền văn hóa Champa như một căn cước của dân tộc Chăm nhưng rồi cuối đời Dohamide cũng phải đứng trước những 'Cộng đồng Chăm đôi bờ'*." Tại sao đứng trước đôi bờ? Tại vì cộng đồng Chàm bị giằng co giữa một bên là mối hận 'mất nước' đòi ly khai và một bên là hòa nhập vào đại gia đình dân tộc Việt Nam. Dohamide muốn dùng văn hóa và những thành quả khảo cứu của ông để thuyết phục giới trẻ không bị lôi cuốn vào những trào lưu cực đoan. Trong bối cảnh căng thẳng giữa các sắc tộc, những học giả độc lập và ôn hòa như Dohamide có thể giúp cho các sắc tộc hiểu nhau hơn, và nhà cầm quyền hoạch định những chánh sách đem lại công bằng và nhân văn cho các sắc tộc.

Những trang viết về các nhân vật Nguyễn Tường Bách & Hứa Bảo Liên, Trần Ngọc Ninh, Hoàng Tiến Bảo, Nghiêm Sỹ Tuấn, Đoàn Văn Bá, và Phan Nhật Nam cũng giàu hàm lượng thông tin. Đó là những bài viết có nhiều dữ liệu mới chưa từng được công bố trước đây, giúp cho người đọc hiểu hơn về những suy tư đằng sau các tác phẩm của họ.

Một đặc điểm độc đáo của Tuyển tập là những hiện vật, hình ảnh, và thủ bút của tác giả. Những chứng từ mang tính lịch sử này rất đáng để thế hệ sau sử dụng làm chất liệu cho các nghiên cứu về văn học và văn hóa thời Việt Nam Cộng Hòa. Trong thời gian gần đây, một người cầm quyền chánh trị cao nhứt ở trong nước phàn nàn rằng Việt Nam thiếu những tác phẩm hay và lớn, thì Tuyển tập này sẽ giúp cho người đó suy nghĩ lại.

Nhà văn Ngô Thế Vinh là một bác sĩ, nên văn phong của anh mang dáng dấp khoa học: trong sáng. Độc giả sẽ không tìm thấy những ngôn từ hoa mỹ hay những ví von thái quá trong Tuyển tập; thay vào đó là những trang mô tả sự việc đã xảy ra như thế nào, ở đâu, và lúc nào. Văn phong trong tuyển tập không có những mỹ từ, nhưng là những chữ chính xác, và do đó, độc giả chỉ có thể hiểu theo logic đường thẳng.

Nền văn nghệ và giáo dục VNCH là tập hợp nhiều tác giả và tác phẩm. Qua hai tuyển tập chân dung văn nghệ sĩ, Nhà văn Ngô Thế Vinh dìu dắt độc giả đi qua một hành trình văn học và văn hóa, và gặp những tác giả tiêu biểu đã có những đóng góp mang tính khai phá trong nền văn học nghệ thuật đó. Là một người trong cuộc và chứng nhân của cuộc chiến vừa qua, tác giả mô tả hành trình văn nghệ đã qua như là người thư ký của thời cuộc. Nhưng là một người lưu vong lúc nào cũng trăn trở về quê hương, tác giả nhìn lại hành trình văn nghệ đã qua bằng một lăng kính mới, một cách hiểu mới, và đó chính là một đóng góp có ý nghĩa của Tuyển tập.

NGUYỄN VĂN TUẤN
Sydney, Australia, 23/12/2021

SÁCH DẪN

C

Ch

D

Đ

E

F

G

Gi

H

I

M

N

Ng

Nh

O

P

Q

R

S

T

Th

Tr

U

Ư

V

W

X

Y

www.ingramcontent.com/pod-product-compliance
Lightning Source LLC
La Vergne TN
LVHW010634051026
849532LV00001B/53
9798330297894